HƯƠNG CỎ ĐÊM - *tiểu thuyết*
Hương Dạ Thảo

Bìa: Uyên Nguyên Trần Triết
Dàn trang: Đỗ Huỳnh Đăng Ngọc
Nhân Ảnh xuất bản 2025
ISBN: 979-8-3485-8634-8

HƯƠNG DẠ THẢO

HƯƠNG CỎ ĐÊM

tiểu thuyết

Nhân Ảnh 2025

HƯƠNG CỎ ĐÊM...

(Nhật ký một sinh viên)

CHƯƠNG 1

Giờ lunch.

An và tất cả học sinh ùa ra khỏi lớp để ngồi hóng mát. Hoặc mua cái gì để ăn. Vài ba đứa tụm năm tụm bảy nói chuyện. Một người nào đó đam mê talk phone. Hoặc vài đứa thì thích đứng trên lầu để nhìn phong cảnh xa xa, thưởng ngoạn...

An hôm nay thuộc tuýp người đứng trên lầu để nhìn ra xa. Mà An thường vẫn là tuýp người như thế. Anh ưa thế. An nhìn phong cảnh vào thu ở đây đáng yêu lắm! Trường vẫn có nhiều khu hoa, hoa nhiều rải rác khắp lối đi. Xe hơi đậu các lối thành dãy, sân trường khá rộng, ngay ngắn đẹp mắt. An đưa mắt nhìn xa hơn những con lộ xe đang chạy, ngang dọc ngược chiều, những đám mây bềnh bồng trên không, di chuyển chầm chậm. Trời vẫn còn xanh ngắt... Bất chợt An lại nhìn tận chân trời xa, những là cây núi xanh rờn trùng điệp, và chân trời mất hút trong vũ trụ quanh đó. An tự nghĩ con mắt. Con mắt mình lạ quá? Có chút xíu mà nhìn đâu cũng thấy, thấy rạch ròi, thấy trong đam mê, thấy trong suy tưởng, thấy trong hình thể v.v... Đúng là con mắt vẫn là tầm quan trọng nhất, bởi vậy nếu mắt mà đui thì thật khó khổ, hoặc bất an biết chừng nào? Một ý nghĩ thơ ngây nhưng giàu bản chất suy nghiệm, đã hình thành nơi An. An vốn là chàng trai mê thích thiên nhiên. Sống ở kinh thành Huế nhưng chàng đến thành phố Sài Gòn học, và giờ đây đã làm giấy đi sang du học. Nhà nghèo nhưng cha mẹ vẫn gắng công tìm sức mong cho An đổi đời. Tuy nhiên, An cảm thấy hơi buồn. Vì ba tháng nay chàng không có việc làm. Ở Mỹ kiếm việc làm không khó nhưng cũng không dễ chút nào. Với dạo này, vả lại An là một học sinh du học nên công việc thất thường, bấp bênh không ổn định được!

Người Mỹ ai mà mướn mình. Việt Nam thì kẻ thương

người ghét, có khi khinh ra mặt? Vì An nghèo, nên An cảm thấy hơi ngượng và thất vọng, đồng tiền cứ cạn dần, mình thì chưa kiếm ra việc như ý. Tiền ăn, tiền phòng, tiền trường, khiến An hơi chới với điên đầu. May, trời cho anh hồn nhiên thế mà muốn quỵ ngã! Nói gì nói An vẫn duy trì nơi làm việc hiện tại. (Vì lợi thế của nó gần nhà ở, gần trường học đây thôi…)

An được nhìn bầu trời đẹp trong đôi mắt. An thấy nhẹ nhàng hơn, như thế vẫn đủ làm An vui, ấm hơn rồi. Đoạn chàng xuống lầu ra sân ngồi vào ghế như các sinh viên khác. Nhìn các sinh viên thư giãn, thấy trong bụng mình lại đói, chàng nghĩ phải đi tìm một cái gì ăn chứ, nhưng "đầu tiên" tiền đâu ăn? Sáng dậy, ngày nào chàng cứ phải tính trong túi, có mấy đồng tiền lẻ đem theo nghĩ hờ, cũng phải ăn chứ? Không ăn làm sao sống! An liền quay vào căn tin vẫn ở phòng trệt mua đại French fries. Chờ cho những người bán đưa theo thứ tự. Tới đợt An cầm lấy, đi vào lối quày cashier trả tiền… Xong An đem tới một bàn ăn gần đó. Giờ này mọi người đã vắng hơn, chỉ còn dăm ba cụm thưa thớt. Chàng đang ngồi thưởng thức những food rẻ tiền của Mỹ. Có một phụ nữ đi ngang dừng lại hỏi:

- Em là học sinh du học đó à phải không?

- Dạ phải. Em đi du học chị ạ. An nhìn ngờ ngợ muốn kêu cô nhưng lỡ lời kêu chị rồi.

- Sao thế, tội quá ơi boy nè? Phải thêm food, sức trai mà cháu ít thức ăn?

- Dạ cám ơn cô. Con không có tiền nhiều, nên dùng thế cũng đủ thôi. (An đổi cách xưng chị ra cô để phù hợp hơn.)

An chân thành hỏi thêm:

- Cô cũng đi học ở đây phải không?

- Vâng đúng. Cháu quê Huế chắc, nên con trai song nói tiếng dịu dàng, hơi hướm Huế dễ thương chi lạ.

- Dạ cám ơn cô khen. Nhưng con nói được nhiều thứ tiếng ở các miền. Tiếng người Nam con học và nói vẫn được. Ồ hình như cô là người của Nha Trang?

- Con giỏi học tiếng các miền vậy sao? Ồ còn cô… Không

phải Nha Trang, cô là người Quy Nhơn.

- Vậy à. Con đã nhầm một chút. Cô qua tuổi thanh niên mà đi học giỏi quá chứ! Rất hân hạnh cho cô.

- Ừa cái gì hà tất đều duyên hết con ơi. Lại ở Mỹ bao nhiêu tuổi cũng đi học được. Cô có việc vừa xảy ra, một cái xui mà là một cái hên. Nên cô đi học thôi.

- Dạ hã cô. Hên thường xui, trong xui có hên mà cô ạ.

- Cô nghĩ rất có thể vậy. Ồ con đi du học thích không nhỉ? Cho cô hỏi chuyện cho vui nha.

- Dạ thích. Nhưng Mỹ không thiên đường như ta tưởng cô hĩ?

- Đúng rồi, nhiều khi khó khổ lắm. Chao ơi có khi phải bắt gặp địa ngục dài dài.

- Thế hã cô? An nói và nhìn vào khuôn mặt bải hoải, nhưng đẹp của cô như đang có vẻ dò xét mình.

Diệu thong thả buông lời thêm chia sẻ:

- Vậy đó chứ con, sự thật xã hội nào cũng có cái đẹp cái xấu. Con người mà, xấu xa độc ác còn nhiều lắm... Ôi vì họ cứ luồn lách, muốn gây ra cho kẻ khác, bởi lòng họ đôi khi ganh tỵ nhỏ nhoi. Cô nghĩ là như thế đó.

- Sao cô nói như thế nhỉ cô?

- Cô nói chuyện về xứ Mỹ thôi. Còn xứ Việt cô không rành. Bây giờ Việt Nam ra sao con hè?

- Cô muốn nói về khía cạnh nào cô?

- Về đời sống, và mọi mặt bên đó v.v...

- Cuộc sống nói chung có thay đổi. Nhưng con người xã hội phát triển đà đi hơi chậm. Bởi vì tính còn cứng nhắc, quan liêu vẫn nhiều đó cô? Mấy ai ý thức để giúp con người vượt khó, hoặc công bằng cô? Để đưa tài năng hay sáng kiến lên lãnh đạo thì ít lắm, chỉ là chè xôi mọi ngành, mọi giới hơi bị nhiều. Lợi ích cho nhóm bất chấp thiệt hại lớn...

- Vậy sao. Con phát biểu có tiêu cực không con trai?

- Con nói với công tâm đó chứ. Cách nhìn mới là một chuyện. Nhưng để thực thi cho nó có phương pháp, để cần phá vỡ những cái cũ bám lấy, mà toàn nói, chứ thực hiện con số tỷ lệ quá nhỏ. Chỉ phần lớn nói dóc ba hoa, nói để thu lợi về mình, cho nhóm tư lợi, họ bất luận sai đúng. Cái này, như con nói đa phần là, chứ không phải hoàn toàn hết vậy cô à.

Đang nói những câu đó thì An buồn, nhưng dứt câu An lại cười. Một nụ cười An mang nhiều ý nghĩa. Cậu tiếp tục ăn cho hết phần French fries.

Lời nói thái độ người trai trẻ, vẫn làm cho Diệu chạnh lòng hỏi:

- Ít ai trách nhiệm, công bằng với công việc phải không con?

Gần như đã ăn xong. An lễ phép trả lời:

- Con nhiều cha chết không ai khóc. Con nghe mấy người lớn nói vậy đó. Tình trạng vậy cô ơi.

- Ừa cô hiểu. Con là người của lớp trẻ có cái nhìn mới, năng động nhiều, trào lưu nhiều, quý hóa lắm... À mà con đi học bằng gì?

- Dạ con đi bằng xe bus thôi.

- Ủa con đi học không có xe riêng à?

- Dạ con cứ đi thế, chưa đủ tiền mua cô ơi.

- Trời ơi con cũng khổ quá? Con ở gần đây không?

- Dạ gần, con trọ cách đây chừng mười sáu phút đi xe bus, đường Chatham-Doraville. Trên đường lớn của Buford Highwy rẽ vào.

- Ồ, vậy thì gần nhà cô. Chỉ cách hai con đường, hai rẽ ngã tư.

- Vậy hã cô. Dạ cám ơn cô. Thôi hôm nào gặp lại, bây giờ hết giờ rồi cô. An nhìn đồng hồ đeo tay với một tư cách lịch sự. Diệu cũng đã hiểu thời gian nên bảo:

- Ừa nhé gặp lại nhé... Cô nói chuyện làm con khó thưởng thức food phải không?

- Dạ được không sao. Con dùng thức ăn đơn giản, và gần xong khi cô đến! Chỉ còn lại chút đỉnh thôi mà cô.

- Vậy à, ừ nhỉ. Cô bye con. Ồ con tên gì chứ?

- Con tên An. Trần Ngọc An. An cười hồn nhiên đáp.

- Cô tên Diệu. Lê thị Diệu. Diệu có vẻ nghiêm trang nhưng vui tươi.

Diệu nói thêm:

- Bye An nha. Hẹn gặp lại.

- Dạ, cô Diệu...

Cùng với bao students khác lần lượt vào lớp, để có mặt ở lớp mình sau giờ lunch trên ba mươi phút.

Các giáo viên cũng thế. Và họ bắt đầu tiết học mới!

Hôm đó khi tan lớp ra về. Diệu ra xe mình nổ máy nhìn mông lung quang cảnh, học sinh, giáo viên, con đường, khách khứa ra vô, hoa lá vẫn tươi nõn, vô tình thấy An tản bộ về phía bên kia đường để đi xe bus. Cô hơi ngạc nhiên, thì ra An không có xe hơi riêng thật.

CHƯƠNG 2

Diệu vẫn tiếp tục đi học. Rồi đến một hôm đi ăn như thường lệ. Diệu mua hai bánh mì sandwich, một ly coffee nóng. Khi thấy An vẫn ngồi, An vẫn "phục sức" chiếc quần jean xanh hơi cũ, vải hơi bạc màu, với chiếc áo sơ mi tay ngắn cánh cụt, nhưng khác màu hôm trước, hôm nọ thì màu trắng, hôm nay thì màu sọc đen và xám đậm, chỉ có vậy thôi. Trên bàn đã có một coffee nóng. Cô liền mời An:

- Cô give cho con bánh mì sandwich đây.

An ngại ngùng. Diệu nhắc lại thêm lần thứ hai:

- Cô give cho con bánh mì sandwich đây nè, cầm lấy đi.

An cầm: - Dạ con cám ơn.

Diệu vui vẻ hỏi:

- Sao cháu trai An có gì vui không?

- Dạ không có chi vui hết cô nờ. Con định về đất Việt đó chứ, vì con cơ cực quá.

- Ô ráng đi con, cái gì gian khó mà mình thành công mới đáng quý. Dễ dãi thì đâu có gì để nhớ, để quý, để đáng nể phải không con?

- Đúng, nhưng nhiều khi sức chịu đựng không nổi cô à.

Hai cô cháu ngồi ăn xem tivi với các chương trình, các show thể thao và hài của Mỹ. Hai ly coffee vẫn để ở trên bàn. Có cô bạn cùng lớp người Mexico tên là Mary vào, ý ả muốn kéo Diệu sang khu vườn hoa chụp hình làm kỷ niệm.

She said:

- I love you. I like you. We need to take the picture together over there, please! Dieu Le!

Diệu ngẩn ngơ người chút rồi bảo An:

- Cô đi với nó nghen, tý cô trở lại. Con nhỏ Mễ xí xọn mà nó thích cô.

- Ừa cô đi đi với họ cho vui. Cô cháu gặp lại mà!

- Con cứ uống coffee một mình chớ để nguội.

- Dạ.

Mary một tay vẫy tay An, một tay kéo Diệu ra khỏi bàn. Nó cười xã giao như "bắt cóc" Diệu. Nó trẻ hơn Diệu, nhỏ hơn hai, ba tuổi gì đó nhưng nó thích Diệu, vì Diệu xinh đẹp học giỏi, lại thật thà, còn hay cho kẹo nó, cứ có chewing-gum nhai miệng hoài! Nên nó ngưỡng mộ, chắc có thể là vậy lắm!

Chụp hình xong thì nó chịu cho Diệu trở về bên bàn với An, còn nó đi tìm bạn khác, để chụp chung thêm. Nó thích lấy hình làm lưu niệm cho album thật đầy!

Diệu về ngồi bên An uống nốt ly coffee nóng kiểu của Mỹ nói chuyện tiếp. Không bao lâu thì có đoàn truyền hình VS-Việt tiểu bang Georgia ghé thăm xin phỏng vấn, chụp hình để lên một sự kiện cộng với talk show. Đoàn có ba người: một quay phim dẫn chương trình, một chụp hình phỏng vấn chắc là nhà báo tác hợp, và một người nữa phụ giúp linh tinh, sắp xếp các em tuần tự phỏng vấn cho tốt. Cũng đúng giờ ra lớp, họ xuống ngay phòng trệt. Học sinh đang ăn. Họ phổ biến chương trình. Mary, Diệu, An, và một số học sinh được phỏng vấn tại chỗ, trên mười người. Thật là thú vị... Rồi đúng giờ vào lớp. Họ sẽ chuyển vào lớp tiếp tục interview thêm!

Đó là lúc cả hai Diệu, An chia tay vào lớp học mình, khi giờ học lại bắt đầu. Mary, Diệu lúc này học chung một lớp. An thì học cách phòng, song semester thì như nhau. Cảnh students nhốn nháo vào lớp như thường ngày. Nhưng hôm nay có đoàn phỏng vấn nên các cô cậu students có vẻ tưng bừng, hớn hở lắm! Tất cả họ như vui hơn mọi ngày...!

Sau hai giờ nữa học xong, giãn lớp ra về. Diệu thấy An lẽo đẽo ra đứng một góc chờ các bạn cùng đi xe bus chung. Cô nhanh miệng và đi đến nói:

- Để cô chở về cho, nhà cô gần nơi con. Nhà An thuê ở con đường Chatham chỉ cách nhà cô Diệu chừng hai con đường ngắn, xe chạy độ chừng năm phút thôi mà! Xe cô nổ máy rồi gần kìa...

An đưa mắt nhìn chiếc xe cô Diệu đậu cách ngang chỗ An đứng chừng 50ft thôi.

- Dạ thế thì cám ơn cô nhiều. An ngập ngừng quay lại và cúm núm bước theo cô, rồi lên xe cô Diệu ngồi.

Trên chiếc xe hơi Honda Accord còn khá mới, nền nã màu trắng thật dễ thương. Cô Diệu mở máy lạnh rất là mát, mát hơn cả xe bus. An rất lấy làm thích.

Cô Diệu chở đi không biết mấy phút đã đến nơi nhanh nhà An thuê, cô liền stop. An xuống xe vào nhà share trọ mà như không hay. Bởi lẽ xe không dừng lại chỗ nào như xe bus! An vui vẻ gục đầu lễ phép cám ơn cô Diệu. Cậu vô nhà nơi ấy. Còn Diệu lái xe nhanh về hướng nhà mình. Một mình Diệu mở vài điệu nhạc nho nhỏ cô nghe, theo thói thường của Diệu thường nghe!

**

Rồi tình cảm thân hơn một chút. An kể thêm nỗi vất vả của anh, Diệu thấy thương tâm. Hôm đó hai cô cháu đi ăn chung nơi một tiệm cơm tên Thành Nhân. Diệu thích ăn cơm sườn bò nướng sả nơi ấy, và có cả canh cải xanh, gừng thơm đơn giản nhưng cô thích. Trong khi chờ đợi thức ăn đã chọn ở menu và người service đã biết. Diệu ngồi bàn bạc với An thêm:

- Nếu khó khăn quá về nhà cô Diệu tá túc đi. Cô cho con ở free. Nhà cô Diệu phòng dư, hai con cô đi học xa. Chồng cô Diệu làm nail xuyên bang với em chồng, một tháng mới về. Nếu con thích ở cô sẵn sàng cho. Con đỡ vất vả một tý. Vì tiền nhà sẽ ít lo.

- Sao chú một tháng về lần thế cô?

- Cô với chồng cô khi xa thương, gần cãi lộn mà. Diệu

nói và vui, cười vô tư.

- Vậy hã cô?

- Nói đùa chứ vì công việc làm ăn. Hơn nữa vợ chồng cô quen vậy rồi.

- Thì ra là thế. Nhưng cô cho con đến share phòng. Chú và nơi hai em có nói gì không?

- Hai em trông có ai sống gần với cô cho vui, chứ còn nói gì? Chồng cô thì anh ấy không nói gì đâu. Cô có quyền quyết định chứ.

- Vậy coi như con còn phước lắm, gặp được cô help! An nói miệng cười hiền lành tươi tắn.

Thức ăn đã đem ra. Hai cô cháu đã hết nói về chuyện nhà cửa cho An đến ở. Và mọi chuyện Đông Tây, hay thời sự đó đây đong đưa nào họ cũng phải dừng. Tánh của Diệu cũng ít nói thôi. Hai cô cháu bắt đầu khai vị, rồi đi vào món chính. An cũng thấy mình hợp với những món cô Diệu chọn.

Sau lần nói chuyện đó An đã dời về nhà Diệu tá túc. Diệu cho An ở. Hai cô cháu thân nhau như mẹ con, lúc ăn, lúc học, lúc nói chuyện, lúc chăm sóc vườn hoa nhỏ v.v... Họ vui mừng thân ái lắm!

Thỉnh thoảng Diệu nói chuyện với hai con đang học xa:

- Má có con trai. Sớm hôm má con hủ hỉ cũng vui. Ba con ít về má buồn cả tháng. Giờ có anh trai con rồi, má tạm gọi con nuôi đó. Má đỡ buồn, học hành nó chỉ cho má nữa.

- Ảnh ở Việt qua mà giỏi vậy hã má?

- Chỉ đọc phát âm ít chuẩn như thanh niên tụi con ở đây, nhưng grammar thì giỏi chứ! Cách đặt câu hay, giỏi lắm...!

- Thế là tuyệt cho má nha!

Và An cũng được nói chuyện với em Jinni. Em vẫn coi An như anh nuôi:

- Anh An chăm sóc má em nghen, Noel tụi em mới về.

Hai đứa con của Diệu đều học ở tiểu bang California, nên thường chỉ về vào những lễ lớn, mùa hè, hay Noel và duy nhất New Year phải có mặt thôi.

Rồi một hôm Diệu gọi phone báo cho chồng. Anh Thành Hiệp làm tại tiệm Shop Nail của em gái Bích Hồng. Lúc ấy khách tới thợ khác, theo tua phiên chờ đến lượt nên anh cũng rảnh. Song chồng nàng nghe, không như lòng nàng mong muốn. Chàng Hiệp lại nổi giận đùng đùng, cầm phone đi dạo nhanh ra dãy hành lang trước, mắng nhiếc Diệu xa xả:

- Em nghĩ sao mà cho thằng con trai ở kia chứ?

- Thì nó sinh viên du học nghèo. Em giúp đỡ chứ phân biệt chi trai gái làm gì, nó đáng con mình?

- Không được, là không được. Nếu nó là con gái, là anh OK. Nhưng là con trai làm sao vô ở ngôi nhà chỉ có em và nó. Khi anh đi làm xa?

- Tánh em xưa nay anh đã biết. Tại sao hôm nay anh lại nói em, như một lời xúc xỉa?

- Tùy em, xúc xỉa gì. Anh nghe con nó báo anh mới hay. Còn không, em đâu nói cho anh biết đến giờ này... Hứm?

- Em định nói, chỉ mà chưa nói thôi.

- Không cần em biện minh nữa. Ý anh bảo không cho là không cho. Là gọn nhất khỏi tranh cãi.

- Nhưng mà em cưu mang. Làm ơn thì làm ơn cho trọn!

- Anh không đồng ý, là nhất định anh không đồng ý. Còn em muốn làm gì làm đi.

Chồng của Diệu nói, rồi tức nàng quá anh lái xe từ South Carolina hai tiếng rưỡi về nhà, để cãi thẳng với Diệu một trận, hình như muốn đổ củi đổ lửa và anh phải bỏ đi. Những câu cuối cùng anh nói là:

- Trời ơi... Em làm ơn không đúng?

- Sao mà không đúng chớ. Con cũng đồng ý với em. Diệu phân minh.

- Nó biết cái gì. Thôi mấy mẹ con đúng đi, anh sai mà. Đúng thì cứ việc tiến hành. Anh đâu có quyền chặn em? Em muốn coi như trời muốn rồi đó. Thành Hiệp thêm bực bội, đưa tay chống nạnh ngang hông, la lối đến thế.

- Mệt quá, anh ưa nhiều chuyện, cản trở bậy bạ là anh đó. Diệu thêm bất bình.

- Bậy bạ hã? Thì em đúng, em làm đi. Em không thấy mình mất nết hay sao? Thành Hiệp càng đay nghiến.

- Anh khùng ghê luôn, làm gì em mất nết. Diệu cố phân giải hơn.

- Làm gì nữa, cho con trai ở trong nhà, không có anh là mất nết rồi. Thành Hiệp càng chụp mũ như thế luôn.

- Anh điên vừa thôi, nói mà không biết tội lỗi lỗ miệng mình. Diệu tức lên như điên được với chồng.

- Anh đã nói không là không, đừng cãi dong dài. Em đã quên một ý thức của mình... Thành Hiệp độc đoán kết thúc.

Anh cũng đã nhanh nhảu rời xa nàng, rời xa căn nhà khi cơn tức đã làm thấm mệt nơi chàng. Diệu biết anh không ủng hộ nàng và còn lên án trách cứ nàng, trong phần này nhiều đấy! Nhưng có lẽ cô không thể nghe theo anh mà đổi ý định không cho An tá túc, không thể nghe theo anh mà bảo An dọn ra khỏi nơi khác, không thể nghe lời anh mà đoạn tuyệt, hay ly khai bao ước muốn của mình. Diệu không thể "đuổi" cậu con trai cô nhận con nuôi và mong cố gắng giúp đỡ nó.

Hai vợ chồng nàng cãi nhau như thế, may mà trận gây như vậy An đi làm nhà hàng chưa về. Thật ra An chỉ tạm mượn chỗ nghỉ ngơi chút thôi. Hoàn toàn An đi làm, đi học nhiều hơn thời gian ở trong nhà này.

CHƯƠNG 3

An phải đi làm phụ tại một nhà hàng để có tiền nộp học phí. Dù định nghỉ bao lần song An vẫn còn bám víu. Người ta mướn đây cũng rẻ như bèo thôi. Đã vậy có khi họ muốn đuổi là đuổi, kiểu làm việc ưng thì mướn, không ưng thì thải, thải như rác, của vài nhà hàng Việt Nam. Ấy vậy mà An vẫn cần họ. Vì cuộc sống sinh tồn của sinh viên du học nghèo, biết nói sao hơn... Song chàng đã thấy, sẽ ổn hơn vì tiền nhà cô Diệu "free rồi." An chỉ phụ chút đỉnh điện, nước. Anh lòng thì nghĩ vậy... Nhưng không biết cô Diệu có lấy không? Hai cô cháu đi học rất vui. Niềm vui không được bao lâu. Hôm đó Diệu nói thật cho An nghe:

- Cô cho con "ký túc xá" vì thấy nhà dư phòng. Cô giúp con đỡ cực, đon đả ngược xuôi. Con chỉ lo làm đóng học phí, nhẹ phần tiền nhà. Song chú đã cản, cô chú cãi nhau một trận kịch liệt tại nhà này đó con.

- Vậy sao cô? Sao cô không nói sớm con hay. Vì con, làm cô chú mất vui con không thích. Hay là... An khựng lại.

Diệu tiếp lời nhanh:

- Kệ ổng. Cô kể ra con nghe vậy thôi. Cứ ở, chú đâu về thường xuyên, ổng nói ổng nghe. Cô vẫn cho An tá túc, không sao mà!

- Không được đâu cô. Để con đi chỗ khác. Thà con khổ, con vẫn muốn cô vui vẻ hạnh phúc.

- Chú đâu về thường xuyên mà cành nanh, gây gỗ, phán đoán đủ thứ... Quan trọng là cô Diệu thôi.

- Con mang ơn cô, và thích ở đây lắm. Nhưng con e ngại quá, vì nếu như chú mất vui.

- Cô chỉ kể nghe, không ngần ngại chi cả. Vợ chồng bình đẳng, bằng quyền. Cô có quyền chứ. Cô sợ hai con cô thôi, mà mấy em đã đồng ý. Con ngại chi? Yên chí lo học đi. Chú thì có tánh hay ăn hiếp, bắt nạt cô thôi. Nhưng cô chả sợ đâu.

- Dạ, nhưng.

- Không nhưng nhị gì hết, yên tâm đi. Cô chỉ nói thiệt con nghe như thuật lại sự việc thôi, chứ con đừng lo lắng chi hết. Nơi quyền cô quyết định thì lớn hơn! Xin con hiểu là như vậy, cô đi đọc sách đây.

- Dạ.

Thêm một tiếng "Dạ" nữa nhưng lòng An chả an chút nào. An đi làm về, lấy sách vở ra học, làm homework. Mà trước mắt An như mây mù giăng lối, không thấy con chữ gì cả, lòng ê ẩm bởi những việc không đâu! Kỳ lạ cho An thật.

Xui này nối xui kia, anh đang buồn thì Trâm gọi. An bắt phone nghe, tiếng Trâm vội vàng báo:

- Anh An ơi anh sẽ bị đuổi job đó, vì thằng Kiệt nói anh ăn cắp tiền tips và nói anh lười, chuyên về sớm hơn mọi người...

- Anh làm gì có vụ đó hã? Rồi An hỏi nhanh nữa:

- Mà lý do nào em biết tin này chứ?

- Bà chủ mới cho em hay.

- Thiệt kỳ cục quá.

- Anh muốn gặp bà ta không?

- Không cần mai anh ra. Giờ bận làm homewok đây.

- Thì anh liệu mà nói thế nào, chứ không thì anh không thể làm nữa đâu.

- Nếu bã cố tình thì anh nghỉ thôi. Chứ làm chủ thì mình biết ai làm việc ra sao? Và ai đang vu khống chứ?

- Khổ cái thằng Kiệt nó nịnh, mà bà ta tin.

- Còn số đông mà?

- Họ không binh đâu anh."Kiểu sống chết mặc bay"đó!

- Anh đành chịu. Song anh cũng sẽ nói cho bà ta biết, anh không phải là hạng như vậy.

- Nhớ nói vậy nha anh, dù có phải mất việc làm.

An lặng im vẻ suy nghĩ. Trâm nói thêm:

- Ừa em chỉ báo anh tý, em bận rồi. Chúc anh vui.

- Vâng cám ơn em, bye em.

- Bye anh.

Trâm, An, Kiệt là học sinh du học, cùng làm chung một nhà hàng, tiệm "Phở Ngon Việt Nam" ngoài giờ đi học, có nhiều bạn khác làm nữa. Trâm thường ở trong nhóm xay sinh tố, phụ bếp. Kiệt thì ở trong nhóm chào khách, give menu, lấy order. An thì ở trong nhóm dọn dẹp, clean-up, và sẵn lấy tiền tips...

Trâm nóng lòng báo tin cho An nghe, nhưng chỉ bấy nhiêu là đủ rồi. Cô cũng là sinh viên du học, công việc tất bật, ngập đầu không kém chi An.

Hai hung tin đến với An một lúc, An không lòng dạ nào ngồi học. Anh phải lội ra công viên WG gần nhà cô Diệu cho đỡ buồn. Anh đi lang thang một đoạn. Rồi ngồi một mình, lòng An thêm cay đắng, anh nhớ ba mẹ hơn lúc nào hết. Và không thể nào về nhà cô Diệu sớm được, An lại quay vào thư thả chốn thư viện, định viết thư cho ba mẹ anh trên máy computer công cộng, cho đỡ quẩn trí. An buồn vui vẫn hay loanh quanh đến đây một mình, tìm kiếm sách để tham khảo, học hỏi, giải quên, hoặc viết lách v.v… Như một thói quen An. Ấy vậy mà hôm nay ngồi vào ghế, An như lửa đốt kỳ lạ. Cậu lại bải hoải hoang mang, ngưng tay thôi viết, để đi về…

An lủi thủi băng đường về nhà, cũng bằng con đường đi bộ qua non nửa dặm. An đang toan tính những kế hoạch mới trong đầu cho riêng mình, sao cho thuận tiện hơn? Đời sao cứ tặng cho An hên xui nối tiếp, gai gốc khó lường. An đang cảm nghĩ xa xôi mệt nhòa trong ý niệm. Những loài hoa nở chậm, cuối hè sang thu vẫn còn lác đác trên các nẻo đường đi. Cậu đưa mắt nhìn nó một chút, lại thoáng buồn nơi lòng mình thêm…

CHƯƠNG 4

Đêm đó An suy nghĩ rất nhiều về chuyện“đi du học” đi du học có năm bảy thế, năm bảy cách, chứ không phải một kiểu. Không ai giống ai, mỗi người mỗi vẻ, một số phận. Riêng mình thế là không biết tính làm sao đây. Về đất Việt ư? chắc là không thể. Ở lại Mỹ ư? mình chưa dám nói. Tại sao thằng Kiệt nó muốn phá mình. Trong lúc nó có cô chú ở Mỹ help, take care of. Nó yêu Trâm từ lâu An biết. Nhưng Trâm đã có yêu một người đang học ở San Francisco California. Giữa anh và Trâm như hai anh em đi du học, giúp qua giúp lại, lúc thiếu hụt hiếm nghèo, hoặc tìm job cho nhau, nương nhờ nhau, chứ anh đâu có ý gì? Trâm cũng thế! Trâm là cô bé tốt bụng như em bé khăn quàng đỏ ngày xưa, bé bỏng, dịu hiền… Có chi mô nỡ nghi ngờ cô xấu bụng? Vậy mà nó yêu Trâm không được. Nó bực tức, nó nổi loạn, điên rồ, để mưu kế với mình! Phải chăng Trâm lạnh lùng với nó hơn mình! Đúng rồi. Lại gần đây, nó nghe mình có người nhận làm con nuôi cho ở nhà free, nên nó thêm ganh ghét. Có free gì cũng trả tiền nước, tiền điện, tiền bếp ga cho cô một chút chứ! Mà có free nữa nó nên mừng cho bạn bè đi du học chứ, đằng này y không được vậy? Lại nhỏ mọn, đi ganh tỵ hoàn cảnh mình. An nghĩ mà muốn khóc. Cậu lại nghe phone. Trâm, lần này gọi đến hỏi nhẹ:

- Anh ngủ chưa, anh An?

- Chưa?

- Anh đang làm gì?

- Đang nghĩ chán quá em. Anh muốn về đất Việt.

- Thôi, đã đi du học thì biết khó rồi. Vì mình con nhà nghèo, nhưng cố gắng lên, vững tin lên! Em cổ xúy anh đó!

- Anh biết nhưng chịu hết cỡ rồi em.

- Em không cần thèm làm ở đó nữa đâu. Em ghét cái mặt thằng Kiệt lắm. Nó ỷ nó thân với chủ rồi làm cha thiên hạ. Không chết đâu, anh em mình đi làm nail đi. Em coi báo Niềm Tin có người giới thiệu họ cần đấy.

- Anh chưa bao giờ làm nail.

- Em cũng thế, họ chịu tập cho mình mà.

- Mình không có bằng nữa, khó lắm.

- Thì người ta nói sẽ giúp. Ở đây, đâu phải ai đều có bằng hết? Vả lại có bằng làm không đẹp, vẫn không ai mướn đâu, mình cứ try đi anh. Mai anh em mình đi thử. "Khó khăn là thử thách kiếm văn bằng" mà anh. "Tản núi to vẫn là đất bằng cho người có chí." Không nhớ những câu đó sao? Hi hi.

- Hay nhỉ... Mà bây giờ em còn giỡn mấy câu ý thức dân trí quá ta?

- Hì anh. Đời không giỡn là chết mất sao anh. Xuân Diệu nhà thơ tình ưu tú có viết. "Sống không yêu là kiếp sống thừa" Thì chúng ta phải ảnh hưởng "Sống không vui, không giỡn là kiếp sống ngục tù." Hi hi.

- Em còn tâm trạng đem cho anh trai niềm vui, là cũng nhất rồi. Em diễn thuyết anh nghe vẻ có lý quá chứ.

- Hi hi. Có lý thì đi nha. Để lý thuyết em được ôm chân thực hành hôn một chuyến chứ?

- Hi... nói gì em văn vẻ mà mới mẻ quá ta ơi? Ừa gấp vậy sao Trâm?

- Cơ hội mà? Vậy mai em chở anh đi xin việc làm nha.

Kết luận rồi đó!

An làm thinh. Trâm giục:

- Ở Mỹ cơ hội không đến hai lần. Anh nghe không anh An? Nhất là nail anh không có chần chừ. Họ cần mình tới ngay, trễ nãi thì có người nhanh chân hơn đó anh ơi?

- Nhưng anh An đang buồn quá, sợ làm gì nổi?

- Không, ngày mai chỉ lên thăm thôi, ra mắt thôi. Cô Diệu đâu rồi?

- Cô hay đọc sách ở phòng cổ đó, mà chắc ngủ rồi.

- Vậy nhớ nghen. Mai đi học về, em chở anh lên tiệm cách trường, cách chúng ta, khoảng hơn một tiếng đồng hồ.

- Anh dự định ra đi không ở nhà cô Diệu nữa rồi.

- Ủa, vì sao vậy?

- Cô thì OK. Nhưng chú không bằng lòng, nên anh ngại.

- Sao anh chưa từng kể em nghe?

- Chuyện buồn kể làm chi.

- Em chia sớt được gì với anh thì chia sớt chứ.

- Anh là con trai ở, chú không đồng ý.

- Trời ơi lại có chuyện đó nữa. Thiệt tình!

- Anh không biết tính làm sao đây?

- Thôi chuyện đó bỏ qua một bên. Tạm gác đi. Vậy khuya rồi anh ngủ, rồi mai đi học. Sau đó em chở anh đi. Cô Diệu sẽ về home một mình nhé. Vậy bốn, đến năm chuyện ta lần lượt làm, giờ thì anh làm trước những chuyện cần đêm nay. Hi hi.

- Em còn cười nữa là truyền cho anh năng lực đó. Ừa thôi được em, thanks em có tấm lòng giúp anh.

- Phải cười chứ anh An. Ok anh. Bye anh.

Sáng hôm sau đi học với cô Diệu. An thành thật nói khi hai cô cháu đến trường trên chiếc xe, cô Diệu chở.

- Cô Diệu ơi con bị đuổi, không được làm nhà hàng Phở Ngon Việt Nam nữa. Con sẽ không còn ở nhà cô nữa. Con phải xa và kiếm chỗ ở khác. Để gia đình cô an vui hơn.

- Đã nói rồi. Cô mới người quyết định. Chồng cô, ổng nói kệ ổng. Có chi con ngại.

- Con mất job vì một thằng bạn du học nó ganh con

được ở nhà cô. Ganh con có cô bạn gái nó đem lòng yêu. Là Trâm đó, và con như chỗ bạn bè, anh em thôi. Cô biết Trâm học chung lớp với con. Trâm có người yêu đang du học bốn năm rồi, ở California mà!

Hai cô cháu nói chuyện chập chững, không mấy chốc đến cổng trường để chia tay vào lớp riêng. An học khác lớp, chỉ semester thôi. Nhưng hai cô cháu vẫn còn ngồi nán lại dãy dưới, nơi học sinh ngồi đợi bạn bè ở lobby, hay chờ công việc từ office. Các học sinh có nhiệm vụ gì, thì khẩn trương vào trường, lên lớp học của mình liền. Học sinh nào chưa cần cứ ngồi đây thư thả. Tùy theo sở thích cách chọn mỗi học sinh khác nhau! Kiệt vẫn học trường này, nó đang theo dõi ganh ngầm An. Nó đâu có biết An đang lơ lửng về nơi ăn chốn ở của An? Trâm đã đến kịp chào Diệu, An. Trâm vui vẻ: - Good morning cô Diệu, anh An. Trâm tiếp tục nói:

- Vậy nhé anh. Sau giờ học anh em mình đi tìm job mới.
- Định đi làm gì An? Cô Diệu nghe và hỏi nhìn An.
- Tụi con làm nail, thưa cô. An trả lời.

Đứng đằng xa bên kia, một hướng đi khác. Kiệt nhìn chầm chầm vào Trâm đon đả với An mà tức. Kiệt đâu có biết là Trâm coi An như người anh. Chính cái ác độc vô duyên của Kiệt, làm cho Trâm rời bỏ nhà hàng, xa cối xay sinh tố một thời cô quyến luyến... Và cô muốn khắng khít giúp đỡ anh An hơn! Cô không muốn thấy cái mặt ác tâm, xấu tánh của Kiệt mỗi thường ngày nữa đâu.

CHƯƠNG 5

Vậy rồi An cũng đã với Trâm sau giờ học tìm đến tiệm nail. Tiệm cách xa trung tâm thành phố, cùng trường gần hai tiếng đồng hồ. Nhưng có máy tìm đường chỉ dẫn, nên Trâm lái xe đến nơi mau mắn, an toàn. Impression Nail nằm trong một khu thương mại lớn của Mỹ, cộng buôn bán lớn của các nước Hàn Quốc, Ấn độ, Thái Lan, China, Đài Loan, Singapore. Miến Điện v.v... có cả chợ Target. Gần tới nơi Trâm đã gọi báo. Khu vực tiệm có nhiều parking đậu rất thoải mái. Trâm và An cho xe đậu một parking cách tiệm không xa. Hai anh em tim đập hơi mạnh như hai diễn viên thám tử không bằng. Song họ vẫn phải đi vào tiệm thôi...

Cô chủ trẻ trung tên Thu đang chờ đợi nơi cửa. Cô vui đón tiếp đon đả. Hai bên với những câu giới thiệu xã giao ban đầu...

- Chào cô con tên là Trâm. Trâm giới thiệu.

- Chào cô con tên là An. An giới thiệu.

- Chào tụi con đến với tiệm cô. Cô tên Thu, Lệ Thu. Chủ của shop Impression Nail này.

- Dạ.

Cả hai anh em không hẹn trong lòng, mà hiệp một chữ "Dạ" đồng thanh nhìn cô chủ Lệ Thu trả lời như thế.

Một đoạn sau đó. Cô Thu dẫn vào ngăn hoạt động của tiệm, cô với tư cách là chủ, cô thành thạo như một nghề nghiệp lâu ngày, cô dần dà hướng dẫn ngay cho lính mới. Trâm và An tự nhiên đứng nhìn những thợ làm cho khách, suốt một tiếng đồng hồ. Cứ như vậy qua hai, ba tua khách. Cô Lệ Thu nhanh chóng cho An và Trâm tiếp cận hơn, cô cho hai đứa đến thử làm ngay một vài khách dễ dãi, vì cô biết họ. Lệ Thu bằng lòng quyết định mới, giọng nhỏ nhẹ:

- Hãy thử làm đi nhé, có gì cô rà sót lại help cho. Làm ngay đi, mỗi người một đôi chân thử đi.

- Thưa cô tụi con thấy còn mới quá. Trâm ngần ngại.

- Cứ bắt tay sẽ ngon một sớt thôi. Hành động giá trị hơn mười nghìn lần đứng nhìn, châm ngôn mà! Cô Lệ Thu nói lớn hơn một tý, vì cô biết những người khách Mỹ, hầu hết không nghe được tiếng VN nhiều. Mà họ có nghe được cô cũng không cần tránh né hoặc lo sợ chi.

An, Trâm có vẻ bình tĩnh hơn chút, chỉ biết cười thấy câu nói cô Lệ Thu hay hay. Hai anh em bắt đầu "ra quân." Biết sao hơn, coi như một cơ hội tốt đến với mình mà. Có lẽ "không nên từ nan cơ hội chứ." Cả hai lấy đồ nghề nơi Lệ Thu chỉ, phải nhanh chóng cho nước vào bồn trước tiên... Tiếp theo kiểm chứng những đồ phụ nghệ cho nail để sẵn, những chai lọ dụng cụ, acetone, alcohol, thuốc làm mềm da, thuốc sát trùng da, thuốc khi bị bất cẩn, khi cần lúc máu bị sướt v.v... tất cả đều có đủ, đặt đâu vào đó ở vị trí nó, cũng như kiểm tra cái job của mình đầu tiên với những công việc... Kể ra Trâm, An cũng đã nghe, biết một chút về nail rồi. Những người thợ chung quanh, khách hàng họ nhìn cho có lệ. Bởi ai cũng chuẩn bị mình với một vị trí riêng... Họ không có thời lượng chú ý với lính mới như Trâm, An nhiều đâu? Mỗi người lo trách nhiệm, khách của chính họ thôi. Chỉ có cô Lệ Thu thì trách nhiệm nhiều tới "lính mới." Cô nhìn để cô biết đánh giá, thẩm định, tay nghề, chọn cách cho cô điều hành... Cô sẽ hiểu ngay và "hạ lệnh" nên làm, hoặc không nên làm với khách?

Đúng vậy, cô Thu lại lựa lời thật khéo, thích hợp bảo:

- Lệ Thu sẽ đứng nói nhắc các bước để An, Trâm theo đó mà làm nghen. Cũng đơn giản thôi. Chân nước- Pedicure chớ cô chưa cho làm tay nơi. Cứ làm tuốt đi nha.

Lệ Thu cười nhẹ, vui nói thêm:

- Làm thôi. Đứng nhìn cả năm cũng không lên tay nghề đâu? Cách duy nhất là nghề dạy nghề thôi. Muôn đời, muôn năm cũ, nghề nghiệp vẫn thế.

Nghe cách nói chuyện lanh lẹ của cô Lệ Thu mà Trâm An như hai "thí sinh" cảm thấy tự tin hơn.

Thường thường cô training cho thợ mới vẫn là như thế. Lệ Thu có giang làm ăn, nên training ai cũng khá thành công, từ trước tới nay. Hơn nữa cô lựa khách dễ tính để An, Trâm làm thoải mái hơn. Cô còn coi lại, sửa kỹ thêm cho dễ ngắm hơn, hoặc nạo vét, chăm chuốt đến perfect hơn theo ý khách... Cứ như vậy mà ngày đầu tiên hai đứa nhận khách cô đưa, làm hăm hở liên tục không ngớt. Sau một ngày làm việc ở đó, dù giữa thu nhưng tiệm vẫn đông. Nên Trâm, An mỗi đứa được cô Lệ Thu chia cho 100 dollars ăn thẳng. An, Trâm đều mừng như hết lớn... Hai anh em vui sướng làm đến khi tối mịt, tiệm đóng cửa mới chịu ra về, với cô chủ Lệ Thu là người cuối cùng. Trong khi các thợ lần lượt kẻ trước, người sau về hết tự lúc nào! Cả ba họ ra đường, thì ánh đèn điện bên ngoài đã thắp sáng từ lâu...

An không còn ở nhà cô Diệu. An đi ở một chỗ mà cô chủ tiệm Lệ Thu giới thiệu, nhà của người Việt cho share. Trâm cũng ở đó luôn. Hai anh em hai phòng gần nhau, do cô Lệ Thu chỉ dẫn giúp đỡ - người sponsor. Và cả một tập thể đông ở ngôi nhà đó. Ở nơi này, tất nhiên có những điều vui nhộn lắm. Nhưng cũng có những lúc phiền hà, bởi vẻ đông người mà! Có nhiều anh chị nhậu nhẹt cuối tuần, ca hát to tiếng, cả trống kèn, xoong nồi chảo úp khua vang, chén đĩa sẽ được tiếp ứng lấy đánh gõ làm nhạc, làm điệu đàn liên tục! Nhất là vài cô cậu Mễ tre trẻ, thì bị kẻ ở chung lân cận thắc mắc, hoặc phàn nàn liên tục... Riêng An, Trâm đi học, đi làm chỉ mượn chỗ ngủ tạm qua đêm, nên ít khi đôi co với ai. Và không làm gì ồn ào quá, để những kẻ khó lòng phải kêu gọi đả kích, hoặc lên án!

Vậy mà thời gian thấm thoắt hơn bảy tháng, ước mơ như đã có, An đủ số tiền để mua xe. Anh mừng thầm khoe với Trâm, cho Trâm ngạc nhiên chơi... Hôm đó đi học rời lớp về, ra đứng sân anh thỏ thẻ với Trâm - Khi anh chờ Trâm nói chuyện với một người bạn học Đài Loan vừa xong. Trâm đến bên cạnh An. Cậu nhìn Trâm thì bảo liền:

- Trâm ơi anh có tiền mua đủ chiếc xe cũ cũ. Anh em mình đi xem mua cho anh đi nghen em?

- Được mấy ngàn rồi lên giữ vậy?

- Thì mình mua xe cũ cũ mà.

- Vậy sao?

- Ba, bốn ngàn, tạm tạm xe xoàng xoàng cũng OK em?

- Thôi đi chung với em đi. Mua xe tốn nhiều thứ lắm. Xăng, nhớt, thuế má, chỗ đậu xe, bảo hiểm, một trăm thứ tốn. Anh chạy còn yếu, là thêm khổ thân nữa.

- Anh vẫn muốn đi coi mua thử mà. Cũng phải chấp nhận chứ em! "Chẳng lẽ nào đời ta mãi thế này sao?" Hi hi.

- Anh cũng biết giỡn ghê nha. Biết nói câu nói hay hĩ? À há anh muốn thì em dẫn đi thôi. Nhưng tốt nhất anh không nên mua. Nếu anh mua xe, em bán xe đi ké với anh vậy.

- Trời ơi...

- Chứ sao nữa. Em hạch toán thế!

- Vậy thì thôi anh đi ké với em, được nha em gái?

- Có bỏ anh đâu mà lo, giữ tiền đi đã.

- Em có biết không? Đêm qua anh tính số tiền, và trằn trọc. Anh mơ mãi hai anh em, hôm nay đi mua xe đó chứ!

- Cất giấc mơ đi. Để một khi nào cần lắm... Bây giờ anh em mình đi chung tốt hơn.

- Ừ cũng được em nhỉ. Anh xin cám ơn em!

Cứ như vậy. Hai anh em như đôi bạn thân vừa đi học, vừa đi làm chung. An, Trâm đi học, thỉnh thoảng hai anh em vẫn gặp cô Diệu lúc times break, lúc lunch. Họ đôi lúc ngồi nói chuyện tếu cho vui vẻ:

- Cô chúc mừng cho An có việc làm và chỗ ở. Dù không ở nơi cô. Cô vẫn có hơi buồn điều đó. Diệu bảo thế.

- Dạ cám ơn cô, bận quá gặp ở đây không tới nhà cô thăm được. Xin cô cảm thông nha.

- Tốt rồi, cô hiểu mà. Vì tình nghĩa nhớ con chút thôi.

- Nhớ thì nhớ rồi, mà con "nhờ" thì phiền lắm đó cô. Trời ơi "nhớ nhờ" chỉ khác một dấu. Tiếng Việt mình cũng quả là phong phú bởi một cái dấu, huyền, sắc, nặng, hỏi, ngã. Là sẽ khác đi bạt mạng nha. An nói.

- Thì vậy đó chứ Tiếng Việt mình hay chứ. Cô Diệu tiếp ứng hân hoan. Rồi cả ba cười thật tươi, cho vui miệng họ...

Có Kiệt hầm hầm đi lại nhìn ba người ngồi quây quần. Ở Mỹ, Kiệt hại An bằng miệng chứ nào dám hại bằng tay chân được? Kiệt như ngứa tay chân lắm. Nhưng tự lấy hai tay mình đánh xát nhau cho đỡ tức, rồi chà mũi giày đẹp bóng loáng xuống mặt nền lối đi, Kiệt lội bước ngang qua cạnh bàn ba người ngồi. Trâm thấy thế mỉm cười. Cô Diệu hỏi: - Ai vậy?

- Thì người hại anh An mất job nhà hàng, tiệm phở đó.

- Thôi, trời coi ai nấy nên An à. Cô Diệu nói xì xầm nho nhỏ.

- Dạ con cảm ơn, cô luôn động viên con.

Họ quây quần từng nhóm cổng sân trường. Trước khi vào lớp những lời chào mừng mỗi sáng vui vẻ. Rồi chốc chốc, hoặc một tức khắc họ vào lớp lần lượt theo thường lệ. Trường vẫn dạy, students vẫn học. Sân trường cây lá vẫn vui, vẫn vẫy tay chào đón từng người... Từng đoàn học sinh lũ lượt đến, bằng xe điện, xe khách, xe hơi, thậm chí khi cần có cả taxi. Ngày tháng cứ trôi qua trường không thể vắng, vắng lặng. Và hoa được chăm sóc như nở bốn mùa ở đây! Hoa rất nhiều được nuôi dưỡng kỹ thế đấy, nhưng An thấy hơi thiếu hương. Có lẽ là không hương thì đúng hơn, uổng thật. Cậu con trai du học sinh bao lần ngắm, nghĩ và tiếc nuối như thế nơi lòng, với cảm quan hoa ở Mỹ và cụ thể là nơi trường này...

Vừa học, vừa làm có job. Có tiền đóng học phí, rảnh rang ít lo nghĩ, được thanh nhàn khỏe hơn một chút. Vậy mà trời nỡ đa đoan kiếm chuyện quấy rầy An và Trâm nữa.

Cô chủ Lệ Thu ăn ra làm nên. Lại có các em bà con từ đất Việt qua cùng đi du học. Du học như sốt lên, như hiện tượng mới. Giàu, nghèo, sang, hèn, gì đều tìm cách qua Mỹ du học. Du học đủ mọi lý do, du học với giàu thể cách phong phú, nhiều hình thức... Với câu thành ngữ "Thừa trong nhà mới ra người ngoài" Cô chủ Lệ Thu đã cắt giảm khách nơi Trâm An để đưa sang cho con cháu nhà mình làm. Họ ở Việt Nam qua cũng đi du học, An Trâm số hụi bị giật lại hơn. Đành biết thế, hai anh em buồn nhưng không biết nói gì hơn "Ngồi chơi xơi nước, và lo học bài." Nhưng làm sao ở tiệm nail mà học cơ được? Cứ lật sách ra rồi khép lại, chỗ mô mà ngồi học cho nổi? Ra xe thì nóng nực bất tiện đủ thứ. Tuy nhiên, An Trâm vẫn theo, vẫn một lòng không nói gì. Đùng một cái cô chủ Lệ Thu, khi thưa khách, cô ngoắc vào phòng riêng. Cô lại lên tiếng:

- Chắc tụi con phải đi tiệm khác thôi. Làm part time job mà. Tiệm cô bây giờ có bốn người Việt Nam mới qua đông, đành chịu. Tụi con bây giờ làm khá rồi. Mấy chị, mấy em này chưa đi đâu được. Vậy An và Trâm ra đi thông cảm nha! Đó là điều cô day dứt nhưng hôm nay cô phải nói thật. Tụi con phải nhường...

Thật quá khôi hài, thật sự không phải đuổi. Song nói như thế cũng quá đau cho An, Trâm. Tuy cả hai đã biết tay nghề mình làm khá hơn trước. Còn nữa, đâu phải khá là bị đuổi đi, để phải nhường chỗ cho kẻ khác chứ? Cũng không thể gọi "Lực bất tòng tâm nha." Mà đây là con bài vô cớ thiệt. Một phong trào du học của người Việt "Không điều kiện" Rồi "Họ chiếm hữu việc làm đẩy người khác ra đi"...

Sinh Viên Việt Nam Du Học, có thân nhân vô tình áp đảo người khác. Như vậy Sinh Viên Du Học có xấu không? Có thể là một chèn ép, cố tìm lợi thế cho mưu cầu của mình không? Hỡi sinh viên một giai cấp nói chung. Trong đó có mình, thì trách ai đây? Nên cả Trâm và An chỉ biết năn nỉ:

- Xin cô cho tụi con ở lại.

- Xin cô cho tụi con ở lại.

Trâm, An đều hết lòng nói như thế.

- Không đủ số hụi tiền chứ cô không ác. Tùy cơ thời thế, cô đành. Sorry tụi con. Tiền ai cũng muốn có mà con...

Từ đó An Trâm xách gói đi tìm tiệm khác, tìm trên báo. Rồi đi xa hơn nơi khác, để phải làm một tiệm mới quảng cáo qua báo giấy đây. Người ta nói làm nail đôi khi gặp bạc bẽo với thực tế nhiều lắm. Chắc là như mình đây. An, Trâm tự nghĩ rồi tự an ủi cho thân phận, nếu không đi làm nó thì làm cái gì đây? Sinh viên du học nghèo mà! Thôi tất cả vì đồng tiền bát gạo. Đúng đồng tiền vốn bạc bẽo, có khi nào trụ lại đâu? Nhưng nó lại là mạch máu lớn của lưu thông. Là số một, và nó là hàng đầu cho phương tiện cuộc sống. Nó là chúa trùm trên tất cả! Nó có thể làm thay đổi cả tính nết con người cũng dễ như chơi! Trâm, An đều hiểu điều đó! Sự lợi hại của tiền bạc, sự hoành hành lên hương của nó, hoặc cả đến sức bành trướng để chiến thắng vẻ vang, dù có khi cả điều xảy ra phi nghĩa của nó... Tiền là kẻ mưu chước tội đồ, là phủ dụ của háo danh, và một trăm thứ khác. Nói đến tiền là một bộ mặt ưu ái, cả ngán thật.

Thời gian chẳng bao lâu. Trâm có bạn trai ra trường kêu cô về bên đó, về San Francisco California, nên Trâm sẽ đi. Thường thì người yêu Quốc Huy chỉ gọi điện hỏi thăm cô vào những cuối tuần, còn hằng ngày nếu anh thấy nhớ quá! Bây giờ thì anh lại gọi báo tin mới "cáo chỉ" cho Trâm.

Nên em gái này, phải gọi báo qua cho anh trai An này hay tin chứ? Sang làm tiệm thứ hai Nail- Nice, Trâm và An đã chuyển chỗ ở mới, tuy gần chỗ nơi cũ. Tiệm là vẫn một nơi được good income. Nhưng nhận tin khẩn cấp, cô gọi vội vàng báo cho An biết liền đây. Trâm bấm phone qua anh. Mặc dù từ tương phòng cô, qua nơi tường anh An không xa, nếu cô đi chỉ đếm, trên tay có mấy bước. Trâm đang chào:

- Hello nè. Anh An ơi.

- Gì đó em?

- Anh ơi em sẽ về California vì người yêu em ra trường có công ăn việc làm, thành em phải chuyển... Em không thể ở đây nữa. Tụi em đã phải tới giai đoạn sống và lo cho nhau chung rồi.

Nghe được tin. An nửa vui, nửa buồn mà hỏi:

- Em nhận tin hồi nào vậy?

- Bạn trai em mới báo đây! Tin cáo chỉ đây.

- Anh mừng cho em, biết làm sao hơn. Khi cuộc sống đến lúc anh em mình phải xa. Và xa tiểu bang này là có trong lịch trình của em kế hoạch!

- Vâng em biết thế mà vẫn buồn. Hay là để em qua bên đó, rồi có gì em giúp anh?

- Ôi em ơi. Em lo cho em đi. Anh sẽ tự lo cho anh em gái à. Anh chỉ chúc rằng: - Em được may mắn anh mừng.

An vội hỏi thêm:

- Em đang ở đâu vậy Trâm?

- Em ở phòng tường em đây chứ đâu?

- Trời ơi thiệt tình nha. Nghe tin như mừng quýnh không muốn bước đi đâu phải không? Bởi vậy người ta nói xa xôi vạn dặm cũng hóa gần muốn đến, cách nhau mấy bước cũng vạn thuở muôn trùng, vì chẳng muốn qua. Haha.

- Anh An đã là nhà văn tự lúc nào rồi ta ơi.

- Anh đùa với em gái thôi. Em tin gọi báo như vậy được rồi. Em cũng bận bịu nhiều thứ mà. Anh hiểu chứ.

- OK anh.

- Nghỉ ngơi đi em nhé.

- Thanks. Anh cũng vậy nghen.
- Anh đang làm bài tập đây chứ.
- Ồ. Em cũng phải làm mấy việc linh tinh nè.
- Thì đó busy, busy, every times.
- Chứ còn gì nữa. Em bye, để trả lại thời gian cho anh.

Trâm nói và cắt phone ngay. An nhìn phone anh đã bị cắt, An bâng khuâng rồi đi tìm một vài quyển sách trên kệ, để đọc tìm hiểu chi đấy... Anh sẽ ngưng làm homework một khoảng đi, cho đầu óc được nhẹ nhàng, và sẽ tìm được nguồn năng lượng mới dồi dào hơn...

**

Vài hôm sau nói chuyện đó. Trâm đã chia tay bè bạn ở trường cả cô Diệu, anh An. Rồi cuộc chia tay diễn ra, An cùng cô Diệu đến phi trường để đưa Trâm về San Francisco của California. Kẻ ở người đi ai cũng buồn vui lẫn lộn trong thoáng chốc. Vùng trời Georgia Atlanta như còn lưu luyến mến thương người con gái tốt lòng, nhân hậu, cảm thông, chia sẻ. Nhưng buổi giã từ phải lên đường, phải sang ngang... Trâm sẽ tìm đến một bang khác là Califonia - Một tiểu bang có thể được coi là sự hiện diện của người Việt đông nhất tại đất nước Hoa Kỳ này! Vì nơi đó là trái tim, là một nửa của nàng - Khi bảo rằng, hoặc định nghĩa nơi tình yêu của nàng...

An với Trâm như nghĩa tình một người anh với một người em. Như một người bạn với một người bạn. Như một người thân với một người thân. Câu chúc cuối cùng của An nói:

- Chúc em may mắn nhiều, có ngày anh em ta gặp lại.
- Anh ở lại học, gắng làm việc, giữ gìn sức khỏe nha anh An! Em đi.

Cô Diệu bảo:

- Trâm đi mạnh giỏi, công việc hanh thông. Đừng quên những ngày ở bên Atlatan Georgia nhé.
- Không bao giờ quên được cô ơi. Cô và anh An ở lại mạnh khỏe, tiến bộ mọi mặt. Nhất là anh An đừng buồn nha.

An gật đầu, hai cô cháu đứng nhìn chờ cho đến khi Trâm đã vào hẳn sâu bên trong, check in thêm lần nữa với các vòng theo thủ tục hiện hành. Và sau đó thì cả hai cô cháu; cô Diệu, Ngọc An cũng phải ra xe quay về, lòng họ còn buồn như nhớ Trâm những ngày quấn quít. Rồi nhớ bàn tay nhau gần nhất đây, bàn tay yêu thương, họ vẫy chào cuối cùng của buổi tiễn đưa hôm nay... Hôm đó đúng là Cô Diệu chở Ngọc An ra đưa tiễn Trâm về San Francisco California, Và chính cô Diệu chở Ngọc An về nơi nhà trọ room của An đang thuê ở. Vì anh vẫn chưa có mua xe hơi riêng... Phần Trâm cô gái không giàu này, nhưng xe cô đi rất sang, cô đã nhượng bán lại cho một người khác, họ là dân làm nail ưa thích, xe Trâm thuộc loại khá đắt tiền với hiệu Lexus. Và cô cần cầm tiền đem qua người yêu để mua xe khác. Với Trâm cuộc sống của cô xe hơi thì gắn liền với đôi chân cô. Và cô chạy xe coi như rất cừ, coi như có tay lái lụa rồi...

CHƯƠNG 6

Trâm đi rồi, để lại một mình An buồn vô cùng. Tuy Trâm là như đứa em gái, nhưng An còn có chỗ dựa tinh thần lớn lắm. Nay Trâm đi rồi An thấy buồn vô hạn. Song An không thể không mừng cho Trâm! Vì bao tháng năm chờ đợi người yêu xa xôi cách trở.

An phải tự lo thôi. An vẫn chưa mua xe hơi nổi. Vì học phí còn căng quá, tiền nhà và còn gởi cho cha mẹ xứ Việt nữa. Anh luôn tạo cho cha mẹ một niềm vui anh nghĩ thế. An cảm nghĩ công ơn cha mẹ lớn lao hơn biển rộng sông dài. Cha mẹ luôn là cao quý, cần thiết đối với cuộc đời anh như hơn tất cả. Hơn nữa An hạch toán, mua xe lại là chưa đúng vào lúc này. Anh phải đi xe bus để tiết kiệm, nó là giải pháp tối ưu của riêng anh. Trong sự tần tiện, cặm cụi của anh!

An vẫn đi làm một chỗ nail hơi xa thành phố. Có chuyến xe bus về trường, cũng gần nhà ở share, như lúc Trâm còn ở đó. Thế nên anh cứ đi học, đi làm nail part time. Rồi đúng một ngày. Lại một ngày nữa, An bị đuổi, vì chủ tiệm mới nói:

- Con không có bằng cô sợ quá. Lúc này tiệm cô khu vực ở đây bị cảnh sát- police quần nên cô cảnh giác. Vậy nhá An. Khi nào con có bằng, cô sẽ cho An làm lại. Cô chủ này tên Mai, còn trẻ hơn cô Lệ Thu trước nữa. Cô người Nam. Lúc trước cô Lệ Thu là người Nha Trang gốc Huế.

An chưng hửng nghe tin. Đang làm, cô Mai kêu vào phòng ăn và nói như thế. Cậu im lặng, lắng lòng nghe, cậu buồn đến não ruột. Nghe một tý, rồi An phản ứng nhẹ:

- Con vẫn làm được mà, có ai bắt đâu cô?

- Làm sao mà mình biết, cô nói thì nghe cô đi. Mai nhìn thẳng vào gương mặt An trả lời như thế.

- Cho con ở làm đi cô. An cũng dám ngước mắt nhìn Mai van nài thêm. An như mong cô Mai thấu hiểu.

- Thiếu gì nơi. Con tìm trên báo mà làm An ạ.

- Cô không cho con làm. Cô đuổi đi. Thế thì nói làm chi thiếu gì nơi?

- Tùy khu vực. Con thông cảm đi. Nếu được thì cô đã tính cho con ở lại rồi chứ?

An im lặng làm, và đợi chiều đó ra về.

Chiều ra về cậu tự hỏi "Cậu phải xa vĩnh viễn nơi này ư?" An xách đồ nghề, thùng container trên tay nhẹ hều, nhưng mà giống nặng ngàn cân bên cậu, như sao không xách nổi, An không kham nổi lạ kỳ? bởi tâm lý luôn mạnh hơn hành lý. Và giữa thành phố mà An nghe buồn, như đứng giữa cù lao đảo hoang, hay chốn nào đó biệt rừng sâu thăm thẳm? Bởi quá buồn, An nghĩ tựa hồ như có tiếng bìm bìm kêu than, thê thảm bên sông gọi, nó vang dội cuốn vào lòng An, hoặc bên suối vẳng đến tai An nhức nhối... Tại sao cậu nghĩ ra điều này, đối với người ta thì xa lạ, nhưng với An thì anh từng được nghe. Và An dám chắc ai đã từng nghe tiếng kêu bìm bịp thì không còn hứng chí gì nữa cả, hoặc can đảm bình tâm như vại được, mà không xúc động được... Một tiếng kêu của cảnh buồn thê lương đau ngập tràn ấy, tác động vô cùng. Nên cậu mạo muội thầm so sánh…

Cảm giác An lạ lùng đến thế, nhưng thực tế nó như vậy. An não nuột đến ghê gớm, không còn gì bằng! An như uống từng ngụm đắng vào lòng. Cậu tự nhận cảm giác niềm đau và trái đắng. Thế là một tiệm nail nữa hất chân An. Mà chủ cứ cho là hoàn cảnh, An thì cho là cảnh hoàn thế thôi… Trâm đi rồi biết ai mà nói chuyện, tâm sự cho đỡ buồn tủi đây! Với cô Diệu thì hoàn cảnh này có nói với cô chỉ thêm buồn, mà không giải quyết được gì. An nghĩ thế… Cậu đành cam chịu. Từ từ rồi cậu báo cho cô Diệu biết sau, là tốt hơn.

An về nhà suy nghĩ chán quá. An không biết làm sao bây giờ? Ba má An hay dị đoan và tin số mệnh, tử vi. An không bao giờ tin điều đó. Nhưng hôm nay cậu đặt nhiều câu hỏi. Sao đời mình gặp hên không bao lâu, lại tiếp tục xui xẻo đáng sợ? Vậy mà thơ về ba mẹ hỏi, cậu cứ bảo "lành lẽ đi học bình thường."An nghĩ thẹn xấu với lòng. Nhưng điều đó không có nghĩa là cậu thẹn vì cậu gian dối. Bởi lẽ An không muốn ba má phải lo nghĩ, mà hao tổn đến sức khỏe, vận mệnh An. An chỉ muốn ba mẹ vui vẻ dù cậu ở bất cứ hoàn cảnh nào. "Dù trong trăm cay nghìn đắng đi nữa, An cũng gánh chịu một mình!" An cho là tốt hơn! Chí phải hơn! Cậu thanh niên tên An này không muốn nỗi buồn nào tác động đến ba má, để làm khánh kiệt sức khỏe ba má đang có… Hoặc làm cho ba má mất đi an toàn trong tâm tưởng, là không nên. Với An, cậu luôn chí hiếu, nghĩ đến bậc cha mẹ như vậy.

Ba ngày sau đó, An không đến trường. Đầu óc như rối tung không biết đâu là đâu, không học được. Lại nghĩ về Việt Nam. Về Việt Nam ư? Ta không thể. Bao lần đặt câu hỏi này giờ đặt lại nữa.

Làm gì bây giờ ư? Ta hết phương cách. Mỗi lần buồn, An phải đi lang thang hóng gió để tìm cho ra giải pháp, hay ít nhất sẽ đỡ stress, giảm đi sự nặng đầu xung đột. Tuy nhiên hoa dọc đường, hoa công viên An ưa nhìn, bây giờ An chẳng muốn nhìn nổi. Cậu sinh viên An như chẳng muốn ngắm nó chi hết! Tất cả như chán hết, như chìm hết... Cậu như chẳng còn muốn cảm quan thế giới chung quanh ta là gì nữa? Rồi sau cậu lại về nhà, và lấy báo Việt Mỹ tìm đọc.

An tìm ngay mục tìm việc. Báo "Việt Mỹ Trẻ" có đăng:

Shop sửa xe Việt- Nhật Tiến Start, có cần người phụ, giúp linh tinh để sửa xe. Nếu ai cần làm xin gọi ngay: Số này 404- 882-0101.

Biết tính gì hay hơn, hợp lý hơn. Thôi thì mình lủi vô phụ shop sửa xe cũ cho rồi. Biết đâu công việc vất vả rồi cũng nên thân nơi đây. Cái gì cũng cần làm hơn là nói. Giỏi thực hành hơn muôn triệu lần ngồi mơ. "Lý thuyết suông sẽ không tạo ra được một bánh trái gì?"

An nghĩ và cậu gọi ngay số phone 404-882-0101 đã đăng trên báo:

Người giám đốc điều hành thay ông chủ nhận An ngay không cần chờ đợi gì.

Điều đó làm An mừng rỡ như người không biết bơi, bị té nước được vớt lên khỏi chết, hoặc qua đi một tai nạn, khỏi một trận chết chìm vậy...

Thế là có được nhận việc. An đến đó làm việc hai hôm, cậu làm việc rất đẹp lòng ông chủ. An siêng năng cần mẫn, làm lụng chung với các thợ lâu ngày hướng dẫn. Họ cần An làm giúp hộ, biểu, mượn, chỉ, đưa v.v... Họ sai An đi đâu An làm liền. An bị quay như chong chóng, họ muốn việc chi "chú lính mới trẻ" đến và vật lộn làm điều đó. An làm mạnh bạo, lanh lợi, vâng lời. Nên ai cũng mến yêu cậu, tuy có mấy ngày An đến chưa qua một tuần. Rồi vô tình Kiệt một hôm đến thăm tiệm chú. Là shop Nhật Tiến Start thì Kiệt lại thấy An. Ai nào ngờ... Vì đó là tiệm là shop của chú ruột Kiệt. Thế là Kiệt vẫn ác tâm, muốn khai trừ An ra khỏi tiệm chú mình. Kiệt vội đến bảo chú Thuyên một cách bí mật nhanh chóng:

- Chú Thuyên ơi thằng An đó không tốt đâu. Sao chú lại cho nó làm việc ở đây. Nó ỷ nó đẹp trai dành cô bạn gái với con, dù cô ấy giờ cũng xa nó rồi. Và nó gian xảo ngọt ngào... Con thật sự không muốn nó làm việc ở shop mình, shop chú đâu.

- Lạ chưa con? Nhưng chú thấy nó tốt và được việc mà. Siêng lắm, chăm chỉ công việc nữa, số một nữa đó nha.

- Trời ơi làm đâu người ta cũng đuổi mà chú khen.

- Còn tình yêu thì do nơi cô gái kia, chứ đâu phải do nó mà con nói thế Kiệt?

- Con không muốn nó có mặt ở tiệm chú đâu. Cả khối người không có việc làm họ đều siêng hết chú ơi. Con muốn chú thay nó đi. Mễ bị thất nghiệp đứng cả dãy ngoài đường kìa chú. Thiệt tình con tới đây thấy nó là con tức.

Im một chút Kiệt tuôn lời tiếp:

- Con không muốn chút nào. Con đến nỗi khó mà chạy xe an toàn, khi thấy nó ở đây chú Thuyên ơi. Chú thương con thì chú thay đổi cách nhìn đi.

- Trời ơi con Kiệt?

- Chú để nó làm thôi để con ra làm. Con còn vui hơn. Thà như vậy chú Thuyên.

- Khổ cho con quá. Si tình rồi giận cá chém thớt. Kiệt?

- Con không si lắm đâu nhưng con tức nó thôi.

- Vậy giờ con muốn gì?

- Cho nó nghỉ đi là thượng sách con mong. Ai mà kẻ thù con lại làm việc nơi chú chứ.

Nghĩ một lúc, chú ruột Kiệt. Thuyên chủ tiệm shop Nhật Tiến Start bảo:

- Thôi để chú tính. Con nên vui, lo ăn học như ba má cùng bà nội trông. Qua đây mà ham chơi là không được nhé.

- Nhất định rồi con xin cám ơn chú Thuyên.

- Hứa thì phải làm đó. Đi chơi không là chết với chú nghen. Con là ưu tiên lắm. Kiệt yêu cầu mà chú Thuyên giảm đi một người làm được việc cho chú. Chú cần lắm đó...

- Con biết. Con xin cám ơn.

Vài hôm sau thì An bị ông chủ gọi tới, khi đang làm ở shop Nhật Tiến Start sửa xe đó. Chú Thuyên bảo bữa cuối cùng, khi đem gởi tấm check cho An:

- An ơi cháu nên thông cảm cho chú. Hôm nay là bữa chót con làm ở đây với chú Thuyên nha. Vì thưa việc quá con. Không có nhiều để đủ làm. Khi nào cần chú gọi. Vậy nhé An…

Nghe chú Thuyên thình lình kêu vào office đưa check và ngồi bảo thế. An chưng hửng trong người. An vẫn năn nỉ:

- Con làm part time thôi mà chú. Xin chú cho con làm, để có tiền...

- Không được.

- Hay con có gì sai không thưa chú. Chú cứ dạy chú Thuyên.

- Không có gì sai cả, nhưng chú tạm cho con nghỉ thế thôi. Con làm được việc tốt lắm, mà chú tạm thời chưa cần nữa. Thế thôi An à.

An không biết lý do chính đáng vì sao. Nhưng chỉ nghe chú Thuyên rót vào tai mình vậy. An lại buồn xách gói ra về, cậu lại gặp ngay Kiệt lái xe vào đậu parking, nó đang dẫn xác vào khu office. Thì An nghĩ ra ngay sự đuổi việc của An, không có liên quan đến cách làm việc của An, mà chỉ liên quan đến tên Kiệt bịp bợm này phá thôi. Chắc là thân nhân, ruột rà chú bác, hay cô họ gì nó đây? An vui vẻ như vừa hiểu xong một sự việc mình đang thắc mắc, với tần số cao được giải thích. Cậu như có một đáp án hoàn toàn đúng của bài toán vừa giải xong…

Rồi An đi học như một kẻ không hồn về nhà. Cậu cũng cố tìm coi báo "Việt Mỹ Trẻ" để tìm kiếm "job" tiếp. Tờ báo có ghi:

Tuyển nhân viên chăm sóc trại gà, nuôi gà.

Không cần đàn bà. Cần đàn ông khỏe mạnh, chịu khó. Mới là ưu tiên.

Macon cách xa Trung tâm Atlanta một tiếng rưỡi. Nối liền ngoại ô. Xe hơi. (Đi tàu điện thì gần hai tiếng. Muốn nhận việc liên lạc số 404-598-1276.)

An chợt nghĩ nơi tim mình: Ta chán hết rồi thành phố nguy nga và tráng lệ. Ồn ào và hào nhoáng, biến động, và sinh khí. Đối với An bây giờ nó tự như xa lạ quay lưng. Tất cả như muốn làm ngơ buông bỏ ta. Vâng! Vậy tại sao ta không làm ngơ, để cân bằng với "hắn kia" chứ? Thôi thì hãy đi xa thành phố làm một điều xem sao? Liệu có lý hơn chăng? Ta đang cần im lặng, sau bao xáo trộn cuộc đời. Và ta đang cần học ư? Có thể ta không còn động lực nào để đi học nữa? Có thể kiếm tiền xong về đất Việt. Vâng, cũng OK thôi. "Đời không như cơn mơ, đời không như là thơ, đời quả thật nhuốc nhơ" thơ của dân xe ba-gác đọc. Mà mình giờ An thấy trúng bóc chứ không hề xuyên tạc! Thôi thì đời mình đành chịu với câu hát nghêu ngao đó cho dễ thở hơn.

An suy nghĩ đọc đi đọc lại trang quảng cáo "Cần đàn ông khỏe mạnh...." Có lẽ người ta cần nhanh nhẹn tháo vát đây! Mình thanh niên chắc không lọt sổ đâu, chắc cũng OK thôi mà! Suy nghĩ nấn ná, cậu tự nhủ không còn cách nào khác hơn. "Còn nước còn tát" An chế những câu nói cho đỡ tủi "Còn hoa cứ hái." "Còn trái còn gỡ." "Còn mơ xin hãy." "Xin nhảy đứng lên!" "Dũng chí lòng bền." "Mạnh dù nghịch cảnh." "Hát câu an lành." "Tìm công việc mới!"

Sau đó một hồi An liền cầm phone lên gọi ngay. Người bên kia đầu dây đã tiếp ứng. Cậu đã thưa liền:

- Dạ xin chào, hello! Cho con được gặp người nhận việc. Con cần việc làm. Con hiểu được bản thông tin đăng ạ.

- Ô vậy à, xin cám ơn. Tôi trực tiếp nhận lãnh đây! Hình như còn thanh niên phải không?

- Dạ.

- Thanh niên mà thích làm việc này, thấy lạ đó nghen?

- Không sao chú, con cần yên tĩnh. Con cần tiền.

- Ừa, vậy... Cậu ở thành phố nào? Có thể đi xe lên hoặc đi xe bus, hay xe điện. Anyway, tới trạm cuối cùng tôi đón.

- Con đang ở Doraville. Vâng con không có xe và muốn ở đó làm việc luôn.

- Thanh niên sao lại không có xe?

- Con đi du học. Con không đủ tiền mua xe.

- Tôi nói ở đây buồn lắm. Nếu ham vui thì bỏ job như chơi? Cậu suy tính kỹ đi!

- Dạ hợp với con lúc này.

- Nhưng làm sao đi học, hơi xa đó?

- Con tạm thời ngưng học.

- Thì tùy ý cậu, suy nghĩ kỹ rồi quyết định. Nhưng tôi sợ cậu thanh niên chịu không được đâu. Ở nơi này vì hoang vắng. Cô đơn lắm, tôi cảnh báo cho biết sự thật.

- Nơi nào có tiền. Có job. Có cuộc sống. Là nơi đó vui. Giờ con chỉ nghĩ thế thôi.

- Hì Hì... Thế tôi đón thôi, khi nào cậu lên. Tôi cần gấp!

- Chiều nay được không? Có gì bất an cho chú ở đó không?

Im tý nghe, chú ấy nói tiếp tục:

- Tôi sẵng sàng welcome cậu đến nhanh! Chẳng có gì bất an cho tôi cả.

- Ồ...

- Cậu vừa nói cái chi?

- Ồ...

- Không có xe hã?

- Dạ.

- Tôi nghe cậu nói lúc nãy rồi mà. Vậy thì đi xe tàu điện, sau đó một chặng xe bus nữa, rồi nghỉ xuống. Tôi sẽ đón.

- Con sẽ đi chuyến bus về đó cuối cùng, của chiều nay.

- Vậy năm giờ nhé.

- Dạ con cần thu xếp chút chứ. Không thì sẽ đi ngay.

- Cậu thu xếp đi, tôi chờ thôi.

- Vâng cám ơn, chào chú.

- Sorry! Chú có thể cho con biết chú tên là gì để kêu?

- À, tôi tên Hùng.

- Cháu tên An, Trần Ngọc An. Vậy cháu thanks chú Hùng lần nữa nha.

- Tên đẹp nha. Chú Hùng cám ơn An đó chứ. Chú đợi.

- Dạ, con mới cám ơn chú chứ.

- Ừa sao cũng được. Tôi đợi nha xin nhắc lại.

- Mà thôi cứ đợi nơi tàu điện đó đi. Tôi sẽ đến đón. Chú Hùng lại đổi ý.

-Vậy hã chú. Thanks chú nhiều.

- Ừa được rồi thống nhất cái cuối cùng nha.

- Dạ... chú.

Sau cuộc nói chuyện đó An cảm thấy nhẹ nhàng hơn, như một luồng gió mới, với một quyết định mới. Dẫu sao đi nữa cậu đã có job người ta nhận liền. Ở nơi đó cho tâm hồn thanh thản. Sẽ qua đi những bề bộn cạnh tranh. Cậu vấp ngã, té lên té xuống, với hai, ba cái job vừa rồi. Cậu vẫn biết nó mang lại cho cậu cơm gạo, tiền học, tiền ở, tiền sách vở, tiền nhà. Điều đó An không phủ nhận. Nhưng cũng làm cho cậu bao phen chòng chành, chao đảo, choáng váng, như lênh đênh trên mạn thuyền... như người sắp lăn nước thách đố. An nghĩ mà đau đến tê lòng... Nhất là cái job làm nhà hàng phở, và hai tiệm nail kia.

CHƯƠNG 7

An đã chuẩn bị quần áo, và ít đồ cần để ra đi mang theo. Cậu mau mắn trả lại chìa khóa phòng cho nơi đây và rời bến. Đối với An chỗ ở nào vẫn trở nên thân quen ruột rà, nhưng số cậu phải lìa xa thì cậu đành lòng cất cho luyến tiếc, mà phải ra đi... Dầu đời phải đi ngược chiều gió đi chăng nữa? An cũng phải tiến! An cho đó như một phương hướng, một cẩm nang, hay một sơ đồ để thực nghiệm. Cậu phải đi bộ đến trạm xe bus trước, và sau đó mới đi tiếp tàu điện, ở tại Doraville thành phố cậu...

An lên tàu điện, ngồi trên tàu điện, mỗi người vẫn hay theo đuổi một ý nghĩ riêng. Người thì cầm sách từ đâu đã mê mãi đọc, người thì talk phone, người thì đắm đuối trong hàng cây, bao cảnh vật chạy qua, gieo mình với cảm nghĩ, người thì như nhớ ai nơi tâm tưởng, người thì nhập thiền tự tại, người thì vô tư lự v.v... An thì lẩn quẩn bao nhiêu điều ngược xuôi cuộc sống! An suy nghĩ mông lung, nửa buồn nửa vui. Tàu chạy cũng hơi nhanh, làm cắt gián những ý nghĩ của cậu ra từng mảnh, vá víu nhau, như không từng mục đích...? Thời gian cứ đi mà ý tưởng cậu như còn đọng lại. Thời gian ôi, rồi cũng tới? Thời gian nào ai cắn xén được thời gian? Gần xuống trạm. An liền lấy phone gọi hỏi dò:

- Chú có đó chưa? Con sắp xuống trạm cuối cùng xe điện nơi đó?

- Chú đứng sẵn, chú mặc áo màu xanh đậm đây, quần kaki nâu nha, và xe truck màu bạch kim đậu gần đó. Chú muốn cho con dễ thấy.

- Vâng con gần tới rồi, cám ơn chú. Con mặc áo sơ mi tay cánh cụt, màu sọc xanh vàng cam, quần jean nhạt. Chú nhớ.

- Vâng, nhưng con nhớ chú là đủ rồi.

- Thì để hai bên dễ nhận diện chú à!

- OK, chú hiểu.

Thời gian Hùng giờ chỉ còn chờ đợi... Hùng cũng liếc nhìn đồng hồ đeo tay hồi hộp.

Chuyến tàu điện cứ tiếp tục thong thả cuộc hành trình của nó, tàu đi và tàu đến những trạm, những nơi nơi, tàu đâu ngại ngùng cho những khách về chốn họ đợi trông... Con tàu chỉ giữ lại những kỷ niệm vô tình với hành khách, mà không thể ràng buộc ấy, nhưng chắc chắn khó quên trong mỗi hành khách với nó. Và rồi đoàn tàu cũng đã đến với điều mong đợi nơi cậu, nghĩa là đã đến lúc còn hơn mười phút hơn thôi. Con tàu như chậm dần rồi đến lúc tàu mới đậu hẳn. Chắc An tự cảm giác thế thôi. An phải vội nhanh bước xuống thang bậc, cùng bao người về nơi trạm cuối cùng của thành phố này. Khách đã thưa dần, còn lại quá ít ỏi. Anh gặp được chú Hùng thật mau mắn. Hai bên mừng chào nhau:

- Chào chú, rất vui khi chú nhận con làm việc.

- Chào cháu, còn trẻ quá, ở đây hơi buồn nói rồi nha, nói rồi nha! Hùng nhắc lại hai lần.

- Con chịu được mà.

- Lên xe đi.

Hùng trông có vẻ dễ tính, và hiền hậu tuy ít nói, cũng làm An thấy vui ngay lúc ban đầu. An lên xe Hùng ngồi đằng trước nơi cabin cùng với Hùng. Hùng cho xe đi về phía Tây Nam, qua mấy hill đồi, qua nhiều thung lũng, rồi đến các doanh trại gà hiện ra. Ôi là vùng đất này thuộc về South của Georgia mà người ta cho, nơi đây xưa là vùng đất ông vua đậu phộng sau làm tổng thống Hoa kỳ thứ 39, tên Jimmy Carter đó chăng? Có thể là đúng hoặc cũng không đúng? Ta nhớ lầm hay thiên hạ đã ca ngợi sự thiên lệch? Bởi người đời yêu thích thì hay thêu dệt. Bắc cũng thành Nam, Nam chuyển thành Bắc, Đông cũng chuyển thành Tây, Tây cũng gọi về Đông. Ruộng lúa cũng nói được nương dâu cho huyền thoại thêm mà! Nhưng dẫu sao nói về Jimmy Carter ông vẫn là một người tổng thống tốt. Ông có nhiều ảnh hưởng với thuyền nhân Việt Nam, ông đích thân sống từ miền thôn dã tiểu bang Georgia trước đây. Nhân dân Mỹ cùng thế giới ngưỡng mộ ông, dù cho ông có những thất bại sai lầm. Song ở đời có vị lãnh đạo nào mà không có những sai lầm nhỏ nhặt chứ! Thôi chuyện đó An không cần nghĩ tới chi, chỉ thoáng một chút khi đến vùng đất lạ này thôi.

Liền lúc đó Hùng lên tiếng:

- Nghĩ gì mà trầm tư yên lặng thế cháu.

- Cháu nghĩ việc không có gì đâu chú, nhìn cảnh vật chạy qua thôi chú à.

- Vậy à, ráng vui nha!

- Dạ.

Chẳng mấy chốc họ đã tới nơi thật sự của họ. Xuống xe Hùng cho đậu vào parking, cho An đem đồ đạc vào phòng. An thấy một khu đất toàn cuộc khá rộng, nhiều gian nuôi gà. Sau đó Hùng như thông lệ mời An uống ly nước cam lạnh để mát dạ, và anh sẽ đưa đi xem công trại ngay. Hùng nói:

- Thăm trại tý nhá.

- Dạ được chú.

- Vậy thì sẵn sàng follow tôi nha! Uống nước xong đi.

- Vâng con sẵn sàng chú. Xong chú!

- Đi nào, đánh nhanh rút gọn hĩ!

- Dạ! An nói đặt ly nước đã cạn xuống bàn. Đoạn cậu cầm lên bỏ nhẹ vào thùng rác cho gọn, bởi ly nhựa mỏng chỉ uống một lần.

- Đi coi trước cho khỏi ngỡ ngàng nha, cứ như vậy đi. Cháu biết không? Hùng vừa đi trước, vừa ngoái lại nhìn An bước theo. Hùng bảo tiếp:

- Mỗi ngày đi bốn lần sáng sớm, trưa trưa, chiều chiều, nửa đêm. Nửa đêm thì không đi thường lắm. Kiểm tra thức ăn, nước uống coi, check có gì bị nghẹt đọng không? Thức ăn đủ không? Chúng nó, gà no nê không? Và dạo quanh liếc mắt có con nào bị lật ngửa không? Nếu còn sống, thì làm thế nào đỡ đứng cho nó dậy, chết rồi đem ra tập trung để đốt xác v.v... Giới thiệu sơ qua tý đó. Hùng nói một hơi thế.

- Dạ có chuyện chết đốt nữa sao chú. An nhìn vào mắt chú Hùng hỏi nghi ngờ.

- Có chứ, gà mà nó có ý thức được đâu? Bị lật thì phải dẫm nhau chết thôi. Hùng trả lời.

- Vậy hã nghe thấy thương tâm quá? An nói như có vẻ nhức nhối đau từ lòng, từ tâm tưởng của cậu.

- Ừa nhưng mà sự thể là vậy.

- Còn làm việc gì nữa không thưa chú?

- Làm một vài điều lặt vặt gì, hoặc rồi về nhà nghỉ ngơi. Rồi thứ tự là như vậy theo lịch trình, cứ tiếp tục đi những lần khác, lần hai, lần ba, lần bốn vậy đó mỗi ngày.

Nghe đến đây An hỏi:

- Chúng có bị chết nhiều lắm không chú?

- Có chứ vì giẫm lên nhau hay bị lật, mà không thường lắm, nhưng có ngày lên tới vài ba chục con. Nên mình đi thường xuyên, kịp thời phụ lật lại. Nó đứng lên được thì sẽ sống, ít chết hơn...

- À vậy hã chú?

- Ừa thế đấy.

Đi thăm trại nhìn gà, chúng đang ăn, đi, đứng, chạy nhảy giỡn. Hai chú cháu nói chuyện huyên thuyên một hồi. Hùng đưa An trở về nơi ở và office. Nhìn sơ qua rồi An lo đi tắm. Bởi vì chú Hùng bảo:

- Thôi được rồi đi tắm đi cháu.

- Dạ, An đáp.

Tắm xong, thay đồ ăn vận thông thường mát mẻ hơn. An mới có dịp nhìn kỹ cách sinh hoạt của chú Hùng nơi đây.

Thật chú có nhiều sách. Nhiều sách nơi office có giá kệ đàng hoàng, chú để đáng nể quá, nào sách triết học, xã hội học, nào sách danh nhân, khoa học, sinh thái, sự sống, tiểu thuyết, truyện, thơ, kiếm hiệp, thiền viện, kinh chú, đủ hết. Có cả cây đàn guitar móc treo lơ lửng...

Và An đảo nhìn chú Hùng còn treo những bức tranh nổi tiếng thế giới nào là bức danh họa Mona Lisa, Luncheon of the Boating Party (Bữa trưa trên thuyền hội), Starry Night (Đêm đầy sao), Café Terrace at Night (Cà phê vỉa hè trong đêm) nào đủ thứ. Những bức họa nhái lại trên mạng nhưng đẹp, kiêu sa, sắc sảo... An rất ngạc nhiên nghĩ về Hùng, thì ra chú làm nghề này cũng bất đắc dĩ. Hay là đây những giải trí, tối thiểu của con người mà chú yêu thích. Nên An bỡ ngỡ hỏi Hùng:

- Chú giàu kiến thức quá. Sách viết, tranh nhiều ghê?

- Thì để giải trí đó, buồn buồn lấy đọc. Con, cháu thích cứ xem đi. Tranh thì để nhìn cho vui mắt. Tranh này là tranh nhái phỏng từ trang mạng làm nên thôi. Chú tìm mua ở các Mall Hoa Kỳ. Hùng lúc kêu An là con, lúc thì kêu cháu. An nghe đằng nào cũng OK cả. Không sao, xưng hô chỉ là một phép xã giao thường thôi mà! Chính An vẫn có lúc tự xưng con, nhưng có lúc thì tự xưng cháu vậy!

An vui vẻ bảo thêm:

- Nhưng vẫn đẹp quá chú ơi?

- Ừa thì coi, nhìn cũng hay. Cho tâm hồn phóng khoáng.

Im lặng chút, chú Hùng nói:

- Có con, chú có thể về thăm gia đình cuối tuần, hoặc đi đâu đó tý khi cần nhé. Thôi đi ăn cơm nhé. Chú làm sẵn rồi.

- Dạ cháu chưa thấy đói.

- Ăn đi, muốn ăn đồ ăn Mỹ vẫn có, Việt Nam vẫn có, Lào, Miên, Thái, Singapore, Indonesia, Philippines đầy đủ, đầy đủ cả... Đồ trong hộp nhiều.

Không biết chú người gì nhưng An nghe chú Hùng nói giọng Nam đặc sệt hà. Thì ra Hùng là người Tàu lai Việt Chợ Lớn. Anh qua Mỹ theo dạng vượt biên 1985.

- Có cả computer- laptop, nhưng chú ít vào lắm. Chú chỉ xem sách, xem tivi chủ yếu. Hùng như muốn tâm sự chút đỉnh.

- Giải trí của chú nghệ thuật quá nha! An có vẻ thán phục chú Hùng.

- Ai cũng có niềm vui, yêu thích riêng mà. Hùng giải thích.

- Hẳn là vậy chú hĩ. An tươi tắn công nhận thêm.

- Cháu là người trung phần? Hùng lại hỏi.

- Vâng, cháu gốc Huế ngoại thành. Nhưng cháu rành về nội thành Huế khá chi li. Vì ngày xưa ông bà nội từng ở.

- Tôi người Nam gốc Tàu lai Chợ Lớn. Nhớ có ra đó một lần khi còn nhỏ. Phong cảnh Huế rất thơ mộng. Tôi còn thích hơn cả Đà Lạt!

- Vậy à. Cám ơn chú nha.

- Thiệt chứ!

An cảm thấy vui khi nói chuyện với Hùng. Trong con người chú có nhiều thi vị làm cho An vui vẻ yêu đời hơn tý.

Đoạn sau An ăn cơm với chú Hùng xong. Một bữa cơm với thịt nai rừng chưng sả ớt rất ngon của chú Hùng làm nhanh, có sẵn trong tủ lạnh để thếch đãi An, và vài món linh tinh khác An không rành hết tên gọi... Rồi bắt đầu thư giãn nghỉ ngơi, cá nhân. Chú lấy cây đàn guitar ra đánh hát vài bản cho đỡ buồn. Còn An đi ra ngoài, chiều như vào sâu, đêm xuống dần, gió nơi này như lạnh hơn. An ra đứng nhìn bầu trời với muôn vì sao lấp lánh, lòng An trong bao cảm giác xa xôi mơ hồ, nghe văng vẳng tiếng đàn chú Hùng chơi guitar vọng ra. Chú đang hát bài "Sương Trắng Miền Quê Ngoại" *Lội bùn dơ băng lau lách xuyên đêm. Sương trắng rơi vai tôi ước lạnh mền. Chim muôn buồn rủ nhau bay về đâu, Ngẩn ngơ lối vườn gọi nhau... Vào những khi ôm thép súng tê tay, đắm mắt bao hư ảo thở dài. Nơi chốn xa còn buồn thương mẹ quản gánh. Em còn khêu sáng ánh đèn từ sương mai. Mẹ biết ở bây giờ con đang ngồi ô nhỏ. Gió hẹn mưa thề. Một khi con về quê ngoại xưa...*" Chú Hùng hát hai lần và đến hết bài. An nghe thật đậm đà giọng chú, thêm ray rứt nhớ quê hương. Anh ôm lấy cánh tay mình cho đỡ nhớ, anh nhớ ông bà cha mẹ, bà con ruột thịt chòm xóm. Nhớ dòng Hương Giang, nhớ chùa Từ Hiếu, nhớ cầu Tràng Tiền, nhớ Bến Ngự cố đô... Anh lại liên tưởng tới câu thơ của Đỗ Trung Quân nói "Quê hương nếu ai không nhớ sẽ không lớn nổi thành người." Vâng! Đúng thế. Câu thơ ý nghĩa đã cho chàng nhiều trân trọng cảm giác, hơn cả yêu thích...

Rồi như vậy là An bắt đầu với công việc mới. Ngày nào cũng theo làm với chú Hùng. Sáng, trưa, chiều, tối, nửa đêm. An kiểm tra trại gà một cách tích cực, nước nôi, thức ăn cho gà. Cậu tự động làm thay chú Hùng có cả con chết, An đem ra. An lại siêng đi thăm chúng, nên gà được lật lại kịp, nó ít bị qua đời hơn. Nhiều lần chú Hùng khen:

- Giỏi nha, lanh lẹ siêng sắng đạt lắm nha. Cậu trai trẻ.

- Con cố gắng như chú dạy thôi.

- Vậy là nhứt rồi! Xuất sắc lắm!

An chỉ cười ít phản ứng. An cứ thế rồi nín thinh khi nghe chú Hùng trầm trồ khen ngợi, vỗ vai mình thân thiện.

Ở lâu hơn một tý, sau đó cậu sinh viên kể chuyện du học của mình cho chú Hùng nghe, chú Hùng vẫn kể lại về gia đình mình cho An nghe. Một hôm An nói:

- Con không nghĩ đi học nữa vì, chỉ làm có tiền về đất Việt thôi.

- Ý, đừng nghĩ vậy bi quan lắm An, theo chú nghĩ có tiền rồi thì con học lại, ráng lên. Như chú làm mướn đây năm đến bảy năm, có tiền rồi, thì mình nghỉ. Người khác thay, họ cần họ lại đến... Cứ vậy xoay xở cuộc sống, sống help cho nhau là thế đó. Con có thể đi học lại được mà?

- Con suy nghĩ thấy khó khăn quá, bởi kinh phí chi tiêu ở Mỹ lớn quá chú nhỉ?

- Mọi chuyện sẽ qua thôi "Hết cơn mưa trời lại sáng."

Mình làm hôm nay là cho một kế hoạch ngày mai con ơi!

- Cám ơn chú dạy con.

Mọi công việc quen dần Hùng để An trông coi, chú siêng về thành phố nhiều hơn, thăm vợ con. Mỗi lần chú đi là mua quà về cho An thật nhiều thứ.

Lúc đầu An hơi buồn, sợ hãi nhưng dần dần cậu quen và cảm thấy cũng OK. Hơn nữa An nghĩ mình cần có mặt, cho chú đi đâu thong thả. Đó là lý do người ta mướn mình thêm chứ!

Rồi chín tháng trôi qua An làm việc có một số tiền. Đúng như chú Hùng nói, lòng An khát khao thèm đi học lại. Cậu lại muốn trở về trường học, vẫn làm việc ở đây. Cậu nảy ra ý sẽ mua xe sáng đi học, chiều về vẫn tốt mà. Khi nào chú Hùng đi xa, thì mình nghỉ học một hai hôm cũng không sao? Mình phải tự học, học rèn thêm ở nhà, ở nơi này. Tâm trí ổn, thì học dễ hấp thụ, dễ tiếp nhận. Học thêm nhiều ở đâu chả được? Có sao nhỉ!

Một hôm đi kiểm tra gà buổi sáng về, không bị gà chết oan. An vui vẻ thưa:

- Chà gà mấy hôm nay không có chết, con mừng ghê chú. Như ăn mừng không bằng, vì thương nó tội nghiệp. Và chú Hùng ơi con đang có ý.

Ngưng một chút, nhưng An chưa dám tỏ bày.

Chú Hùng vội hỏi:

- Gì đó An? Muốn nói gì con?

- À chú Hùng ơi, con muốn chú giúp con một việc? An ngập ngừng dừng lại nữa.

- Chuyện gì hã An?

- Chuyện là chú có thể chỉ con lái xe nơi này hẻo lánh nè, khi rảnh chú dạy cho con chạy, con lái được không?

- Hì dễ thôi. Tưởng chuyện gì chuyện đó chú nghề mà. Trời ơi chỉ liền thôi. Nhưng con phải học luật trước đi.

- Con có đậu luật, lái cũng xong lâu rồi, chỉ mong chú dợt lại.

- Vậy à, chú sẵn sàng thôi. Nhất trí thôi.

Sau đó Hùng bắt đầu dạy kèm cho An học lái xe nơi này.

Chẳng mấy chốc sau một tuần An tự lái thành thục ngồi một mình, chạy ngon lành, An chạy xuôi tay, mát máy qua những đoạn thung lũng, hill đồi. Cậu ngắm chung quanh nơi đây nhiều hoa dại bên vệ đường, An lấy làm yêu thích vô cùng, và có những con chim sải cánh theo nắng dài, hoặc bơi mình trong hoàng hôn lượn mây... Cậu trông thích, vì nó đẹp, đẹp đến não nề luôn. An vui hít thở không khí yêu thêm sự sống, mà hình như chừng lâu rồi An vô tình, hoặc lãng quên nó đi chút ít! Hay nói cách khác hơn, cậu đã để nó ngủ yên, bây giờ cơ hội, được dịp đánh thức tâm hồn cậu! An trở nên có cảm giác yêu, và yêu tha thiết đến vô ngần... Đôi lúc cậu dừng xe lại ngắm nhìn lâu hơn cho thỏa chí, thích thú của đam mê, tận cùng nơi lòng An cảm nhận được, cảnh tình xinh đẹp, lạ lùng nơi hoang vắng mà ngoạn mục...

Một hôm, An lại xin Hùng về thành phố coi xe vừa ý để mua. An gọi phone rồi. Ở công ty mua bán xe Bình Minh của Việt Nam, có cho trả góp không lấy tiền lời nếu mình không đủ tiền đưa một lần. Chú Hùng đồng ý cùng khuyến khích, An đã ra đi...

An đi mau mắn chọn rồi vui vẻ về khoe với chú Hùng. Lần đầu tiên cậu sinh viên mua beer xách về với nhiều thực phẩm khô, sấy, cảo, thượng hạng, ở các tiệm nghe nổi tiếng An tìm đến mua. Và đêm đó hai chú cháu uống beer ăn mừng. Tuy xe chưa lấy, vẫn còn trong hẹn...

Chú cháu mở cuộc ăn mừng- celebration cho sơ khởi. Chú Hùng thì uống khá, chứ An chỉ là cụng ly nhấp nháp vui thôi. Tuy nhiên Hùng vẫn uống vừa đủ chứ không uống để say khướt. Đoạn hai chú cháu lấy đàn guitar chơi hát vui nữa. Chú Hùng lại đệm guitar cho An hát. An hát cũng khá những bản tình ca, tình quê. Nhạc Mỹ và cả nhạc Việt Nam. Hùng không ngờ vốn âm nhạc ca hát nơi cậu trai trẻ này, khá điêu luyện, chứ không phải ở loại bình thường. Và An nhận thấy vẫn có niềm vui ở đây hơn là buồn. Cậu phấn kích hơn, mua xe đi học lại, mơ ước trổi dậy rồi... Được sự đồng điệu, động viên nơi chú Hùng ủng hộ hết mình! Cậu cảm thấy sung sướng như tựa hồ có đôi cánh bay vút cao, hoặc tâm trạng phấn chấn, như lên được đỉnh dốc núi cao gần sát mây không bằng...

Chờ một ngày hẹn, chú Hùng lái chở An đi. Hai chú cháu phải đi lấy xe từ sáng sớm. An, chú Hùng cho gà ăn thật chu đáo, để họ lên đường, sẽ xa chúng khoảng thời gian ba đến bốn tiếng.

Đến nơi làm thủ tục lấy xe. Giấy chứng có trả tiền đủ. Được chủ công ty xe Bình Minh Việt cho lại 500 usd. An rất xúc động và cảm ơn ríu rít. Rồi cậu được một chiếc mới mua, chú Hùng một chiếc mang theo đó. Hai chiếc, "hai bác tài xế " ngon lành, phóng phẩy chạy về, rượt đuổi nhau tìm về doanh trại... Như cuộc đua xe không cần ranh đích. Họ qua các eo đồi thung lũng để về doanh trại mình. Đẹp như một giấc mơ...

Về gà vẫn no nê, sáng ngời, chẳng hề hấn gì? Con nào con nấy mở mắt thao láo nhìn mình ghé thăm nó đây. Vì có lẽ nó thấy chủ nhân vắng ba, đến bốn tiếng đồng hồ, cơ hồ đi đâu không lai vãng tới? Giờ thì gặp lại, nên chúng như mừng cững lên, như muốn nhảy chân lên! Loài gia cầm nhưng vẫn có cái khôn, cái mừng, cái náo nhiệt rất riêng của nó! Chúng cho An bao cảm giác vào tim mạch vui lây theo, tràn trề như một điều hưng phấn rất bất tuyệt...

CHƯƠNG 8

Thời gian này sáng nào cậu cũng làm phụ lo kiểm tra nước nôi cùng chú Hùng rồi lại đi học, chiều khoảng 2 giờ thì đã về. Cứ thế mà An bước đi, bước lên trong sự nghiệp của ước mơ. Vừa học, vừa làm job nuôi gà ở xa. Thời gian như phẳng lặng, An không nghĩ đến ai, chỉ lo công việc và học hành. Có một điều làm cho cậu bối rối, đó là An cảm thấy nghề này An không ngại khó, ngại khăn chi hết? Song An ngại phải thấy những con gà bị ném nhốt vào lồng khóa chặt, cậu trông nó có vẻ đáng thương lắm, và cái đáng thương hơn nữa là nếu những con bị lật, con khác không giúp bạn, lỡ đạp nhau rồi để chết thảm thiết, chết không ai hay? Vì chúng có biết giúp gì đâu? Làm cách nào chúng đỡ "friends" đứng lên được chứ? Đợi tới khi An ra mới thấy, lật lấy lại, khi cứu được; khi đã chết mấy đời trong nó! Cậu không trách loài gia cầm, cầm thú, nhưng sao bỗng thấy thương tâm, đến đau lòng. Tạm thời cậu nghĩ không bỏ job này, còn làm lâu thì cảnh trạng, nếu nhìn thấy hoài An chắc chịu không nổi? Bởi tâm An hình như có một chút gì đó, ray rứt xao động, khác lạ ngút ngàn, khi nghĩ đến những sâu xa...

Nghĩ ngợi phân tán vậy mà An lái xe một ngày đi học. Một ngày sau độ mua xe khoảng hơn hai tháng cậu lại bị một vụ accident xảy ra. Xe trông méo móp nát bấy, hư hỏng hoàn toàn, mà người An thì còn nguyên. Chỉ ê ẩm, cậu phải vào bịnh viện. An vào viện, để check sơ đồ tim phổi, và đo điện về sức khỏe não bộ. Và một ngày đó đã tới thăm. Hùng chia sẻ:

- Chú định làm vài năm nữa, có thể hai, hay ba năm nữa. Mà chủ cũ đã có lời và sang lại doanh trại gà chủ mới, ở khoảng tháng tới, chú nghe tin như vậy. Nên chú chắc cũng nghỉ được rồi, chủ mới họ có lính của họ.

- Vậy sao chú? An ngạc nhiên hơi buồn hỏi thế.

- Ừa, tin mới nhận hành lang mà chắc là y vậy. Chủ họ có quyền chuyển nhượng, mình chỉ làm mướn hết lòng thôi!

- Vậy là mình, chủ mới không mướn mình sao chú?

- Cũng tốt thôi, chú làm chừng đó quá đủ rồi. Từ từ chú kiếm việc giúp con. Cứ về nhà chú tá túc, lấy tiền con giá rẻ thôi, giúp được gì nhau thì giúp mà!

Ra viện Hùng lại dẫn An về nhà Hùng tạm ở. Chú có một mẹ già, người vợ làm cashier ở chợ publix, hai trai sinh đôi vừa học xong lớp 10 ở trường trung học high school. Anh hơi già lớn tuổi hơn có vợ trễ, nên con cái được sinh hơi muộn. Vợ anh xa thì thương nhớ, song sống gần thì mất lòng nhau, bởi tính nghệ sĩ của anh.

Để cho An tiếp tục đi học. Đem An về nhà một hồi đợi vợ anh đi làm về. Anh chờ để nói với vợ Nga:

- Em ơi cậu trai này du học, nhưng ở làm việc với anh mấy tháng nay, xe mới bị accident. Và chủ xuất chuồng trại lần cuối cùng, và họ có ý sang trong tuần nay hay tháng tới gì đó, sang cho một chủ khác. Anh về đây, định apply clean up một trường tiểu học. Vậy đem chú em này theo, em cho chú tá túc nhà mình với nha em Nga?

- Chuyện đó thì không khó, chỉ là nhà mình nhỏ quá sợ chật vật thôi.

- Được mà cho chú ở tạm đi, hãy tính sau. Giúp người một chút em nha!

- OK thôi, em có nói gì đâu? Nhưng sao anh Hùng không báo trước, để em tươm tất nhà cửa cho chú em, cậu em hơn.

- Có gì đâu mà tươm tất em. Cứ cho cậu nó ở tạm phòng khách đi, ngủ trên salon này.

- Được không, hay buồn, cháu tên gì anh? Vợ chú Hùng hỏi chồng.

- Cháu tên An, Trần Ngọc An. An tự giới thiệu.

- An thấy OK không? Hay để cô sẽ tìm nhà bạn cô nó dư phòng.

- Dạ được không sao cô. Con có chỗ nằm nghỉ, có chỗ ngồi học là con quý rồi!

- Ừa vậy thì được mà! Vợ Nga của Hùng đáp trả có tình cảm, thân mến ra mặt luôn.

Thế là chú Hùng đem An về nhà mình trong một dịp có lẽ không được tính trước cho lắm, có thể nói là khẩn thôi. Nhưng vợ chú vui vẻ nhận, và hai con trai Hùng cũng lấy làm thích thú. An vui lắm, thấy ấm áp tâm hồn. Dẫu rằng ngôi nhà họ, chỉ là ở một apartment bình thường, trong căn hộ khá nhỏ. Tuy nhiên phía trước nhà lối hành lang vòng cung giữa các hộ, họ có trồng những loài hoa, các thân leo, các cây xanh nhỏ tuyển. An nhìn nó rất là yêu, vì nó đu đưa nhè nhẹ thân cánh, nhành, lá, cậu thích mắt lắm. Vợ chú Hùng là một phụ nữ lịch sự, cần mẫn. An rất quý mến vợ chồng và gia đình họ. Trời đem đến cậu những niềm đau, nhưng đã bù lại những niềm vui lớn hơn!

CHƯƠNG 9

An đã ở đây nhà chú Hùng đi học. Tuy nhà không gần trường lắm nhưng có trạm xe bus và xe điện, rất tiện đi học không khó lắm. Còn mua xe thì cậu hoảng sợ quá, chưa dám nghĩ tới. Bây giờ An mới nhớ câu nói nơi Trâm. Đúng là An chạy xe còn yếu thiệt. Hay là An lẩn quẩn nghĩ cuộc sống của những con gà, mà trên tay lái cậu trải qua một lần sơ sút. Cậu ngộ ra một điều đó trong lòng, song không biết đúng không? Bởi vì trong cuộc sống, mọi bước đi của chúng ta vẫn có cái gì đó của vũ trụ chi phối và định hình nên số phận. Con người dù tin vào khoa học, nhưng không thể phủ nhận tất cả những xa xăm siêu hình. Cuộc đời và cuộc sống cậu đang liên tưởng những điều xảy ra. Và Nhớ Trâm, An không thường gọi Trâm, cô cũng thế. Tuy nhiên họ thỉnh thoảng text hỏi thăm nhau trên phone thì vẫn thường. An biết cuộc sống Trâm bình yên tiến triển tốt đẹp, An mừng cho em gái. Còn An báo về cuộc accident vừa qua, Trâm text lại cho anh trong message phone với dòng chữ "Đáng tiếc, anh phải cố gắng hơn và nhất định lái xe cẩn thận hơn nha." Riêng về cô Diệu, An vẫn gặp thường ở nơi trường. Bởi cô đang theo học đủ giờ hơn cả An nữa.

Về nhà, hoặc đi học đều bằng xe bus, An đang hoảng sợ linh tinh, chưa mua xe kịp chạy. Mà công việc đâu có chờ mình! Đến một hôm đi xe bus. An lại gặp một người xuống xe quá đổi khó khăn, chân như bị rút, hoặc cứng tê cóng chi đó, cậu liền giúp đem xuống. Ông ta cám ơn cậu, ông ta đang đi ra xe nơi con ông đợi, ông đi khó khổ, nhưng vẫn nở nụ cười trìu mến trao cho An, như hàm ơn. An thì làm việc như một cái tâm có sẵn, không để ý gì mấy. Song được ông cụ đáp trả ban nụ cười. An nhìn lại rất là thích và vui lắm!

Sau khi về nhà. Cậu lấy báo xem, vì công việc làm luôn quấn bên tâm tưởng. An thấy quảng cáo trang báo Dân Việt:

Cần người chăm sóc. Hãy gọi số phone....

Address....

Có lên cái hình ông già đó, người mình đã giúp đó. An

thấy hay hay, lạ lạ, cậu nháy mắt cố coi kỹ. Và cái hình mỉm cười của ông như cố níu mắt cậu nhìn hơn. Rồi An muốn xin làm liền thử xem sao. An gọi tới, có người nhấc phone bảo:

- Tôi đây.

An thưa ngay:

- Con xin muốn làm việc job này. Thưa ông…

- OK tôi mong lắm đây.

- Dạ cháu xin được phục vụ ông. Take care ông ạ! Cháu coi trong báo đăng tin.

- Vậy thì cậu cứ theo địa chỉ address ấy mà đến nhà. Rất vui khi cậu nhận việc chăm sóc người già như tôi.

- Vâng cháu đến ngay.

- Được tôi cần lắm hãy đến nha.

- Dạ.

Chỉ nói khô vội bằng những câu nói, không để thời gian mất mát, An gọi xe taxi để đến ngay. An không thể đi xe bus hay xe điện, khi chưa biết nhà sẽ hóa ra khó khăn mất thì giờ? dài dòng lôi thôi nữa. An nhận định được điều này, dầu đi taxi tốn thêm tiền hơn, nhưng chắc ăn đến nơi chính xác. Và cũng tùy duyên tùy chuyện, cậu tự nhiên chọn cho trường hợp khẩn khoản này, không cần suy tính tiền bạc lắm, dẫu bản tính An rất ưa tiết kiệm!

Đến nhà người già chưa nhận ra An, cậu trai đã dìu ông mấy bước, hôm trước xuống xe bus. Ông vẫn vui vẻ:

- Mời cháu vào nhà và ngồi vào ghế đi.

An từ tốn đi vào nhà khách living room, và ngồi xuống bộ ghế salon ông mời. Ông vẫn ngồi gần đó. An thưa lại:

- Cháu xin làm việc giúp ông. Như quảng cáo trong báo.

- Con trai mới lớn mà chịu khó thế, chắc hoàn cảnh sao đây?

- Dạ cháu là sinh viên du học. Cháu hôm bữa có giúp ông xuống xe bus đó. Giọng An mềm xuống như xúc động.

- Ồ thế sao. Thế thì tốt quá gặp nhiều duyên cơ rồi. Đúng không? Ông đứng lên không ngồi nữa, làm An cũng đứng lên theo.

- Dạ chính cháu! An lễ phép.

- Cháu tên gì nào? Giới thiệu cho tôi biết tên đi.

- Dạ cháu tên Trần Ngọc An.

- Vậy cậu An làm cho tôi, ở với tôi tốt đó, có chịu không? Cụ già vẻ thân thiện, thích thú nhìn An bảo liến thoáng.

- Dạ nếu ông cho phép, cháu sẽ ở... An vui vẻ đáp lời.

Cụ già giới thiệu tên mình và phân trần thêm:

- Tôi tên là Lâm Từ Hi. Tôi có con đấy chứ, chỉ chúng nó đi xa hết, cậu giúp tôi đỡ đần khi tôi yếu thôi. Bình thường tôi đi lại được. Song tôi cần một người bên cạnh hơn.

- Dạ cháu nhận thì kể nà chi khó khăn, miễn ông cho làm kiếm đồng tiền đi học là tốt rồi.

- Thế à? Ông già giương cặp mắt nhìn An, như có vẻ ngạc nhiên lắm.

Im nhìn An một chút ông già lại bảo:

- Thế còn gia đình ba má An đang ở đâu? Tôi xin chân tình hỏi.

- Dạ ba má An đang ở đất Việt. Nơi ngoài Huế đó ông.

- Vậy sao? Tôi thì dân Bắc nhưng vào Nam từ lâu. Giờ thì xa tổ quốc hết rồi. Chỉ lấy đất nước Hoa Kỳ này sống tạm... Ông già nói và thoáng buồn trong đôi mắt. An cảm nghĩ ra điều này.

Ông nhìn An nói tiếp:

Vậy nhé chịu đến đây ở với tôi rồi đó. Thì không để tôi thất vọng chờ đợi, khi tôi tin tưởng cậu nha. Nhà dư phòng nhiều đấy, tiện nghi con tôi sắm sửa đầy đủ cả.

- Dạ An biết, xin cám ơn ông.

- Cậu cứ vào nằm chơi nghỉ đi. Muốn ăn gì tôi chỉ sơ cho nấu. Hay muốn gọi thức ăn đem tới tôi có danh bạ hết. Mình kêu 5-10 phút họ mang tới chúng ta dùng được mà?

- Thưa ông. Dạ cháu cám ơn thật nhiều nhưng không đói bụng, An sẽ đến làm giúp ông và ở cùng ông. Giờ An xin phép kiếu từ về nơi đó có chút việc cần làm ngay. Chúc ông khỏe mạnh vui vẻ. Và An không để ông trông đợi lâu đâu. An cũng cần tiền để nộp học phí và đủ thứ mà.

- OK tôi đợi đó.

-Vâng An xin kiếu từ và sẽ hứa lời...

An nói và bước ra đường cậu đã thấy chiếc taxi lúc nãy chở An đi đã quay lại đón. Cậu không hẹn mà sao nó biết giờ giấc An về hay ghê nhỉ? Còn ông Lâm Từ Hi bước ra cửa lớn đứng nhìn cậu con trai từ đâu xa lạ đến nhà mình xin việc làm. Tuy buổi đầu sơ giao mấy câu, sao ông bỗng thấy thương mến chi lạ trong tâm hồn ông...

Rồi một ngày An từ giã gia đình chú Hùng dọn tới ở với ông luôn. Xa căn nhà chú Hùng ai nấy trong gia đình cứ bịn rịn, nhưng đời sống công ăn việc làm buộc phải. An cám ơn những người thân; mẹ chú Hùng, chú Hùng, thím Nga, hai em và lại ra đi, về nhà ông Hi để chăm sóc ông, gần gũi hơn. An đã quyết định đến ở luôn, làm việc rồi đi học.

An siêng năng, cần mẫn dịu dàng, cử chỉ thân ái mềm mỏng như con gái, nên chẳng mấy chốc An lại được lòng ông yêu quý. Con trai út về thăm ông cuối tuần. Anh ta thấy An, Anh Tánh thương cậu sinh viên phụ giúp cho người cha mình mà bảo rằng:

- Anh vì công việc ở xa tiểu bang, mà ông già không chịu đi rời khỏi tiểu bang GA- Atlanta này. Nên mọi sự nhờ em, nếu em chịu nhận việc làm, và có lòng thương người già cao tuổi.

- Đó là cậu con trai hôm nọ ba đi công việc, ba cứng tê đôi chân bước không ổn, cậu ta đỡ cho ba khi con về thăm đó đó. Lúc con chưa kịp ra đón, lúc ba mới ra chưa khỏi xe bus đó Tánh. Ông già chen vô nói.

- Vậy hã ba, nếu như thế tâm hạnh này tốt lắm, em đã có rất sớm. Anh cám ơn, kể từ nay em khỏi lo học phí bao nhiêu? Anh đóng hết cho em, cho luôn thêm phần lương em, em yên tâm mà học. Anh qua Mỹ lúc 12 tuổi, anh còn khá rành tiếng Việt. Nên anh em ta chia sẻ bằng tiếng Việt nha.

- Vâng anh! Nhưng em cũng cần trau dồi English với anh hay đó. An mỉm cười đáp lời lễ phép.

- Được rồi. Em yên chí nha, anh sẽ lo cho em. Song anh

thích nói tiếng Việt với em chứ. Anh thích vì đó là nguồn cội của quê hương mình mà...

- Dạ anh. Nếu được thế, em còn phước còn phần. Hạnh phúc không gì sánh bằng. Em mừng lắm, xin cám ơn anh.

Tánh nói thêm:

- Anh là Tánh tên anh. Anh làm bên kỷ sư ở xa, và các anh em đều làm việc xa ở đây, có mấy chị gái làm tiểu bang này nhưng thành phố lại khác. Anh cần em sẵn lòng, thì coi em như người em út, đang ở với ông già. Anh cám ơn An nhiều nha! Anh có gọi điện, ba nói em tên An đúng không?

- Vâng đúng em tên An. Trần Ngọc An, anh Tánh à. Dạ chính em mới là người cảm ơn anh Tánh, và gia đình anh!

- Không sao, vậy chúng ta cám ơn thượng đế, cảm ơn trời đất, cảm ơn bề trên, chúng ta coi như một family vậy!

- Vâng thưa anh.

- Và chúng ta luôn mong được vậy phải không em?

- Dạ. Em hân hạnh lắm chứ.

Từ khi An dời ở nhà người già tên ông là Lâm Từ Hi này, , anh vừa làm việc giúp ông, vừa đi học, chẳng còn gì để lo lắng nhiều nữa.

Thắp hương nhang hằng đêm cho ông có đạo. Chăm sóc thờ phượng, cầu nguyện cho gia đình ông. Đó là niềm ông mong mỗi tối đêm về. Mặt khác anh ngấm lòng, mong được phù hộ cho mình nữa. An làm việc tích cực chu đáo, còn nhẹ nhàng hơn con gái nên ông Hi rất thích là phải, ông trở nên đi đứng ngon lành hơn, khỏe mạnh hơn, yêu đời sáng láng hơn...!

**

Chẳng mấy chốc thời gian như thoi đưa. Thời gian cứ đến thời gian cứ đi, như tờ lịch mỏng dần theo năm tháng...

Hành trang An mang vào đời nhiều sự việc tốt không ngờ. An tốt nghiệp kỷ sư computer mà như không hay! An tốt nghiệp loại ưu nữa. Ngày anh tốt nghiệp. An đã đọc diễn văn thật là cảm động đến mọi người, An điểm qua, từng trải nghiệm những thăng trầm biến cố lớn - Với mối liên hệ, và việc học tập của anh trong du học. Người thân đến dự (Cô Diệu, Trâm, chú Hùng, thím Nga, Ông Hi, anh Tánh, anh Huy.) Cùng bao người có mặt, họ vỗ tay ngưỡng mộ, có cả những người nước mắt rưng rưng vì cảm giác yêu thương dành cho Trần Ngọc An một học sinh du học - Qua một trái tim rung cảm, và có nhiều nghị lực phi thường.

Mọi việc đi đến an lành mỹ mãn, An tưởng như không bao giờ nắm được, mà sự thật bây giờ cậu cầm chắc nơi đôi tay gọn. An cứ ngỡ như mơ cũng không bước nổi đến đó...

Khi đã có những gì thành công, con người ta trừ những người lòng dạ xấu xa vô ơn, không cần nghĩ tới kẻ nào đã đưa giúp mình nên người. Còn đa phần dù là một cộng công ơn rất nhỏ đi chăng nữa, hầu hết tấm lòng tốt đều hướng về cội nguồn, để tỏ bày sự thành kính mang ân huệ. An đứng vào diện người - Lòng biết ơn ân nhân như trời cao biển lớn nơi tim anh. Biết kể nói sao cho hết. An luôn luôn tâm niệm rằng một cá nhân giỏi lên không thể tách cuộc với quần thể. Con người chúng ta luôn có sự tương hộ lẫn nhau, giống như hiện tượng của mặt trăng, mặt trời, hay nắng gió bốn mùa... Của thế giới vũ trụ đan xen và móc xích. Vũ trụ chia sớt mang đến, hoặc vũ trụ coi thường tước bỏ... An đã mang ơn nhiều người của sự kết nối khó quên: Gia đình ông Hi, cô Diệu, Trâm, chú Hùng, vợ chú Hùng...

An quý nhất là cô Diệu thương mến An. Từ điểm khởi đi nơi cuộc sống khó khăn, trong việc du học của cậu, cô Diệu quen An, đến đầu tiên với An. Nhận cậu là một người con trai nuôi. Khi An không có một bữa ăn, đủ miệng, no lòng. Cô Diệu tốt bụng lo lắng cho An, vì cảnh tình lúc hoạn nạn, ngặt nghèo ấy... Cô Diệu bảo bọc an ủi mang An về nhà cô ở tá túc, như mẹ con sớm tối nương cậy lẫn nhau. Công ơn đó không bao giờ cậu quên được. Cho nên An tốt nghiệp xong, điểm cao đã quyết. Ngày ra trường Gaduate celebration kết thúc. An lại đến nhà cô trước nhất. Cô Diệu đón An. Cô có những câu nói rất xứ Việt:

- Chúc mừng cho tân trạng!

- Cám ơn cô khen, con đến để nói nên lời biết ơn cô giúp

con những ngày tháng, tưởng chừng như dễ mất hết nghị lực. Dù An không ở bao lâu, nhưng nó là điểm xuất phát, điểm khởi đầu, điểm thông qua bước ngoặc cuộc đời con của hoàn cảnh này. Để con dong ruổi và, để có ngày hôm nay... Thật sự con mang ơn ở cô nhiều lắm...

- Ôi có gì đâu. Con bây giờ thành công lớn là cô Diệu vui lắm rồi. Vậy Ngọc An định làm việc ở Hoa Kỳ, hay về Việt Nam, hay đi nước nào?

- Khi con đi du học. Ba má nghĩ nếu thành đạt sẽ ở lại Mỹ làm việc, song qua quá trình nhận thức con lại thấy khác, ý niệm lại thay đổi. Con muốn về Việt Nam làm việc, nơi đó mới là tổ quốc và quê hương con, nơi đó đang cần con. Từng ngọn rau từng tấc đất, cùng đồng bào với những mảnh đời còn khó khăn bất hạnh, chính nơi đó cần con hơn nơi này. Nơi đó cần có sự thay đổi hơn, cần xây dựng hơn. Cần nhiều người như con hợp tác hơn... Con từng đắn đo nhưng nghĩ rằng...

Thấy An ấp úng tìm lời. Nhưng cô Diệu hiểu và khen giòn:

- Trời ơi nói chuyện nghe, như là triết gia non vậy con.

- Thiệt lòng thôi, nên con nói đại mà cô!

- Hay lắm chứ đại đâu. Mà này? Con có người yêu bên đó chưa An?

- An thật sự chưa có người yêu. Nhưng nếu như về đó con sẽ lấy một người vợ hiền lành, dù miền quê hay tỉnh lẻ, dù miền biển hay đồi núi, dù thành phố hay nông thôn. Con nguyện cùng người đó "kết tóc xe tơ" và hết lòng cho quê hương xây dựng... Đó là niềm khát khao của con đang cháy bỏng, đang hình thành diễn ra trong con liên tục...

- Ồ con nghĩ và nói hay quá nha. Nhưng nếu như con bé Jinni của cô nó thích con, thì con tính sao An?

- Hi hi. Cô nói giỡn chơi quá cô Diệu ơi. Dạ con cám ơn, chứ con coi Jinni như em gái, vì chưa một lần gặp gỡ riêng tư, chưa có dịp hiểu nhau cô à.

Ngưng một tý, An như chia sẻ bẽn lẽn thêm:

- Còn nếu con về Việt Nam mà không như ý con, khó

thực hiện giấc mơ khi mà mình hết sức nổ lực cố gắng thì con trở lại Mỹ làm việc vẫn không muộn. Con muốn dành cho đất nước mình niềm mến yêu, trên hết của ưu tiên!

- Vâng cô hiểu cái lòng ái quốc của con. Nhà nước Việt hiện giờ, có nhiều tích cực. VN đang nhìn ra thế giới, tiến bộ khá nhiều, tuy nhiên sự thực hiện thì chưa thiện chí lắm! Còn nhiều sai số lắm.

Sau đó anh gọi điện báo cho Trâm hay biết anh sẽ có một chuyến về VN, một chuyến rất gần đây. Anh đến nhà chú Hùng chia sẻ, đến với gia đình ông Hi để nói lên sự biết ơn của mình. Mỗi ngôi nhà là những kỷ niệm, những gắn bó khó quên nơi An với họ…

Nơi nhà chú Hùng, vợ chú Hùng, thím Nga đã làm một món cari gà Ấn độ, vài món gỏi chua khác để chia vui cùng An. Chú Hùng nói:

- Chú biết con ngay từ hồi con đến doanh trại chú, vì thiên tính con thông minh, kiên trì, chịu khó sẽ có ngày hôm nay thôi! Nhưng mà có bóng hồng nào chưa An nè?

Hùng cười hỏi như thiệt. An nghiêm trang trả lời:

- Dạ chưa có chú. Con sẽ về với quê hương Việt Nam và mong sẽ làm việc ở đó. Chuyện này bóng hồng tính sau.

- Một con người độc đáo chân thành trời thương, chú rất mong con làm được tất cả, có tất cả.

Vợ chú Hùng Thím Nga thì chỉ lo việc nấu nướng thếch đãi để làm một dịp "party" cùng với gia đình cho vui vẻ thôi. Thím chỉ dành thời gian cho chú Hùng cạn lời tâm sự với An, chú trở nên ưu ái thôi. Thím Nga vai trò nội trợ, chú Hùng vai trò tâm tình, nối kết trái tim An…

**

Một ngày kia cô Diệu, chú Hùng, anh Huy, con ông Hi, anh Tánh nữa, cả Trâm, Jinni nữa về Georgia Atlanta đưa An ra phi trường trong chuyến về Việt Nam. Với sự thành công trả giá qua bao ngày tháng gian khó, An mới có kết quả mỹ mãn trổ hoa hôm nay. Ai nấy cũng nở nụ cười trên môi, họ đưa tiễn tại sân bay. Họ tất cả từ giã An trong hy vọng và mến yêu đủ thứ thuộc về An. Những con người nói ít nhưng lòng mến thương dành cho cậu thì quá nhiều, vô bờ bến. Chỉ có An, anh mỉm cười song anh lại bước đi, mà lòng như kém vui vì đâu... Bởi vì An nóng lên một tình yêu, dẫu sao anh cũng phải cảm xúc khi xa những người thân yêu trên đất Mỹ. Họ đã từng giúp anh nhiều trong gian khó, quen biết yêu mến nhau, tương hộ một thời. Làm sao An quên họ được, những bóng hình...

Rồi An nghĩ bên kia đất nước gia đình ba mẹ anh, đang trông đợi đứa con trai du học thành danh trở về. Dù sự thành danh của An trên phương diện nền tảng của bằng cấp lý thuyết, chứ thực hành và trải nghiệm để chứng tỏ thì còn trên nôi chờ đợi nhiều... Anh lâng lâng niềm cảm xúc vui buồn xâm chiếm ngập hồn. Anh bước đi cùng với dòng người lên máy bay, lên board để tìm chỗ ngồi. Và An nghĩ mình đang cần phải đổi một trạng thái vui hẳn hơn, khi thành tích học tập mình đã có. Lòng mình phải mở hội hoa đăng chứ, lẽ nào ủ ê như trời chiều, xế bóng thế sao ta? Để mình hòa mình về bên cha mẹ, với những người chờ đợi nơi xứ Huế thân yêu chứ! Lòng An rồi lại như chở nhạc vui yêu thương...

Phải chăng một thế giới đam mê, đang bừng lên trong trái tim người con trai còn son trẻ, những hy vọng, những ước mơ, những chuỗi ngày tháng đẹp... Nhưng sao tâm tư An lại như cố vô tình, An vẫn còn nghiền ngẫm một điều gì xa xôi, thật mơ hồ... Mà chính nơi anh không biết xuất phát từ đâu nhỉ?

HDT. Viết 2015

GIỮA MỘT SUỐI SAM...

(Truyện: Tình cảm lãng mạn.)

Dẫn nhập

Thu về gió nhẹ vướng chân ai
Xào xạc lá khô khắp nẻo đầy
Một chút ân tình trong như ngọc
Đã chạm vào hồn trong phút giây...
Tuyệt đẹp làm sao nhẹ như mây
Thơm như hoa bưởi giữa rừng cây
Mê ly, mê ly nàng mường tượng
Một mùa thu ấy ở chốn này...

... (Trích Chiều Thu cùng tác giả.)

CHƯƠNG 1

Ngọc Tú học xong lớp 12, Tú vừa tốt nghiệp trung học. Giống như bao bạn bè làm đơn để thi vào đại học, Tú cần cái bản sơ yếu lý lịch cho đủ bộ hồ sơ nộp. Song Tú đi đến Ủy Ban Nhân Dân xã: ba, bốn lần, họ toàn bảo để đó hôm sau lại lấy. Nhưng cô đến lại chẳng thấy chứng chi cả. Họ cứ để nguyên, nó buồn như rệp nằm trong góc cũ...

Cuối cùng Tú mượn người chị đi giúp giùm, con ông cậu ruột đi thoát ly làm cách mạng họ mới chịu chứng. Nhưng rồi kết quả điểm báo cũng giống như bạn bè, mà Tú không được giấy mời thông báo nhập trường. Đương lúc bạn bè, kẻ đi vào tổng hợp văn, kế toán thương nghiệp, kẻ kỹ sư, người bác sĩ, tệ hơn nữa là giáo viên các cấp: cấp một, hai, ba v.v... Tú không được chi cả.

Tú rất thất vọng. Qua nhà con ông cậu, chị Liên nói:

- Lý lịch em phê chuẩn nhẹ lắm rồi, tại em không có đoàn viên làm sao em so với mấy đứa?

Ngọc Tú buồn hiu trả lời:

- Em xin nộp đơn mấy lần, nhưng khai lý lịch họ không cho em vào.

Người chị lắc đầu:

- Đành vậy thôi, chị không có cách giúp Tú khác hơn.

Tú buồn, gia đình càng buồn thêm. Sau đó ba má quyết định cho cô chuyển sang công việc khác, theo học nghề may.

Sáu tháng học may, Tú về mở tiệm tại nhà. Một vùng đất nông thôn, cô trở thành "thợ may rất là bất đắc dĩ." Nhưng khách khá đông, nhất là những mùa vào tết, Tú phải dậy sớm để đón khách vì họ rất bận công việc. Một năm cái gì họ cũng dồn vào tết. Còn đi ngủ, Tú cũng đi ngủ rất muộn, có khi tới hai ba giờ sáng vì khách hẹn. Tuy nhiên Tú bỗng thấy vui và yêu nghề... Mỗi khi thấy khách hàng, họ mặc quần áo vào ngắm nghía, chộn rộn xúng xính... Nàng cũng vui lây!

Nàng có hai em gái phụ đơm khuy tra nút, song vẫn đuối đơ. Ở gia đình Tú là giữa, hai chị lớn phía trước và hai em nhỏ phía sau. Tú là cô gái nằm giữa, nàng tưởng tượng nàng trung tâm như một cái nhân! Gia đình nơi má Tú được năm người con gái, ba Tú có má nhỏ thêm hai trai, hai gái. Má đẻ, tức mẹ của Tú lúc đầu khi còn trẻ hay ghen, song khi tuổi lớn hơn bà đổi tánh, thường đem con bà nhỏ về săn sóc. Tú lại rất mến yêu các em, con của má nhỏ. Tú hay tìm vải dư để may cho các em, cho tiền ăn quà vặt, mua sách vở, hoặc cho tiền đi coi phim, ca nhạc chốn bãi làng... Má lớn biết tánh cô con gái tên Tú, ba cũng biết tính Tú, chân thành, giàu bao dung, ưa cảm động. Nàng hẳn khác hơn những đứa con trong gia đình. Và chính thế ba thương Tú nhất!

Một năm hai mùa, Tú may đồ đạc đắt đỏ là mùa học sinh vô học, tức là mùa thu và mùa tết. Tú bận rộn trong hai mùa này, còn thời gian khác thì rảnh hơn, thưa thớt hơn. Vì vậy mà tết đến Tú ít đi chơi như hai em Ngọc Thu, Ngọc Bích. Tết Nguyên Đán, Tú thường đi chúc tết các nơi bà con lân cận, rồi thay tiếp khách cho cha mẹ đi vắng. Nàng xem thơ, đọc truyện, nghe nhạc là chính. Ba ngày tết nàng hay mở đài, nghe chương trình ca nhạc đón xuân chuyển gởi...

Hôm đó mùng một, đầu năm tết, mẹ nàng nói:

- Tú con à. Tết này có cơ quan Lâm Trường Chăn Nuôi trạm hai Hoài Ân xuống thăm gia đình mình, gia đình chú Năm cùng một số gia đình khác. Nếu ba má đi vắng, con ở nhà nhớ lấy bánh mứt, chế trà ngon, rượu xuân, mời họ dùng nha con gái. Vì họ hẹn nhưng không có nói thời gian, má phải đi về ngoại một tý.

Nhìn Tú lắng nghe, người mẹ bảo tiếp:

- Ba con đi nhiều nơi lắm, hẹn má mà giờ chưa thấy đâu? Má phải về bên ngoại để thắp hương cho ông bà.

Tú biết gia đình mình mang ơn những người từ cơ quan trên đã cho phần ruộng, ba làm ra lúa nuôi nàng ăn học, nuôi những đứa em của má nhỏ. Đôi khi phải bán lúa để mua thuốc cho các em vì đau bịnh trái mùa v.v...

Nàng thoáng nghĩ. Tú trả lời với má:

- Má yên tâm con lo được mà. Con nằm lỡ có coi truyện, đọc sách, có ngủ quên, họ đi ngang con mực sủa, nó như báo hiệu con thức đón thôi.

- Nhớ nha, các em con đứa nào cũng chưa chịu về ngoại. Tụi nó đi coi đua thuyền, ngựa đua, chọi gà, võ đài, võ thuật hết. Hai anh hai chị tụi nó vẫn chưa về. Mùng một là ngày về thăm viếng dòng tộc, phía bên ngoại trước đó con!

- Dạ. Mai con đi thăm, con may thức đêm mệt quá, đuối sức đuối cả mắt. Hôm nay con ở nhà sẽ làm việc má ba nói. Cô đứng lẳng lặng nghe, rồi có vẻ phân trần cho má hơn vậy.

- Được tốt đó, má vui. Má Tú nói thêm nữa:

- Nhớ nha tiếp khách, không mất lòng. Họ đánh giá gia đình mình không quý tình cảm con nghe. Ba con dặn má rồi!

Má nói và loay hoay đi kiếm mặc chiếc áo dài.

Tú nghĩ hai em Ngọc Thu, Ngọc Bích đi từ sáng sớm, ba thì vô nhà má nhỏ. Bây giờ đã gần mười giờ, hoa mười giờ trước sân đã nở. Tú đưa mắt nhìn ra những cánh hoa mười giờ tim tím, vàng hoe, xanh nhạt, trắng tinh khoe sắc với những loài hoa bên cạnh mồng gà, vạn thọ, hướng dương, cúc, lan, huệ... ba nàng trồng một dãy trước sân. Nàng thấy thương hoa mười giờ quá, vì nó nhỏ bé nhất, yếu đuối nhất, dễ thương nhất và cũng mong manh nhất... Tú tựa vách nhìn nó. Rồi lại nhìn mẹ (má), bà Sâm đã mặc chiếc áo dài đi xuống thềm gạch, ra cửa...

Bây giờ má của Tú mới thật sự ra đi. Má không trang điểm nhưng nàng nhìn má mình đẹp thật. Nhà nghèo nàng thanh xuân, chưa có phấn son trang điểm huống hồ chi má! Nhưng má khỏi cần, má nàng trời cho cái đẹp, cái dịu dàng hấp lực, cái cần mẫn đã quá đủ. Ngọc Tú thầm nghĩ má mình được phước, ơn trên phần này. Nàng lại loay hoay đốt thêm mấy cây nhang rồi lấy thêm mấy bánh mứt bỏ ra khay. Nàng bâng khuâng nhìn quanh cảnh tết. Khoảng mười lăm phút bất chợt, thì đoàn cơ quan Lâm Trường Chăn Nuôi đến. Họ năm vị, hai người lớn tuổi trên năm mươi, một người bốn mấy. Còn hai người thanh niên trạc khoảng hai mươi, hay hăm mốt gì đó. Thấy họ, Tú dừng lại trước cửa như có vẻ chờ đợi.

Sau họ bước tới hiên nhà, Tú lễ phép:

- Cám ơn các chú, hai anh đến thăm nhà dịp xuân, nhưng ba má con đi vắng. Năm mới mời các chú và hai anh vào nhà dùng mứt, dùng trà, và rượu xuân...

Lưỡng lự một chút như cảm ơn họ, Tú bước vào nhà, lẹ làng hơn nàng nói thêm lần nữa:

- Mời các chú, mấy anh ngồi ghế uống nước, dùng bánh mứt. Có thể thử chút rượu xuân cho vui lấy ấm hên nha.

Ba chú lớn tuổi, hai chàng trai đã gật đầu, một vài người trong số họ cười vui vẻ. Họ thả người ngồi vào ghế gọn gàng hết... Một người trong nhóm đứng lên giới thiệu:

- Được lắm. Cám ơn cháu mời lời đầu năm thật đẹp và ý nghĩa. Các chú làm ở cơ quan Lâm Trường và Chăn Nuôi xuống thăm gia đình con nhân dịp tết, chú là chú Mân, còn đây là chú Chừ, đây là chú Đũa, đây là thanh niên tên anh Hoài An, đây là anh Cư, Đinh Cư làm cùng cơ quan.

- Dạ. Tú đáp lễ.

Xong ông quay lại nói:

- Đây Ngọc Tú, con của chú Sâm, từ lâu các cháu nghe nói không thấy, hôm nay nhân dịp tết chú đưa xuống chơi cho biết. Ba má, mấy ngày tết không gặp cũng không sao. Có cháu ở đây thì được rồi. Biết đâu tuổi trẻ chúng bay lại yêu nhau, rồi bắt tao phải đi đám cưới không chừng. Ha ha...

Chú Mân nói tự nhiên, thái độ hề hà nhưng vui vẻ lắm, làm Tú nghe bất chợt cô thẹn hai má đỏ bừng. Tú cầm hộp hột dưa xuân bỏ ra khay thêm, má cô như đỏ hơn lên một cách kỳ lạ, người như run. Cô thẹn quá, chừng phải mím môi...

Chú Mân đùa cười vui, hai chú còn lại cười nhẹ nửa miệng. Còn người thanh niên siêng cười kia, cứ khúc khích gục trên vai Đinh Cư, anh cắn hột dưa nói:

- Cháu không dám đâu, họa may Đinh Cư này đó. Đinh Cư lúc nào vẫn cứ lo cho chú Sâm nhiều nhất. Cháu là An không có công chi cả nha.

Tú để ý người thanh niên, anh ta hay nhìn nàng mỉm cười ngay từ đầu. Còn một thanh niên kia chẳng cười hoặc nói chi cả, dù nửa lời cũng không có, riêng đôi mắt khác lạ. Tú luống cuống với đôi mắt người con trai đó, chẳng biết vì đâu khiến nàng...

Tú từng nghe ba kể về hai vị thanh niên này. Một người tên An, một người tên Đinh Cư. Im lặng một phút trôi qua. Nàng như khe khẽ âm hưởng vẫn không cao dần:

- Con rất vui khi các chú đến thăm gia đình. Năm mới, con cầu chúc các chú, gia đình một năm mới an khang thịnh vượng. Một giây lặng thinh nàng lại tiếp tục nói nữa:

- Hai anh, Tú xin chúc hai anh sức khỏe, an vui có người yêu, luôn làm cho người yêu vừa ý...

Chú Mân cười:

- Chưa có người yêu, làm sao làm người yêu vừa ý chứ?

Người thanh niên hay mỉm cười kia cắn hột dưa tiếp, khúc khích thêm nữa. Anh bảo rằng:

- Tú chúc sai rồi, chúng tôi chưa có người yêu.

Tú biện hộ:

- Nếu chưa có người yêu, thì em xin chúc sẽ gặp người yêu vừa ý...

Chú Mân chen vào:

- Đó, đó... cái tuyệt là chỗ đó, nhưng không chừng nhờ cháu giúp đỡ đó Tú?

Ngọc Tú hiểu được câu nói đùa ngầm: nửa giỡn, nửa thiệt vui của chú Mân, cô thêm bẽn lẽn nhút nhát hơn. Thật ra Tú biết chú Mân khá nhiều, chú là người Đức Phổ nhưng làm việc ở cơ quan, chú làm quản đốc hay lên xuống chơi với chú Năm cùng ba Sâm nàng thường hơn những chú kia.

Khi nhấm nháp ly rượu xuân Tú nhã ý mời, chú Mân nói tiếp:

- Anh Sâm chuẩn bị tết chu đáo quá, có hoa mai, hoa vạn thọ, hoa thược dược, cúc, đào, lan trong nhà... và đủ cả hết trước sân. Hoa nào cũng đẹp cả. Trông nhà ấm cúng trang trọng, không khí xuân nhà anh Sâm thật tuyệt. Lại có cô gái đẹp, như đại diện cả một trời xuân ý... Ồ rất tiếc chưa gặp anh Sâm để làm câu thơ vịnh, để đối ẩm cho vui. Mai tôi lại về gia đình rồi, Đức Phổ rồi.

Những người đi chung trong đoàn ít nói hơn chỉ cắn hột dưa ngắm cảnh. Sau đoạn, chú Mân bảo nhanh hơn:

- Như vậy cũng được rồi Tú. Chú Mân đại diện cơ quan đứng lên chúc tết cho Tú và gia đình. “Mong một năm mới an khang thịnh vượng nhất, đến với gia đình và các cháu.”

Ngẫm nghĩ điều chi. Mím môi nhìn lên bàn thờ như có vẻ trang nghiêm một chút. Chú Mân lại tiếp tục nói:

- Vì thời gian eo hẹp chú cùng cơ quan đi thăm những nhà khác, biết đâu rồi gặp ba con? Hy vọng đầu năm là như vậy! Riêng con năm mới có một người yêu như ý. May đồ thêm đẹp, thêm đắt số. Sắc diện thì mãi xuân nhé Tú.

- Dạ con xin cám ơn chú có lời chúc mừng đến với gia đình, cá nhân con. Tú lắng nghe rồi trả lời, cô đứng khép nép, trong chiếc áo cổ chữ U màu hoa cà gợi cảm, và ôm đôi vai trắng ngần của mình, vì kiểu áo không tay.

- Được rồi. Chú Mân gật gù bảo thế.

Tuy trời xuân, thời tiết năm nay không lạnh lắm. Nàng cảm giác vui buồn nên dặm câu:

- Xuân hơi lạnh như không lạnh lắm. Trời như muốn mưa xuân lún phún mà không mưa nổi, vẫn đủ đẹp chú nhỉ? Con nghĩ là...

Tú nói và ngập ngừng nhìn cảnh vật bên ngoài. Rồi lẹ làng nàng nói thêm:

- Hay là mấy chú, các anh cứ ngồi chơi... Dùng thêm hột dưa, ăn rim mứt tý đi, ba của Tú sẽ về...

Chú Mân, mọi người lắng nghe rồi bắt chước Tú nhìn ra sân, ánh nắng yếu ớt nhưng đã đủ tươi mát... Chú Mân còn nhìn sang ra ngoài đường lộ, xa hơn một chút kia, bọn con nít đang đi đồng kéo những dây pháo đủ màu, nào quần áo chúng xoe xua cho tết nữa. Thỉnh thoảng có một vài ông đứng tuổi làm sang che dù lọng, bà tay mang khay bánh, hoặc khay trầu cau để đi mừng tuổi đầu năm. Đó đây vài cô gái tóc thả chấm lưng hoặc thắt rít, đứng đợi người yêu... Còn các chàng trai tóc chẻ ngôi, hay chải xược, chàng cũng đủng đỉnh đang đi đến với nàng... Chú Mân thấy vui vui mắt, mà giải thích chuyện mình:

- Ồ thấy vậy. Nhưng không được Tú, thời gian không cho phép con à. Thôi để mấy chú đi nhiều nhà nữa. Mà sao Tú không đi chơi? Người ta đi chơi ngoài đường đẹp quá kia...

- Dạ cháu may thức kiềng nên hơi mệt, không được khỏe lắm chú. Vả lại cháu ít đi vào mùng một. Hơn nữa là...

- À nói chứ cháu đi nữa thì ai tiếp đây? Đúng không? Chú Mân như ngắt lời Tú.

- Dạ phải... Một lúc làm sao, làm sao có thể? Không thể làm nhiều việc chú? Tú nói và thay nụ cười tươi thắm trên môi tiết lộ.

- Y bài đó cháu Tú à! Chú Mân hoan nghinh tinh thần Tú nha.

Những người đi theo, họ thiệt sự ít nói chỉ đợi chú Mân, Tú nói họ nghe... Họ hết nhìn cảnh vật trong nhà rồi nhìn ra phong cảnh bên ngoài, hết nhìn cây mía chưng bên trong nhà lại nhìn ra cây nêu ở nơi đầu góc sân, nó cách độ hai mét trước sân gạch. Họ hết nhìn bàn thờ hoa lá trên bàn, lại đưa mắt nhìn những gió xuân thổi nhẹ bên ngoài: có nàng cúc, nàng lan, nàng huệ, nàng hồng, bao nàng hoa linh tinh khác cũng khoe mình trãi mộng…! Rồi bỗng nhiên chú Mân bảo:

- Chưa đúng với cảnh này Tú, nhưng chú vẫn thích đọc câu thơ là: *Ngày xuân con én đưa thoi/*

Thiều quang chín chục chưa đầy sáu mươi.

Con biết câu thơ này của ai không Tú?

- Dạ biết chứ chú. Câu thơ đó ai mà lại không biết chú nhỉ. Của Nguyễn Du trong truyện Kiều. Năm lớp 11 con học hầu như nửa học kỳ của tác phẩm đó.

- Giỏi nha.

- Chú khen con mắc cỡ vì. Một câu thơ rất nổi tiếng, rất phổ thông ai đâu có lạ câu đó chú Mân.

- Ừ được rồi. Cảm cảnh chú tơ tưởng cho vui thôi. Lại biết nơi lòng văn học con tới đâu nữa? Đồng ý với Tú. Giờ các chú và hai anh xin dời gót nha.

Im một chút. Chú Mân như nghĩ ra điều chi hay:

- Ồ này Đinh Cư và Hoài An. Tụi nó trẻ không uống rượu, để "ngắm cành mai bên cạnh cành đào" Tức để ngắm người đẹp, nói chuyện mùa xuân cho đúng. Chứ chúng ta có tuổi thì phải uống rượu xuân một chút để cao hứng hơn chứ? Phải không nào? Mong hai vị cùng tôi hưởng ứng đi. Nào, nào… Chú Mân nói và rót rượu từ bình ra ly.

- Được thôi. Được thôi. Chú Đũa chú Chừ lên tiếng như trả lời với chú Mân, họ cùng bưng ly rượu. Cả ba tu như một dịp chung vui, rồi để ly xuống bàn.

Đinh Cư và Hoài An chỉ cắn thêm hột dưa vào miệng nhìn các vị tiền bối vui xuân. Hoài An mỉm cười. Đinh cư vẫn làm thinh. Chú Mân lại lên tiếng:

- Thôi đủ lễ rồi. Mấy chú và hai anh đây xin đi nha…

- Dạ nếu ba chú, hai anh ở không được thì thôi. Tú xin cám ơn lời chúc mừng của chú Mân, cùng các chú nhiều lắm. Tú sẽ có lời nhất định nói lại với ba má. Tận hồi nãy giờ khách ngồi, nhưng Tú cứ đứng, cô trả lời, lại mân mê vạt áo mình, và nhìn họ cô cảm kích, quý mến...

- Vậy nhé Tú, được rồi há. Chú Mân nói lời cuối thêm.

Tất cả đoàn, họ đã đứng lên rời ghế. Vài người còn nhìn Tú lâu thêm, như thán thục con ông Sâm có cô gái đẹp quá.

Phần Cư trước khi đi, Đinh Cư nhẹ nhàng bước đến bàn thờ tiếp thêm những cây nhang lẻ, không hiểu sao Tú cảm thấy mến người con trai này, mặc dầu anh chưa bao giờ nói gì đến nửa câu. Nàng nghĩ chỉ là "thần giao cách cảm." Ôi bất ngờ mà rất lạ kỳ với nàng. Phải chăng Tú có gì bất ổn? Có một gì đó dồn nén trong nàng, Tú có cảm giác, nhưng nàng cố lấy được vẻ tự nhiên, giữ lễ độ, ẩn khuôn phép của một cô gái mới lớn ở miền quê...

CHƯƠNG 2

Đã qua tháng hai, vào giữa tháng ba may vá thưa thớt, ít hàng. Thật sự Tú vẫn thích như vậy. Cứ như tháng chạp có lẽ mạng sống của nàng sẽ giao cho thần chết cướp mất! Đang loay hoay với mấy tấm rẻo nhỏ vải dư, Tú dự định cắt thành chéo làm ô vuông hình thoi, xanh, đỏ, tím, vàng, và vài khoảnh vải bông hoa trộn màu sặc sỡ, để kiến tạo thành những bao mặt gối cho đẹp. Ông Sâm ba của Tú, đến bên Tú. Ông nói:

- Mùa này cũng rảnh con hĩ. Lúa mình trên đó trổ đòng lâu rồi, sắp làm nên bông hạt chín, chim chóc nghe mùi hương vị ở đâu theo về tới ăn phá hết. Con có thể đi xe đạp lên trên đó coi cho ba, đuổi nó giùm ba. Hoặc con xuất hiện, con vỗ tay, thấy bóng người là chúng chạy... Đại khái là như vậy, rồi chiều tối chim về tổ, con về. Nếu không đuổi thì kết quả, lũ chim rừng sẽ cướm hết thóc từ trong thời trứng nước, chỉ còn trơ xương, chót gốc rạ? Nên ba mong con...

Bà Sâm nghe ông Sâm nói vậy thì phản đối ngay:

- Ôi không được đâu. Tú rất là yếu đuối, làm sao ông bảo nó qua đèo lội suối được. Đèo Bằng Lăng đá lởm chởm, dốc hang ổ nhiều. Con Tú, nó té xe, sẽ dập mặt mày ở đó...

Nguy hiểm lắm, sao ông không mượn bên chú nó lo luôn?

- Chú nó lo nhiều lắm rồi, mình làm anh chị thấy coi không được. Tôi mới nghĩ ra cách này chứ, công việc nhẹ nhàng. Tú làm được, vui thú nữa bà đừng lo.

Ngưng tý, rồi ông giảng nghĩa thêm:

- Năm ngoái Tú nó gánh kiệu cho tôi cùng má nhỏ nó đi xa tuốt Mỹ Tài, nó không rớt đài, bao nhiêu bạn nó đứt bóng từ Mỹ Chánh. Tú giỏi tôi biết bà đừng coi thường.

- Nhưng sau về nhà bịnh một trận, ông không thấy sao?

- Thì bịnh đau là chuyện bình thường của trời. Thôi bà không cho con đi cũng không sao. Tôi sẽ nói với chú nó kiếm, người bên đó lo giùm luôn nữa vậy.

Nghe ba mẹ nói chuyện, Tú ngưng tay cắt vải. Cô bảo:

- Con đi được mà, nếu hai em Ngọc Bình, Ngọc Thu thì đi không được. Nhưng con má đừng lo, con đi an toàn thôi. Hơn nữa con muốn đi ra ngoài thiên nhiên một chút...

- Hứm! Thiên nhiên... Con lại có tài binh ba.

- Lớn rồi, con biết cỡi xe cẩn thận. Xe đạp mình tốt cái thắng mà! Không tệ đâu má. Từ hồi nghỉ học. Học may con chăm vô may vá, cần thay đổi không khí một chút má? Nàng nói và tiếp tục với nghề. Tay cô tiếp tục cắt những mảnh vải chéo hình thoi còn lại.

- Con thì lúc nào vẫn thương ba, bảo vệ ý kiến ba, rằng má chỉ thương con, lo sợ rủi ro vậy thôi. Con biết không?

Ba thấy có sự ủng hộ của Tú, nên ông vui vẻ tiếp lời:

- Ừ đó. Bà thấy anh em cơ quan họ đối xử mình tốt, lâu lâu họ muốn con gái mình thăm viếng, nói chuyện vãn cũng vui. Hơn nữa tôi phỉnh phờ thằng Đinh Cư hoài nó trông. Lần này tôi nói Tú sẽ đến đuổi chim ăn thóc lúa, con sẽ giúp nó nghe. Coi bộ nó thích, nó mong lắm. Làm ăn thì phải có cách xã giao quan hệ thân mật. Vui vẻ người ta mới giúp mình, ích kỷ hủ lậu ai mà lo cho mình hoài, bà nghĩ coi?

Tú hưởng ứng nhẹ:

- Đúng rồi đó má, không sao đâu! Con đi như dạo ngoại cảnh, công việc lại cần hiệu quả như ba nói. Con thích mà!

- Đằng nào con cũng binh vực ba thôi. Má biết.

- Con nói công bằng, thiệt lòng chứ không binh vực ba đâu. Con cần tiếp xúc với thiên nhiên một chút tốt mà má?

- Con nhớ không nên có tình yêu với ai trên đó nha. Thằng An, thằng Cư gì cũng coi như anh em thôi.

- Tình yêu đâu phải một ngày một bữa, chắc chắn là, má nghi ngờ chi cho mệt má.

- Ừ thận trọng nha con!

Nàng mỉm cười ngưng tay lần nữa, trả lời ngoan ngoãn:

- Con hiểu mà! Má yên tâm.

Bà Sâm đưa mắt nhìn Tú, hết nhìn Tú. Bà lại đưa mắt nhìn chồng ông Sâm.

**

Cuối cùng sau ngày nói chuyện với ba má, Tú đã đi lên miền sơn cước. Nàng đi bằng cây xe đạp. Lúc đó sườn líp của Nhật cũng khá lắm rồi. Gia đình Tú không giàu, nhưng chiếc xe đạp ông Sâm ưu tiên, sắm cho những đứa con gái của ông đi sao cho ổn. Để những đứa con gái ông ra khỏi nhà, là khỏi phải bị lo lắng, khó xử, hoặc phiền hà. Ông từng thầm mong như thế.

Hôm đó Tú đi xe đạp vượt qua thôn Lạc Sơn, gió hơi ngược chiều thổi mạnh, rít rát cả da, song cô vẫn vui đạp xe băng qua đèo Bằng Lăng, và đổ về, xuống dốc rất sớm. Trăng sao chân núi mới sớm, đã lặn đi hết rồi, chỉ để lại một khoảng trời nhỏ nhưng có vẻ mênh mông trước mắt... Tú nhìn về phía Tây có lối mòn dẫn vào khá rộng, nàng nghĩ lối này chắc trúng đường rồi.

Tú có cảm giác nàng thích không khí mát rượi, trong lành đi vào lòng nàng ở đây... Ôi một buổi sáng thật tuyệt đẹp! Nàng cảm giác những cành lá xanh biếc của hoa bằng lăng, rất nhiều đâu đây, như đang vô mùa trở giấc! Và chúng như hứa hẹn – Một mùa hoa tím mộng bằng lăng xao xuyến gởi nụ, sẽ tô thắm giang sơn vùng này đẹp hơn! Nàng nhìn hoa lá ven vệ đường, cùng hương nhụy mơ hồ, thoảng đưa từ không trung ban tặng, đã làm cho nàng nhận một chút bâng khuâng len lỏi, kỳ lạ...

Thế nhưng Tú không còn thời gian để thưởng thức cà kê nữa. Nàng phải dắt bộ xe đi vào, chừng chỉ cách lộ mười lăm mét, nàng đụng gặp con suối ngoằn ngoèo. Nhìn qua con suối đá lởm chởm, đủ hình thù, mà nước chảy cạn trông thấy bóng đó... Tú càng nhìn thích thú hơn, nàng lại thấy một người con trai đang ngồi lom khom nhặt từng quả sắn (mì) gọt sẵn bỏ vô nồi. Bàn tay anh mạnh mẽ gọn gàng, và thao tác. Tú đang theo dõi "Bức tranh anh" thì Đinh Cư đang đột ngột đứng lên, anh bắt gặp cô đang bên kia suối nhìn mình. Cư lính quýnh, anh như thể không tin vào mắt mình. Nhưng như một phản xạ tự nhiên, giống một cái gì chạy nhanh ngang qua trái tim anh, làm cả lòng anh rạo rực xao xuyến vô bờ, cả khó nói nữa... Anh cố trấn tĩnh nhanh, rồi anh vội vàng hỏi:

- Tú em đến đây hã, bỗng nhiên anh có mơ không? Có thật là em đến đây không vậy ta?

Tú cười, nụ cười hồn nhiên, song thoáng buồn hơn vui. Cô đáp:

- Thật chứ còn gì mơ, em đi đuổi chim ăn thóc mới trổ bông cuối đòng. Nhưng em không biết đuổi cách nào? Anh chỉ em nghen. À chú em gởi cho anh, chú Mân, chú Chừ, chú Đũa trà cúc uống. Với thuốc bơm chống sâu bọ cho dưa leo, cho bí đỏ, mè xanh gì nữa nè. Đây nè anh. Trong bịch này...

Tú nói, chỉ tay vào chiếc xách lát nhỏ cô treo trên ghi đông xe, phía trước xe.

- Cám ơn em. Cư nói thêm:

- Em đến thì anh mừng rồi, mọi người đều mừng. Anh qua dắt xe đạp cho em nha. Em không quen lại té nước đó.

Cô gái bỗng dưng hóa ra như quen biết Đinh Cư từ bao giờ. Cô cảm thấy thân mật, cô cho anh qua dắt xe cô, nắm tay cô. Tú nhìn gương mặt rám nắng của anh, nhưng có đôi mắt và chiếc mũi đẹp làm sao! Chiếc mũi cao nhỏ, thon gọn và nhẹ nhàng, chỉnh một khuôn mặt nghị lực và điển trai. Còn nữa, Tú đưa mắt nhìn bộ đồ đã ngã bạc màu xanh của anh, giữa chốn này, song nó đẹp lắm, đẹp đến nổi nàng không thể tả được! Hình như có lẽ làm cho Tú giây phút chạnh lòng, dù chỉ là một vài phút xao động nhỏ nhoi của tuổi thanh xuân nàng! Tú nghĩ thế trong tâm hồn...

Tú đã để Đinh Cư nắm tay dìu qua suối cô đi một cách dễ dàng. Con suối với chiều ngang thì không đầy sáu mét, chiều dài không biết bao nhiêu mãi trôi xa... Đinh Cư tiếp tục dắt cây xe đạp đi vào khu vực nhà, Ngọc Tú đi theo anh. Cư nhíu mày nhìn cô gái anh bảo:

- Tú, anh không ngờ em đẹp quá, anh ngẩn ngơ khi gặp em hôm tết.

- Em nghĩ em không được như vậy đâu.

- Đừng khiêm tốn chi. Cư nói và mỉm cười thêm, cô nhìn hàm răng trắng đẹp đều của anh.

Hai người đã đi hơn hai phút, thì đến cơ sở căn nhà của cơ quan đóng. Cư bảo tiếp:

- Bây giờ em vô nhà ngồi đây nha. Anh ra suối đem khoai sắn, khoai mì luộc cho em ăn, và anh sẽ dẫn em ra ruộng nha. Đây là lần đầu tiên em tới. Anh nghĩ là em không biết ruộng em là đám nào, và đám nào phải không?

- Đúng rồi. Ba em nói, anh chỉ giùm cho em. Ba bận việc phụ giúp thợ xây, làm chuồng nuôi heo cho má nhỏ.

- Anh biết chuyện đó.

Cư nói rồi ra đi suối nhanh nhẩu đem đồ (mì, lang, nồi, dao, rổ,) trở vào liền. Tú chưa kịp nhìn ở phòng khách cơ quan anh treo. Tranh ảnh toàn là các năm, của giải chụp hình qua bóng đá thể thao, hình các nam nữ danh ca, được anh cắt dán. Tú cũng rất ưa ngắm. Nhưng miệng nàng cứ khua lên:

- Anh cứ chỉ đường em theo anh mà!

Cư thì lo gọn gàng nơi bếp núc và cất tạm nồi khoai. Anh chưa nấu, anh đang nghĩ ra một ý tưởng khác.

Tú vẫn còn mê ngắm. Cư hiểu nhưng giục nàng:

- Bộ thích ngắm những bức tranh đó hã? Lâu rồi em! Hoen màu rồi mà.

- Đâu có lâu lắm anh, mấy ca sĩ, mấy đội bóng thể thao này nổi tiếng mới vài năm đây mà!

Cư cười mỉm nhẹ:

- Ừa, vài năm là lâu rồi chứ em? Anh ái mộ nên dán coi cho vui... Thôi mình đi em, chiều về em nhìn ngắm nữa nha!

- Dạ!

Tú nói đứng lên lấy trà cúc, thuốc trong xách đặt ra bàn, rồi cô như gật đầu ra hiệu cho Cư biết, nàng sẽ đi theo chàng. Đi quên điều chi cách mấy bước, Cư ra hiệu như có việc, chàng phải quay lại để cầm theo tay bình nước uống. Nàng đứng đợi... Thấy chàng bước đến có cái bình rất lạ, nàng nhìn nó nghĩ hay hay. Chàng thì là thật chu đáo quá.

Cư đưa Tú ra bãi dưa leo, bí đỏ của chú nàng trước. Tú mê làm sao khu vực làm hoa màu của chú Năm, những trái mướp khẳng khiu trên giàn, những trái dưa leo đong đưa qua các chùm cây cài chái nhánh, những trái bí đỏ nằm la liệt ngổn ngang thật đẹp, hoặc được phơi mình, hoặc được chú bọc bởi một ít rơm khô mùa phủ kín... Những cây ớt xanh, đỏ nhiều màu, những cây cà chua trông chúng cũng thật dễ thương cả! Tú muốn ngắm mãi mà không chán mắt! Nàng ôm những cái bí đỏ lên hôn một cách ngây thơ. Làm Cư thấy vui hẳn lên. Anh cười tươi son bảo Tú:

- Em có thích cuộc sống như vầy không?

- Thích chứ, đẹp thật!

- Ước gì em lên mãi nơi đây, anh sẽ thấy yêu cuộc sống, anh yêu đời hơn chắc.

- Thiệt hôn?

- Chứ còn gì nữa. Em không tin lời anh nói sao?

Cô gái chỉ cười nhẹ mà không trả lời gì hết, nhưng Cư trông ý nghĩa vô cùng trong mắt Tú.

Cư phải dẫn Tú thăm ruộng là chính yếu. Cô bẽn lẽn theo anh cách đó không xa, bốn đám ruộng trước mặt là của ba nàng, năm đám kia của chú Năm kế tiếp, và còn lại của một số người khác...

Gần đó một cái chòi, ba Tú cùng chú Năm làm qua các mùa đông đã có xiêu vẹo, song cũng còn ngồi được. Cư đưa tay chỉ:

- Em Tú, đó là cái chòi kìa em, em mỏi chân tới đó ngồi, ăn cơm khi đuổi chim hoặc em làm chi cũng được. Em tới đó ngồi đi nha! Anh đi hái thị cho em. Mùa này trong rừng đã có ít thị chín bói, thơm ngát lắm, em nghe không?

- Em có nghe mùi thơm thoang thoảng, em đâu thấy chim đến đâu mà đuổi anh Cư? Tú đảo mắt nhìn một giấc cô thêm thích lạ.

Cư vui vẻ đáp:

- Có chứ, còn sớm đấy. Nó trưa mới đến, khoảng trưa trưa, một chút em...

- Vậy à nhưng tội nghiệp mình đuổi nó, nó kiếm gì để ăn anh nhỉ?

Chàng nhìn nàng không cười nói:

- Nó bay đi chỗ khác, nó kiếm nhà nào giàu không đuổi nó săn, hay em muốn làm phước cho nó ăn, ba em sẽ đánh đòn em đó.

- Khó xử, nhưng em hy vọng nó đừng đến thì tốt hơn.

- Anh vẫn mong như thế, giờ anh đi nha. Em lại ngồi chòi kia đi há? Cư nói chỉ tay thêm một lần nữa về nơi chòi nhỏ. Và đưa bình nước qua tay nàng. Giờ thì Cư phì cười.

Hai người như hiểu, rồi chia tay nơi ô ruộng. Cư bỏ vào rừng hái thị. Tú ngồi chòi vơ vẩn ngắm mây trôi...

Anh đi hái thị xong anh không đến chỗ Tú liền, mà Cư quay về nhà trại, (phần mì, khoai lang anh đã cứ để qua một bên.) Anh lo nấu cơm nếp dẻo thật nhanh xong, anh mới đi đến chỗ nàng. Anh cứ để mặc cho Tú chờ khá lâu. Lòng Cư vui rộn ràng nỗi niềm khi trở lại, anh cứ huýt sáo vang vang. Anh nấu thật nhanh, mà cơm nếp nấu một, hai lon. Thú thật mau lắm! Nhưng kỹ thuật khó nấu thôi. (Cư có bỏ vô chút muối hầm theo nước khi nấu cho mằn mặn hơn.) Xong, anh mang theo nồi cơm nếp dẻo đi theo anh. Anh chuẩn bị đãi cho người con gái tên Tú hôm nay. Vì có mấy khi nàng lên miền sơn cước này đâu!

Về phần Tú, đã đứng ngồi, nàng đuổi chim gần hai, ba tiếng đồng hồ mà nàng không thấy chim bay đến như ba diễn tả. Nàng chỉ thấy một vài con lượn lờ sà dọc xuống, rồi vỗ cánh bay cao. Tú nhìn nó mỏi mắt, rồi nó mất hút... Nàng lại nhìn bình nước để đó bên cạnh mà Tú chưa khát để uống...

Tú đợi Cư quá lâu nàng không thấy anh trở lại. Nàng thoáng nghĩ rằng nếu mà nàng thân với Cư và không đuổi chim, nàng sẽ cùng chàng vô rừng hái thị chung thì vui biết mấy, đùa giỡn bên chàng thì thú vị biết là bao... Nhưng không, nào nàng dám "táo bạo" nghĩ ra thế chứ? Tú tự thấy xấu hổ và mỉm cười bẽn lẽn với cái ý chính mình. Rồi nàng nghĩ là khác hơn, hôm nay nàng đến không có đông người, chú Mân, chú Chừ, chú Đũa, An, những ai nữa họ đi đâu hết, không có ở đây? Thì ra Tú chợt nhớ hôm nay là chủ nhật. Thường chủ nhật, thứ bảy họ đi về nhà, hoặc họ đi chơi xa hết.

Ngọc Tú lại đang thả hồn qua thiên nhiên, trước mặt nàng cách mấy đám ruộng, xa xa là dòng sông quanh co uốn khúc lững lờ. Bên kia có cánh đồng nho nhỏ, xa xa hơn nữa là những đồng cỏ chăn nuôi. Hướng Tây nàng đứng là rừng. Sau lưng là bãi cải hoa đậu, rau quả của Cư, của những người đơn vị Lâm Trường Chăn Nuôi. Họ muốn canh tác để cải thiện đời sống ở đây! Tú cảm thấy hay hay, đất trời tạo hóa ban cho vùng này như một bức tranh khá thơ mộng. Nàng nghĩ xa xôi rồi nghĩ gần, bây giờ mình không đi đại học, nhưng đã có nghề may rồi. Tú chấp nhận cuộc đời không than vãn. Mai đây nàng cũng phải lấy chồng, năm nay là nàng mười tám...

Tú nhớ hoài lời nàng trả lời với ba Sâm thường nhật:

- "Con thấy chưa cần ba, thời nay tân tiến hơn, lấy chồng không nên muộn mà cũng không cần sớm lắm ba. Vì trẻ quá không biết dạy con, hoặc không biết nhường nhịn nhau, dễ gây gỗ, đổ vỡ ba à."

- Mười tám tuổi là lấy chồng đúng lắm rồi con, không còn nhỏ nhít đâu.

- Dạ thật sự con chưa có ý định lấy chồng ở dưới cái tuổi hai mươi.

- Thì ba chỉ muốn con tìm hiểu ai đó rồi ưng lấy. Vì con

gái như cái hoa vậy đó con. Không thể để nó…

Nàng mỉm cười nhìn ba và bảo: Vâng con biết.

Nhưng suy cho cùng Tú chưa gặp được ý trung nhân mà thôi! Chứ nếu như gặp người "trong mộng rồi" thì dễ gì. Đã mấy lần Tú trả lời với ba về hôn nhân như thế. Nàng đang suy tư đâu đâu. Cư đến bất ngờ, chàng xách theo một bịch nylon thị thơm ngát hương, và mang theo nồi cơm. Anh đến bên chòi kêu lên:

- Tú em, anh hái thị xong về nhà nấu cơm nếp dẻo cho em ăn luôn nè. Nếp này nếp Nàng Hương, cơ quan anh canh tác để lại một ít cho tụi anh. Hôm nay anh nấu tặng em…

- Trời ơi, anh đi đâu lâu quá, làm em sợ hãi... Tú như giật mình xuýt xoa. Nàng đã đứng dậy.

Cư liền hỏi, khi anh nhìn vào đôi mắt cô thật tuyệt đẹp lóng lánh:

- Em sợ gì nhỉ?

- Sợ ma. Tú trả lời hồn nhiên.

- Anh không tin em sợ ma. Hơn nữa cảnh vật ở đây thoáng, quang đãng làm gì có ma mà em sợ?

- Có chứ, thấy vậy nhưng em nhát lắm.

- Vậy à, biết vậy anh trốn bụi hù dọa em chơi.

Cư nói nở nụ cười nhíu mày, lại mỉm chi. Tú cũng trông nụ cười anh hiền lành đẹp quá, nàng thích thật!

Cư nói tiếp:

- Em thích thị không? Một vài tháng sau sẽ nhiều lắm. Nay chỉ có một ít thôi, lác đác. Nhưng anh cố hái.

- Công anh lớn quá há. Tú xin cám ơn. Và nàng nắm lấy bịch thị từ tay chàng đưa.

- Thì ừa… hừm… Em…

- Gì nữa anh? Tú ngỡ ngàng nhìn người con trai đứng trước mặt mình, với vóc dáng đẹp trong câu nói dở dang, lúng túng...

Chậm một giây chàng lại đáp lời:

- Chiều nay đem về cho hai em Ngọc Thu, Ngọc Bích. Còn bây giờ em ăn cơm nếp với anh nha.

- Trời ơi anh? Nàng nói và ngơ ngác thêm.

Chàng cười tiếp tục bảo:

- Em ngồi xuống đi em, anh cũng ngồi xuống, chòi này bốn người còn ngồi được mà.

Tú nhìn anh thêm rồi nhìn trời. Cư lại nhìn chòi, nhìn người con gái tên Tú mà rằng:

- Cái chòi trông có vẻ đơn sơ xiêu vẹo, nhưng nói ngã hẳn là chưa đâu. Còn trông đẹp thi vị nữa đó chứ em! Ngồi xuống đi em Tú!

Tú vâng lời ngồi. Cả Cư cũng ngồi xuống. Anh chạm nhẹ vào tóc nàng là cả một trời lưu luyến. Cư nói:

- Tóc em đẹp và thơm thật, em lên đây hoài anh nhìn thấy em, chết anh vẫn ưng lòng...

Nàng lúng túng không nói chi cả. Sau một hồi Tú thong thả đùa:

- Ồ nếu mà nhìn em anh chết, thì em không dám lên để anh sống chứ?

- A, được chết, có em thấy em, anh không ân hận nữa.

- Thiệt không đó, đừng xạo em nha. Nàng cười nụ, đặt bịch thị vào một góc gần để ngồi.

- Thiệt mà. Cư sung sướng bảo.

Cư tiếp tục thốt thêm:

- Thôi ăn đi em, kẻo đói bụng.

- Em có đem cơm đó chứ, em quên để ở phòng khách cơ quan anh. Với lại em định khi đói là quay về ăn.

- Có. Anh có thấy rồi, để chốc nữa mình về ăn. Bây giờ anh đãi em chính món này anh nấu đây nè! Cư nói và gỡ ra đưa cho Tú những miếng ngon. Tú phủi tay cho sạch sẽ hơn, nàng cầm lấy những hạt cơm nếp nạc anh nấu. Miếng cháy cứng đanh, Cư giữ lại tay anh, để anh ăn...

Đúng cơm nếp rất là khó nấu. Cái nồi hầu như cháy hết một nửa, đã vậy anh nhường cho Tú miếng xịn, miếng bảnh, miếng dở anh lãnh phần. Tú thật sự cảm động, cô cảm giác biết ơn anh. Ôi một bữa ăn rất ngon nhất đối với cô như chưa từng thấy. Ăn vừa xong chàng lại rót nước từ bình ra nắp cho mình uống và rót mời nàng. Chàng làm như vui cảm tưởng uống rượu không bằng. Sau đó thì chàng ưa đưa lên miệng tu bằng bình, khỏi uống bằng nắp nữa, rồi chuyển sang mời Tú, nhưng Tú không chịu lắc đầu lia lịa, mỉm cười...

Cư hiểu ý Tú và không buộc nàng. Nàng chỉ chờ chàng rót ra từng nắp đưa cho nàng mà thôi. Và nàng lại hỏi chàng sau khi ăn. Nàng đã dọn dẹp hờ, nồi niêu phụ giúp chàng:

- Hôm nay sao không có ai, chỉ có mình anh ở cơ quan vậy. Buồn không anh?

- Có một chú Chừ nữa, mà không biết sáng nay sao chú thả bò đi ăn sớm vậy. Còn tất cả về nhà hay đi chơi hết. An xuống đội sản xuất chơi đá banh. Chỉ có anh là túc trực ở đây thường. Mà làm sao buồn, khi một sáng có em đến chứ? Ôi một người ngọc đi thăm chú cuội rừng thôi...

- Trời ơi, thiệt không? Hay nói là nói để em vui thôi, anh cũng văn hoa lắm nghen.

- Xúc cảm thật anh nói chứ có gì văn hoa em? Và em cứ thử nhìn vào con mắt anh đi. Thì sẽ thấy là anh nói chân thành.

- Thôi khỏi cần nhìn. Em cám ơn anh lần nữa, với lời lẽ đẹp hơn bài thơ. Em thích là đủ hơn. Tú nói thế nhưng mắt nàng đã nhìn mắt chàng say đắm lúc nãy rồi. Im một tý nàng lại bảo:

- Bữa nay nè, em chỉ thấy vài con chim lượn lờ rồi bay hút bóng. Nó không thèm sà xuống ăn lúa thóc anh ơi. Đúng lạ nha anh?

- Tại hồi nãy em nói đừng trông nó tới ăn. Nên nó nghe và chỉ biểu diễn cho em ngắm nó thôi. Nó tôn trọng em, và tôn trọng ngày nay của chúng ta.

- Em rất mong là như thế. Xin cám ơn.

- Em là tiên mà, ước cái chi không được.

- Anh thêu dệt cho em không hà nha?

- Anh nói thiệt chứ.

Cư vui vẻ hơn ngắm nơi thượng đình nàng rồi nói:

- Ô anh muốn cho em coi thêm cái này?

- Gì vậy anh?

- Sẽ thấy trong nháy mắt. Cư nói và anh bỏ đi bước nhanh. Tú đứng nhìn chăm theo.

Thì ra Cư giấu một cây đàn guitar gần đó, khi anh từ nhà mang ra lúc nãy. Anh để Tú ngồi chòi. Anh vào lấy đem ra một cách bất ngờ, giọng anh vui vẻ cắt nghĩa:

- Cuộc sống anh còn có cây đàn này đây. Anh yêu nó lắm...

- Anh cũng biết chơi đàn hã anh? Tú nhìn cây đàn Cư cầm tay. Nàng vội hỏi thế.

- Chút chút thôi đấy. Cư trả lời.

- Biết hát luôn hã anh? Nàng cười trong sáng, hỏi thêm như vậy nữa.

- Chút chút. Cư cười có vẻ bí hiểm nhưng dễ thương...

- Cái gì anh cũng chút chút hết cộng lại là nhiều mà. Nàng như muốn phân trần hơn.

- Em nói chuyện thật vui Tú à, và em biết không? Nếu thiếu cây đàn chắc hẳn anh buồn lắm. Bây giờ anh đàn hát cho em nghe, cho vui nha. Em có thể hát theo anh nha Tú.

Cư nói xong, anh lên dây đàn so phím dạo, và đi vào đàn chính thức, anh hát lên một bài hát ngoại của Liên xô thời ấy "Hãy Hát Lên Tiếng Hát Trên Đồi" Nhạc vui. Sau chàng bắt qua nhạc trữ tình, được chuyển sang bài hát "Ngậm Ngùi" nhạc Phạm Duy, thơ từ nơi Huy Cận. Để cho hợp khung cảnh chàng nàng hơn. Cư vừa thoáng nghĩ, và ít ra chàng cũng rất thích bài hát giàu chất thơ này...

Giọng chàng cất lên. Cư đệm theo thêm tiếng đàn guitar. Anh thong thả hát...

Nắng chia nửa bãi, chiều rồi...
Vườn hoang trinh nữ xếp đôi lá rầu.
Sợi buồn con nhện giăng mau,
Em ơi! Hãy ngủ... anh hầu quạt đây.
Lòng anh mở với quạt này,
Trăm con chim mộng về bay đầu giường.
Ngủ đi em, mộng bình thường!
Ru em sẵn tiếng thùy dương mấy bờ...
Cây dài bóng xế ngẩn ngơ...

Hồn em đã chín mấy mùa thương đau?
Tay anh em hãy tựa đầu,
Cho anh nghe nặng trái sầu rụng rơi...

Tú nghe hồn nàng như nhập hồn theo chàng. Hai người coi như lạc vào cõi mộng thiên thai. Tiếng hát chàng làm mê ly tận tim phổi nàng. Một giọng ca trầm ấm, cao có thấp có, chàng hát có lúc thánh thoát êm ả như ru, có lúc náo nức, rạo rực trẻ trung lại nóng bỏng, lúc thì trầm, thốt hạ xuống theo cung đàn nhịp điệu, làm nàng say sưa... Niềm đam mê nàng hát theo, hai người như không biết đâu là thời gian hay không gian để ngừng lại. Cả Cư, và Tú đã đi vào một thế giới âm nhạc, của một chiều tím trên miền sơn cước lạc...

Thật ngoạn mục, thật tự nhiên, thật đáng yêu, mà mê man đắm đuối! Hai người đều như quên đi, họ đắm chìm, không nhận ra mình là như thế. Ôi âm nhạc, âm nhạc như quyện chặt trên môi một tình yêu mới mẻ, và hình thành nơi họ. Họ lãng mạn đáng yêu quá chăng...

Sau đó Tú vui lẫn bùi ngùi theo dư âm những bài hát. Nàng nói: - Anh hát tuyệt mà!

- Cám ơn em không chê. Cư đáp lễ.

Thời gian với họ là âm nhạc là tiếng nói chung, cảnh trí luôn tác động tạo cảm hứng hai bên. Thấm thoát trời đã chiều, mặt trời hạ dần xuống núi, chim muông bay về tổ. Tú vẫn thấy vài điểm sao trên bầu trời; vầng trăng xuất hiện sớm phương Đông, nhưng chưa tỏa sáng được, bởi còn sự hiện hữu của mặt trời... Song nó như báo một khung cảnh đêm sắp về, tất phải có. Nàng nhìn những đám ruộng sương sa, sướt phớt nhè nhẹ, có vẻ như se se lạnh chút đỉnh nữa, nhưng đẹp hãi hồn, đẹp ơi là đẹp ở đây... Tú nhìn như thơ như mộng, trong một chiều trở giấc lạ lùng. Nàng như yêu quá cảnh vật, một thế giới lặng lẽ vào ban đêm, đầy yêu thương của nó... Còn chàng cảm giác thời gian như tiếc nuối, chàng ngồi bên nàng sao mà đi nhanh, rồi mau mất đến vậy!

Tú, Cư rồi phải ra chòi rời khung cảnh một vùng nơi

đây. Nàng đứng dậy quyến luyến, song phải về lại gia đình như ba nàng bảo. Tú thầm nghĩ "Thời gian ơi sao mà nhanh thế." Có ai níu được thời gian...

Cư thì bước song đôi bên Tú. Anh dừng lại bảo:

- Thì giờ ôi đi lẹ quá hả em? Hay là em có thể ở lại một chút, trăng lên tỏa sáng anh đưa em về.

- Không được em phải về thôi, có thể mai mốt em lên. Em rất thích phong cảnh và khí hậu ở đây.

- Có thật không, hay em nói dối để vui?

- Thật chứ, em không biết vì đâu? Chỉ là em cảm giác dễ chịu ở chốn này.

Lời Tú làm cho trái tim Cư xúc động vô bờ. Anh đi bên nàng, nhịp tim anh đập mạnh hơn, anh vác trên vai một cây đàn hôm nay anh đem về. Còn những gì anh thích để đó, anh cầm tay nàng mà rằng:

- Ồ Tú nè, anh sẽ trở lại... Em khỏi cần dọn đem về làm chi. Cứ để yên nơi chòi vẫn được em. Anh thích vậy, biết đâu tối nay thần linh sẽ làm chứng cho mình đã có ở đó thì hay hơn?

Nàng cười bâng quơ, thân ái nhìn chàng trả lời:

- Anh lãng mạn khác thường quá. Nhưng người đâu của đó. Với lại chỗ ngồi mình thần cũng chứng được vậy anh Cư.

- Nói gì chỗ ngồi em? Vật thể có tiếng nói với thần linh mạnh hơn chứ?

Nàng cười cảm thấy chàng nói hay, nhưng đã không làm theo ý chàng. Tú vẫn đã vén gói gọn và xách đi theo bên Đinh Cư chàng, nàng đã không chịu quay lại bỏ, nàng chỉ muốn đem về doanh trại thôi...

Chẳng mấy chốc họ đến doanh trại cơ quan. Vài ba ngôi nhà liên kết được cơ quan bỏ tiền xây dựng. Cư mời Tú thêm ly nước nhưng Tú không uống. Cô lại ngắm tranh hình, nơi văn phòng chính, như buổi sáng cô đến đây. Đoạn Tú bảo:

- Thôi em về nha. Chiều tối rồi, mai hồi em lên! Cơm em đem lên, em để anh ăn nha.

- Em ăn với anh đi rồi về.

- Không em còn no lắm, chưa thấy đói, trời sẽ đến tối... anh để đó rồi dùng.

- Được, anh ăn cơm em đem, chắc sẽ nhớ em nhiều, và nhớ em suốt đời hạt cơm đó. Chàng nói và mỉm cười nhìn người con gái chàng đã đem lòng yêu nơi dạ mình.

- Nói cho giữ vậy. Khó tin...

- Sự thật ở anh mà.

- Còn em. Nghe nhạc anh hát, em không bao giờ quên.

- Anh ước là như em nói nha.

- Thiệt mà.

- Và ước gì em ở lại bên anh chút nữa. Anh sẽ vui lắm.

- Hổng được đâu anh. Em đâu có dám? Nói vậy chứ em ở với anh cũng gần cả ngày rồi.

- Ước ao gì anh có phép có thần lực vô song. Anh sẽ kéo thời gian như mới sáng và chậm lại.

- Ai không ước anh. Nhưng ông trời đâu cho mình vạn năng hơn ổng.

- Anh đùa thôi. Nhưng mà thích em ở bên cạnh lắm.

- Em sẽ lên lại mà! Ba em sẽ nhờ em nhiều lần nữa đó. Dù chim muông thấy em nó sẽ không đến.

Cư chớp đôi mắt nghe và bảo nhanh:

- Vâng đang thầm mong được vậy em!

Như không còn thời gian để tâm sự, chuyện trò nữa. Cư dắt xe đạp ra cho Tú, tự nhiên anh cảm thấy buồn. Tú không khác chi anh, bỗng nhiên nàng xốn xang lời mẹ dặn. Nàng tự thầm hỏi "Mình có gì vượt quá không?" Rồi Tú nói với Cư:

- Chúng ta gặp lại nghen... em nhắc lại. Em về nhá anh!

- Vâng em đi đi! Chạy xe cẩn thận nha em.

- Có té mới biết đau tốt.

- Em không nên nói sẩy.

- Em đùa thôi, em sợ té lắm chớ bộ?

- Nếu anh thấy em té, là anh đứng tim trước đó.

- Hừm... Tú lại lắc đầu và nhoẻn miệng.

Cư lại cười buồn. Cư chia tay nàng ở ngả suối, hai người

vẫy vẫy tay tạm biệt mấy lần.

Bây giờ Cư buồn thiu, lặng lẽ quạnh quẽ đi vào, anh ngắt một lá chua rừng bỏ miệng mà không hay! Anh tự nhiên mới thấy thấm tháp câu hát của người xưa mà mẹ anh vẫn hát ngày nào. *"Chim xa rừng còn thương cây nhớ cội người xa người... tội lắm người ơi... Thà rằng không biết thì thôi biết rồi mỗi đứa một nơi hỏi ai không là buồn?"* Tuy rằng anh mới quen Tú. Nhưng hình như chàng đã yêu thương từ độ nào. Cư như sợ sự chia tay nào xảy ra? Anh suy tư sợ lắm, đã lỡ yêu rồi thì hay lo sợ mất nhau. Thường là như vậy mà! Cư chưng hửng đa mang! Mà đời luôn vẫn thế...

Anh lại thấy nhớ mẹ ghê gớm với câu hát ý nghĩa này. Và Cư cảm thấy héo lòng, héo dạ hơn nữa. Khi anh trở về doanh trại một mình. Anh miên man trong cảm tưởng...

CHƯƠNG 3

Tú đã đi rồi, chiều đó là chiều chàng buồn nhất đời kể từ ngày anh lên làm đội trưởng đội canh tác ở đây. Tú đi rồi chiều chủ nhật này, sáng nay anh vui bao nhiêu thì giờ đây anh đổ buồn bấy nhiêu! Cư cảm giác anh không thể ăn cơm chiều nổi, anh lên giường trùm mền nằm, quấn kín đầu mở radio nghe miên man, hoang tưởng... Đài lấn dữ dội anh không buồn sửa. Sau anh bấm nút tắt hẳn. Anh mãi suy nghĩ về cô gái mang tên Ngọc Tú này.

Đến chiều hơn chú Chừ lùa bò về chuồng, vào nhà thấy anh như thế. Chú liền hỏi:

- Đinh Cư có đau gì không? Trùm mền ngủ sớm vậy con? Sáng giờ con có bơm thuốc cho mấy đám ruộng bị bông hôi hút hết chưa? Con chậm trễ cơ quan quở trách đó.

Cư chợt nhớ nhung ra, nhìn trời tối rồi anh trả lời:

- Con quên, sáng mai con làm. Cư nói đầu vẫn trùm kín.

Chú Chừ chợt nghĩ, cười bảo:

- Thôi nói gì nữa mới gặp một ngày mà tương tư. Sáng nay cô bé thợ may Ngọc Tú đến phải không?

- Dạ cô ấy đến nhưng về rồi.

- Thảo nào chỉ mới non một ngày mà tương tư lâm bịnh.

Cư vẫn trùm mền đáp:

- Con yêu cô ấy mất rồi, chú đừng cười con.

- Thả mền ra nói chuyện với chú. Chú và chú Mân giúp.

Nghe nói, Đinh Cư bỏ buông mền xuống như không hay. Anh chồm ngồi dậy đến bên chiếc ghế chú Chừ đang ngồi. Bếp lửa gần đó đang cháy bập bùng, được nơi chú Chừ thổi khơi từ khi nãy. Cư sốt sắng hơn nhìn loáng bếp lửa, rồi anh lên tiếng nhanh:

- Chú có cách giúp con không? Con muốn cưới cô ấy làm vợ. Cư nói và chớp đôi mắt, hơi buồn nhìn chú Chừ.

- Mà cô ấy có cảm tình với con không đã chứ?

- Con nghĩ có chút chút.

- Thôi được ông Sâm không khó lắm, bà Sâm cũng vậy. Song hãy để từ từ đừng vội, hỏng hết...

- Nhưng con nghèo quá, không biết họ chịu không?

- Thì khó là chỗ đó, chứ mày thì đẹp trai rồi. Mà này gái Nông Lâm Trường cả khối gì cô đẹp, sao không yêu? Lại mới gặp mà thầm yêu người ta! Thôi lo cơm nước ăn chiều đi, chú liệu có cách giúp cho. Điều trước hết, cần nhất con bé Tú đó phải yêu con mới được.

- Con sẽ cố gắng thuyết phục... Chắc chắn chú nói vô giùm con nha.

Im một chút chú Chừ cười bảo tiếp:

- Chắc chắn rồi, không nói vô làm sao nhờ mày được!

Cư nghe chú Chừ nói anh hơi vui trở lại, anh đi phụ lo chuẩn bị cơm nước cho ông bố nuôi. Anh không gọi bằng ba hay bố mà cứ gọi bằng chú Chừ. Cơ quan thường túc trực ba người ở đây, những khi canh tác làm gì họ điều động công nhân từ Gò Loi lên, chiều xe đưa rước công nhân chở về. Họ có rất nhiều khu vực canh tác trong vùng phụ cận này!

Tú về nhà một đêm rồi nàng không ngủ được, suy nghĩ mông lung nhiều. Đêm nay đêm thứ hai lại càng không ngủ ngon được, cô mãi thao thức với vầng trăng, cô nhìn trăng như muốn hỏi trăng: Vì đâu. Vì đâu ta? Tú lại mơ màng nhớ nhất giọng ca của chàng. Tú cứ muốn hướng về miền sơn cước, người con trai họ Đinh đã làm cho cô xao xuyến bâng khuâng kỳ lạ. Tuy chưa in đậm trong tâm trí nàng, song Tú có cảm giác khó quên. Tú đặt ra câu hỏi, mình có yêu chàng không? Hay là phong cảnh hữu tình làm cho nàng chạm lòng, động cảm. Bởi trái tim nàng nhạy bén về tình người. Chàng có sự cuốn hút trong tim nàng, hay vì ơn nghĩa cuộc người? Chàng là người để cho nàng quí trọng hay đã đạt đến, chàng là người nàng sống không thể thiếu? Mất chàng nàng có thể đau thương, hay mất chàng, nàng không thể sống nổi? Tú chưa bao giờ biết yêu ai ngoài công việc. Nàng chỉ lo học hành và rồi bước sang nghề bất đắc dĩ. Nhiều người con trai thợ bạc, thợ vàng, ở huyện tán tỉnh, Tú vẫn dửng dưng, sao hà cớ gì người con trai này chốn miền sơn cước lam lũ, làm thuê làm mướn, áo bạc sờn vai, lại đem cho tim nàng thổn thức... Nàng như muốn hỏi với vầng trăng đêm nay biết bao lần. Nhưng ngẫm rồi lặng thinh. "Hay chỉ là riêng ta thì khóc mà trăng lại cười." Nàng tự vỗ về như thế.

Nàng biết tình yêu cũng thường nghiệt ngã, ngang trái. Nếu nàng yêu Cư thật, liệu ba mẹ nàng, các em nàng có chịu không? Chúng luôn muốn người anh rể chúng có xe nổ chở chúng đi chơi, hoặc cho chúng mượn... Chớ ai lại muốn anh rể có với cây xe đạp không nên thân, không ra hồn, cứ phải kêu "cọt kẹt cót két" kia bao giờ... Và các anh chị nữa, nhưng sao nàng muốn lấy Cư làm chồng. Chàng sẽ là người yêu trăm năm của nàng?

Lạ thật...Tú cảm thấy xấu hổ khi phải kiềm chế trái tim. Ngọc Tú không cho ai biết sớm với trái tim mình như vậy. Hôm nay nàng đã yêu, và biết yêu lắm rồi chăng?

Khi nàng có mang những quả thị đó về cho hai em, hai cô em vẫn còn đi học. Biết cái lý lịch xấu học, không làm gì, thời buổi vẫn còn thanh lọc bởi lý lịch này, ba nàng vẫn không cáo buộc các em nghỉ học sớm. Ngọc Thu lên lớp chín, còn Ngọc Bích đang lớp tám. Thấy chị mang thị về cho, thì vui lắm. Hai em cứ mãi hôn hít, hát vè:

- *"Thị ơi thị rớt vào bị bà. Bà hun bà hít chứ bà không con."* Nhưng Thu rồi dọa la Tú:

- Chị đừng có nói chị yêu mấy anh trên đó nha? Chị là tiểu thơ, chị không chịu nổi cuộc sống lam lũ chân lấm tay bùn đó đâu? Sao có một ngày lên đó, mà chị như bị ai hốt hồn. Ô hay... Tụi em không đón anh rể miền sơn cước đâu.

Tú nghe nói trúng phóc tim mình, nhưng Tú cố chống chế:

- Chỗ ba chú làm ruộng rẫy, chị lên đuổi chim chóc thôi, làm gì chị đi yêu mấy anh đó mau được?

- Nhớ nghe, hôm nào mấy anh đó xuống, tụi em không cho vô nhà đâu hị hị...

Tú làm thinh, em nàng Ngọc Thu lại châm chọc tiếp:

- Nhớ nghen, nhớ nghen, quà thì ăn nhưng hôm nào xuống đây, tụi em không tiếp, không cho vô nhà đâu. Nhớ nha, nhớ nha...

Lời của Thu như gáo nước lạnh tạt vào mặt Tú. Làm Tú tự ái bực tức. Bỗng nàng quạt lại với câu nói:

- Chị thách em đó, chỗ ba mình và chú làm ăn. Tụi em dám làm ba và chú mất mặt hôn?

- Dễ sợ, phản công đột xuất há.

- Không ruộng họ cho, thì ba lấy tiền đâu ra mua dụng cụ để cho chị và mấy em mình học tập, mấy năm nay? Tiền đâu lo giỗ chạp tổ tiên, mời gọi họ hàng về chung vui kỷ niệm, tiền đâu nuôi con má nhỏ. Mấy em phải biết nghĩa...?

- Nghĩa hi hi...? Chị có yêu anh An, hay anh Cư gì đó không? Đừng nói lòng dòng.

- Không! Tú bực mình đáp cụt ngủn.

- Tiếng hát, cây đàn guitar đó không nuôi sống chị nổi đâu. Chỉ để hát trên rừng cho vượn nghe thôi. Tôi có nghe anh Cư xuống nhà chú Năm, đánh hát một lần nha.

- Em đừng có xúc phạm người ta được không?

- Quyền em nói, xúc phạm gì? Chị đừng lậm quá. Yêu rồi chăng? Ngọc Thu nhìn chị mình rồi nói thêm:

- Yêu nên binh mà. Hát bậy bạ núi rừng, hát hay đã làm ca sĩ nơi thành đô thì cũng đỡ cho chị, ổng chỉ hát giun dế...

- Em đừng nhiều chuyện được không? Chị xin nhắc lại.

- Nhiều chuyện gì hè hè, nếu chị yêu anh ấy tụi em đập nát máy chị.

Thấy em Ngọc Thu, em kề mình tấn công. Tú không nhịn được, liền bảo mạnh:

- Tại sao em làm vậy, em là em của chị mà. Em không là mẹ chị? Chị có quyền mà. Em đừng có nói quá như vậy.

- Ạ, ạ... Nhưng chị đi học hết chữ hết nghĩa làm chi? Đi học may làm gì, không biết chọn chồng để đi, lên thành phố hay thị trấn. Mà chị chạy chui về núi, yêu một người để nhận lấy tai họa nghèo đói, khó khổ chứ!

- Em đừng khinh bỉ chứ. Đời đâu phải thành phố là giàu sang hết. Nhà quê mà biết canh tân, biết hạch toán, biết làm ăn cũng khá thôi. Hơn nữa, hạnh phúc không có nghĩa là tiền trên hết.

- Ô lậm ai rồi đó. "Hạnh phúc không có nghĩa là tiền trên hết" ha ha. Yêu ai cứng mình rồi đó nha. Em nghe ba má định gả cho chị một người rồi đó. Coi chừng chị!

Ngọc Thu nói tới đó, như tuyên bố hoặc cảnh báo rồi bỏ đi, Tú ráng chạy kéo tay và hỏi cho được:

- Ai vậy sao chị không nghe? Chị chưa yêu ai mà. Thu nói chị nghe lạ quá.

- Em nghe là sơ sơ thôi. Họ rất muốn chị, họ sẽ đi hỏi cưới chị. Nhưng em, nghe chưa được chính xác.

- Trời ơi cái gì kỳ vậy? Sao chị chưa hề nghe biết?

- Chị đừng hỏi má. Má nói em mách lẻo, xẻo mồm em. Tại vì ba má nói để coi ý chị, và cho anh ấy sẽ gặp chị đó.

Tú hình dung nhớ lại những gì xảy ra giữa nàng và Ngọc Thu đứa em gái kề đã cãi vả chuyện không đâu, nàng phải bực mình khi em gái gạn hỏi lung tung, và đấu trí với nó về tình yêu. Ngọc Thu cũng cho nàng biết về dự định của ba má trong tối qua, khi nàng nhớ đến hình bóng Cư thẩn thờ. Chắc Thu đoán biết và nói ra những điều bí mật ấy của ba má cho mình biết thôi. Thiệt ra Ngọc Thu không có ý gì ghét Tú. Ngọc Thu chỉ là sợ chị Tú mình, vì yêu mà khổ cho chị mình thôi. Thật ra Tú là người con gái sướng nhất nhà, và được cưng nhất nhà. Chưa bao giờ nàng ra ruộng nhiều hơn hai em để phụ gia đình, hoặc như vô rừng đào từng cái củ mì, củ lang như hai em nhỏ hơn từng làm. Bởi vì hai em nhưng đậm đà phốt phát, mà Tú thì lại yếu đuối, mảnh dẻ. Trong nhà ai cũng có vẻ cưng nàng nhất!

CHƯƠNG 4

Ba ngày tiếp theo người con trai chú Năm lên đuổi chim rừng, bơm thuốc trừ sâu cho đám mè ra hoa. Ngày tiếp đến thứ tư, ba Sâm lại điều nàng.

Ba điều Tú lên một lần nữa để đuổi chim, không cho nó ăn phá lúa. Tức là ba ngày nàng không thấy mặt Cư, nàng tưởng như ba thế kỷ. Và Cư còn tưởng như ba nghìn tỷ không được gặp nàng để yêu…

Tú vui vẻ nhận lời ba Sâm, trong đêm đã lén may một chiếc áo gối nối các rẻo dư để tặng cho Cư, mà lòng nàng rạo rực những câu thơ của ai khi nghĩ đến tình yêu hạnh phúc. Đó là:

Hôm nay ánh nắng nhuộm vàng
Cho tôi xin hát tình chàng tình ca.
Hôm nay trời đất trổ hoa
Cho tôi muốn nói rằng ta yêu chàng.
Hôm nay tình quá cả làng
Nhìn em, em bước… cung đàn yêu thương.

Lòng Tú muốn ngân nga, khoái cảm thưởng thức lời thơ đó. Khi đến lần này, Tú đến không thấy Cư ngồi nơi suối. Bao nhiêu thương nhớ nàng ấp yêu nơi lòng, dâng ngập mắt môi. Chỉ còn chờ cơ hội thôi, nhưng nàng thấy nhớ ơi là nhớ. Nàng dạn dĩ hơn, dắt cây xe đạp qua con suối trong, những nơi đây, hoa lá như vui mừng đón đợi bước chân Tú trở lại. Những cụm hoa bằng lăng như sắp bung ra, nàng thiết tưởng. Có vài con chim chao lượn trên mặt nước, nàng như thấy chúng hân hoan, nàng không biết tên của nó là gì, nó lại chạy biến đâu mất nhanh? Nàng ngơ ngẩn nhìn lòng suối cạn, nổi đá và sỏi đẹp… Tuy thế Tú xoắn một chút lai quần lên hơi cao tý. Để nàng đi nhẹ nhàng, cẩn thận dắt xe, mặc dầu nàng vẫn mang guốc mộc lội qua. Nàng thường mang guốc mộc, đế bằng thô sơ đi xuống phố, hoặc cỡi xe lên miền sơn cước này nàng vẫn đi như thế. Guốc mộc và bàn chân Tú như bạn chí thân như không thể tách rời nhau khi nàng bước xuống giường mà! Và mọi việc qua bến nước, nàng coi như đã ổn...

Thấy Tú, chú Chừ reo lên vì chú vừa bước ra khỏi cửa, lùa bò đi ăn sáng. Chú vừa luyện xong bài múa kiếm, tay vung vẫy mỗi sáng mà chú thích, để tạo cho cơ bắp còn khỏe. Chú cũng vừa ăn sáng uống coffee xong do Cư nấu dọn pha ra. Cư thì uống coffee chứ không ăn sáng. Cư còn ưa tập các bài thể dục thân hình khi chàng rảnh, công việc hưỡn. Ở gần núi, bởi Cư vẫn muốn tập luyện để giữ được phong độ, và cho sức dẻo dai mạnh, ảnh hưởng của núi ban...

Chú Chừ thấy bảo liền Cư:

- Có người yêu đến thăm rồi, không chạy ra đón Cư?

Nghe chú Chừ nói Cư tưởng giỡn, nhưng chàng vốn nhớ nhung Tú, nên đang tập hít đất, tập các cơ trong mình trần, quần ngắn kiểu, chàng chạy ra ngó lén nhanh.

Chàng thấy chính xác Tú rồi, nên Cư mừng lắm khoác thêm áo công nhân, thay luôn cái quần công nhân dài hơn. Anh chạy ra đón liền. Miệng Cư bảo lanh lẹ:

- Em đến thật, mà anh cứ tưởng chú Chừ đùa anh chứ.

Đoạn chàng thở mạnh nói tiếp:

- Anh nhớ em thấy chết luôn. Nhớ ơi là nhớ. Em có nhớ anh một chút nào không Tú?

- Không, em không nhớ ai cả. Ngọc Tú nói và nhìn gương mặt Cư thấy hay hay, nàng mỉm cười.

- Vậy là anh vô phước đành chịu trời ơi...

Vô tình Tú nhìn thêm đôi mắt chàng, đôi mắt biết nói, một ánh mắt buồn dịu vợi mà nàng thấy nó đẹp hơn cả vì sao kia. Quyến rũ làm sao - Một ma lực cuốn hút nàng là đôi mắt đó! Tú đang giấu lòng với nỗi nhớ, nàng nói dối chàng cho vui miệng, chứ làm sao mà nàng không nhớ chàng được? Chàng phụ cho nàng dắt cây xe đạp đi mau hơn. Hai người đi vào gian phòng chính của cơ quan, phòng nối tiếp là của Cư.

Tú sốt sắng: - Đêm qua em gắng may chiếc áo gối này tặng anh nè, những khi gối đầu nhớ em nha.

Nghe thình lình, Cư lại như chết điếng với câu nói nàng hơn là tặng vật đưa. Bỗng dưng chàng cầm lấy từ tay Tú mà lòng Cư rung cảm vô biên, và anh tìm một nơi gần đó cất tạm chiếc áo gối nàng trao. Sau đó một cảm giác từ đâu tuôn đến, anh ôm nàng vào lòng thật chặt, mà sung sướng như mơ... Anh từ chậm lấy tay nàng, cầm lên hôn nàng nhẹ nhàng, rồi trong khoảnh khắc đến êm ái, anh hôn thêm mạnh mẽ, hôn thêm tha thiết dâng đưa, tặng hiến, nồng nàn... Không biết vì sao chàng trở nên tham vọng và dạn dĩ như vậy. Còn Tú cũng rơi vào cảm giác nhận lấy, không phản đối, không biết từ đâu... Ừa lúc đầu nàng có vẻ e lệ, nhưng sau mấy giây nàng trở nên cảm thấy hạnh phúc kỳ lạ. Toàn thân Tú cảm thụ run lên bần bật. Thì ra họ đã yêu, yêu lắm, nàng yêu Cư rồi từ như mấy kiếp. Và chàng như đã yêu nàng qua bao thiên niên kỷ... Hai người quyện lấy nhau, âu yếm, tình tứ, ở một buổi sáng sớm, sương như chưa tan tinh khiết, như trời bắt đầu qua xuân lâu, vào giữa hè nơi đây...

Không biết chú Chừ có ý gì không, song ông lùa bò đi, lại quay về thấy Cư hôn Tú tới tấp, ông nhìn sơ rồi vội quay đi để hai người. Nhưng ông bỗng dừng, cố lướt qua cửa sổ nói:

- Trưa nay chú không về, chú quên đem thức ăn chú về lấy, hai đứa cứ tự nhiên, chú hiểu tuổi trẻ và tình yêu, tình yêu mà! Ngày nhớ đêm mong là như vậy mà... he hè!

Giật mình mắc cỡ, Tú buông Cư ra gọn lỏn, chờ cho chú Chừ đi khỏi. Nàng lên tiếng nho nhỏ:

- Em không hiểu sao em đã yêu anh, ba má em chưa biết vụ này. Em còn muốn giấu hết mọi người. Từ từ em nói. Chú ấy có tốt không anh?

Cư ngước lên nhìn đôi mắt đen láy của người yêu, anh

tâm tình:

- Chú rất tốt em đừng lo. Nếu em chưa muốn cho ai biết, thì anh sẽ nói với chú ấy giữ bí mật. Mà em thật dạ yêu, có ngày mình nói ba má, mọi người phải biết, em đồng ý chứ!

Tú càng tha thiết trong đôi mắt mình vào mắt chàng. Rồi cô bảo nhanh:

- Đúng rồi, nhưng còn mới lắm, em sợ ba má em không cho em yêu anh, lấy anh. Nhất là hai em gái, nó sợ em làm nông không nổi, sẽ khổ sở. Nên em muốn từ từ mới nói...

- Anh làm nuôi em, chứ đâu cần em làm, với lại nhà anh ở Phù Cát cũng là một thị trấn. Anh đi làm công nhân thôi.

Im chút xíu, Cư muốn tỏ tường hơn:

- Nếu em về thị trấn Phù Cát may hay ở tại gần đâu đây, anh vẫn xin đất cất nhà được. Ở đâu mà chúng mình yêu nhau là hạnh phúc, còn đòi gì hơn em há? Đúng không em?

Tú nửa lơ đễnh, nửa chú ý cô bảo thêm:

- Em nghe, em gái em nói có người sắp hỏi em, hai đêm qua làm em càng nhớ anh không sao chịu được. Em thật sự muốn người chồng em là anh, không ai khác hơn anh ơi...

- Thiệt, em đã yêu anh nhiều anh mừng ghê. Còn người đó là ai em Tú?

- Em không biết. Tú nhìn chàng trả lời.

- Nếu vậy em có can đảm từ chối không? Tuy mình mới yêu nhau. Đinh Cư có vẻ lo lắng hỏi.

- Em không hiểu tết rồi anh xuống nhà em để làm gì? Hình bóng anh đã có từ đó em nghĩ, chứ không phải mới đây! Nhưng em vẫn chưa thưa với mẹ.

- Anh cũng biết em lâu rồi, ba em có đưa hình em trong ví anh coi, lúc gia đình chụp tập thể khi nào đó. Giờ thì anh biết. Trông hình không bằng em ở ngoài.

- Em bây giờ thua những ngày em đi học chứ. Nghề may, may nhiều đồ quá em mệt hơi kiệt sức. Nhất là hai mùa học sinh và mùa tết em ốm đi nhiều... Em chỉ ăn trái cây, uống nước dừa, cơm em ăn không vô, ăn không nổi...

- Em tiên mà đâu cần ăn nhiều. Em vẫn đẹp, dễ thương lắm... Anh thích sự mảnh dẻ như em, anh thích nhất là đôi mắt, nụ cười em, chiếc cổ cao của em nữa.

- Thôi, anh nói cho cố.

- Thiệt chứ cố gì!

- Em cũng thích đôi mắt và nụ cười anh. Vậy là mình huề nha. Và mình đi đuổi chim đi anh.

- Mới sáng còn sớm lắm, chim chưa đến ăn đâu?

Nàng im tý nhìn chàng rồi tiếp lời:

- Nhưng là nhiệm vụ chính của em mà. Em phải đi chứ anh?

- Được thôi em. Ồ em biết đường đi ra chòi và ruộng rồi phải không?

- Dạ em biết.

- Còn anh đi xịt thuốc rầy ở vườn điều tý rồi ra sau nha. Đêm tối qua giăng câu được cá lóc. Hôm nay anh sẽ nấu canh chua cá lóc cho em ăn nghen.

- Dễ sợ lo cho em quá há, thương ghê.

- Lo cho cục cưng anh chứ.

- Đừng có làm bề mặt với em nghen. Phải miết miết vậy đó em mới chịu.

- Đương nhiên là cả đời chứ. Chỉ sợ nơi lòng em thôi.

- Ừa em thì một lòng rồi, nhưng anh nhất định sẽ phải nói với ba má là anh đã yêu em nhiều nha? Má ba em hiền lắm nhưng em không chắc, vì nhà anh ở xa. Mình thương thì phải liều thôi anh há.

- Em đồng ý anh sẽ nói liền. Thưa ba má em liền thôi.

- Thiệt ra ba má em biết gốc gác là gả, chứ giàu nghèo ba má em không đặt thành vấn đề đâu?

- Vậy anh nhờ người cậy mối liền, không anh sẽ bị hụt.

- Chắc phải thôi. Ai biểu anh làm em thương nhớ chi?

- Anh cũng vậy mới ba ngày xa em, anh tưởng như ba nghìn tỷ năm để nhớ em. Em biết không?

- Ừa hứ. Biết anh yêu em như trái tim em mách bảo mà.

- Em hiểu được anh vui lắm. Vậy em ngoan nhé, ra ruộng đuổi chim đi há Tú.

- Dạ em chờ anh nha.

- Chim nó thấy em nó không đến đâu. Em hãy ra chòi

trước đi, anh sẽ đến gặp.

Hai người nói mãi như không muốn rời nhau, nhưng họ phải chia tay cho mỗi người trong một công việc. Nhất là Tú phải ra đuổi chim ăn thóc nơi ngoài bờ ruộng. Cư đã ôm Tú riết một cái thiếu điều làm nàng đứt hơi, vì ngộp không thở được. Tình yêu họ tăng dần cấp số nhân và mầu nhiệm, như một buổi sáng bình minh đẹp về trên vũ trụ, mây thổi, gió hát, chim ca, vạn vật hương nhụy thanh bình, đang đón chào tình yêu họ...

Tú đến ruộng, không thấy chim muông đến gì cả, không khí êm ả, lắng dịu làm sao. Gió vẫn cứ vuốt ve nhẹ nhàng mát rượi. Thật ra nàng không muốn đuổi bọn chim. Bởi vì cuộc sống chúng nó vốn dĩ tội nghiệp, để kiếm sống. Nhưng ba nàng yêu cầu, ông Sâm không có ý gì ác với chim muông lắm, song gạo thóc đổ ra ông đâu muốn mất trắng. Ông hy vọng sự có mặt Tú hay ai đó, thì đàn chim sẽ giới hạn đi ăn xén của ông, công lao của ông, thế thôi! Làm gì ai không muốn bội thu? Nương theo ý ba, Tú lại gặp Cư người con trai nghèo nhưng trong tim nàng, chàng chiếm một chỗ trọn vẹn, một người yêu duy nhất. Nàng mong được sống với anh mà Tú ao ước. Hằng ngày, hằng giờ trong mắt nàng. Lạ thật!

Thoáng chút suy nghĩ nàng đi dần đến nơi cạnh chòi đứng đó. Không đầy mười lăm phút sau nàng thấy Cư đi đến. Cư đã cầm những cây hoa dại từ đâu cột chum lại tặng nàng, đưa vào tay nàng. Tú đón nhận, thưởng thức của im lặng nhìn hoa, nhìn chàng. Rồi nàng mỉm cười nói nhanh:

- Cám ơn anh hoa dại, nhưng đẹp quá.

- Nó vẫn đứng sau em...

- Nữa. Đẹp nhờ cái môi anh kìa. Gallant dễ sợ. Nàng nói và cười tươi hơn. Rồi nàng lại bảo:

- Em thích hoa Hoa Trinh Nữ. Hoa mắc cỡ đó. Anh không tìm ra cho em thử?

- Anh cũng thích hoa đó nhưng không thấy. Gặp hoa này anh cứ lấy đại tặng em. Hoa này tên Bồ Công Anh đó.

- Em chỉ nói cho anh biết vậy thôi. Em vẫn thích hoa

này. Bồ Công Anh tên dễ thương anh nhỉ?

- Ừa hoa nào cũng đẹp. Mỗi hoa là có một cái hồn riêng.

- Anh đa cảm quá nha!

- Còn thua em mà!

- Em có gì mà đa cảm anh?

- Em đa cảm mang lại cho đời xinh tươi cuộc sống, mang lại cho anh mến yêu cuồng nhiệt đó. Chàng nói và nâng cánh hoa trên tay nàng, rồi cười trả thêm. Cư đưa tay vuốt ve mái tóc Tú, mà thêm rằng:

- Ô em thấy không? Em biết không? Anh muốn nói một thực tế nè. Chim trời nó không muốn em bận rộn, nó muốn cho chúng ta thưởng thức tình yêu kìa, nên đã bay xa về vùng trời khác kiếm ăn. Đức của em lớn lắm. Em không cần đuổi nó lẳng lặng hiểu và đi hết. Em thật tuyệt vời! Em cảm hóa đất trời! Em cảm hóa tất cả, trong đó có anh. Chàng lại nhướng mày nhìn nàng bảo thế, thêm lời thế.

Tú đưa mắt nhìn quả vậy, chim chóc biến bay đi đâu hết. Từ ruộng mình cho đến những đám ruộng chú Năm không có một bóng vãng lai, chứ đừng nói bầy đàn? Nàng chỉ thấy hương hoa rừng thơm đưa giao hưởng, hương thị đầu mùa từ xa thoang thoảng vọng lại, bầu trời xanh lơ dịu ngọt làm sao, gió rì rào mơm man, những làn mây trắng trôi nhẹ nhàng, thơ mộng hơn…

Nàng xúc động quá, nhìn hoa trên tay rồi im lặng. Cư hỏi Tú:

- Trông em có vẻ hơi buồn tý, em đang nghĩ gì vậy? Vô chòi mình ngồi đi em. Bộ đứng không mỏi chân hã?

- Đâu có mỏi anh. Hồi nãy em có ngồi bờ ruộng kia rồi. Nàng nói thế cầm hoa đi, đi theo chàng vào chòi nhưng miệng thì cố trả lời:

- Em thoáng buồn nghĩ khi mình yêu nhau, không biết ba mẹ có chịu cho mình thành vợ thành chồng không? Cũng hơi lo xa xôi chút. Vì em sợ mất nhau?

- Em vướng bận, suy nghĩ vậy đúng rồi, anh vẫn có sự lo lắng. Nhưng vẫn cứ muốn được yêu em.

Hai đứa đã bước lũng lọt vào chòi. Và ngồi lại nơi đó, vì

chòi rất gần trong đôi chân họ bước đến mà. Nàng ngơ ngác và mộng mơ nhìn chàng hơn.

- Chàng ngồi kể, nàng vẫn ngồi bên cạnh chàng:

Hừm này em! Ngày xưa nhà anh cũng khá giả lắm. Có máy gạo, máy suốt lúa, máy mì, máy chà đậu, v.v... chỉ là má anh đau hạch chuột chết đi. Ba anh buồn cờ bạc dần dà sự nghiệp tiêu điều. Anh giận đời, đi công nhân...

- Vậy sao, anh có nhiều anh chị không?

- Anh có một chị có chồng rồi. Còn anh, còn cô em gái nay mười bảy tuổi. Thỉnh thoảng nó có ra đây thăm anh nè. Nó giống anh lắm tại anh giống mẹ, nó cũng giống mẹ.

- Chắc má đẹp lắm hả anh?

- Cũng tạm tạm thôi.

- Anh đẹp trai quá. Anh giống má, là má đẹp phải rồi!

- Nhưng không bằng em đâu. Nếu em bằng lòng yêu anh, làm vợ anh. Em sẽ trở nên người đàn bà đẹp nhất, đẹp hơn má chồng hồi đó luôn chứ?

- Hừm. Anh cứ nói cho cố hà nha!

- Anh nói thiệt đó, và anh sẽ nói với em gái anh ra đây để nó biết mặt chị dâu nó nghen. Em là nhất của đời anh. Anh không ngờ được em yêu.

- Đừng hạ mình quá vậy. Anh cũng xứng với em mà! Có khi nào em của anh, nó không chịu em làm vợ anh hôn?

- Không bao giờ, nó thấy em một cái, là hối anh đi cưới em không kịp tay đó chứ, ở đó mà nói không chịu em? Về phần gia đình em thế nào, kể cho anh nghe đi Tú. Hã em?

- Như anh biết đó, gia đình ba má em hiền. Má lớn em, tức là má đẻ của em có năm người con gái. Ba em có thêm vợ hai để kiếm con trai. Má nhỏ em đã có bốn người, hai trai, hai gái. Má em lúc đầu ghen tuông, đàn bà mà ai dịu dàng đến mấy cũng phải ghen. Phải không anh?

- Đúng rồi, không sai chút nào.

- Đàn ông có ghen không anh? Tự nhiên Tú hỏi chàng như lạc đề.

Chàng vẫn trả lời.

- Có chứ. Mai mốt anh ghen cho em thấy. Hi hi.

- Thôi mà, em sợ anh ghen lắm.

- Nói đùa chứ mình yêu nhau nồng nàn làm sao anh ghen được.

- Anh mà ghen em, là em buồn khổ lắm đó.

- Đùa thôi. Được em yêu sướng lắm, anh không ghen đâu.

- Nhớ nghen?

Cư gật đầu cười mim mỉm không nói. Tú nói thêm, kể về má mình:

- Ồ anh biết không? Nhưng bây giờ lớn tuổi hơn, không thấy má ghen nữa. Riêng em thấy thương ba nhiều, vì ba phải làm việc gấp đôi, gấp ba để lo cho tụi em bên đó, còn nhỏ...

- Em tốt quá, mai mốt em có sanh con gái như má hết. Anh sẽ không bao giờ cưới vợ thêm, trai gái gì cũng được.

- Ba em không cố ý, song cô và chú em chê hoài phải có con trai nối dõi tông dòng. Lỡ rồi, đành vậy thôi.

- Ồ còn các chị thế nào hở em? Anh muốn hỏi.

- Các chị lấy chồng gần đây hết, làm ăn đủ sống.

- Không biết gặp anh, các chị có đồng ý cho anh lấy em để làm vợ không?

- Em đã thương là các chị đồng ý, chỉ sợ nhất là hai con bé, em của em. Ngọc Thu, Ngọc Bích làm anh tự ái thôi. Vì nó chê xẵng anh nghèo đó.

- Không! Anh không tự ái đâu.

- Nhớ nha, không tự ái mới cưới được em.

- Anh mong ước ba má sẽ gả em cho anh.

- Em trong đầu hằng mong thế, nhưng không biết xảy ra sao nữa anh ơi. Dẫu em biết ba má em rất hiền. Em nhắc lại anh hiểu ý em chứ?

- Anh hiểu. Hy vọng là chúng ta có duyên nợ yêu nhau, và duyên nợ của vợ chồng nữa.

- Em luôn cầu nguyện được như thế.

- Anh vẫn hằng mong như Tú mà. Em đói bụng chưa, anh về nấu cơm đem ra cho em ăn nhé.

- Thôi không có chim chóc chi cả, em muốn về cùng anh

làm cơm chúng ta ăn rồi ra. Lỡ nó có ăn năm, bảy hột cũng không sao.

- Em nói hay đấy. Chúng ta về rồi lại ra em há. Cư nói và hôn Tú như thưởng cho nàng một câu nói hay mà anh đang trông đợi!

Cư thả tay, để Tú ngồi dậy. Vì nãy giờ Tú từ vị trí ngồi đã chuyển sang nằm trên đầu gối chân anh. Kể ra hai đứa hơi lãng mạn, Cư rất thích được như vậy. Anh cứ nựng nịu lấy tay vẽ nhẹ trên mặt nàng, nào sóng mũi, mí mắt, làn da, chiếc miệng, cặp môi. Tú thì nhìn anh không chớp mắt, thỉnh thoảng mỉm cười. Nàng đã bỏ chùm hoa sang bên cạnh, tay nàng quàng cổ chàng xuống, hôn chàng nhiều lần như không biết chán đó. Tú đã làm cho người yêu Cư thêm phấn khích yêu đời, chàng tươi cười mừng rỡ như muốn cảm ơn nàng, về sự có mặt một ngày của nàng và kề cận bên chàng đây.

Hôm nay Tú mặc bộ đồ, chiếc áo vải rẻ tiền màu nâu cổ tròn, và quần dây thun màu đen đơn giản, nhưng anh thấy nàng đẹp, cực kỳ đẹp tuyệt... Vì anh cảm giác rằng Tú- Nàng là như một tiên giáng thế, nên nàng mặc cái chi, mang dép gì, guốc mộc nào cũng đẹp tuyệt vời. Và hết sức ấn tượng thôi!

Thì giờ đi qua. Giờ anh phải dìu Tú đứng lên. Cư còn ghiền hôn nhẹ lên tóc nàng. Tóc Tú buông xõa thơm dìu dịu mùi bông ngâu mà anh thích. Mùi hương sao mà nhẹ nhàng lạ lẫm, thêm vẻ ngọt ngào làm ngây ngất cả lòng anh đến bất tận... Hai người dìu nhau đi, nhạc lòng như chia sẻ cho nhau, bên nhau những bước chân êm đềm. Chẳng mấy chốc họ về doanh trại cơ quan thực tại. Cư nói:

- Anh hạnh phúc, hôm nay anh làm món cá, nấu tý là xong, em không quen đi bộ mỏi chân nằm nghỉ đi nha Tú.

Tú không chịu, cô cắm những cây hoa Bồ Công Anh lên một góc bàn giữ cho nó có thế đứng đẹp. Tú nói khi nhìn Cư:

- Không không. Anh làm cá đi, em vo gạo chứ. Gạo ở đâu chỉ cho em, đưa hộp quẹt cho em nhúm lửa phụ anh nè.

Cư vùng vằng chưa kịp trả lời. Tú nhanh nhảu liếc nhìn thùng gạo, và niêu nồi úp để. Cô liền đi tới đong gạo, rồi vo gạo, cô nhanh như chớp, nhúm lửa bắt nồi lên.

Cư nhìn thao tác của Tú, chàng như thấy nàng chắc cầm tinh con mèo hay con sóc là phải rồi, vì nàng lẹ làng, nhanh nhẹn khác thường. Rồi Cư cũng lẹ làng nghĩ ra, phải lấy một ít nước búng lên từ tay chàng rải đến những cây hoa Bồ Công Anh kia, cho nó được ngậm uống một chút, để nó tươi thêm nhìn mình và Tú chứ? Điều anh làm thật ngoạn mục, ý nghĩa, khiến Tú đưa tay ôm hôn sau lưng anh như hoan nghênh. Anh hiểu và anh quay lại hôn lên trán nàng…

Anh lẹ hơn nữa, Cư ra suối nước trong, cách trại độ hai chục mét làm cá, đi hái vài lá chua ở chân suối lân cận. Anh có sẵn vài trái khế, anh hái chiều qua tại khu rừng nơi một chỗ anh biết, đã hái cất… Giờ anh bắt đầu vô nấu nồi canh chua. Đinh Cư nấu canh chua chín trong khoảng chỉ hơn hai mươi phút… Bếp lửa reo cháy bập bùng… làm anh hứng chí, anh rửa tay, để anh hôn Tú thêm thật dào dạt… Nụ hôn cứ mãi là được mùa… Anh nhả ra rồi hôn lại. Hôn lại rồi nhả ra, như đã từng không biết chán như nàng! Đóa hoa Bồ Công Anh và tất cả những gì trong căn nhà này như đang nghiêng mình, thưởng thức chiêm ngưỡng nụ hôn nửa thầm kín, nửa trưng bày của đam mê, của hai kẻ yêu nhau cuồng nhiệt. Tình yêu họ đã đến giai đoạn thật kỳ diệu...

Cơm canh chín xong. Cư, Tú dọn ra, và ăn một bữa ngon lành. Tú có cảm giác mỗi lần ăn với Cư là ngon lạ lùng, ngon nhất mà nàng chưa từng ăn ngon vậy ở đâu bao giờ?

Hai người đang ăn cơm. Cư gắp bỏ cho Tú thì nàng la lên. Miệng vẫn cứ cười tươi với chàng:

- Để em gắp mà. Em muốn tự gắp…

Nhưng nàng lại thích gắp cá bỏ vào chén Cư cho oai. Anh né ra, nàng bỏ không được phải bỏ lui hậu về chén mình. Hai đứa lại cười huề.

Chú Chừ từ đâu xuất hiện lên tiếng:

- Chà hai cháu ăn cơm ngon. Chú lấy cái rựa có chuyện.

Tú ngập ngừng e lệ nhìn người chú:

- Mời chú dùng cơm với hai cháu.

- Cháu cứ tự nhiên. Hôm nay ở dưới đó có ai lên nữa không?

- Dạ thưa không, đã cử con lên thì không còn ai lên nữa cả. Nhà chú con bận hết, ba con cũng bận. Hình như mai chú Năm con mới lên.

- Vậy à. Rồi ông nói thêm:

- Có thương Cư của chú không, mà ăn cơm tình tứ thế?

Tú nghe hỏi thì thêm bẽn lẽn cười mỉm chi, làm thinh nhìn người yêu Cư mình, mà cô không nói. Anh nói hớt nhanh:

- Chú đừng có chọc vợ con ăn không được. Lấy đực rựa thì xong đi đi, nói hoài. Bò đi xa chú tìm không thấy đó.

- Bây giờ mê và cắn câu. Nên chú nghe con nói nhiều hả Cư? Hồi đó mới gặp mê mà lo sợ, cảm giác thấy đứng im nhìn trời không hà. Phải không? Đôi lúc trùm mền như muốn khóc. Ha ha đúng không? Hè.?

Im chút chú nói luôn:

- Cho chú giỡn với Cư chút nha con Tú.

- Dạ không sao. Tú đáp lời nhẹ.

- Ban đầu xúc cảm mạnh lại càng khó nói. Đúng vậy chú. Nhưng đi đi. Bò bỏ trốn xa chú tìm khó đó.

- Đó, đó nó đuổi chú con thấy không? Con làm gì chú cũng hiểu quá mà. Tuổi trẻ ai chẳng muốn quấn quít khi yêu nhau. Ái chà chà ta...

- Ảnh nói vậy, chứ con muốn chú ở lại đây nói chuyện cho vui mà, Tú bào chữa. Nàng nói và đưa đôi đũa lên miệng cắn hờ, tỏ vẻ chân thành lắm. Tú xưng hô lúc con lúc cháu. Nhưng đằng nào vẫn là cấp dưới. Chú Chừ vẫn thích.

Chú thêm sắc sảo tâm lý bảo:

- Thôi chú đi nhé, không thì nó đuổi nữa đó Tú. Chú Chừ nói, vờ tay nhẹ lên vai Tú như ra hiệu "Chú nói giỡn thôi nghen." Rồi lẳng lặng biến mất.

Sau phần ăn cơm, Tú dọn dẹp. Cư lại cơ quan chính lấy cây đàn guitar anh vào phòng mình, đánh đàn để hát. Anh yêu âm nhạc như hơi thở chính mình. Và như người yêu thơ Nguyễn Bính đốt đèn mỗi tối để phải đọc thơ ông vậy! Vâng đam mê là thế đó. Anh ôm đàn hát bài *"Tình yêu có từ nơi đâu. Em yêu một khúc sông cầu", "Sao trời lọt vào vách đá", "rơi đầy xuống dòng sông sâu", "Tình đã trao nhau êm đềm" "Em là cô thắm thảo hiền, mà mắt vẫn nhìn bối rối. Gặp nhau lần nào cũng vội. Chẳng đủ để mà giận dỗi..."* Sau đó anh lại bắt qua hát bài "Hoa sứ nhà nàng":

Đêm đêm ngửi mùi hương mùi hoa sứ nhà nàng. Hương nồng hoa tình ái, đậm đà đây đó gọi tên. Nhà nàng cách gần bên, giàn hoa sứ quanh tường. Nhìn sang trộm nhớ thương thầm, mơ ngày mai lứa đôi...Nhưng đêm em trở sầu. Em bước qua cầu. Cuộc tình tan theo bể dâu. Biết chăng ngày sau. Khi ngõ về gần nhau. Tình yêu đã vội phai màu. Đêm đêm ngửi mùi hương. Mùi hoa sứ bẽ bàng. Hoa tình yêu rụng vỡ. Một trời tim tím thở than. Nhà nàng với nhà tôi. Tình thân thiết vô vàn. Làm sao nàng nỡ phũ phàng. Để tình tôi dở dang....

Anh hát bản này (Hoa Sứ Nhà Nàng) đến hết bài. Qua lại hai lần, nghe buồn mang đến thật xúc cảm, anh cứ nhìn Tú. Khuấy động tâm tư Tú nhiều quá. Vừa dứt xong nàng buồn như miếu la lên:

- Hay thì hay nhưng em không thích anh hát bản này.
- Anh đang lo xa và tưởng tượng hát bài đó cho em.
- Hông, em không chịu đâu? Tưởng tượng gì kỳ quá.
- Nói đùa thôi em, nhạc chỉ nghe phần hồn thôi Tú à. Yêu em rồi anh hát hồn hơn, hay hơn mà.
- Em hiểu. Em chỉ giỡn với anh thôi. Bài nào anh hát đều hay cả. Anh yêu ơi! Hi hi.
- Trời ơi em... Cư nói và tiến tới hôn nàng.

Thật vậy. Sự có mặt của Tú, bài hát anh hát được tạo nên phần hồn thêm phấn khích. Đối với anh đời sống âm nhạc luôn gắn liền trong giải trí. Tú thì đã nghe một cách say mê, chăm chú để yêu thương...

Hát xong hai người lại ôm nhau hôn nữa. Hình như ngày nay là ngày họ hôn nhau chứ không phải ngày đuổi chim ở bìa ruộng của Tú. Hôn nhau như vậy mà sao họ thấy như thèm thèm, còn thiếu thiếu, và như cảm giác chưa đủ.

**

Rồi hổng hiểu sao ngày chia tay đó đến nay quá hơn ba chục ngày, mà Tú không thấy Cư quay trở lại. Cư nói với Tú là về đem người em ra cho biết Tú, và sẽ nhờ người mai mối "ông mai dong" theo thủ tục lề lối cho chàng cưới nàng, nhưng nàng mãi nhớ trông, ngóng đợi. Nàng thật sự không muốn làm "hòn vọng phu" đâu? Tú rất buồn vì đối với nàng đã quá sức. Thêm vào đó, Tú trông sự có mặt của Cư để nàng tỏ thật với ba má. "Tú yêu Cư, một người con trai công nhân chứ không ai khác hơn, chẳng quyền quý cao sang hơn, chẳng danh phận quyền tước, chẳng của bạc tiền muôn...?" Nhưng tại sao Cư làm cho nàng quá thất vọng chán chường! Vì... chàng bỏ đi đâu mà lâu vậy, chàng đã quên những gì chàng hứa với nàng rồi sao?

Biền biệt nàng đón đợi. Thời gian như trêu ghẹo nàng, như lá cuốn trôi thềm, hắt bóng sầu thương nơi viễn mộng... Rồi việc gì đến cứ đến. Một tháng hai tuần. Tú không gặp lại như lời anh hứa. Hôm ấy mẹ, bà Sâm nói chuyện:

- Mẹ nghe một tin quan trọng. Con lên trên đồng ruộng yêu đương Cư phải không? Nó là một cậu con trai của một người đàn ông theo gái tơ, vợ buồn uống thuốc chuột mà chết. Nhà rất giàu nhưng sau đó bị gái dụ dỗ đã đi đến phá sản. Riêng Cư chàng trai sở khanh từ hồi mười sáu tuổi, lấy con người ta có bầu rồi bỏ đi. Và lấy biết bao cô gái vì cậu mượn danh nhà giàu, đẹp trai để Cư dụ dỗ người ta. Sau đó khánh kiệt, chán đời, trốn nhà đi vào nông trường. Mẹ nghe con quen với Cư. Con có biết gốc gác gia đình nó không?

Tú im lặng lắng nghe một hồi như nín thở cho mẹ nói. Lại như được dịp, được tin Tú thú thiệt luôn chuyện mình:

- Dạ con có quen sơ, khi ba bảo con lên đuổi chim rừng, coi ruộng. Song con nghĩ họ xuyên tạc, chứ ba ảnh không phải người như vậy đâu. Riêng cá nhân ảnh, không thể tác tệ.

Giận quá bà Sâm mẹ nàng muốn cướp lời:

- Con mê nó nên lú lẫn rồi, con muốn binh vực nó. Trời ơi là trời. Mẹ nàng cố gượng, để thong thả nói tiếp theo:

- Người ta bảo con lên hai đứa nằm ôm ghì nhau ngủ trong rừng, người ta thấy giữa ruộng đồng, trong cơ quan nữa. Tại sao con làm điều. Tại sao hã Tú, trời ơi là trời ơi...?

- Thưa má. Họ chỉ là nói láo. Con chưa bao giờ làm chuyện đó má biết không? Ai thêu dệt về con, họ mang ác rất nhiều. Con thật không ngờ...

- Ngờ cái gì nữa. Hổng lẽ không có mà họ nói. Không có lửa thì làm gì có khói. Trời ơi...

Đoạn Tú hối hả hỏi:

- Nhưng má nghe từ đâu vậy? Tại sao có tin này má?

- Thím mày nói chứ còn ai? Thím mày nói với ba, ba mày giờ mới bật ngửa về thằng này. Bao lâu ổng vẫn nghĩ nó một thanh niên tốt. Bây giờ ổng giật mình, té ngửa, ổng thỏ thẻ nói lại với má đêm qua.

Rồi bà tỏ ra cay nghiệt hơn:

- Con ơi là nói cho má biết thiệt. Con có bị nó lợi dụng chưa? Trời ơi nó bị người ta la rầy, cảnh cáo về phần con với nó đó. Nó bị kiểm điểm biết bao về gái. Rồi giờ nó bỏ trốn đi, thiệt thòi vẫn về con. Con ngu lắm! Thật là trơ trẽn. Tú ơi dễ thương như thế, không lẽ giờ má phải đánh con sao?

Tú khóc, không phải khóc cho tình yêu nàng mà khóc vì cô tức, vì ai đã phao tin nàng như vậy. Tuy nàng và Cư có ôm nhau, hôn nhau, nhưng vẫn chỉ chút đỉnh của tình yêu nhẹ nhàng. Nàng đâu phải là một cô gái thô lỗ, hoặc giả lăng loàn sống sượng. Nàng không thể...

Sau một đoạn Tú còn ấm ức:

- Ai mà ác với con thêu dệt đến thế. Má không thể tin

như vậy chứ? Thật sự con có yêu ảnh, mà không có giai đoạn nhơ nhuốc như vậy. Con và ảnh chưa cưới, con không cho phép con làm điều đó. Con xin thề. Con cam đoan là...

- Cam đoan với cam điếc cái gì? Má muốn nói nhỏ với con, con phải có chồng, đừng làm điều dại dột. Ở đời người ta nói *"Gái khôn ba năm dại một giờ"* và *"Nhiều miệng O khó lấy chồng"*

- Thiệt là... Tú lắc đầu phản ứng.

- Thiệt là gì nữa con hừm? Má mong con khôn ngoan, tường tận, thức tỉnh. Nhưng má không thể học chữ ngờ hết được. Con phải hiểu điều đó. Ráng lên con!

Tú giận nóng sôi người lên. Cô nói:

- Thím Năm nghe bằng cách nào sai nát hết. Còn phần gia đình ảnh, con vẫn không tin là như vậy, không phải con cố tình binh vực, nhưng...

- Thôi không tin, hay tin cũng không quan hệ gì đối với gia đình ta, má mong vậy. Bây giờ má chỉ muốn nói gả con lấy chồng cho xong. Ba con đồng ý vậy, muốn gả con lấy chồng năm nay.

- Con sẽ nói chuyện với ba, con không thể để ba tin con là một đứa con hoang, không biết giữ cung cách trinh trắng.

- Thôi má tạm tin. Và con phải lấy chồng. Lấy chồng má nhắc lại. Ngay trong đêm nay có người đến nói chuyện với con. Ba má muốn con tiếp họ. Có thể họ đi nói cưới con...

- Đâu có gì mà má gấp gáp vậy? Tú ngạc nhiên hỏi mẹ. Đôi mắt cô thật buồn, lóng lánh niềm đau khi nhìn mẹ.

- Người ta nói *"Có vợ thì có liền tay, đừng để lâu ngày thiên hạ dèm pha."* Con phải đi lấy chồng, vẫn phải lấy liền tay. Miệng thiên hạ lúc tốt, lúc xấu nguy hiểm lắm con ơi! Cơ hội thì không có đến nhiều. Con phải biết điều đó.

- Mà con đã yêu anh Cư má ơi. Con nói thật con không thể lấy ai được nữa.

- Đó cháy nhà ra mặt chuột chưa, con không nên chọn nó? Má gả con cho người cách đây có hai thôn gần đây thôi. Ba má biết hết gia cư hoàn cảnh họ. Còn đàn ông con trai mà nó ở xa, nghe tin, má thật không an tâm.

Ba của Tú từ nhà má nhỏ về, thấy hai mẹ con nói chuyện to nhỏ xì xầm. Tú khóc thút thít, ông như hiểu ý rồi nói luôn:

- Thứ gì phải khóc con, ba không tin con gái ba hư. Nhưng đám này đi hỏi cưới con là được, người ta có nghề ngỗng vững chắc, không giàu lắm. Theo nó thì ba biết tự lực cánh sinh, thông minh tháo vát. Có thể đảm bảo đời sống cho con. Nó lớn hơn con bảy tuổi, ba thấy như vậy thì xứng lắm. Đàn bà con gái, có con rồi mau già hơn. Vả lại đàn ông chồng mình, có già hơn mình một chút, họ cưng con hơn. Nó cũng không xấu trai mà?

- Nhưng con chưa từng yêu ảnh.

- Yêu đương không là gì, ba sẽ tạo cho con nói chuyện. Con sẽ cảm mến là đủ rồi, sẽ có tình yêu sau.

Ngọc Thu đi chơi về, đứng nghe tý rồi nói hùa vào:

- Chị ưng anh Hoàng, anh Hoàng làm thợ mộc có cơ xưởng, có công nhân bảy, tám thợ, chị sẽ sướng như Hoàng Đế. Cuộc đời sướng nhiều thứ không chọn, anh ấy có xe cúp, có dream khỏi đi xe đạp, đạp mỏi giò. Nhà mặt tiền, thị trấn. Buôn bán cho thuê, chị làm thợ may, chị phát triển nghề tốt chứ...

Ngọc Thu nói cha mẹ vẫn đứng đó nghe. Ngọc Thu phân định tiếp:

- Chứ chị mê làm chi cái ông Đinh Cư, da ngăm đen thui như chàm đẹp gì đâu, mà chị mê. Tôi hổng biết luôn.

Tú nhịn em, không cãi lại với Ngọc Thu.

Ngọc Thu được thế, miệng cô bảo già hơn:

- Đi trong ánh sáng không đi, đi của đêm tối âm u là chị đó. Không biết chị mê anh Đinh Cư cái gì nha?

Ngọc Thu nói bấy nhiêu rồi bỏ đi.

- Suy nghĩ đi con, em nó nhỏ còn biết. Dại dột nhẹ dạ, con hối hận không kịp. Mẹ của Tú phân bua vuốt tóc nàng.

Thời gian như ngưng đọng, chỉ còn tiếng kêu của đồng hồ treo tường nhô lên lách cách. Và tiếng nói của không gian như mờ mịt len vào tim óc nàng. Mẹ Sâm tiếp tục thuyết:

- Nghe lời ba má đi con. Ba má là những người có tuổi bao giờ cũng nhận định đúng hơn. Con còn nhỏ non nghĩ. Đàn ông con trai sở khanh, sở trường không xa khoảng cách đó đâu. Làm ơn thức tỉnh cho má nhờ, nhất là con nhờ. Không thì hối hận không kịp đấy. Hứm! Đây mới thiệt tình con nên nghĩ...

Bà Sâm ngưng lại một tý nhìn Tú, Tú chưa kịp trả lời bà lại nói tiếp:

- Em con Ngọc Thu nó học thức thấp hơn con. Hiểu biết không bằng con. Khách quan để nói nhưng nó lại biết suy tính, thực tế.

Tú làm thinh. Bà Sâm rằng cho cạn ý bà luôn:

- Là má nói lời chót. Mong con chọn lựa cho đúng, đừng để thiên hạ dèm pha, trở thành gái đẹp ế chồng. Má cũng van xin con đó. Con biết không? Thức tỉnh... Thức tỉnh con ơi...

Tú không biết cô nghĩ sao. Sau đó một hồi suy tư...

Nàng tự động phán ra với mẹ. Lúc thường thì Tú hay kêu má. Lúc tha thiết sâu sắc hơn thì tự trong lòng nàng bật ra tiếng kêu mẹ. Nàng thưa:

- Thôi được con sẽ nói chuyện với anh Hoàng, con có thể ưng ảnh, để chấm dứt mối tình vụng dại vô ích này, của con cùng anh Cư cũng không sao mẹ à. Mẹ... con đã quyết định rồi. Con muốn nghe lời mẹ. Dạ! Con hiểu lòng ba mẹ thương con vô bờ bến. Ngọc Tú nói trong hơi thở đầy xúc động.

Nàng nói như thế. Làm bà Sâm mừng vui luống cuống. Nhưng bà không biết lời của Tú đưa ra là thật hay là mộng nơi nàng.

Ngọc Tú thưa nói dễ dàng như vậy, song trong cõi lòng cô cảm thấy tan nát và cô đơn. Trời sao nỡ đọa đày cho tình duyên nàng lại long đong thế nhỉ? Nàng chớm yêu, chớm bị rắc rối quá. Biết đâu lời mẹ không phải là những lời nói sai? Và ý mẹ không phải là những điều không đúng? Mẹ sinh mình ra, ít nhất mẹ đâu có muốn mình đau đớn, khổ sở, dày vò... Mẹ luôn mong mình hạnh phúc, yên thân, đừng sa ngã... Tú đau đớn biết nhường nào cho tình, nàng đã yêu người con trai, và vướng nặng tình yêu ấy rồi. Nàng đang như kim châm muối xát vào lòng, để so sánh, để tự tìm kiếm cái có lý của nó để nàng tự thoát? Nhưng mà chỉ nàng mới thấy nỗi bất hạnh cay đắng đó, không thể chừa nàng ra!

Nàng đã trả lời chí tình với mẹ. Vậy mà... Sao đôi mắt của Tú cứ buồn, như muốn ngấn lệ sâu thêm...

CHƯƠNG 5

Sau nhiều lần Hoàng đến chơi ngày cũng như đêm. Tú nói chuyện với Hoàng suốt những đêm, những mấy tiếng đồng hồ. Mà Tú có nói chuyện gì đâu. Nàng toàn là vẽ cắt đồ để may, hết áo này, tới quần kia, hết kiểu áo cổ này đến kiểu cổ nọ. Nàng làm việc liên tục cùng với máy. Hết máy vắt sổ rồi tới máy may. Hết máy may lại tới vắt sổ. Hoàng cứ ngồi đó nhịp nhịp cây thước trên tay và nhìn nàng thế thôi! Thỉnh thoảng anh đi chuyện trò với ba má Tú về nghề nghiệp, lính thợ công nhân của anh. Bàn qua cây loại này khi cưa xẻ, hoặc bộ gỗ kia có giá trị, khi mà nó lên khung đóng, hoặc là tán dóc với bé Thu bé Bích về xe nổ chạy nhanh, chạy chậm, các loại xe khách đang ưa chuộng, thịnh hành, con người ta đang yêu dùng, chen chân dành mua v.v... Chỉ một điều Tú tỏ ra lịch sự và nghe lời cha mẹ cho chàng ngồi chung nơi phòng may của nàng, thế thôi...

Rồi một hôm hai người cũng đã mến, đi đến với nhau để bàn đám cưới. Tú cảm giác nàng cần quên Cư là tốt hơn... Những lúc Hoàng ra về rồi lòng cô trống vắng. Tú lại nhớ Cư vô cùng, nhưng nàng quyết dìm giấu đi chuyện tình mình. Như một giấc mơ, của vết thương lòng nàng...

Tú ráng mà nghĩ: "Với Cư nàng chưa có gì vượt qua khuôn khổ, có lẽ nàng yêu với bản sắc lãng mạn dại khờ!" Nàng hứa với lòng trung thành thơ ngây, nàng cố quên, và sẽ quên chàng... Nếu Cư trở lại dù gì thì ván đóng thuyền, lỗi chàng chứ không phải do nơi nàng?" Nếu có thể là... Tú lẩn quẩn cứ thầm nghĩ mông lung hoài.

Đêm đó, đêm cuối cùng Hoàng đi đến quyết định:

- Vậy tuần sau cậu anh đem rượu lên em đồng ý chấp nhận cho ba má uống rượu há. Chúng ta sẽ cưới nhau vào mùa thu tới. Anh có coi thầy nói anh cưới vợ trong năm nay làm ăn khá lắm. Tú nhớ đừng đổi ý làm anh thất vọng nha?

- Vâng em sẽ cố gắng làm vui lòng anh. Tú trả lời.

- Thôi anh sắp về. Anh muốn chúng ta đi ra sân, hai chúng ta đi chung với nhau vài phút em Tú.

- Được em sẽ tiễn chân anh về. Tú vẫn nhỏ nhẹ giọng êm như nhung. Nàng dọn dẹp dụng cụ, đồ đạc nghề đâu vào đó, rửa tay. Lau mặt xong. Nàng mở cửa. Hoàng ra khỏi sân, nàng đưa Hoàng ra tận đầu đường trước ngõ nhà. Hoàng kéo tay Tú, nàng cho cầm. Hoàng nói:

- Anh đã yêu em nhiều lắm. Anh muốn hôn mặt em nghen?

Tú né ra cúi đầu bảo:

- Nếu chúng ta vợ chồng ngày ấy không xa, anh à. Hãy đợi đi.

- Anh tôn trọng theo lời nói em. Hoàng nói điềm đạm.

Hoàng chỉ hôn nhẹ tay Tú và bỏ ra. Một bàn tay, khuỷu tay mát lạnh của Tú làm anh mê man dấm dúi...

Tú thì hơi run và ngượng. Hai người chia tay từ đó, giây phút đó. Hoàng ra về, Tú quay lại lối vô nhà. Tú mò mẫn đi vào con đường hơi tối. Đêm đó không trăng, chỉ có những mãng sao nhấp nháy tận phương xa... Những hương ngâu hè năm nay đến sớm, như nức thơm mùi nhè nhẹ trong vườn. Nàng cảm thấy buồn man mác... Hương ngâu quyện cùng hương xoan vườn nhà thơm dìu dịu, làm nàng thất thỏm thêm một niềm gì nhớ nhung vô tận. Dù nàng không rõ lắm vì đâu. Tú đưa mắt nhìn lên nền trời, nhìn vài vì sao lấp lánh phương xa ấy, Tú thấy lòng bùi ngùi một điều chi đến ngút ngàn...

Bỗng nàng giựt mình thấy bóng Cư xuất hiện. Tú cứ ngỡ nàng đang mơ, nàng thất kinh, và phải dùng hai tay ôm lấy lồng ngực như định thần, pha lẫn có chút sợ hãi.

Cư nhanh như chớp nắm lấy tay nàng, giọng than thở:

- Em phản bội anh, em hết yêu anh rồi sao em yêu?

Tú không nói được, hai hàng nước mắt cô chảy ra như không hay. Rồi nàng trở về với thực tại nhìn chàng. Cư tiếp:

- Em nỡ vội quên anh, sao em mau quên anh vậy. Em thề thốt với anh để làm chi? Chỉ có mấy mươi ngày em đã phản bội... Giọng Cư càng run lên như khóc.

- Em phản bội anh, hay anh phản bội em? Anh có biết. Em chờ anh cả hơn tháng nay, em mỏi mòn nhớ thương, đợi trông hy vọng, nhưng anh biền biệt. Tú trả lời nơi màng lệ còn u uất.

- Chừng ấy em không đợi. Em phải đi với người khác?

- Không, làm sao em có thể đợi những gì ba má em quyết định. Em chỉ đi nơi phần xác. Nhưng thật tình phần hồn em đã rã rời, đi về đâu mà không ai biết? Vì em nghe gia đình anh rất khác, khác lắm...

- Anh không hiểu gì em nói, em nói rõ hơn coi?

- Người ta đồn ba anh đi theo gái tơ, má anh uống thuốc chuột tự vận chết. Chứ không như anh kể với em, má đau hạch chuột chết? Ba anh cờ bạc lại ham gái nên tan gia bại sản. Cả anh cũng mang dòng máu họ Sở khi còn rất sớm.

- Trời ơi là trời, tin gì kỳ khôi, ai thêu đặt thế em? Cư nói đã dìu nàng, đẩy Tú đến thành giếng gần lùm cây trái nhàu, cách một cây cam sành mảnh khảnh đẹp, trái và cành thưa thớt, như nó có vẻ thơ mộng nghiêng mình trong đêm... Anh lau nước mắt cho nàng. Chàng ngắm nhìn cảnh vật chung quanh và ngắm đôi mắt nàng của đêm tối mà long lanh, nhưng lại chứa đựng một cõi tình u uất, mà anh đang đi lạc trong đó.

- Làm gì có chuyện đó. Đừng khóc nữa, hãy tin sự thật nơi anh. Gia đình anh không phải như vậy. Và anh lại càng không phải như vậy. Anh vẫn yêu em cho đến ngày tận thế. Em biết không?

- Làm sao để chứng minh.

- Em hãy nhìn cảnh vật chung quanh. Nếu anh gian dối có lẽ đêm nay nó không cho em gặp anh như thế này đâu. Em thử hỏi những viên gạch, những viên đá cuội dưới chân em, rồi những cây lá lốt mơn mởn bên cạnh kia kìa. (Chú thích thêm - Vườn nhà ba của Tú trồng rất nhiều thứ.) Nếu anh không xứng đáng, nó tống khứ anh chứ không cho anh gặp em trong đêm, hôm nay một đêm trọng đại của em?

Tú làm thinh. Cư nói tiếp:

- Em nghĩ có đúng không? Nghĩ lại một chút cho anh đi nào em?

Bỗng dưng thấy những lời anh nói hay, cũng làm cho nàng bớt căng thẳng. Tú thò tay ngắt mấy lá lốt bên cạnh giếng. Ba nàng trồng nhiều thứ rau lắm, song nàng chọn nó trên tay rồi bảo:

- Lá này ban đêm cũng thơm ghê anh? Có lẽ nó nhớ anh nên nó thơm phải không? Ý anh vừa nói đó.

- Hì... Chàng cười như tan biến nỗi đau nói liền:

- Nhưng thơm đâu bằng tóc em và miệng em.

- Hơn em chứ. Thơm như cánh mũi anh vậy đúng không?

Nàng nói rồi với lên muốn cắn nhẹ chiếc sóng mũi của chàng. Thật sự nàng yêu, nhớ chàng lắm! Làm sao nàng có thể quên chàng mau vậy! Nàng như muốn hết giận chàng nhanh. Vì chính thâm tâm Tú còn quá yêu chàng. Làm sao nàng quên được mùi da và cả mái tóc chàng... Nỗi đau buồn Tú như dịch chuyển... Cư nhìn nàng và hiểu được trái tim nàng... Anh tìm về hạnh phúc biết chừng nào vào lòng trai tơ mình. Cư vội hỏi:

- Em hiểu lầm cả, ai nói với em vậy. Anh muốn biết chính xác?

- Chính thím em nghe, nói với chú, chú em nói lại với ba má em.

- Trời ơi anh không ngờ thím em giờ lại ác độc, muốn anh ưng lấy con Phụng nhà bà con thứ gì với thím em đó. Anh không chịu lại đặt điều cho anh. Cải ra, bịa ra, đặt ra đủ chuyện. Trời ơi chuyện sai đi sự thật, mà sao em tin? Anh không thể hiểu em nổi.

- Nhưng em chờ anh trên một tháng. Anh đi đâu lâu?

- Ba anh bịnh, anh thương ba phải đưa đi bịnh viện rồi săn sóc. Đứa em gái anh nó đi học may ở Diêu Trì, không có ở nhà lo cho ba. Chờ ba hết bịnh, anh trình bày về em để hỏi cưới. Nên thành ra…

- Vậy ba bớt bịnh chưa anh?

- Chưa, bởi lâu quá anh nôn và nhớ em không chịu được. Nào ngờ chỉ một tháng phụ anh, em nắm tay đi với người khác.

- Chính xác một tháng hai tuần. Em đâu biết anh đi lâu như thế, lòng lại hướng về anh. Nhưng anh đã lơ là em rồi. Anh có biết em khổ đến mức độ nào không?

Cư như giật câu nói của Tú mới xong, mà không trả lời cho Tú. Anh bủa vây nàng thêm:

- Em có bàn với người ta đám cưới. Cả đêm anh đứng ngoài, lén nghe anh lạnh cóng xương sống. Em biết không? Em có ác với anh không chứ?

Cư nói thế, và đưa tay nựng đôi má Tú rồi ghì hôn, anh ôm riết nàng như chuyền hơi ấm, sau bao ngày xa vắng. Vì anh hiểu nỗi hàm oan.

Tú bỗng cảm xúc vô bờ nên thỏ thẻ:

- Anh ơi em yêu anh nhiều lắm. Nhưng em nghe tin, em hoang mang lại trông đợi anh trở lại quá lâu. Thành ra em đã.

- Em dễ tin không xét, không tội nghiệp cho anh sao?

- Thì bây giờ em tin anh và tội nghiệp anh nè. Nếu anh thật dạ yêu em. Anh về bên em. Em thà chết bên anh chứ không lấy chồng đâu.

- Vậy mà nắm tay người ta đưa đi ra ngoài đường luôn ngọt xớt. Nhìn thấy em cũng sướng lắm. Làm anh chết lặng.

- Ẩu cho em không hà, làm gì em sướng? Đó là vì em hận anh, tưởng tin điều đó là thật. Nên em phải nghe theo ba má muốn, em lấy chồng quên anh thôi.

Cư giờ như hiểu hơn nữa, đoạn anh vỗ về:

- Ngày mai anh sẽ tới nói với thím em. Anh không yêu con Phụng đâu, anh chỉ yêu em, xin đừng phá anh. Anh cũng chịu tội với ba má em. Anh xin cưới em. Những đứa em gái em, anh vẫn quỳ xin nó cho anh cưới em, em chịu chưa? Bởi anh cần, anh yêu em! Anh không thể để mất em Tú ơi...

- Thiệt hôn?

- Gì mà không thiệt nữa? Anh yêu em nhiều lắm nên mua khắc cho em một cây thước mang tên Đinh Cư- Ngọc Tú đây nè. Tú ơi hỡi người yêu duy nhất của anh!

- Vậy sao có không anh?

- Thiệt mà em ơi! Anh muốn đưa cây thước gỗ may đo khắc tên hai đứa. Anh để nó nằm gần nơi thành giếng nãy giờ, anh chưa đưa cho em, nó đang buồn kìa em.

- Hu hu. Tội cho thân vật không biết nói.

- Giờ anh mới đưa cho em nha. Ừa nè em. Cư nói và trườn tay, trườn chân. Bước một bước rưỡi anh lấy đưa Tú.

- Trời ơi tuyệt vời anh. Em cám ơn anh nhiều nha.

Tú cầm lấy từ tay anh trao. Khi cầm lấy cây thước trên tay Cư, Tú cảm động và yêu anh hơn lúc nào hết, như muốn rơi cả nước mắt. Một kỷ vật, có khắc tên Đinh Cư-Ngọc Tú. Dù trời tối cô chỉ thấy lờ mờ lấp loáng trên cây thước. Cô vẫn nói thêm:

- Em cám ơn anh nhiều lần nữa nha! Em yêu quá anh ơi. Em yêu anh, và yêu nó lắm... Tú nói và hôn lấy cây thước gỗ may đo thêm một lần nữa.

- Anh vẫn yêu em, như muốn chết khi bên em nè... Cư nói rồi cầm kỷ vật trên tay Tú để ra bên cạnh bờ giếng. Anh tiếp tục hôn nàng.

Cư lại ôm Tú vào, siết thật mạnh vào lòng. Cô thấy một niềm hạnh phúc dâng trào. Hai người như trong thổn thức tình yêu. Đất trời như nghiêng ngã cảm nhận...

Một đoạn sau Tú đột nhiên hỏi Cư:

- Em hỏi anh nè?

- Chuyện gì em?

- Phụng có yêu anh không?

- Trời ơi Phụng yêu anh, nhưng anh hoàn toàn không.

- Sao anh biết nó yêu anh?

- Anh không ngờ anh cứ coi nó như đứa em, nhưng nó nói với anh. Một hôm lâu rồi, nó nói, nó yêu anh.

- Sao anh chưa bao giờ kể em nghe chuyện này?

- Anh định kể mà thôi kể làm gì? Dù sao Phụng vẫn là bà con phía bên kia thím em, chú em.

- Có bao giờ anh hôn nó chưa?

- Chưa, nhưng nó hôn anh, làm anh không ngờ, choáng váng đêm đó. Em biết không? Lúc anh ra phía sau nhà chú em có chuyện. Đêm đó, cái đêm nhà chú em cúng tạ mùa hôm tháng tám năm rồi. Lúc anh chưa biết em nhiều. Và cả đoàn xuống, chỉ ở bên nhà chú em tiệc tùng bên đó rồi về...

- Lúc đó em làm gì? Nhà chú em, em vẫn thường qua? Tú phân vân.

- Hình như lúc nghe nói, em bận rộn may đồ cho học sinh vào năm học mới là phải. Có hai em của em, Ngọc Thu, Ngọc Bích qua, ăn uống với đám con chú em, rồi về nhanh... Anh có thấy hình như vậy...

Tú lại tiếp lời Cư:

- Kỳ há, tại sao lúc đó em chưa biết anh nhỉ!

- Anh cũng tiếc nhưng tình yêu, mọi chuyện vẫn như có định mệnh. Dẫu gì ta đã yêu nhau rồi mà tiếc gì em?

Tự nhiên Tú rút tay ra khỏi vòng eo Cư cô đang ôm. Và nói:

- Em hiền nhưng em ghen lắm. Em mà biết anh quen với ai nữa, đi với người ta, em đâm anh chết đó.

- Nhưng anh mới thấy em đi với người khác, anh chỉ khóc mà đâu dám đâm.

- Em đi, chứ em đâu có yêu iết gì.

- Thì biết đâu anh đi là đi, chứ đâu có yêu iết gì.

- Anh xạo em, toàn bắt chước em nói không hà.

- Bắt chước để giống nhau, yêu nhau thêm chứ?

- Hứm cái miệng anh lanh lắm nè.

Tú ôm Cư lại, cô vân vê tóc anh. Rồi Tú hạ giọng nhỏ nhẹ hơn hỏi:

- À anh xuống đây bằng gì, hồi nào nói cho em nghe đi.

- Anh xuống bằng xe đạp, từ khi đài phát thanh phát buổi tối. Trước khi "người đó" vô nhà em. Anh quyết rình em. Anh ghen đứng tim, chứ em tưởng anh sướng lắm sao?

Tiếng tằng hắng của mẹ vọng ra. Tú nghe biết là mẹ đang tìm mình, hay đi đâu đó, nàng vội bảo Cư:

- Em vào nhà nghen. Anh về đi mai mốt xuống thú thật với ba má anh yêu em.

- Anh không về, để anh chung nơi vựa rôm chuồng bò nhà chú em, anh ngủ. Sáng nay anh hỏi tội họ gạt em và độc ác với anh. Sau đó qua đây, nói là anh yêu em xin cưới em vào tháng tới. Anh không muốn để thời gian người ta cướp em. Giờ này anh phải liều mạng không thì sợ mất em lắm!

Tú không chịu, nói ra một ý kiến:

- Về đi, sáng mai em lên ruộng và chúng mình yêu nhau, anh sẽ đi hái thị cho em, nấu cơm cho em ăn. Sau đó anh hát cho em nghe, anh hôn em thật nhiều, em cũng ghì anh mà hôn. Không có mối tình nào đẹp như mối tình chúng mình, giữa một Suối Sam chứng minh. Nhất định em không tiếp người đàn ông, con trai tên Hoàng đó nữa đâu mà.

- Nhớ nghen, phản bội anh là không được đó.

- Anh về đi đừng lo. Em hứa mà. Nếu anh nói nhiều thêm bùng nổ bất lợi cho mình. Chỉ cần em thôi. Em nói là em yêu anh, em nói láo là em đã ngủ với anh, và em đã... Tú ấp úng mãi chỗ này, Cư lại hỏi:

- Đã sao?

- Đã là vợ anh thế thôi.

Cư cười nhướng mày một cách dễ thương:

- Em nói láo kiểu hay nghen, nhớ nói thế nha, cho anh yên tâm nha!

- Chắc chắn là như vậy rồi. Nàng gục đầu như đồng ý "tiêu điểm" với chàng điều ấy thêm. Và nàng sợ mẹ đi tìm lần nữa, nên Tú hôn chàng rồi vội rời khỏi vòng tay anh. Cư vẫn còn muốn kéo lại thêm.

Nhưng Tú rút ra. Hai người tạm chia tay. Tú cầm cây thước Cư tặng, nàng bước vào nhà. Cư đứng nhìn theo nàng, lòng anh tràn ngập hạnh phúc. Anh ngắt một vài lá ổi già đâu đó, anh vò chế lên sóng mũi, anh ngửi cũng thấy thơm làm sao! Vì những điều Tú vừa nói. Có lẽ là...

Rồi anh nhìn trời đêm về khuya có gió lạnh. Song anh vẫn thấy có một chút gì đó ấm nồng, bất tận. Bởi hơi thở tiếng nói Tú còn đọng lại... Những hương vị, những dư âm của tình yêu nàng, chàng trộn với nhau... Nó chiếm vào tâm thức chàng, nó hút mạnh...

Chàng lại như nghe bài thơ nào đó ngân lên vài câu:

Anh ôm em ngủ rừng/ Lá đan tay ta thấy

Tiếng sáo dìu vắt dây/ Chân ai hát... miên đồi...

Cư nghe như thế, sung sướng bước đi, qua khỏi bờ rào có hoa dâm bụt nhà Ngọc Tú. Chàng còn vọng động, mơ hồ nhìn nàng như đang trở ra. Nhưng chỉ là ảo giác nơi chàng...

Nàng đã vào phòng riêng, cứ thấp thỏm nhìn bóng chàng trên tường nhà, nàng hình dung vậy, chắc là tư tưởng nàng cũng lãng mạn lắm... Và vì chàng mà nàng nhớ lại bài thơ "Đền anh" làm nàng thấy hạnh phúc vô cùng trong lúc này. Nàng lấy bút ghi bài thơ đó.

Đền anh

Đền anh trăm nhớ ngàn thương
Đền anh úp mặt lên tường thấy nhau?
Đền anh trong vạn niềm đau.
Người Lương Sơn Bá đâu nhẹ màu yêu thương?
Đền anh muôn vạn nẻo đường,
Về nhà mẹ hỏi chẳng thương... miệng cười...

Có lẽ nàng sợ có khi quên mất chứ, nên nàng phải ghi! Rồi Tú lại thấy chàng hôn mình nơi đây, và hình ảnh quyện lẫn giữa Suối Sam ngày nào nàng mới gặp. Cư cứ lởn vởn trong tim nàng. Chàng thật dễ ghét lắm...

PHẦN HAI (CHƯƠNG 6)

Sau đó gia đình buộc Ngọc Tú phải lấy chồng. Một cuộc nói chuyện cuối cùng trước khi đám cưới:

- Con không thể ưng anh Hoàng được ba má. Con đã yêu anh Cư. Ngọc Tú chân thành thưa.

- Ba má đã chấp nhận, chính con từng tiếp đón mà.

Tình yêu nào rồi thời gian cũng nguội lạnh con à, chỉ có tình vợ chồng mới keo sơn trọng đại thôi con. Im một chút má Tú nhìn Tú nói thêm:

- Nghe lời ba đi con. Các em còn biết. Nên con phải tỉnh táo hơn trong chuyện này. Nên đám cưới và gắn bó với Hoàng đi con gái.

- Không được ba má ơi. Con không thể…

Ba Tú ông Sâm làm thinh đi đi lại lại chưa nói gì. Má Tú nhìn vào mặt con gái, bà nói nữa:

- Sao không được con. Công cha mẹ nuôi con chỉ mong con nghe lời. Và giữ lời hứa với người ta.

Giờ ông Sâm mới cất tiếng:

- Thật uổng công cha mẹ nuôi con khôn lớn, con từng chịu rồi mà. Lại đổi ý thay lời. Con ăn học đến ngày giờ này sao Tú? Ba không giận tính cách nơi con. Nhưng ba phải giận sự đối xử của con đấy. Vì mọi việc đã trở thành như xong. Ba Tú giờ hậm tức, ông dằng từng chữ như trên:

- Dạ đâu có ba. Nhưng con… Tú buồn bã trả lời.

- Không nhưng nhị gì cả. Ba quyết định là như thế đó. Con gặp Hoàng từng nói chuyện rồi. Đừng để lở dở lời hứa của ba mẹ và ngay của con chứ?

- Má ơi con…

- Thôi con à, không kêu ca gì nữa, chuyện đã vậy rồi. Ba má đi đến quyết định cho con rồi. Cũng là thương con thôi. Từ từ con nghĩ thương cho cuộc đám cưới này. Chuyện giữa con và Cư mơ hồ lắm con! Ba con thường là thương con nhiều, song đã quyết định.

- Không thể được má ơi.

- Có thể được. Và không thể được là do lòng con nghĩ ra thôi. Con đừng có suy nghĩ lung tung nữa có được không? Ba mẹ lại không muốn cho con gái những điều mau mắn sao? Một đám cưới nơi vòng tay con lại vứt bỏ thì nói chi điều thương ba mẹ nữa.

- Lời má con là một chí tình của bậc cha mẹ. Ba mong Tú không làm cho ba má thất vọng. Đó là lời cuối của ba để cho con… Con cứ coi cuộc gặp gỡ giữa con và Cư chuyện bạn bè vui thôi. Duyên không tới, con không cần luyến tiếc chuyện đó nữa.

Bà Sâm má Tú tiếp tục trong than vãn:

- Má mang nặng và sinh con. Xin con không suy nghĩ gì khác hơn được không Tú? Đám cưới là đám cưới. Niềm vui lớn của con cùng ba má. Con nhất thiết phải nhìn ra hạnh phúc. Ngọc Tú nghe má nói cô bất chợt thơ ngây cứ nghĩ cơ hồ mơ màng. Trái tim nhỏ bé của nàng như thầm bảo lãng mạn "dệt mộng yêu đương." – Và nếu đám cưới của nàng và Đinh Cư đây sao? Ôi hai hình bóng này, thì nàng hằng tha thiết trông chờ biết mấy...

Nhưng sự thật lại không phải. Khác hơn lòng mình mong muốn. Tú cũng đành phải chấp nhận đây chăng?

Ba Sâm liếc nhìn vợ và đứa con gái ông nói tiếp:

- Họ đám cưới sớm hơn dự định trước đó. Ba đồng ý rồi.

Tú chỉ biết nhìn má van lơn. Nhưng tình yêu má dành cho nàng như nguội lạnh. Bà chỉ biết nhìn Tú lắc đầu thôi. Tú lại ngơ ngác như người trong mộng...

Rồi đám cưới tiến hành. Ngọc Tú lấy chồng vì hiếu thảo và thuận lòng với ba mẹ. Buổi đưa dâu có cả xe hoa rất linh đình. Bóng hình chụp cô dâu chú rể cũng khá nhiều, đẹp đẽ, bề bộn lắm. Song đêm tân hôn khuya khắc ấy, sự việc mới lạ chứ. Nàng nằm bên chồng còn nguyên đồ cưới, và hơi thở của một cô gái trong đêm tân hôn. Vậy mà ở nàng chuyện xảy ra rất ư là lạ. Nàng chẳng học ai, và cũng không hỏi ai. Và cũng không biết ai thì sao, nhưng với nàng lại muốn như thế để bảo chồng: " Em chỉ muốn mặc đồ cưới y như vậy cho thật đẹp trong đêm này nha anh..." Chồng Hoàng nghe hơi ngẩn ngơ, nhưng thương Tú quá đã chiều nàng. Với lại Tú còn nhỏ tuổi so với chàng, nên chàng ráng làm vui lòng cô vợ trẻ, cưng chuộng nàng đủ thứ, mong sao cho trót lọt...

Chính đêm đó vì quá vui mừng Hoàng uống hơi nhiều rượu và cố ý chiều cô vợ trẻ thơ ngây. Hoàng ôm Tú vào lòng tý anh đã ngủ say vì rượu giật. Tú bồn chồn rồi bất ngờ nàng có ý tưởng muốn bỏ trốn đi. Tại sao nàng nghĩ như thế nàng cũng chả biết. Yêu thì yêu Cư rồi, nhưng bỏ trốn của đêm này nàng chưa từng nghĩ đến? Vậy mà đột ngột thình lình nàng hình thành lên, bất chợt ý nguyện này nhỉ? Nàng bỏ chồng tìm đến chốn Đinh Cư ư? Tìm đến người yêu duy nhất trong lòng nàng ư? Thấy có lý, Tú muốn thực hiện ý tình. Và rồi nàng lẹ làng rốn rén lội đường, vượt đất lạnh, vượt mương rãnh. Tự nhiên Tú mặc nguyên áo cô dâu ra đường. Nàng không hiểu sao nàng muốn làm như vậy nữa. Nàng chỉ gom lo xách theo một bộ đồ. Tú chạy bộ, lúc đi, lúc chạy đường về khuya. Thỉnh thoảng nàng ngoái cổ nhìn lại. Nàng đi về hướng con đường đi tắt, băng qua một cánh đồng nhỏ. Có lối dẫn vào Gò Sim một lùm cây to. Tú nhanh nhảu thay đồ bộ bình thường nơi đó. Nàng yên chí đến ra lộ lớn, rồi hướng ngược về nhà nàng, xa hơn nữa phía về Hoài Ân. May phước Tú còn gặp một người đi xe ngựa, để đi quá giang về nơi đó. Xe ngựa chở ngói và bộng giếng được sắp xếp cẩn thận, theo cách kỹ lưỡng. Thấy xe Tú mừng quá xin đi nhờ…

Chủ xe nghe nàng nói và dừng xe lại. Thường thường chủ xe ngựa hay cho người quá giang, vì có chỗ ngồi xe ngựa mái vòm, để có bạn đồng hành đỡ buồn bởi đường xa cho vui. Đôi lúc đi đêm họ có nói chuyện, đôi khi không nói nhưng họ vẫn thấy ấm áp vui hơn. Đêm nay chủ xe ngựa hỏi khi cô lên xe ngồi. Ông đưa mắt nhìn Tú mà rằng:

- Ô cô về đâu vậy? Con gái chắc đi lỡ đường hã?

- Dạ. Cháu đi thăm ông anh trên Lâm Trường Chăn Nuôi. Cháu ghé thăm nhà người quen nên lỡ chuyến xe khách, không còn xe về lối đó nữa.

- Vậy à?

- Dạ.

Cả hai im lặng nghe gió rít. Và tiếng chân ngựa đụng đá lạch cạch dưới chân nó đôi khi… Một hồi lâu khoảng hai mươi phút xe ngựa đến nơi. Chiếc xe được ông chủ giật dây. Con ngựa hí nhỏ lên một tiếng rồi đứng im lại. Ông đã bỏ cô lại chỗ ven đường lớn. Cô vừa cám ơn và đưa tiền. Người chủ xe ngựa lắc đầu không lấy, ông cho xe chạy tiếp theo ý mình. Ông chỉ có bảo là:

- Cẩn thận nhé. Con gái hẻo lánh một mình thì nguy hiểm đó. Chúc cô may mắn.

- Dạ xin cám ơn ông.

- Lát nữa tôi có chở gỗ về lại thị trấn đường này, nhưng chắc cô không đi chứ?

- Dạ vâng cháu chưa đi lại...

- Ồ được rồi.

- Dạ cháu đi đây.

- Đi đi, cẩn thận tôi nhắc thêm.

Không hiểu sao ông chủ xe ngựa lại tốt với mình ghê gớm. Song làm sao mình đi lại chi mà ông ta hỏi. Chắc là ông hỏi cho có hỏi thôi. Hay là ông vui miệng, hoặc ông tâm ý muốn có bạn đồng hành, đi trên đoạn đường chăng?

Suy nghĩ vẩn vơ. Người chủ xe ngựa cho xe chạy lúc lắc, và tiếng chân ngựa đi xa dần khuất bóng. Con ngựa chở đồ vật dụng, nhưng trông thật đẹp. Ông chủ nó thì hiền lành như một nhà triết gia trong các câu chuyện cổ điển Pháp mà nàng đọc. Tú cảm nhận trong chốc lát. Nàng còn ở lại nhìn họ, xe ngựa đi xa, bóng dáng hút dần. Trên đường vắng vẻ thiếu ánh sáng, chỉ thấy một vài con đom đóm bay. Có trăng non nhưng xuống thấp, sẽ lặn một vài tiếng nữa đây thôi. Tú đang đi đứng lưỡng lự, thì nàng đặc ra câu hỏi mình phải làm gì bây giờ trước tiên đây? Nàng nghĩ rồi tự động băng qua suối giữa đêm hôm. Và Tú sẽ tìm một nơi kín đáo để thay lại bộ đồ cưới nàng thích. Vâng nàng đã làm điều ấy. Tú tìm đến gặp Cư như giấc mơ. Nàng nhẹ nhàng cả bối rối kêu cửa:

- Anh Cư em đến đây. Đêm nay đám cưới mình anh ơi.

Cư giật mình cứ ngỡ chiêm bao, nhưng là sự thật. Chàng toan ra mở cửa, ngạc nhiên để thốt nên lời, như nghẹn cả mừng rỡ:

- Có phải Ngọc Tú của anh. Em có phải đến với anh không? Trời ơi...

- Vâng em đến.

- Em thật sự đây sao em?

- Anh ơi. Em chỉ muốn làm vợ anh đêm nay mà thôi. Em là của anh. Chỉ có anh là người xứng đáng tình yêu của em. Trong trái tim em chỉ có anh mà thôi.

Đinh Cư vui mừng ôm nàng hôn mà cứ như sợ nàng biến mất đi. Chàng bảo:

- Vô phòng anh nha. Hên là mấy chú nghỉ lễ về hết. Anh nằm trong phòng một mình, ôm gối tiếc thương, nghĩ cuộc tình ta tan vỡ, đau buồn mà không dám khóc... Anh cám ơn em đêm nay. Nhưng biết làm sao đây của hoàn cảnh. Hỡi em yêu, em thử cùng tính với anh...

- Em sống với anh. Và anh là chồng em thôi. Em không phải của anh Hoàng kia.

- Anh vẫn muốn như thế. Nhưng anh rất ngại nơi ba má em. Lỡ như trách anh, nên anh muốn dẫn em về thưa trong đêm nay được không?

Chàng thở hổn hển như thói quen gặp Tú rồi nói tiếp:

- Trước mắt chỉ có một cách trốn đi mới giữ được tình đôi ta em ơi. Nhưng nếu mình trốn đi, ba má không biết tưởng em tự tử chết sông, chết bụi. Thì vô tình anh và em làm khổ ba má lo lắng nữa...

- Vậy làm sao bây giờ anh?

- Về phải thưa ngay với ba má em à.

- Em muốn nằm nghỉ với anh một tý ta hãy đi. Em vừa đi mệt tới đây.

- Được đồng ý với em. Nhưng em đi bằng gì tới đây?

- Em đi bộ và chạy, gặp xe ngựa em quá giang.

- Ghê thật, em can đảm lắm. Anh yêu em nhất trên đời. Xe ngựa nào đó anh không gặp để cám ơn.

- Anh có lòng như thế được rồi. Anh gặp chi cho rối.

- Ừa há. Em thơ ngây mà lanh thiệt.

- Không lanh thì chỉ có cách chết thôi.

- Chết... Đừng nói vậy em.

- Em đùa nhưng thôi. Mà thiệt chứ anh?

- Được rồi em. Anh hiểu, yêu em nhiều.

Cư nói và đưa Tú vào phòng anh cho nàng nằm nghỉ một tý. Anh thì tha hồ mà hôn hít cho đỡ ghiền nhớ thương...

Tình yêu nơi Tú dâng ngập hồn Cư. Nàng đã làm cho chàng xúc động đến vô cùng.

Xong đỡ mệt vì sợ hãi, vì đường xa đi xe ngựa lộc cộc, (tuy con ngựa chạy có vẻ êm.) Nàng cũng đã được ân ái với chàng như lòng Tú muốn. Hai đứa đang có giấc ngủ ngắn mười lăm phút ngon hơ. Như cơn mơ đẹp nhất trần gian... Sau đó cả hai tỉnh dậy. Vì có việc nên Tú Cư phải lo làm.

CHƯƠNG 7

Cư đưa Tú bằng cây xe đạp nghèo về thú thật với ba mẹ nàng. Trăng non đêm ấy vẫn còn, như lén làm chứng cho mối tình họ đẹp. Là chàng yêu Tú và cả hai đưa về, muốn cha mẹ cho phép họ tự chọn hôn nhân.

Về đến nhà. Ba má còn không tin nổi hai đứa dẫn xác vào xin. Ba Tú ông Sâm giận muốn đuổi ra khỏi nhà. Song má nàng đã bảo:

- Thôi Cư định đoạt. Má không ngờ Tú thương con đến mức như vậy.

- Con xin thưa thật. Thưa rằng ngày mai, rạng sáng tụi con đã bỏ xứ đi rồi... Đêm nay con sẽ lang thang đưa Tú đi về nhà con. Con xin phép ba con. Như con cưới Tú đêm nay.

Ba Tú ông Sâm còn như giận làm thinh. Chỉ có má nàng thì sốt sắng tâm tình:

- Đi đường bằng cách nào Cư, nếu hai con quyết thì không nên để bên kia phát hiện. Lùm xùm khổ lắm nha Cư.

- Dạ có hai cách. Một là con đi lén về phía Trực Đạo vào ga PM. Hai là con đi về lại cơ quan và đi về phía cầu Dợi của Bồng Sơn.

Im một tý, Cư lại nói nhanh hơn.

- Thôi xin phép ba má hai con phải đi ngay, không sẽ liên lụy đến ba má, nếu họ đi tìm Tú về nhà mình họ kiếm bắt gặp.

Trong lúc ba má và hai anh chị Cư Tú bàn tính. Thì hai em của nàng Ngọc Thu, và Ngọc Bích nghe được vẫn cứ lẳng lặng ở phòng riêng hai em mà nhìn lén ra, Ngọc Thu bấm tay em Ngọc Bích lắc đầu thầm thì bảo nhỏ: "Chị em mình đừng ra tham dự chi. Cứ để cho ba má giải quyết cho họ nhanh và hay hơn nhé."

- Đúng rồi em cũng nghĩ như vậy. Bích trả lời đưa mắt nhìn chị Thu. Cả hai chị em vẫn còn ẩn trong phòng nhìn họ ở bên ngoài, những đôi mắt và đôi môi bối rối của ba mẹ, cũng như nơi anh chị Đinh Cư và Ngọc Tú... Đã đem đến tuổi trẻ như Ngọc Bích Ngọc Thu, vẫn thấy thương làm sao.

Giờ ba Tú mới bình tĩnh hơn ông nói:

- Nếu như Tú đã quyết yêu con, ba chỉ mong Cư bảo bọc thương yêu Tú đến cùng. Vậy thôi, ba đã hết cách...

- Dạ con xin đội ơn ba. Cư đáp.

Tú và Cư vòng tay cảm động, dập đầu như muốn cám ơn và thú lỗi nơi ba mẹ để họ bước đi. Họ không còn thời gian nữa, cho cuộc hành trình mình sớm trót lọt hơn.

Cả hai người ba mẹ bước ra cửa để nhìn thấy Tú và Cư đi về hướng nào? Trăng non đã mới lặn rồi, chỉ còn sao trời nhấp nháy xa xa. Thì ra Cư chở Tú đi ngược về phía cơ quan Hoài Ân. Vẫn cây xe đạp nghèo khổ nhỏ bé, nhưng tình yêu họ lớn như muôn trượng, đang thử thách với gió đêm, cảnh lặng. Và đem họ về một hướng như lòng họ nghĩ tới. Căn nhà vườn nhà, cây lá như buồn rượi tiễn nàng, một người con gái đi theo người con trai yêu dấu. Nhưng vẫn có ngọn gió nào đâu đó, cũng reo vui vờn vập, chúc mừng họ, giải thưởng cho họ...

Hai em ở trong phòng nhà Ngọc Bích, Ngọc Thu vẫn làm dấu chúc mừng cho anh chị. Họ chắp tay thầm gởi tín hiện đến trời phật phù hộ và thương yêu bảo bọc tình yêu của anh chị... Và chính hai em cũng không ngờ chị Tú mình có một tình yêu với anh Cư thật sâu đậm, mà khó có thể xa...

Lúc đó thì chồng Hoàng giật mình, anh tìm không ra vóc dáng Tú nơi đâu. Từ ngôi nhà đến bên không thấy Tú. Anh lo đi tìm. Gia đình họ rối lên nhưng ngoài, từ vài nơi dọc theo, những cây hàng dừa, đến ao bờ phía trước nhà v.v... Họ đang tìm kiếm cô dâu mới. (Cơ xưởng nhỏ thợ mộc của Hoàng thì nằm trên thị trấn, nhưng nhà gia đình có mẹ Hoàng và em gái vẫn còn ở một nơi thôn quê, cách thị trấn chừng 2km. Khi Tú làm dâu thì vẫn rước về nhà đó đầu tiên.) Họ soi đèn đuốt khắp nơi vẫn không kiếm được Tú... Không phải Hoàng kêu, nhưng tiếng ai hấp tấp kêu "Tú ơi, Tú hỡi." Nhưng nào nghe tiếng Tú trả lời. Mà chỉ nghe tiếng gió thì thào, của những cây lúa cựa mình, và như độ va chạm, của vài bẹ dừa mỏng manh, hình ảnh đang rơi rụng khô khốc...

CHƯƠNG 8

Cư dẫn Tú về với gia đình mình. Thoạt đầu ba Cư không chịu, ông không hoan nghênh chỉ có đứa em gái Loan chịu. Sau đó thì ông bảo cũng có vẻ hòa nhã:

- Thôi vầy. Ba có, mẹ con có nhà anh con cô cậu ở Phan Rang con vô đó làm nho với họ tạm đi. Nếu con ở đây họ biết sẽ làm khổ cho ba, đồng lõa với con, cướp vợ người ta.

- Dạ ba muốn như vậy thì con xin đội ơn ba, và hai con cũng chỉ có cách đó. Cư nhìn ba trả lời nghiêm trang.

Như thế là sau đó Cư và Tú trốn nhà ra đi. Tú không kịp về tạ từ ba mẹ ruột, vì lỡ nàng về sẽ làm khó cho ba mẹ nữa, về tội bỏ chồng theo trai? Đi như thế này là Hoàng khó bắt tội ba má nàng. Miệng Hoàng không thể mở ra trách được. Nếu có thể ba má Tú còn bắt lỗi Hoàng ngược lại, vẫn là có lý đó? "Con gái họ anh cưới rồi giờ đâu? Lỗi do anh? Không biết chăm sóc bảo vệ vợ, anh vô tình và không xứng đáng. v.v..." Tú chỉ mong oan khiên này nàng gánh chịu thôi. Đừng có liên lụy làm khổ ba má. Nàng đã mặc áo cô dâu và về bên chồng, chồng phải chịu trách nhiệm. Hoàng không thể trách ai phía nàng được?

Nhưng đến với Phan Rang chỉ hơn hai tuần. (Phải kể là Cư đi đâu cũng mang cây đàn guitar theo như hành trang cuộc sống.) Hai đứa đi làm nho cùng với gia đình cậu Tư vào mùa thu hoạch. Công việc tạm ổn. Nhưng cậu Tư nhận được lá thư ba Cư viết gởi vô. Với lời lẽ như sau:

Hai Em Vợ Chồng Bảo Tư Thiên Trang Thương Mến.

Anh thật tình cám ơn hai em đã nhận đứa con trai anh và người yêu tên Tú, cũng là vợ nó tới ở. Em ráng bảo bọc cho chúng có công ăn việc làm cũng như sinh hoạt nơi đó tạm thời. Rồi anh sẽ tính sau.

Số là vợ Tú nó bị ép gả, vì chữ hiếu mà thuận phải đi lấy chồng. Tuy sau lại thấy lòng thương Đinh Cư con anh. Tú không làm vợ họ được. Đã tìm trốn đến Cư. Rồi bây giờ anh tạm thời gởi chốn hai em Bảo Tư, Thiên Trang... Có gì hai đứa sai sót. Bảo Tư Thiên Trang cứ dạy bảo thay anh nhé.

Anh của hai em, Đinh Cường.

Bảo Tư lo lắng bàn với vợ. Vợ của Bảo Tư, là Thiên Trang không có ác ý gì, chỉ để toàn quyền Bảo Tư định đoạt. Nhưng suy nghĩ đắn đo mấy hôm. Rồi một sáng Bảo Tư gọi hai đứa lên phòng khách nhà, quả quyết theo ý mình. Trước mặt Đinh Cư và Ngọc Tú:

- Ở với cậu mợ làm, gặt hái nho là tốt cho cậu thôi. Mà mới yêu nhau trốn nhà đi thì cậu chứa. Đằng này Tú có đám cưới với một anh chồng thì câu chuyện lại rắc rối, lại khác hơn con à. Khi thư ba con gởi vào nói hết sự thật. Cậu mợ lại đâm ngại quá.

- Vợ con hiền lắm. Chỉ vì thương con thôi. Xin cậu mợ miễn chấp. Đinh Cư cố phân định cho cậu Bảo Tư hiểu.

- Khó đó. Cậu quyết định chứ không phải mợ đâu. Con nên biết? Song mà kẹt cho cậu quá. Lỡ họ truy ra và vào đây.

- Họ khó biết con vào đây đâu. Họ có biết, chỉ biết con dẫn Tú đi xa mà thôi. Nhưng Tú đi từ bên chồng nên họ không thể bắt đền từ cha mẹ ruột cô được? Cậu Tư đừng lo xa.

- Nói như con thì dễ, còn trong sự ở đời không có gì đơn giản. Để cậu tính tạm như thế này đã.

- Dạ sao thưa cậu?

- Cậu có bạn ở Đơn Dương nơi đây lên đó không xa xắt gì. Cậu gởi lên đó. Hai đứa sẽ tạm ở làm rau, lúa, mía, hoa màu, gì gì chi đó cũng được. Con nói Tú biết may mà? Có thể nó may vá nơi đó đi.

Nghe cậu Bảo Tư nói, Cư và Tú đứng im làm thinh chưa phản ứng. Bảo Tư nói tiếp:

- Sẽ ổn hơn nơi này, Đơn Dương này. Khó ai lùng biết, vì bạn cậu họ không có liên can bà con dòng họ như cậu, nên khó buộc đồng lõa. Và khó xử tội họ được. Vậy nhé... Cậu thương, thương lắm, nhưng lực bất tòng tâm con ạ. Cậu phân minh hai con nên hiểu.

Sau đó thì cậu Tư đã rút quyết định mới. Cậu giới thiệu cho Cư và Tú về hướng Đơn Dương làm ăn ngay lập tức. Cậu khẩn trương bảo một sáng sớm tiếp theo:

- Hai đứa sẽ làm nông nghiệp, bán nông nghiệp nơi đó v.v... Theo ý cậu Bảo Tư thì được lắm, cơ sở làm ăn nơi ấy. Thứ nhất cần siêng đã đủ sống và ổn định. Thứ hai vị trí địa lý khá ưu đãi con à.

Đinh Cư, Ngọc Tú phải vâng lời Cậu Bảo Tư. Họ rời những mảnh đất khu vườn nho cậu Bảo Tư, và các hộ khác, lân cận của xứ Phan Rang mà họ từng đưa tay làm mướn vui vẻ cộng cả nỗi nhọc nhằn; Xứ được mệnh danh nho nhiều nhất của xứ Nam Việt Nam là đây. Mảnh đất mà cả hai Cư Tú cũng lấy làm thích lắm, quyến luyến lắm với một thời gian ăn ở nơi này. Và dù nghèo khổ anh vẫn gan dạ dám đưa Tú đi hưởng biển ở điểm Ninh Chữ cách ngoại ô phố thị phía Đông Phan Rang bảy km. Tình yêu họ luôn tự tìm đến mật ngọt, dù phải cố gắng vượt nguy hiểm. Tú không chịu đi chơi biển, nhưng Cư thuyết phục: "Em phải biết biển một chút. Biết đâu kiếp trước em là một công chúa ở biển..." Cư nói vui đùa, song Tú nghe lời anh hay hay, và tâm lý nàng thích nữa, Tú chịu cùng đưa chân với người mình yêu đến miền thùy dương cát trắng này... Thiệt ra hai đứa không có đi bách bộ, Cư đã chở Tú đi xe đạp. Tú ngồi phía trước lòng anh với cây xe đạp cuộc khá đẹp của cậu Bảo Tư. (Xe đạp chàng có đem theo vào xứ Phan Rang đó, nhưng có vẻ "bệ rạc" quá chàng không muốn chở nàng ra biển mà coi được?) Nên chàng đành hỏi mượn cậu Bảo Tư. Cậu đã vui lòng đồng ý, cho hai trẻ được diễm phúc đến thăm biển Ninh Chữ. Và thiệt sự mà nói Tú Cư đều biết cậu Bảo Tư rất tốt bụng, thương hai cháu. Chỉ vì cậu sợ sự săn lùng bất ngờ, sợ liên lụy đến cậu cùng hai đứa. Cậu e ngại lỡ bị khó chữa lửa, khi mà họ đến gặp quả tang cuộc tình hai đứa dan díu. Thì sẽ khổ cả thảy, khổ cả làng vậy thôi…

Nói về Cư, Cư chở Tú đi, nàng rất là thích thú, với sáng kiến này của anh. Chẳng mấy chốc họ đã đến nơi. Tú quan sát thấp thoáng sau lưng Cư và Tú là những hàng dương êm đềm thơ mộng. Nhưng chúng thầm lặng, chúng như nhìn hãnh diện hai người đã đến đây - Trong một ngày với cái nắng giòn giã, để rồi cả hai chịu ngồi nghe gió biển thổi mằn mặn, sóng vỗ cứ nhấp nhô, với bao tâm tình được mở cửa… Ngọc Tú Đinh Cư ngồi để thấy lòng thanh thản, để thấy những giây phút tự do, và để ngự trị trong lòng họ biển bao la mênh mông, và chân trời cao xa lồng lộng kia đã chấp chứa hai linh hồn, hai xác thân họ đã thật sự yêu nhau đến ràng rịt, và thông cảm được cho mối tình họ. Chứ rõ ra Ngọc Tú Đinh Cư không có ý định tắm biển vui đùa, hay ngâm mình trong nước tình tự…

Nàng lại nghĩ xa hơn, nếu mình không nghe lời chàng sẽ có thể là một thiếu sót đi mất, khi cảnh đẹp Ninh Chữ, đâu có xa xăm gì đối với nhà cậu Bảo Tư? Và mình sẽ bỏ đi một cơ hội lớn! Còn như thế này là chàng và nàng được thưởng thức vẻ đẹp của Ninh Chữ Phan Rang rồi! Ngọn gió của biển đẹp yêu kiều, đã đưa tặng vào tim phổi hai người rồi. Thời gian đã chứng minh được nụ cười và cả bối rối của Ngọc Tú rồi. Người giàu chưa chắc đã hưởng cái thú đẹp đôi như nàng và chàng đứng trước biển. Những phút giây thật huy hoàng cho tình yêu họ. Dù rằng ngày mai có bão táp, họ vẫn vui bên nhau tình tự, lắng nghe tiếng nói của biển trời…Họ nghe nhạc từ lòng họ, hay nghe nhạc bằng những băng tần kia, với những nốt huyền thoại của biển xa, nhờ gió đưa đến trao…

CHƯƠNG 9

Và rồi Cư, Tú. Hai người yêu nhau cực kỳ đó đã lên đến xứ khác, xứ Đơn Dương làm ăn.

Hai đứa chỉ cần bạn của cậu Bảo Tư đỡ đầu thôi. Cư, Tú có đôi tay cần mẫn chịu khó sinh sống lại nơi đó. Chỉ một năm sau họ đã sinh con. Một đứa con bé bỏng và dễ thương lớn nhanh, ít khóc. Mặt mày tươi tắn đẹp giống mẹ Tú, lại hao hao cha Cư. Cuộc sống đôi vợ chồng trẻ hạnh phúc đong đầy trong một căn nhà đơn sơ nhưng đẹp và ấm áp. Ngoài công việc Đinh Cư trồng rau sở trường anh trồng trọt đã có. Cư còn biết nấu rượu. Một nghề truyền thống gia đình xa xưa, ba chàng làm trên mấy chục năm giờ ông bỏ nghỉ, nhưng Cư cần ứng dụng cho cuộc đời anh hiện giờ...

Tú thì may vá bên con thơ. Nàng chỉ ở nhà thậm chí Cư ít cho Tú ra rẫy. Vì yêu vợ và cưng vợ, nhọc nhằn khổ sở anh gánh hết. Cuộc sống họ êm đềm thơ mộng như dòng sông đẹp hiền lành, nhu mì, hòa ái... Hai người trái tim đã thuộc về của nhau hoàn toàn, và sinh ra một nhị hoa con cái... Bé tên Mơ rất dễ thương như kể trên.

Ba năm sau đó có người Sàigòn, chủ hợp liên doanh của một xưởng dệt Việt Thắng ở Sàigòn. Ông hay đến thăm viếng nơi đây. Và ông ta coi như một thú vui đi du lịch loanh quanh, sau những ngày tất bật ở cơ xưởng. Tú thì coi ông ta như người khách, người anh em thôi. Khi lần đến nhà đầu tiên. Anh ta vui vẻ giới thiệu:

- Anh tên là Cao Khôi. Cho anh gởi chiếc xe, anh đến nơi này và đi loanh quanh một chút nha. Em vui lòng chứ. Chắc ông xã đi làm hở em gái.

Anh ta nói bấy nhiêu. Và chờ câu trả lời của Tú. Tú làm thinh có vẻ nghĩ ngợi chi đó. Khôi nhìn bé Mơ. Anh nói tiếp:

- Con bé đẹp quá. Bé bao tuổi rồi em? Giống em chắc.

Tú liền vui vẻ giới thiệu:

- Dạ cám ơn anh hỏi thăm nãy giờ. Chồng em đi làm rẫy. Em và con thường ở nhà. Bé lên bốn tuổi anh ạ. Bé giống ba nó đó anh.

- Anh lại thấy giống em quá, xinh đẹp lắm.

- Dạ cám ơn anh nhưng em giờ tàn rồi. Tú như nói đùa cho vui và cười thật tươi.

Ngước nhìn nhà có một cây đàn guitar móc treo lơ lửng. Khôi hỏi thêm:

- Chà chồng em là người biết chơi guitar?

- Dạ ảnh biết chơi sơ sơ. Không nghề lắm nhưng nghe cũng được. Mà vì công việc ảnh ít chơi sau này. Song nó là kỷ niệm của vợ chồng em?

Không biết Tú có nói thật hay khiêm tốn cho chồng. Khôi vui niềm nở bảo:

- Kỷ niệm tuyệt quá nhỉ?

Rồi anh nói thêm:

- Anh đi săn chim, bẫy chim cho vui tý anh về. Xe mô tô anh tạm gởi đây nha được chứ em gái?

- Dạ được. Nhưng sao anh không đi biển đẹp hơn, xứ này có gì đâu mà dặm ngàn viếng thăm anh…

- Mỗi nơi đẹp một khác chứ em. Những nơi đó thì anh cũng đi hết rồi. Vả lại cá tính anh chuộng rừng, đồi núi hơn. Còn nữa em gái quên mất nè, anh giới thiệu là anh thích săn bắn bẫy chim lấy vui thôi mà. Hi hi.

- Ồ thì là ra vậy. Em nói chỉ cho vui thôi.

- Không sao coi như em xã giao đi. À em tên gì để anh gọi chứ?

- Dạ em tên Tú. Ngọc Tú.

- Chèn ơi tên dễ thương quá. Người thì càng dễ thương hơn. Hi hi.

Khôi cười và nhìn đôi tay Tú làm việc, nhìn đôi guốc mộc Tú mang rất giản dị mà duyên dáng, anh thầm bụng khen. Anh nói thêm.

Thôi anh đi nhé. Anh cám ơn em nhiều, khi được gởi xe.

- Dạ anh đi. Không có chi anh.

**

Lần thứ hai người đàn ông đó đến viếng căn nhà và gởi

xe nữa. Anh tặng cho Tú lọ nước hoa. Anh vui vẻ bảo:

- Anh cho em lọ nước hoa này. Em xức cho thơm. Nước hoa loại xịn của Pháp đó. Tên là N'5 Chanel nè em gái.

- Dạ em xin cám ơn, nhưng em không lấy đâu. Nếu chồng em hiểu lầm. Sợ như ảnh buồn sẽ làm khổ em.

- Trời ơi cù lần quá chị hai. Anh vẫn coi em như đứa em gái dễ thương thôi. Em có thể cho anh gặp chồng em kết nghĩa vẫn tốt mà. Có gì em ngại.

- Dạ để em hỏi ảnh thử.

- Ừa vậy nghen.

- Nhưng em hổng dám lấy đâu. Em sợ ảnh buồn lắm.

- Buồn gì mà buồn. Anh mến và thấy em dễ thương anh tặng thôi. Anh đâu có ý xấu, muốn bắt cóc em đâu, lại em sợ? Món quà bình thường có chi em ngại ngùng, đắn đo em?

Tú đứng im lặng thinh không nói.

Anh Cao Khôi càng giục:

- Nhận đi em gái. Anh cam đoan anh không có ý gì đâu. Ngoài ước muốn cho em vui một tặng phẩm, mỹ phẩm nhỏ.

Người anh Cao Khôi nói rồi gởi xe máy ra đi như lần trước. Anh vẫn xách lồng chim đem rập bước đi. Tú thì tiếp tục may vá theo nghề của cô.

Ngoài trời nắng vẫn trong veo, gió vẫn thổi nhẹ đưa vài hương thơm hoa dại, của cây lá, làm cho Tú ngửi thấy mùi dễ thương, dễ chịu vào cánh mũi, như đi vào thanh quản mình, tựa khi lúc nào nàng không hề hay biết...

**

Một hôm đang ăn cơm chưa xong với chồng. Tú nói:

- Anh ơi có cái anh tên anh ta là Cao Khôi, người cũng cao ở Sài Gòn lên đây đi chơi. Bắn chim bẫy chim, thú vui chi đó. Mến em muốn kết nghĩa với em và anh. Ảnh muốn gặp anh? Ảnh có cho em một lọ nước hoa thứ xịn.

- Nhận thì hưởng đi có liên quan gì anh mà nói.

Đột nhiên, Cư đau khổ như vợ mình đẹp lại nhận quà của một người đàn ông xa lạ khác, là một sai lầm. Chàng nghĩ, và chàng ngượng ngùng, buộc lòng phải ghen bóng ghen gió. Tuy rằng chàng không muốn ghen tý nào nhưng Cư đã ghen quá trớn trong tim.

Cư lại nhìn vợ mình hôm nay, mặc chiếc áo không được kín đáo như xưa, có vẻ khiêu gợi "bộ nhũ hoa to" một chút. Anh lại ghen hơn và tìm lời trách nàng:

- Em đó nghen, lúc này ăn mặc hở hang. Như vậy là em tiến bộ muốn cho ai nhìn phải không?

- Trời ơi mặc cho mát tý, chứ cho ai nhìn chi. Ăn cơm với anh cùng con em mới mặc. Mà có gì hở hang đâu anh?

- Vậy mà em cho là không hở hang. Hở cổ hở ngực, hở tay quá. Còn mặc gì nữa sao? Anh đâu có biết là em mặc ở đây, hay em mặc mọi lúc, mọi nơi hơn nữa, cho người ta ngắm chứ... Có thể... Vì anh đi làm, đâu có ở nhà ôm em cả ngày...

- Trời ơi anh nói gì kỳ vậy? Anh Cư em không hiểu ý anh nói đâu.

- Với anh thì không thích em phơi da dẻ, để có vẻ lộ liễu như vậy được.

- Thì thôi anh không thích, em không mặc nữa. Nhưng em nghĩ em mặc còn quê mùa thôi mà. Chỉ là áo cổ rộng hai vai thôi mà...

- Rộng cổ rộng hai vai để làm gì? Còn nữa, không dám gọi quê đâu. Vải thì nghèo quê nhưng kiểu cách là sang và tân lắm, làm sao mà em quê mùa được?

Cư lại làm thinh. Mắt anh trông có vẻ dịu dàng nhưng thật buồn. Anh âm thầm ăn bữa cơm với không khí nặng nề, anh thấy lòng không vui chút nào. Khi Cư đã biết, nghe Tú khoe về những tặng phẩm. Tú thì cứ nhìn anh như dò xét tâm trạng Cư. Chỉ còn có con bé ăn ngon miệng thôi. Bé mở đôi mắt to cứ nhìn mẹ nó, hết nhìn mẹ lại nhìn ba. Bé thấy ba mẹ có chi khác khác không vui như mọi khi.

Rồi đến một hôm nữa. Anh Cao Khôi lại ghé vào gởi xe. Anh mang cả máy cassette đến tặng cho Tú. Khôi bảo:

- Anh cho vợ chồng em cái máy này nghe băng từ cho đã. Nghe gì cái máy radio, trông thật tội cho hai em và bé.

Tú biết anh Cao Khôi có tâm hồn rất trong sạch cũng

như mình mến nhau, vì tình người thôi. Nên ảnh mới quan tâm chia sớt tình cảm, mang theo một chút vật chất nhỏ cho mình. Vậy mà chồng mình nào lại như quẩn trí? Ảnh không nghĩ như vậy mới ác chứ... Vậy mà ngày xưa ảnh bảo ảnh không bao giờ ghen. Đúng là lời hứa vẫn chỉ là để vui miệng...

Tú nghĩ ngợi như mọi khi, cô may đồ hoặc kết nút, hoặc đang làm các kiểu cổ áo. Nhìn anh Cao Khôi. Tú thú thật:

- Hình như chồng em hổng được vui. Anh đừng tặng chi nữa. Tụi em sống đơn giản nghèo nghèo, đủ cơm ăn, ngày ba bữa cũng được rồi anh à.

- Lần trước anh tặng em nước hoa là đôi khi chồng em ích kỷ, nghĩ sai. Nhưng lần này anh tặng máy cassette là chắc hiểu mà. Em cứ cho anh gặp đi. Ở đời thêm được một người bạn, người anh kết nghĩa thêm một người em, là tốt mà. Em, chồng em nên hiểu điều này.

Tú như không để ý cách giải thích, và đặt câu hỏi cuối cùng của anh Khôi. Nàng chỉ nói bâng quơ thuộc làu, ý chỉ nơi mình. Nàng dịu giọng tâm tình hơn:

- Có cái máy radio nghe tạm cũng ổn. Anh bày vẽ chi. Chồng em, ảnh không thích ai tặng em những món gì...

- Không phải cassette thôi đâu? Anh cho em thùng vải cắt may đồ bán. Trên Sàigòn người ta vẫn mua vải từ cơ sở anh rồi cắt may, bán tiêu thụ khá lắm. Thì em cùng anh hợp tác làm ăn. Coi như anh tìm em là đối tác mới nhất của anh thôi.

- Thì ra anh là nhà giao dịch làm ăn. Nàng nói và nhìn Cao khôi. Tú mỉm cười, tự nhiên vui vẻ.

- Hì. Ừa anh đi rong chơi nhưng có cơ hội thì vẫn giúp nhau, tìm ra đối tác hướng thiện. Có lợi tức chung, sinh lãi chung. Song với em thì tình cảm anh thương quý em là trên hết. Vì em đẹp mà hiền ai nhìn em chẳng mến được?

- Cám ơn anh khen. Mà nói tóm lại, em hông dám nhận.

- Em cứ để đó đi. Nhất định anh sẽ gặp chồng em. Một người vợ như em, chồng nào lại nghi ngờ là người điên rồi.

Tú cười rộng miệng hơn, rồi lại lắc đầu nhìn anh Cao

Khôi một cách thâm ý lần nữa. Sau đó thì cô lại buồn nhớ đến thái độ của Cư trong những mâm cơm gần đây...

CHƯƠNG 10

Rồi đến một hôm mới sáng sớm. Trời như sa mù. Anh dọn dẹp nơi anh nấu rượu như mọi khi cho gọn gàng. Cư lấy được rượu nguyên chất, để vào chỉn chu ngăn nắp vô canh lớn, vô chai nhỏ, vô bình nhỏ, vô lọ trung bình gần được 150 lít. Xong Cư lo mặc đồ đi rừng. Chàng lên tiếng:

- Có ai mua rượu em cứ bán giá phải chăng như xưa nay em nhé. Anh nấu ít ít, bán lai rai thôi không cần nấu nhiều chi. Hôm nay anh vào rừng thăm rau quả xong, coi dưa hấu mình lớn bao nhiêu. Anh vào lấy củi cho em và con thêm. Ở nhà má con đừng đợi nha. Cứ cơm nước thủng thẳng anh về.

- Hôm qua đài báo mưa lớn có bão mà anh. Thôi để khi nào đi. Em ngại cho anh đi với thời tiết xấu, đài báo rồi anh.

- Đài nói láo báo nói thêm mà em?

- Anh thiệt nói sai không hà?

- Thiệt chớ bộ.

- Khí tượng chính xác mà. Em không muốn anh đi đâu.

- Nếu nguy hiểm anh có chết, em lấy chồng khác sướng hơn có gì em lo?

- Nói bậy hà. Em không chịu đâu.

- Nói đùa đó anh đi. Vì anh tính rồi. Đừng cản anh mà.

Chàng cố làm như tỏ vẻ không có gì là quan trọng lắm. Chàng vẫn muốn đĩnh đạt, ung dung. Thế nhưng trong lòng Cư cảm thấy như dậy sóng lo lắng, anh chung vào giường nằm suy nghĩ. Rồi anh lại thấy mình yêu Tú vô cùng, nhưng anh lại thấy bực tức nàng vô cùng, gì đâu lấn chiếm. Tại sao Tú cứ nhận quà, nhận quà. Và lại ăn mặc cũng khác đi hơn. Nàng là gái một con, nhưng cực kỳ hấp dẫn, còn hơn như con gái mới lớn sung mãn. Nói với Tú rồi vẫn vậy thôi. Muốn là làm, muốn là mặc. Thấy chàng nhìn chòng chọc bực mình, thì Tú mới đi thay đổi bộ khác, cho chàng vui vài hôm thôi... Nàng Tú của anh như muốn đổi xác lạ kỳ thật. Anh muốn xa nàng quách cho rồi, cho đỡ ghen. Có vợ mà để người khác nhìn, để họ được hưởng, để họ được ngắm thì ai mà chịu nổi, thà chết còn sướng hơn. Anh biết anh ích kỷ, nhưng làm sao lựa chọn hơn? Cha mẹ cho hình hài mà ông trời lập nên tính cách Cư. Cái ghen trong anh tự nhiên mọc lên, như đến cực điểm, mà nó vô tri vô giác, nhưng làm khó chịu cho anh rồi. Anh nghĩ cố rời giường đang nằm, anh ra bảo với Tú ngon lành:

- Thôi để anh đi. Anh tính hết rồi.

- Anh... thiệt tình em mệt anh bướng bỉnh.

- Bướng cũng vì em thôi.

- Em có bướng gì đâu.

- Còn phải hỏi nữa sao?

- Em nhận quà. Anh không cho thì em không lấy nữa. Em ăn mặc, anh không đồng ý em cũng thay đổi hơn mà.

- Thay đổi gì đâu?

- Anh cảm giác xa quá chứ em rất bình thường. Mọi mặt em vẫn bình thường với anh.

- Không dám bình thường đâu.

- Anh ảo giác lớn trong lòng rồi. Mấy hôm nay anh có vẻ lạnh với em lắm nghen?

- Chứ em có nóng với anh như ngày xưa đâu.

- Em lúc nào cũng nóng và chờ đợi anh cả.

- Nóng với người khác thì có.

- Nói vậy mà anh nói được. Ghen vừa vừa, ghen quá em chết mất. Mà em có làm gì để anh ghen chứ? Em xấu hổ cho anh đấy. Ngày xưa anh hứa anh yêu em, anh biết em, anh sẽ không ghen mà.

- Cục ghen thì đâu có dễ thấy sớm. Anh mới xấu hổ cho em. Vì em... Mà thôi anh không muốn tranh luận nữa.

- Hứm... Anh như biến thành người khác rồi nha!

- Nói người ta mà không tự hỏi lòng mình đấy.

- Anh không uống rượu mà như người say nói sảng hoài nha. Tú nói và lườm chàng nửa yêu nửa giận.

- Anh không bao giờ say rượu cả. Em đừng nhầm.

- Vậy thì anh phải đổi khác đi nghen. Em không muốn thái độ tính cách anh hiện giờ nha.

Chàng như không để ý lời Tú. Nói xong chàng Cư ra đi. Như cơn quyết chàng đã có bố cục, để cố thực hành, cho bỏ ghét nàng.

Tú đưa mắt nhìn chồng bước đi ra khỏi nhà. Đến khi mất hút xa rồi cô không nhìn nữa. Tú lại tiếp tục may áo cho khách với bàn máy singer tiến bộ. Chỉ đạp bằng mô-tơ cho đỡ tốn sức đôi chân. Cư làm lụng và sắm cho nàng tất cả. Anh thương vợ, làm lụng không ai bằng, nhưng ghen vợ có lẽ chàng cũng có hạng đứng đầu, không biết từ đâu đến thật vô lý. Ngày trước khi mới quen nhau chàng có hứa mà, sẽ không ghen gì cả. Vậy mà không biết cơn ghen từ đâu đã "du nhập" vào lòng chàng nghi ngờ vợ. Tú nghĩ như thế... Và nàng nghĩ sao mặt chàng lại có chút chút, như hầm hầm điều chi lạ lùng?

Ngày đó chàng đi. Giữa trưa mưa mới bắt đầu phớt nhẹ. Con bé không đi học mẫu giáo vì hôm nay chủ nhật. Nó tự nhiên buồn ngủ bảo mẹ:

- Mẹ Tú con muốn ngủ trưa có mẹ. Mẹ đi ngủ với con.

- Con ngủ đi má đang làm.

- Cô giáo nói nên ngủ trưa cho khỏe đẹp và thông minh mà má?

- Đó là con thôi. Má thì ngủ trưa ai làm việc để có gạo, cá, thịt, mua con ăn.

- Ba làm được rồi.

- Ba làm nhiều ba mệt ba chết sao. Con không thương ba sao? Tú nói và cười nhoẻn chọc thử con bé.

- Con thương ba nhất chứ. Nhưng ông trời không bắt ba chết đâu. Bé lại im tý, rồi nói tiếp:

- Má lên ngủ tý rồi may. Con muốn má ngủ với con tý mà. Con năn nỉ mà. Không thì trưa nay con không thèm ngủ.

Thấy con nài nỉ tội nghiệp, Tú bỏ ngang đang tay luôn chỉ áo raglan cho một người chị lớn tuổi. Cô vội đến bên con bé và bảo: - Thôi lên giường đi má ru con ngủ nha.

- Quá tốt má ơi. Con thèm má nằm bên cạnh con có một giấc ngủ ngon, và má ngủ ngon nữa nha.

- Ừa ngủ đi má sẽ ngủ tý với con. Rồi má làm việc. Tú trả lời với con như vậy. Nàng nhìn con bé với con mắt thật giống mình và chiếc mũi lai lai ba nó.

Bên ngoài trời lại mưa nặng hạt. Và như có kéo bão nho nhỏ tới rồi. Bé Mơ lên nằm. Tú cũng nằm theo con trên chiếc giường. Nàng ôm con ru.

À ơ... Thân em như hạt mưa sa. Hạt rơi giếng ngọc, hạt ra ngoài đồng.

À ơ... Thân em như hạt mưa rào. Hạt rơi xuống giếng hạt vào vườn hoa.

Một chốc sau bé ngủ. Tú cũng ngủ luôn. Và nàng lại có một giấc mơ. Trong mơ nàng thấy Cư đã vì cơn mưa, nước lớn, chàng vác củi trượt chân, bị nước cuốn trôi, cuốn trôi từ suối ra sông lớn...

Tú chạy tới nhưng chàng cứ cách xa, con nước cuồn cuộn... Đau lòng Tú la lên:

- Anh Cư trời ơi. Anh có thể nào bị nước cuốn như thế. Tại sao em nói mà không nghe, giờ phải xa mẹ con em... Anh ơi em chết theo mất... Anh ơi là anh ơi...

Nàng chạy theo con sông trên bờ la hét. Nước kia cứ cuốn phăng Cư trôi...

Nàng khóc to hụ hụ, càng to...

Tú lại giật mình thấy mình đang nằm ngủ với đứa con gái lên bốn tuổi.

Nàng nói và nhìn ra bên ngoài coi thử. Một nửa giấc mơ đang có kia. Mưa đang lớn gió rít cào vào không gian bên ngoài nhà. Tú lật đật khẩn trương mang áo mưa cho bé, bé như còn ngon ngủ chưa thỏa mãn gì. Không biết ất giáp gì má Tú dựng đầu mình dậy? Rồi Tú bồng con đi tìm Cư như trong giấc mơ. Nhưng không, nàng không tìm được và không thấy Cư như trong giấc mơ. Nàng chỉ thấy Cư để lại áo quần với bài thơ anh viết (nơi con sông mà thỉnh thoảng nàng xin chồng ra đó ngắm khi, những lúc mặt nước được hiền hòa...) Lá thư Cư viết:

Anh muốn đi theo dòng nước ra biển cả hoặc anh chết nơi bờ bụi bị nước kéo đi. Em nên tỉnh trí nuôi con, mạnh mẽ và lấy chồng.

Người chồng yêu em, khổ vì em. Nên anh muốn...

Người chồng yêu em, khổ vì em. Tại sao chàng cho là khổ vì mình chứ. Và muốn gì chứ...?

Chàng đi chết ư? Như giấc mơ ư?

Thì ra Cư đã lợi dụng nước mưa, cơn gió bão xoáy này để chàng tự tử, xả thân trong nước. Trời ơi chàng ghen và muốn kết liễu nơi bão giông, gió rít ư, trong cái mưa dày, to lớn réo cuốn như thế ư? Thật là chàng khùng hết biết. Và làm khổ nàng hết biết.

Nói sao nỗi buồn này cho hết. Nàng và con lặn ngụp tìm kiếm của trận mưa không ngớt, xám xịt đó... Cả bầu trời như đang rơi vào cung bậc thương đau lạnh lẽo nhất, cay xé cả lòng Tú nhất... Đúng ra nàng đang bồng con bé được trùm áo mưa, còn nàng thì nàng cứ phơi mưa, nước phủ lấy lên người nàng xối xả, như gội lấy bao nỗi buồn tênh mình, đang miên man thấm chảy... Tú như điên lên, trong cơn tìm kiếm thương chồng, nơi nông nỗi dại khờ của mình cho chàng ra đi.... Nên nàng bất chấp về mình, Tú tức Cư vô cùng. Mà nàng cũng tức cho mình bạc phước vô duyên đến thế sao? Hai mẹ con cứ đi tìm, song đất trời có nào chỉ chàng đang ở đâu? Mưa ơi sao đem tặng cho nàng nhiều giá buốt? Mà Tú chưa bao giờ nghĩ nàng phải chịu chấp nhận, và hứng lấy như thế. Đời sao nỡ tặng cho nàng nỗi đau khôn xiết này. Nàng đã mất chàng từ đây sao? Nhưng đó là sự thật... Nàng nhìn đứa con thơ ngây, ứa thêm nước mắt, lòng Tú thêm chết điếng...

Thời gian cứ trôi đi...

Hơn hai năm trôi qua chàng biệt dạng. Thiệt ra chàng đã chết đi lúc bất đắc kỳ tử, từ nước cuốn hoa trôi của một ngày giông bão, chứ còn gì để nói.

Anh Cao Khôi vẫn từ thành phố đi du lịch, săn bắn xuống thăm mỗi kỳ. Anh thương Tú lắm, anh thương như một tình em gái, còn anh là vai trò người anh trai. Anh hay khuyên nhủ Tú:

- Tú ơi... Âu đó cũng là duyên số. Em trong sáng thì không có gì để lo. Tại chồng em thiếu nghĩ hoặc đời anh ta vắn số với em. Anh có thể coi em như em gái. Anh giới thiệu cho em một người xứng đáng để em nguôi ngoai, và em còn nhờ vả trong cuộc sống. Trên đời này thương chồng, trọng chồng là điều quý, nhưng lỗi đâu phải nơi em. Nên em thanh thản đi bước thêm, anh nghĩ vẫn không sao mà Tú.

Tú lúc nào cứ trả lời:

- Không anh Khôi, em chỉ thương chồng em là ba bé Mơ thôi. Anh đừng lo lắng em. Đừng khuyên can chi em vô ích. Chồng em chết đi cũng có lỗi một phần nơi em và anh đó. Dù hai anh em ta vô tình, và có mối quan hệ đàng hoàng.

- Biết vậy thì đâu phải lỗi nơi anh, hoặc em. Sao tự trách mình chi em?

- Không anh. Em chỉ nói một điều em thoáng qua thôi anh Cao khôi.

- Đa mang vô lý chi nặng lòng em? Mình trong sáng thì không cần dày vò.

- Em hiểu. Chỉ là một cách nói với anh thôi. Sorry anh. Nói đến đây Tú bất chợt đổ ra nụ cười hồn nhiên.

- Thấy em cười là anh vui rồi.

- Nhiều lúc em khóc mà anh không biết đó chứ? Nói thế nhưng Tú vẫn hồn nhiên cười thật hiền hòa. Vì trời đã cho cô nụ cười đó. Nàng tự nghĩ nếu mà trời không cho nàng nụ cười hồn nhiên kia, mà đau khổ mãi lấp đầy, thì làm sao nàng có thể sống và nghị lực nào để nàng chiến thắng gian khó, để mà nuôi con khôn lớn được chứ.

Cao Khôi nhìn đứa em gái và biết linh hồn Tú buồn nhiều hơn vui, nhưng vì cuộc sống cô phải đóng trọn vai trò người mẹ tốt, giàu can đảm. Anh thêm cảm động vẫn nói:

- Hư đó em nè. Không nên Tú à. Hay là em thích những giọt nước mắt kín đáo của em, sẽ bện hóa thành ngôi sao trên nền trời kia chăng? Ôi anh hình dung và tưởng tượng, chắc cũng đẹp quá nha.

- Ôi anh trai em đã trở thành văn sĩ tự nhiên rồi.

- Nếu anh thành thi sĩ hoặc văn sĩ, em gái anh sẽ là giai nhân anh miêu tả chưa bao giờ hết ý, hết cội nguồn, của cảm xúc, của người vợ hiền lành thủy chung, phải không em?

Tú lắng nghe trọn vẹn những lời lẽ anh Cao Khôi phát ra. Nàng giờ mỉm cười lắc đầu nhìn anh trai như mến yêu thán phục, mà không còn lời lẽ nào để cô ca ngợi về anh nữa.

Anh Cao Khôi cũng không nói nữa, anh nhìn nàng như nhìn một đứa em gái không thể tìm ra ở thế gian này, anh hết mực thương yêu và quý trọng, không lấy gì để đem ra so sánh, ở một cô gái anh được quen biết, một rủi ro tình ái mất mát sớm quá, nhưng quả là cô có một cuộc sống tuyệt mỹ...

Cuộc đời Tú vẫn phải sống vất vả, nhưng cô chịu khó làm ăn, nuôi đứa con thơ dại. Tú nhiều khi tủi thân nghĩ, nghiệp duyên của chồng và nàng quá ngắn ngủi, không như niềm mong ước của nàng. Thế nhưng Tú vẫn luôn giữ được khí chất trong sạch, tâm hồn an lành. Làm việc chuyên tâm, đức hạnh bảo tồn, nàng luôn cố gắng giữ gìn như một bảo mật nơi lòng mình...

CHƯƠNG 11- PHẦN KẾT

Một ngày kia... Sau 10 năm trôi qua...

Một ngày Đinh Cư, chàng trở về. Con bé Mơ đã lớn.

Ôi 10 năm sau... Bé Mơ đã gần 15 tuổi. Khi Cư đến, là lúc Tú ra tiệm. Tú làm ăn, đã mở một cửa tiệm may ngoài đường lộ lớn. Cô may đồ cho khách, và cả mặt hàng con nít (quần áo em bé.) Tú may sẵn để bỏ sỉ vùng quê hẻo lánh. Tú có một học trò giúp cô may vá, coi ngó tiệm thêm.

Khi Cư đến nhà thăm chơi, tự giới thiệu mình tên Trần Minh Củ Chuối dân Sài Gòn, lòng thương má bé Mơ là Ngọc Tú đơn độc, xinh đẹp. Và muốn làm ba của bé Mơ... Bé Mơ đang đọc sách để làm bài, một bài nghị luận văn mới nhất đang đòi hỏi. Có khách đến bé vẫn ngưng, phải tiếp khách. Vì bé biết đâu, đó những mối hàng làm ăn của má. Nghe người đàn ông tự giới thiệu "TMCC" Bé thấy cái tên thật mắc cười. Bé Mơ vẫn nói chuyện với Cư một cách lịch sự.

- Trời ơi con tưởng khách hàng má, thăm nhà má, giao dịch hàng hóa, áo quần vải vóc, hay tơ lụa làm ăn... Nào ngờ chú đi cua má con, nhưng má con không chịu đâu. Chú xếp cánh giấc mơ đi.

- Chú nghĩ là do một phần nơi con ủng hộ chứ. Con nên đồng ý giúp, cho má con làm vợ chú đi, vì chú để ý thương má con lâu rồi, chú muốn làm ba nuôi của bé Mơ đó thôi. Thời buổi bây giờ không dong dài, tốn thời gian. Chú muốn nhờ nơi con, đó là sự thật nơi lòng chú tha thiết muốn vậy?

- Trời ơi... mẹ con không thích lấy chồng. Mẹ con yêu duy nhất ba con thôi. Ba con đã chết trong trận mưa bão tố bỏ mẹ và con. Lúc đó con lên bốn. Con chưa biết gì? Bây giờ con đã lên gần thiếu nữ rồi... Sức mấy mà má muốn lấy chồng nữa. Khó lắm chú ơi...

- Chú hỏi thiệt nè. Con yêu ba con nhiều không nói cho chú biết với? Sao con nhắc ba con hoài vậy?

- Con thương ba con nhiều chứ?

- Vậy thì cho chú làm ba con đi. Chú đâu có xấu bụng mà. Chú không phải là người đàn ông xấu đâu.

- Không được đâu. Bé Mơ lắc đầu trả lời như thế.

- Kệ mà, năn nỉ mà. Cho chú làm cha đỡ đỡ cho chú vui đi. Chú thèm mái ấm gia đình, thèm con, làm con chú đỡ đỡ.

- Trời ơi. Chú nói gì kỳ cục quá, làm sao mà làm con chú đỡ đỡ chứ.

- Là làm tạm thời thôi mà. Chủ yếu cho chú vui.

- Chú vui mà con buồn thì làm chi chứ?

- Sao con lại buồn.

- Vì không phải ba con, con sẽ tủi thân buồn. Chú nghe và nghĩ đi, con có lý đó chứ?

- Cũng có thể con nói đúng nhưng... Chú không có xấu lòng, xấu bụng mà. Chú mong con ráng vui là vui thôi.

- Làm sao mà vui được. Con nói rồi. Má con lại là nhất định không bằng lòng đâu... Chú đừng hoang phí thì giờ. Thiệt tình con tưởng khách hàng má, con mới mở cửa nói chuyện, ai dè...

- Chú nhìn lén má con nhiều lắm. Hôm nay chú gặp đi.

- Trời ơi nhìn lén, nhìn ở đâu?

- Chú nhìn trong mơ hi hi.

- Thiệt tình chú ghê. Chú đẹp trai mà thiếu gì người chịu ưng chú. Chú để ý chi má con cho tốn thời gian. Má con nhất định không tái giá hay tục huyền đâu. Chú đừng có mơ sảng, thiệt tình đó.

- Mơ cứ mơ dồn sức có sao? Còn hơn không có.

- Chú nói chuyện con hổng biết luôn. Coi như thua chú.

- Cứ cho vậy đi, chú vẫn vui mà nè...

Một đoạn sau Tú từ tiệm, đường chính lái xe mô tô về nhà mình. Nàng không ngờ người đứng đó là Cư chồng nàng. Mặc dầu chàng râu ria phong độ lạ lẫm kia, có khác đi chút. Nhưng Tú làm sao quên được chàng? Người nàng từng đầu ấp tay gối, người nàng từng khổ sở và yêu thương nhất, người làm nàng tự hủy hôn trong một đêm tân hôn để rượt đuổi hình bóng chàng... Tú không nói được gì, lưỡi nàng như cuốn. Tú cứ tưởng, như Cư người chết về hiện hình trong sáng...

Không hiểu sao, Tú lại nhanh chóng ngất xỉu ngay, có lẽ nàng sung sướng hay quá sức ngỡ ngàng? Cư sợ hãi lăng xăng vội vàng bồng lên đưa vào phòng. Cô xỉu như ngủ chứ không có tắt hơi. Anh liền gập người ôm Tú hôn từ khuôn mặt, đến đôi mắt, mái tóc, tay chân, và từng ngón tay một, ngón chân một nữa. Mơ chưa bao giờ thấy ai hôn vậy bao giờ? Ông này mê má mình thiệt đấy. Kể cả trên tivi hoặc xi-nê Mơ coi, cũng không có ai hôn kiểu đó. Ông ta là ai sao mà thích má mình hôn như vậy ta? Si tình như ông ta thấy mà ham luôn, lạ nhất trên thế gian này luôn! Sao giờ này Mơ thấy ông ta quen quen mà là lạ chi nhỉ? Hay là mình mơ ba mình chăng? Má nói ba chết lâu rồi mà. Mơ cứ nhìn ông ta, bé ước muốn đó nếu là ba mình "kêu" lên một tiếng thì mừng biết mấy, ba Mơ sống lại thì hay biết mấy nhỉ? Mà cái đó hảo huyền thật, làm gì có. Mơ cứ nhìn ông ta và mong má tỉnh dậy, để mình biết hư thực, lẽ nào sao đây? Ông ta làm má Tú mình ngất xỉu, là một cái lỗi lớn tày trời đây chứ?

Đoạn sau đó Tú tỉnh lại. Câu đầu tiên nàng bảo:

- Anh đấy ư? Em không mơ chứ. Có phải anh là chồng Cư của em, về bên em bằng xương bằng thịt?

- Vâng anh là Đinh Cư, anh đã mắc tội ghen tức em, anh phá mất lời thề khi yêu nhau. Và anh phải đành xa em... Thà anh mất em, chứ anh không thể thấy em hạnh phúc với người...

- Người nào? Thật là quá oan cho em mà?

- Thì anh lầm nhưng thời gian sẽ chứng minh tất cả. Em đã làm nên lịch sử cho tình yêu chúng ta. Anh chỉ là nhân chứng... Em, em ơi... Anh xin lỗi nơi em tha thứ. Anh Cư yêu em hơn bao giờ hết. Mãi mãi bên em Tú ơi, không bao giờ xa cách nữa. Anh sẽ đưa em, và con đến với đất nước anh đang sống. Anh đã nhận ra một lỗi lớn của anh. Để bây giờ em cùng anh và con cần chung sống lại. Em đồng ý chứ.

- Không. Em chọn đất nước này nơi này mình sống. Tú nói và nhìn chàng với đôi mắt thật chân tình, nhiều cảm xúc. Cái đôi mắt đó cả đời Cư khó mà quên được. Vậy mà chàng đã xa hơn một thập kỷ. Chàng cũng đáng sợ cho chàng?

Xong Tú lại nói tiếp:

- Hai ta đã có nhiều kỷ niệm. Từ khi em yêu anh, từ khi hai ta yêu nhau đến khi bỏ nhà ra đi với nhau, rồi đến khi có con. Nếu anh đã về bên em thực rồi, chứ không phải là em mơ sảng chứ?

- Làm sao mơ em. Trăm phần trăm là thật mà vợ yêu.

- Đây là ba ruột, ba Cư đó hả má? Trời ơi... Mơ hỏi.

- Đúng rồi ba con đó. Còn ai nữa. Tú nhìn Cư rồi nhìn con đáp.

- Con cứ để ba má thể hiện nói năng, và con đi tới quyết định chắc không sai. Phải không má? Mơ nói và đưa tay lên chặn lại nơi miệng mình, như còn thoáng chút mơ hồ.

- Vâng ba là ba của con đây Mơ. Xin con nhận ba.

Im một tý Mơ lắng nghe, lại nói tiếp:

- Vậy mà ba lúc nãy nói. Ba là vị khách ở Sài Gòn thích má. Thấy má đẹp, má đơn độc nên đem lòng yêu mến…

Cư chưa kịp nói gì. Tú nói nhìn Cư luôn:

- Trời ơi ba con về từ cõi chết đó thôi… Như giấc mơ bước vào đời thực của má. Má đâu có ngờ như vậy được.

- Con nhìn ba ngờ ngợ điều chi không rõ, không chính xác. Vì con đâu dám đường đột… Giả sử nếu con lầm to thì khổ nữa? Và con chỉ trả lời sự thật như trên lúc nãy…

- Vâng ba chính là ba ruột, ba Cư con đây Mơ. Đương lúc ba giận tức má con quá sá, ba liều mạng bỏ đi, khi con mới lên chưa đầy bốn tuổi. Lúc đó ba thương con lắm, nhưng ba sợ vì thương con, ba đi không được, nên ba cố tránh ít nói chuyện với con.

- Tại sao ba lại làm một điều con không thể tưởng.

- Đàn ông mà con. Ghen và tự ái. Ghen cũng nhiều cách khác nhau. Ghen là bản tính yêu nhiều của tình yêu đó con.

- Trời ơi, thiệt tình ba ghen cháy cả trời đất luôn… Rất là có hại cho má và con phải xa ba.

- Ba giờ xin sorry con. Sorry má con. Tú em ơi…

Tú còn nhìn Cư chòng chòng không nói. Nàng như nhìn chàng trong niềm vui, còn sót lại một chút đau khổ của quá khứ đâu đó. Rồi cả ba người nhìn nhau, như tự khắc bóng hình của họ, vào tim mỗi người. Mà không có giấy mực nào tả hết nổi sự thiêng liêng đó…

Cơn xúc động làm cho đất trời nghiêng ngửa, gió như đi hoang. Mây gởi lòng phải thẹn cùng sông núi. Bao giọt nước tương cầu cũng rỉ rả dưới thác mơ…

Chàng Cư như đã hiểu được tấm lòng trinh trắng yêu thương chồng, của Tú vợ mình sâu xa. Chẳng ai làm được như nàng ở thế gian này, đám cưới với một tân lang mà dám gan dạ, bỏ đi đến với tình yêu chàng, quyết giữ được hạnh phúc mối tình chàng - Đẹp giữa một Suối Sam. Nhưng chàng chỉ vì sự ích kỷ, điên rồ, rồi bỏ đi biệt dạng, xa xăm nàng...

Ôi 10 năm chàng rời khỏi nhà, Tú vẫn ở vậy nuôi con. Tú làm nghề may sinh sống, nuôi nấng bảo bọc con thơ. Tú luôn cự tuyệt tất cả ai muốn đem lại cho nàng, cuộc sống lứa đôi hôn nhân còn lại. Kể cả anh Cao Khôi một người anh tinh thần lớn nhất nơi nàng, bao lần gợi ý khuyên" *Tú ơi bước đi bước nữa, khi tuổi còn xuân trẻ... Em nên tái giá, để em sẽ nhờ chồng nhé v.v..*" Nhưng nàng cự tuyệt đến cùng.

Khi Tú tỉnh lại bởi cơn xúc động. Thế là Cư có dịp thổ lộ lại nỗi ghen hờn bực tức quái gở của anh, trong một lần bão tố của thời tiết, anh thấy lợi hại tình thế, anh dựng lên cái chết của chính mình. Anh ra đi xa nàng mới được... Ôi thật cảm xúc đáng thương cho nàng Tú. Nàng như đã phải gặp một hoàn cảnh, đớn đau hoạn nạn khôn lường...

Sau đó Tú và bé Mơ như chấp nhận hiểu ra mọi lẽ. Đinh Cư đưa vợ Ngọc Tú và đứa con bé Mơ đến khách sạn H.G... nhận đồ valise hành lý anh để đó, khi anh về nước, về tỉnh nhà, và về địa cứ Đơn Dương...

Đinh Cư tường tận kể lại cho Ngọc Tú nghe. Trong lòng người vợ xinh đẹp tên Tú đã từng nuôi dưỡng tình yêu anh. Tú muốn viết lại câu chuyện tình của nhau. Cuộc đời mình, cuộc đời hai người yêu nhau, đến khi ghen hờn vô lý và phải xa nhau...

Bây giờ chàng mới hiểu nàng rõ nhất. Cả hai sống với hạnh phúc... Chắc không có bến bờ, sóng gió nào chia lìa, cắt xén giữa họ rời nhau được nữa...

HDT. Viết: 2012--------------

MƯA TRONG MẮT AI?

Tình yêu vốn mong manh như mây trời tơ mỏng, nhưng tình yêu cũng bền chắc lẫm liệt như núi thẳm rừng sâu. Cũng bền chắc như kim cương, sắc nguội. Không ai định nghĩa chính xác về nó, ở thể trạng nào đúng nhất? Song tình yêu mãi là ước vọng, mãi là giấc mơ đẹp nhất để rung cảm! Tác phẩm này được hình hành bởi những đổ vỡ. Và giấc mơ hiện về. Song tác phẩm chỉ dừng lại…

Lời giới thiệu của HDT.

CHƯƠNG 1

Lệ Thương ngồi ngắm cảnh nhìn vu vơ, và thấy một bé trai trạc 12- 13 tuổi xuống ga, em là cậu bé bán báo, nàng chào gật đầu nhẹ, khi em đến mời mua:

- Mua sách, truyện, thơ, đủ thứ chị à. Hay lắm chị.

Nàng cũng vừa nhìn ra thấy tấm hình trên nền bìa sách, sao có một chút gì đó là lạ quen quen. Ngạc nhiên nàng cố nhìn lặng lẽ.

Thì em bé bán báo nói tiếp:

- Hay lắm đó chị, mua đi thơ nổi tiếng đó chị.

- Được, chị lấy quyển này. Lệ Thương cầm lấy vào tay.

Nàng đưa cho em hai trăm đô.

Em bé bán báo trố mắt nhìn, thì ra em không biết được là cô này Việt Kiều? Hay là lòng thơm thảo của cô:

- Sao chị trả cho em nhiều thế?

- Em cứ cầm lấy, coi như chị thưởng cho em cực nhọc.

Bé bán báo đưa tay phải của mình, chùi mồ hôi trên trán, cả rịn dưới cằm rồi tíu tít:

- Cám ơn chị, cám ơn chị, Chúc may mắn, chúc may mắn nha. Em nói và rời khỏi dưới sân ga.

Lệ Thương nhìn em đi khỏi. Cô lật coi từng trang sơ qua. Đúng là thơ của Nguyễn Dự. Nàng không thể tưởng được. Chồng Lãnh thấy nàng chăm chú sách quá nên lên tiếng: - Coi gì mà say sưa vậy em?

- Ừ sách truyện, thơ anh à.

- Mẹ ơi, mẹ ơi con thích cái ni này. Thằng bé con nàng vòi vĩnh kêu.

Bé tên là Tommy, sinh tại Mỹ. Nhưng bé nói tiếng Việt khá rành. Vì Thương dạy nó. Và nàng chăm con rất kỹ, cộng với nơi ông bố nhạc sĩ Nhật Lãnh chăm con cũng kỹ thế.

Bé muốn mua những chùm bong bóng đủ các vật dụng, mà những người bán hàng rong đến bán. Nàng ngước mắt lên hưởng ứng: - Con thích nói ba mua đi.

- Ừa ba mua cho con, đừng quấy để má xem sách. Nhật Lãnh vui vẻ chen lời bảo con.

Lãnh đã mua cho con, trả tiền cho chủ bán. Thằng bé mê man, hí ha hí hửng, nó nhìn mặt trời chói qua một chùm bong bóng, có nhiều hình thể con vật; chó, mèo, thỏ, nai, gà, cả bướm, hoa, ngôi sao, thuyền biển v.v... Bé nheo mắt vui mừng giẫm chân và vỗ tay. Nhật Lãnh thấy con vui cũng cười, chỉ Lệ Thương say sưa đọc sách. Nàng ngồi một cái ghế của sân ga, để cho những hành khách giải trí mệt nhọc, hoặc chờ tàu. Nhật Lãnh chăm sóc thằng con trai ưa chạy nhảy, chàng vẫn đứng không xa lắm nơi đó.

Lệ Thương say sưa đọc rồi bỗng xếp sách lại. Lệ Thương chẳng buồn để ý lắm về thằng con trai và cả chồng nàng. Nàng cứ lởn vởn một cái gì đó trong đầu. Nàng chợt nghĩ là...

Đoàn tàu có dấu hiệu bắt đầu đến giờ chuyển bánh. Người xướng ngôn viên đã lên tiếng báo giờ xuất bến. Mọi hành khách và cả nàng nghe rang rang, âm thanh cô phát thanh viên tỏa rộng... *"Kính chào quý khách. Kính chào quý khách. Đoàn tàu chúng tôi 8.1.7.2 F bắt đầu khởi hành. Xin quý khách hãy chuẩn bị ổn định chỗ ngồi lên tàu, đoàn tàu chúng tôi sẵn sàng chuyến đi. Kính chúc quý khách một cuộc hành trình an toàn vui vẻ và thoải mái..."*

Nàng và chồng cùng con lắng nghe, rồi lại bước lên tàu tìm chỗ số mình. Cả ba tìm chỗ xong yên vị. Bỗng Thương khép mắt lại mơ màng điều gì. Nàng không thể tưởng tượng nổi, người làm ra tập thơ này chính là nhà thơ Nguyễn Dự. Người nàng yêu cách đây bảy năm về trước, và nàng phải xa chàng để lấy chồng. Bởi vì nhiều lẽ trong đời không như ước muốn của nàng!

CHƯƠNG 2

Số là ngày đó Thương bắt đầu thong thả. Ngày... tháng... năm...

Từ ngày chồng nàng qua đời, tuổi còn rất trẻ Thương vẫn chẳng hề yêu ai. Nàng một mẹ, một con. Thương nuôi bé Ngân khôn lớn sắp đi vào đại học. Thương đi làm công xưởng ở Mỹ, yêu thơ, mến nhạc. Nàng hay đọc thơ, rồi muốn làm thơ cho khuây khỏa. Nàng biết và tìm hiểu lên trên một trang tên website Nx. Org, Thương chơi thơ ở đó, thì nàng gặp một nhà thơ mất vợ bốn năm có tên Nguyễn Dự. Anh đã yêu nàng tha thiết, làm tặng cho nàng những bài thơ tình diễm lệ, dễ thương... Mạnh xúc cảm, làm Thương phải lòng vương vấn. Và hai người như thật sự yêu nhau. Chàng mạo muội xin số phone nàng. Nàng e ngại nhưng rồi cuối cùng Thương gởi qua email máy tính. Hôm đó chàng gọi nàng. Lần đầu tiên chàng gọi, Thương trái tim đập liên hồi. Dù nàng có nghe chàng nói trên thư e-mail rồi.

- Em phải Thương không? Nghìn trùng xa cách nhưng sao anh nghe nhớ thương, và như đã từng yêu ở kiếp nào?

- Dạ đúng là em. Nhưng anh hoa mỹ quá. Em chỉ coi anh như người anh thôi.

- Làm sao là anh em nhỉ? Khi con tim lên tiếng gọi. Anh làm thơ cho em đó.

- Thanks anh. Mà mình ở xa lắm, làm sao có thể yêu nhau được. Trong lòng Thương dành tình cảm cho chàng nhiều. Song chuyện đời nàng phải nói thế. (Nàng chàng chỉ gọi phone talk chứ không thấy mặt. Lúc đó nàng còn nghèo phone kiểu cùi bắp, không có chương trình thấy mặt.)

- Em biết hôn? Anh có duyên với người Quy Nhơn nhiều lắm... Ơn nghĩa với người Quy Nhơn nhiều lắm. Bây giờ muốn làm rể đất Quy nữa, em có vui bằng lòng không?

- Anh mơ mộng mở rộng quá. Em chưa thật sự hiểu ý anh?

- Đất Quy Nhơn... Đất trời văn đất võ. Có Quang Trung đại đế nổi tiếng. Có Bùi thị Xuân can đảm phi thường. Có nhiều nhà thơ hay. Anh lại mê nhất là thơ tình của Xuân Diệu và Hàn Mạc Tử. Vì anh thích làm thơ và yêu thơ hay...

- Em không có ở đất Quy. Thương chỉ ở vài năm khi giặc giã. Sau 1975... Em và gia đình khăn gói về quê. Hơi xa Quy Nhơn rồi anh.

- Cũng là một nơi, một tỉnh của Bình Định thôi. Nhưng em từng có ở Quy Nhơn mà, em đã uống nước tại Quy Nhơn khi vô tim phổi, là hít thở khí trời nơi đó rồi!

- Dạ em lúc nhỏ ở gần chợ ga Quy Nhơn xóm Bàu đó anh? Em hay ra chợ Ga mua kem ăn, mua bong bóng dài để thổi, mua dây thun về thắt rít. Và mua đủ thứ nữa...

- Nghe em kể dễ thương quá. Tại sao mà lúc đó anh không thấy được Thương nhỉ?

- Hi hi... Nàng trổ cười.

- Vậy là em có khá nhiều kỷ niệm ở Quy Nhơn mà. Gien đất ấy thật phồn hoa, được sản sinh nhiều con người tài đức.

- Thanks anh Dự quá lời, em sẽ ăn ké lời anh khen. Nhưng em không phải dân Quy Nhơn hiện giờ nữa. Hi hi.

- Con người ai cũng có một quê hương để nhớ nhiều. Thấy thơ quê hương của em hay ghê mà.

- Xin cám ơn anh ưu ái, mến dòng thơ ly hương của em.

- Thơ tình em vẫn hay anh Dự thích.

- Em làm cho anh đó.

- Thật cảm động, sao em không nói tặng anh một bài đi.

- Không nói để ai tự biết thì hay hơn, gấp trăm lần hồi khi mình nói chứ anh?

- Thôi lòng em như thế coi như anh Dự đã hiểu rồi, anh cảm được thơ em lắm. Tuyệt lắm!

Chỉ hai lần nói chuyện qua phone. Chàng gọi nàng một lần. Và nàng cũng đã gọi cho chàng một lần. Chỉ nghe âm giọng nhau, song cả hai chưa bao giờ thấy mặt qua phone.

Nhưng ông trời thật bất công, hay vô tình hoặc cố ý. Không biết nữa, chàng Dự lại là người quá ghen. Mà Thương thì một người luôn quan tâm đến người khác. Và nàng coi đó chỉ là những điều xã giao tối thiểu. Ấy mà một hôm chàng vô mail trách nàng. Thương mở e-mail thấy chàng gởi, nàng rụng rời giật mình thiệt. Lời chàng Dự viết:

- Em có mê người ta không, sao cứ khen người ta, cứ đi làm như thế. Anh không chịu nổi.

Nàng trả lời qua hồi âm mail ở máy tính, rồi chuyển sang facebook, nàng nhắn chat ở bên message:

- Em mới vào trang thì khen cho vui. Hơn nữa những bài thơ đó suy cho cùng vẫn không dở lắm anh?

- Trời ơi thơ dở muốn chết, em nói không dở là sao, bởi em lang bang, yêu iết lung tung, nên mới mê, và khen vậy?

- Làm gì có. Em chỉ yêu anh thôi, những người khác Thương coi như bạn.

- Nếu yêu anh Dự, thì anh cấm không được vào khen họ, đến mức độ như thế.

- Không không, anh đừng khó vậy mất tình cảm, chơi chung trang, động viên cho vui. Thương thấy những bài dở ẹt trên fb, anh Dự cũng khen đó!

- Anh là đàn ông khác hơn em? Anh khen theo kiểu bịt mắt. Hoặc có thể là khen ma đó mà.

- Khen kiểu bịt mắt là khen làm sao hả anh? Còn khen ma là sao nữa anh Dự?

- Anh khen như chẳng thấy, như bịt mắt nói đại lấy có.

- Còn khen ma là làm sao anh?

- Khen ma là khen không có như ma đó. Em không nghe người ta nói chó sủa ma. Là chó sủa không. Không thực...

- Trời ơi thiệt tình em hết biết, anh nói như vậy nha? Nhưng mà em cũng có quyền, ai cũng có quyền vui chơi tý thôi! Nàng nói lúc đó giọng buồn hơn vui.

- Nhưng anh không bằng lòng, em nói yêu anh? Sao em nhì nhằng với mấy đám! Chàng nói vẫn cố ý sát phạt nàng.

- Lòng em trong sạch như gương. Anh em quen biết trên trang web khen vậy thôi. Với lại em mới. Em không có ý gì cả. Em thề...

- Không có ý gì mà chỉ khen em một chút, còn em recomment lại nói: "Chiều nay không ăn cơm thì em vẫn no là sao?"

- Ý giỡn chơi, mừng tự no không đói bụng thôi, có gì đâu anh?

- Còn nhiều người khác nữa. Ai cũng nói em lang bang yêu nhiều người đó.

- Anh nói chứ ai nói? Hổng ai nói hết chỉ là vui thôi!

Ấy vậy. Sau lần đó Nguyễn Dự không hiểu vì lý do nào mà anh làm một bài thơ tình tứ da diết, và có ghi tặng cho một người con gái ghi tên Ng. Ngọc Q, gởi vào trang web Nx mà chàng đang chơi chung có mặt Lệ Thương.

Lệ Thương vào trang bắt gặp đọc. Bao nhiêu yêu thương thần tượng trong lòng nàng về chàng, bỗng dưng sụp đổ hoang tàn. Nàng không thể hiểu nổi được những trái tim kỳ lạ của đàn ông đã có tiếng nói yêu mình... Và rồi ai như đã dựng lên hố sâu ngăn cách ấy... Thương cảm thấy thẩn thờ trước sự việc. Mấy tháng sau thì cô buồn bỏ trang không chơi thơ ở đó nữa. Niềm vui trên trang thơ website này đối với cô cũng đã bế tắc, khép lại hoàn toàn. Lệ Thương không hờn trách ai mà chỉ im lặng rút lui tự mình.

Nỗi buồn cô từ đâu không tên tuổi, cô không biết trút vào đâu cho hết, cô muốn quên nhanh với sự kiện. "Thời gian như trăng xế qua mành, thời gian ơi thời gian hỡi..." Nàng buồn và tìm giải trí ở các ca nhạc hộp đêm Mỹ. Vì có một Ngân đã lớn sắp vào đại học nên nàng không còn lo gì. Có thể nàng tự nói mình cũng rảnh rang. Nên Thương muốn đi tìm một nguồn vui mới hơn. Nàng muốn đi ca vào những dịp, để làm thay đổi trái tim tê lạnh của nàng, hoặc cho nguôi ngoai nỗi thống khổ một tình yêu đang ngự trị nàng... (Nàng có cảm giác đã yêu Nguyễn Dự thật nhiều rồi đó chứ, nhưng trời đã bắt nàng phải ly tan chàng, đành chịu thôi.) Vốn có giọng ca nên chẳng mấy chốc nàng được nhạc sĩ Nhật Lãnh để ý, lưu tâm. Nàng thường hát hộp đêm vào cuối tuần ở các tụ điểm: nhà hàng Viễn Hương. Hoặc

Câu Lạc Bộ Giải Trí. Nỗi Nhớ Mang Theo, Bến Hương Giang, Đà Lạt Trong Ta. Sài Gòn Yêu Hà Nội. Thương thường hát nhất là bài "Thu Hát Cho Người" "Có Phải Em Là Mùa Thu Hà Nội" "Một Ngày Sống Bên Nhau" "Mùa Thu Lá Bay" "Ru Em Mười Ngón Xuân Nồng" "Biển Nhớ" "Áo Lụa Hà Đông" "Sầu Tím Thiệp Hồng" "Gõ Cửa Trái Tim." Là những bài ca ruột của Thương. Những bài hát đó, mang theo con tim nàng rung động nổi bật nhất, ở những hộp đêm với các địa điểm. Và Thương cũng từng làm cho khán giả yêu mến nàng qua những bài tình ca ướt át đó. Rồi duyên như bén nợ, Thương đã có ý chuyển hướng muốn lấy Nhật Lãnh làm chồng từ khi anh ngỏ ý...

Một hôm của tối nọ ấy, hai người ngồi bên nhau trong quán khuya. Họ uống coffee nóng. Sau khi giãn hát ở nhà hàng ra. Nhật Lãnh nhìn nàng mỉm cười nói:

- Lệ Thương yêu dấu, anh muốn chúng ta là vợ chồng em thấy sao? Anh yêu em. Em chấp nhận không? Thương nè? Tại sao anh cảm giác thấy em lúc buồn, khi thì vui, bất ổn thế em nhỉ?

- Ô... Cám ơn anh quan tâm. Nhưng em bình thường hết mà anh. Con người thì phải có buồn có vui thôi anh.

Im một chút nàng trả lời cho chàng thêm:

- Còn trời ơi Anh Lãnh. Anh trai chưa vợ em là gái có chồng mà, không được đâu anh. Giọng nàng thật buồn bã.

- Anh không cần phải phân biệt đâu.

- Nói đùa chứ em còn con. Em chưa nghĩ tới hôn nhân lần nữa.

- Con em đã lớn rồi mà Thương!

- Thôi để em hỏi lại con đã. Em thích vậy.

- Chúng ta có quyền. Em có quyền chứ hỏi cái gì em? Nhật Lãnh vui vẻ mà cười khi khỉ hơn nữa, hơn là nhăn mặt với nàng...

- Em biết! Em vẫn sống cho con hơn, là em sống cho chính mình. Thương ở vậy hiu hắt một mình trên bảy năm rồi, năm nay ba mươi hơn rồi còn gì?

- Nhưng mà anh muốn...

- Muốn cái gì anh. Anh con trai chưa một lần nào vợ. Em ngại ba má anh chê em... Giọng Thương thật chân thành.

- Ba má anh dễ lắm, anh có vợ là mừng thôi, không đòi hỏi chi cả. Năm nay anh ba mươi hai tuổi còn gì.

Lệ Thương làm thinh không dám nhìn anh. Lãnh giục:

- Con cái lớn nó đâu ở với mình, chúng ta nên kết hôn đi em. Hãy nói với anh đi Thương. Những bài hát đó coi như ít nhất em dành riêng cho anh đi... Thương nè...

Thương làm thinh hồn bỏ đâu đâu. Nhật Lãnh dẻo mồm bảo tiếp:

- Anh sẽ đưa em về "Hà Nội lót lá cho em nằm" Em sẽ hát cho riêng anh "Thu hát cho người." Mà anh mơ thích. Hi.

Nhật Lãnh thích nhất Thương hát hay, đạt lắm những hai bài này, nên lấy ra diễu nàng mà cũng thật nơi lòng anh!

- Anh lãng mạn quá, bài hát thôi. Chuyện chúng mình khác. Thương nói cười theo mắt, cô có một chút gì pha chen ngậm ngùi.

- Năn nỉ em đó làm ơn đi. Anh chờ đợi của trái tim em.

Thương vẫn không quay lại đối diện. Nàng ngồi buồn thiu im lặng.

- Trả lời anh đi, hãy trả lời anh đi. Yêu anh đi em. Anh yêu em thật lòng rồi. Nhưng anh không thể lấy trộm trái tim em được.

- Lấy trộm trái tim em? Nàng nhắc lại câu nói và nhắm mắt mơ màng...

- Chứ sao em? Em hãy nói thật lòng nơi tim em đi.

Bỗng Thương suy nghĩ một hồi lâu. Lồng ngực cô như nghẹn lên một điều gì, nhưng rồi cô ngước mắt lên tự nhiên cho biết:

- Vâng thôi được, nếu như định mệnh anh không chê em, thực lòng yêu em nhiều. Thì em xin chịu làm vợ anh. Em cũng thấy OK.... Vậy em không cần chần chừ, để anh chờ đợi nữa nghen...

- Vậy hỡ! Em nhớ giữ lời nha. Nhớ nhất trí với anh nha! Nhật Lãnh tỏ ra mừng rỡ khôn xiết! Như người đi câu, cá đã mắc lưới được.

Im một chút và ấp úng, nàng nói thêm:

- Mà xin đừng bỏ em nha... Thương kéo ánh mắt nhìn về phía chàng Nhật Lãnh như còn lo ngại một điều gì.

- Làm sao bỏ em được, bỏ vô thôi. Nhật Lãnh đáp thế.

Nhật Lãnh là một nhạc công chơi tiếng guitar khá là đặc biệt, và thổi kèn trumpet, cả kèn xasophone khá hay đến nhức nhối ở đây. Anh vui tính, có khi lại nghiêm trang. Anh kén vợ, nhưng bây giờ Thương lại lọt vô vòng ngắm "tìm vợ" của anh.

Và hai người thân thiện thường hát cho nhau nghe ở nhà hàng. Câu lạc bộ giải trí ca nhạc, tập tành các show có Thương hát, trong những đợt hội hè, đi trại camp, văn nghệ, vui liên hoan, lễ cộng đồng VN của tiểu bang, đám cưới ai, hoặc con cái của ai ra trường, v.v... Họ đi sát với nhau, gần như hình với bóng, và gần như suốt mấy tháng.

Rồi họ được nhanh chóng đồng ý cưới nhau, như lúc nào không biết, dưới trời đất này... Ô là họ cưới nhau vào một mùa thu năm ấy chứ?

Và sau một năm nàng sinh con trai Tommy kháu khỉnh, đứa con thắt chặt tình yêu. Nhật Lãnh rất yêu Lệ Thương...

Lệ Thương lãng mạn hơi bị nhiều, song lại hiền hậu. Đã qua một đời gãy gánh, chồng nàng ra đi sớm vì bịnh chết bất đắc kỳ tử. Thương vẫn khiêm cung, giống những cô gái mới lớn, nàng quá nhiệt tình, nhạy bén trong ca hát. Nhưng tính tình điềm đạm lại hồn nhiên, Thương có cả tính bao dung và nhẫn nhục! Chính điểm này Nhật Lãnh lại thích lấy cô làm vợ hơn là những cô gái bạo dạn, tỏ ra văn minh, tân thời kia... Mà anh đã nhìn nhan nhản, phát cuồng, phát chán đi mất! Anh qua Mỹ diện H.O với cha mẹ lúc anh lên hai mươi tuổi, đến giờ kéo dài mãi, đến năm ba mươi hai tuổi anh mới có vợ lần đầu. Từ ngày lấy Thương và Thương có con, anh dọn ra riêng. Ba mẹ vẫn vui vẻ bằng lòng...

Ấy mà năm nay chồng rủ về Việt Nam thăm chơi, nàng lại mua tập sách thơ Nguyễn Dự, người mà yêu nàng một thời. Giờ lại gặp sách thơ in hình nàng. Lạ thật, tại sao thế?

Nàng giận quay lưng đi lấy chồng cho kết thúc cuộc tình oan trái này. Thời gian đối với nàng như xóa bôi bao kỷ niệm, nó như đổ sông, đổ suối ra đi. Vậy mà...

Thấy nàng say sưa coi. Lãnh lại hỏi:

- Em coi gì say sưa thế, bộ thơ hay hã em?

- Cũng tạm thôi anh.

Con của nàng thằng bé kháu khỉnh thì ít vòi vĩnh nàng, đương lúc lại có đồ chơi trẻ con hấp dẫn bên cạnh, là má Thương trở nên dư. Và bé có vòi vĩnh chắc chỉ với ba Lãnh mà thôi!

Đoàn tàu cứ chạy, nàng cứ đi tìm những cảm nghĩ bâng khuâng luyến ái. Lệ Thương hồi tưởng những chuyện xảy ra trong đời nàng, gần nhất là mối tình giữa nàng với nhà thơ Nguyễn Dự, rồi đến tình yêu hôn nhân nơi nàng với chồng Lãnh nhạc sĩ... Chẳng bao lâu con tàu vượt qua hàng bảy trăm cây số, để cũng đã đến nơi quê hương nàng trước.

CHƯƠNG 3

Về lại Thành phố Biển - Quy Nhơn quê của Thương. Thành phố Quy Nhơn đang đón đợi chờ nàng khá lâu. Hai ngày ở khách sạn chỉ có nghỉ ngơi cho đỡ mệt, khi ăn uống lấy sức, chưa thăm ai. Lãnh có ý đưa vợ ra Huế, ra Bắc thăm trước. Nhật Lãnh liền nói với vợ trong một khách sạn:

- Đi ra Hà Nội trước thăm quê nội anh nha em? Sau mình về thăm Huế rồi trở lại Quy Nhơn. Và mình có kế hoạch tiếp theo nhá em Thương?

- Được mà, anh đi đâu là em ở đó thôi, với lại anh tính vậy cũng hợp lắm. Hai ngày nay vợ chồng mình chỉ thăm một vài nơi ở Quy Nhơn. Mới có 1/5 của dự định. Chúng ta mới chỉ đi ăn uống là chính? Sẽ trở lại mặn nồng hơn với quê hương em nghen anh? Anh Lãnh nhỉ?

- Ừa đúng chứ. Vậy nha em, ta từ giã nơi này ít hôm ra Hà Nội và Huế nghe em cưng. Thương của anh?

- Em nghĩ là anh tính như thế hay lắm. Nếu em về thăm chính gia đình ngoài quê trước, em sẽ bịn rịn không đi đâu được? Mà thời gian mình thì có hạn...

- Gia hạn lấy thêm ngày ở đất Việt thế thôi, dễ mà em cưng!

- Em không muốn vậy đâu. Em muốn đi đủ thời gian ta về Mỹ thôi anh. Thương cười hiền lành nhìn chồng.

- Thì anh luôn chiều em. Đúng không nè?

- Em hiểu. OK anh. Lịch trình đã thế, em chịu mà.

- Vậy há. Ừa được, anh sẽ đưa em đi Hà Nội 36 phố phường trước nha. *Người về nhớ cảnh ngẩn ngơ/ Bút hoa xin chép vần thơ lưu truyền.* Bài thơ có hai câu cuối đã quyến rũ chúng ta đó em ơi?

- Chắc vậy anh.

Lãnh nhắc lại để cười - *Hà Nội 36 Phố Phường*/ Hà *Nội 36 Phố Phường.* Tên nghe kêu, dễ thương gợi cảm quá em yêu. Vợ chồng mình sẽ gắng lội đi thăm Thương nha.

- Em thì ước được như vậy, song tùy vào chồng em thôi. Anh có đủ sức và thời gian không nữa chứ.

- Hi hi. Rơi vào thời gian và cảm hứng lúc đó em ơi... Mà nói cho ước lệ chứ cũng khó mà đi hết nổi. Vì nhiều thứ đam mê ở Hà Nội lắm em. Có thể mình đi được vài điểm nơi ấy là hay rồi. Lãnh cười vui nói, anh nhìn vợ yêu của anh.

Thế rồi vợ chồng con cái Thương Lãnh hành trang lên máy bay Quy Nhơn - Hà Nội của Vietjet Air như chàng tính. Máy bay cất cánh theo lộ trình và hạ cánh mau lẹ trên mấy giờ bay. Nó hăng hái, sôi nổi như cô gái xuân trẻ nồng nàn, không thể chậm trễ mêt mỏi, vì độ tuổi vào yêu, hoạt kích mạnh mẽ. Thương so sánh và nhìn không thể chê vào đâu được... Còn family họ thì tràn đầy sức sống yêu thương. Nàng cảm giác như có ngọn gió mới đã mang đến tặng gia đình nàng...

Hà Nội đất thủ đô, đất Thăng Long ngàn năm văn hiến mà! Đây là lần đầu tiên Thương đến cô rất vui, lòng rộn ràng cảm quan. Chàng Lãnh vốn mê các chương trình Múa Rối Nước, Hát Câu Quan Họ, Hát Xẩm, Hát Ả Đào. Hát Ví Dặm, nên chàng đưa Thương cùng đứa con đến xem.

Đi khắp nơi để biết với những lễ hội, phong tục ca hát, vui chơi giải trí ở đây. Dầu chưa đi hết những nơi nổi tiếng, nhưng khoảng 2/5 cảnh vật con người của những nơi ấn tượng nhất, hoặc hấp lực nhất, chàng đã đưa vợ con đến trải nghiệm xem qua...

Lãnh đưa vợ con đến để mình thưởng ngoạn, mà vợ con cũng tường tận luôn. Một chuyến về Việt Nam, anh tươm tất những dự định, Thương cùng thằng con Tommy rất là yêu thích! Đi đâu nàng cũng nghe nhạc vang eng ẻng bên tai, và hứng chí thêm phong cảnh điệu đàng rất thích mắt ở Hà Nội. Đặc biệt chàng vẫn đưa Thương và con trai Tommy đến vài gian hàng của Hà Nội 36 phố phường tiêu biểu cho biết. Chàng đưa về phía hàng Thiếc. Vì khi ***đi*** vào phố cổ ***đó***, ng*ườ*i ta vẫn còn nghe ***được*** tiếng búa gõ vang vọng theo, nh*ư* là biết ***đang*** tới phố Hàng Thiếc m*à*. Tuy thế phố Hàng Thiếc, có trang bị những sản phẩm rất là đẹp mắt, để thưởng lãm thêm và cho ai muốn mua. Phố có chiều dài 136 mét, bắt đầu từ ngã tư Bát Đàn – Thuốc Bắc tới ngã ba... Họ đi bộ vẫn thoải mái nhẹ nhàng.

Sau đó Nhật Lãnh đưa vợ con tìm đến nơi Hàng Nón, thuộc Hàng Gai, quận Hoàn Kiếm. Khu phố xưa nằm trên đất Yên Nội, Tiền Túc, Thọ Xương. Hàng Nón cổ truyền trưng coi khá đầy đủ, có cả mũ nón thời trang tân tiến, ngoài ra các chủ nhân còn trưng bán thêm các mặt hàng khác, các loại đàn sáo chưng bày khá phong phú, và các khung mẫu, kiểu cách rất tuyệt vời.

Còn nơi cuối cùng họ tìm tới của *"36 Phố Phường"* là Hàng Giấy với số nhà 58 Hiệu Ích Ký đó. Tuy con đường không dài quá 200 mét, nhưng với một khu phố nhỏ, có những mặt hàng khác cũng buôn bán nơi theo, sự phát triển vận hành mới cũ cộng hợp, ngoài sự triển lãm giấy ngày xưa cho chúng ta biết. Tuy nhiên Hàng Giấy vẫn là một khu phố yên lặng hơn, với sự tĩnh lặng của nó đong đầy hơn. Con phố có vẻ tránh xa ồn ào, vội vã và phong cách mới, như đang lấn chiếm... Nhưng nó vẫn định hình được vẻ đẹp truyền thống, cổ kính khi xưa.

Cứ như là chàng đi trước, nàng lẳng lặng đi theo chàng kế bên, ăn uống, ngắm cảnh, xem hình v.v… đi đâu hai vợ chồng như cái đuôi sam nối nhau, và như không thể rời…

Thằng bé cu tý Tommy vẫn đi theo sát nách họ, bé nghịch phá bên cạnh mà vui. Thật sự Thương quá hạnh phúc như ôm trọn vào đôi tay, khi nàng trở về trên quê hương. Nhưng trong lòng Thương có một cái gì đó gợn sóng mà cô chưa nói ra được. Thăm hết Hà Nội, những nơi đặc biệt mà Thương đòi hỏi, muốn ghé. Rồi đi bên chồng nàng bảo:

- Hà Nội thành phố nhiều hồ nhất của VN hã anh Lãnh?

- Đúng vậy, sự ưu đãi thiên nhiên cho đất Hà đó em!

- Ừa em hiểu mỗi nơi có một thế mạnh, mỗi nơi trời ban nét đẹp riêng.

- Đúng thế, vợ anh kiến thức giỏi lắm.

- Không tồi để anh thất vọng phải hôn? Thương nói khôi hài, nhìn anh cô cười hơi lớn miệng. Cô tỏ ra phóng khoáng.

- Đúng vậy vợ anh xuất sắc nhiều môn.

- Người ta nói "văn mình vợ người ta." Em cám ơn chồng Lãnh của em không phải là người như thế.

- Cuộc sống làm cho em vui. Là anh vui rồi. Hơn nữa thật sự vợ anh, Thương đã như thế mà!

- Ngàn đời cám ơn anh. Nàng lại cười mím môi một cách sang trọng.

- Nhận cám chứ không nhận ơn nha. Lãnh chế ra câu nói vui lạ, chọc vợ Thương để cười. Thương nguýt chàng, nụ cười nàng nhẹ nhàng hơn, rồi bung tỏa nở ra hơn, kỳ tích hơn, đẹp tựa giống một cô đào trong phim nào đó ở Đài Loan mà chàng quên. Nàng thêm đưa mắt nhìn chàng thật âu yếm, hạnh phúc lắm…

Hà Nội bao thắng cảnh tham quan, khi họ thăm xong. Ước vọng dấu yêu của hai vợ chồng họ, và họ nghỉ ngơi! Sau đó vài ngày Nhật Lãnh lại đáp máy bay, cùng đưa vợ Thương với con trai về Huế thăm chơi. Đó là chuyến du lịch vòng quanh… "chuyến nơi thứ hai" của chàng và nàng về trên đất Việt. Đất Quy thủ phủ của nàng Thương thì chưa tính?

Nói về gốc gác quê nội anh là Hà Nội, ba mẹ lại có thời kỳ sống Huế, nhưng họ cũng vào Nam, bây giờ định cư Mỹ lâu rồi. Còn bà con gia tộc thì đi tứ tản, chả ai có mặt nơi này? Nên Lãnh đưa Thương với thằng nhóc con chỉ du lịch là chính yếu. Không cần phải viếng thăm ai, họ hàng nơi đây đã như mất gốc trôi xa rồi...

Tại Huế từ lâu nàng nghe Phú Văn Lâu nổi tiếng, song chưa bao giờ đến. Hôm nay nàng đến cùng chồng, với thằng bé con của nàng lúc nào vẫn cứ lui cui chạy loanh quanh. Nhật Lãnh xúc cảm trước cảnh Phú Văn Lâu, chạnh lòng nên chàng muốn đọc bài cổ thi. Trước khi đọc, chàng bảo vợ:

- Thương em à. Đây là Phú Văn Lâu một cảnh đẹp của Huế, nên anh có bài thơ thuộc lòng. Anh muốn đọc cho em nghe nha, được không?

- Ừa anh đọc đi em nghe. Em thích mà.

Giọng chàng cất lên:

Chiều chiếu ra bến Văn Lâu
Ai ngồi ai câu, ai sầu ai cảm
Ai ngồi, ai câu, ai sầu, ai thảm.
Ai thương, ai cảm, ai nhớ, ai trông
Thuyền ai thấp thoáng bên sông,
Đưa câu mái đẩy chạnh lòng nước non!"

- Anh cũng thuộc thơ, hay quá đó anh Lãnh?

- Anh không giỏi thơ mấy, nhưng một bài thơ nổi tiếng hẳn anh phải biết sơ, có khi sai sót vài từ.

- Em thấy đúng hết mà.

- Không đúng hết đâu?

- Vậy anh đọc được cho em nghe là khá rồi. Nhưng...

- Nhưng sao em?

- Thích anh ngâm hơn?

- Em nhiều chuyện quá, đàn sáo ở đâu đây mà ngâm thơ.

- Ngâm đại nghe cũng được vậy.

- Vợ anh điên quá! Mà anh yêu nha... Nhật Lãnh nói và ôm đầu vợ Lệ Thương hôn.

- Lệ Thương chỉ cười hồn nhiên thôi. Và im lặng nhìn ánh mắt chồng đang nhìn mình.

Lòng Lãnh lại thấy vui hơn, hôn vợ nữa, anh thỏ thẻ:

- Tối nay đi coi đua thuyền trên Sông Hương em nhé. Tuyệt vời lắm em ơi!

- Anh đi đâu là em đi đó thôi.

- Nhóc của mình cũng mạnh tay mạnh chân quá em há.

- Ba ơi nói gì con đó vậy?

- Má nói bỏ con ở Việt Nam đó. Nhật Lãnh đùa với con.

- Con hổng chịu đâu má ơi.

- Ba đùa đó con trai cưng của mẹ Tommy ơi. Lệ Thương lại ôm đầu con hôn nhẹ thằng bé. Da thịt và tóc nó thơm quá. Nàng nhìn đôi giày, chiếc vớ và cả quần sọt, cùng với chiếc áo pull trắng tươi của con trai. Bé Tommy con của nàng ưa nghịch chơi, song quần áo thì bé luôn giữ sạch không cho trầy xước một vết bẩn. Nàng vui lắm. Hổng biết nó giống ai tính cách này...

Một đoạn lâu thì Lãnh chụp hình cho mẹ con nàng nữa: Thương và Tommy, và nhờ khách chụp thêm cho mình đủ vợ chồng con cái đứng chung.

Cuộc tham quan của Nhật Lãnh, Lệ Thương ở Huế cũng tràn đầy hạnh phúc. Đẹp như những giấc mơ cuộc đời, đẹp như những trang - Thiên phóng sự tình yêu nơi vợ chồng...

**

Và khi về lại Quy Nhơn "thủ phủ" của riêng họ. Nhật Lãnh bảo nàng. Khi anh trầm ngâm suy nghĩ về một người bạn, đúng hơn là một người em kết nghĩa. Chàng nói:

- Thương ơi, em cứ ở Quy Nhơn, anh vào Nam thăm người bạn. Người em Nguyễn Nhất Quận đó nha em. Nó có hùn với người ta mua nhiều đất, nhiều vườn cây ăn trái, nhiều khu du lịch nữa. Anh cần thăm nó, được không em?

- Được anh cứ đi. Có cần em đi không anh?

- Không, anh dự tính rồi, anh dự tính anh cùng con đi thôi... Nếu có thể trên một tuần anh về lại, nơi bên em...

Suy nghĩ một chút Lãnh bảo tiếp:

- Chắc em có bạn bè vì em sinh đẻ ở đây, gần như vậy mà? Thì để con đi với anh cho vui. Em rảnh hơn nhé.

- Để con lại cho em.

- Không, con đi với ba thôi, má không cưng con bằng ba, không cần má đâu!

Bé mỉm cười, trên tay bé cầm một món đồ chơi điện tử "xịn" bảo với má thế. Tại một nơi khách sạn Thương đang ngồi trên giường niệm, chân cô dũi thẳng, sau cô co lại. Thương mỉm cười nhìn con, vuốt tóc Tommy:

- Má cưng con nhất, chứ sao lại nói má không cưng?

- Hi hi con nói đùa thôi. Con muốn đi với ba. Con sẽ về với má mà.

- Ừa, nhưng nhớ má nha con trai.

- Cái chắc rồi chứ! Thằng bé ngộ nghĩnh đáp.

- Chúc cha con sẽ lên đường bình an nhiều. Và con phải luôn nhớ má nha. Về với má để má khỏi nhớ nha!

- Hứa chắc với má mà!

Chồng Lãnh lắng nghe vợ và bé Tommy nói xong, anh đi tắm. Thương đã đi tắm trước rồi. Sau đó hai vợ chồng cùng đưa con trai đi ăn tại khách sạn Hoàn Vũ này, mấy món họ thích ở đây. Đó là món Chả Cá Quy Nhơn nổi tiếng, và Gỏi Cuốn Chả Ram ở đây ngon lắm, món Sứa Biển trộn đậu phụng có đu đủ, có rau răm pha trộn cũng hết sức đặc biệt. Thằng bé có món ăn được, món ăn không được, cứ bốc lên rồi nhìn đem sang cho má. Thương nhìn con mỉm cười vui làm sao. Nhật Lãnh cũng nhìn Tomy, anh thương con trai anh lắm...

Ăn xong thưởng thức các món ăn đặc sản, họ chọn vừa đủ cho họ và cũng chấm dứt. Hai vợ chồng cảm thấy hài lòng rồi cũng muốn rút lui để nghỉ. Thằng bé về một phòng riêng của nó. Nghịch chơi game điện tử. Còn hai vợ chồng chuyển sang thay những bộ đồ mềm mại hơn để ngủ. Họ sẽ nằm bên nhau ngủ với một giấc ngon lành, sau khi họ say đắm yêu thương ân ái, và Thương hay đùa cợt nũng nịu nhiều... Thường thì cuối cùng Lãnh hay lấy tay vẽ gì trên mặt nàng một chút, Thương mừng rỡ mỉm cười, để rồi quay lưng ngủ ngon... Nhưng dễ gì? Hôm nay Lãnh kéo nàng lại hôn nàng thật nhiều, rồi anh tựa đầu ngủ mà ôm vợ, không cho nàng buông ra... Thương thấy lạ với cảm giác người chồng trong hiện tại, nhưng nàng vẫn vui và chiều chồng... Thành phố đang hoạt động bên ngoài. Biển Quy Nhơn vẫn dạt dào sóng vỗ...

Rồi một ngày. Một ngày Thương nói tiễn chồng cùng với thằng bé ra bến xe Mê Linh. (Bến xe Mê Linh đậu cách khách sạn Hoàn Vũ không xa. Nên họ đưa nhau đi tản bộ không đầy năm phút đã tới.)

Lần này Lãnh mặc đồ tây vest âu, màu xám sữa, có áo sơ mi lót hồng phấn bên trong. Thương trông anh phong độ đáng yêu quá. Nàng dịu giọng nhìn chồng:

- Không có em, thì không biết có cô nào chài không? Coi chừng quên đường về với em nha.

- Làm gì có vụ đó, em là nhất thôi. Nhất của đời anh rồi.

- Em đùa cho vui nha. Anh và con đi mạnh giỏi, em chờ về sớm nha!

Chàng không nói chỉ gật đầu để chứng minh, chứng tỏ. Lãnh lấy tay ôm vai vợ, rồi từ từ rời phả tay mình, như sẽ rời nàng...

Thằng bé thì vẫn hôn mẹ một cái mạnh, nhanh tức khắc bé lại bước đi theo ba Lãnh lên xe. Một chiếc xe dài hiệu đời mới Hyundai như còn thơm phức nước sơn. Từ chủ đến thợ chuyên môn, tới khách chung quanh, ai nấy cũng khá lịch sự, vẻ ôn hòa, nhã nhặn. Chàng liến thoáng có lẽ là như vậy, trông tất cả những con người, họ đều có vẻ văn minh và đổi mới đi nhiều...

- Tạm biệt má. Tommy bảo.

- Tạm biệt con yêu! Thương nhìn lên xe nói.

- Anh đi nhé em... Nhật Lãnh nhìn nàng đứng đó.

- Em đợi anh về... Thương trả lời.

Và coi như vợ chồng họ tạm xa nhau... Lãnh đã gọi mua vé như ý chàng định. Lãnh muốn đi chuyến này bằng xe khách. Tàu lửa, máy bay chàng đi khá nhiều rồi. Chàng không thích nữa! Chàng muốn thay đổi, phương tiện cách đi du lịch một tý.

CHƯƠNG 4

Chồng lên xe khách, nàng vẫn bách bộ quay về khách sạn Hoàn Vũ. Nhưng lòng Thương lại ngổn ngang ngồi mơ màng và tự nằm suy nghĩ. Nàng chưa muốn gặp bạn bè, nàng muốn tự đi chơi một mình. Thương đang cần riêng tư trong cảm nhận!

Nàng biết rằng biển Quy Nhơn tuy nhỏ nhưng có một nét đẹp riêng. Gợi đầy nhớ thương, thi vị như các loài thảo mộc rong rêu ẩn náu...! Thảo nào Hàn Mặc Tử đã có những vần thơ trác tuyệt ở đây. Khi trăng lên, khi tìm ra biển vắng... Rồi nàng cũng đã phóng người đi lang thang trên bãi tắm một mình chiều nay, nàng thích thế. Thương nhớ chồng nhưng vẫn cứ vui một mình được? Thương đưa mắt nhìn những hòn đá nhỏ nhô lên trên mặt nước, khi nước chập chã vào, Thương thấy yêu và thích vô cùng. Bởi nàng tưởng tượng mỗi hòn đá vô tri kia, biết đâu vẫn chứa được những linh hồn, những đa cảm, những tiếng nói riêng, với những chiều sâu dung lượng bên trong thầm kín của nó... Thương tưởng tượng, nàng có cảm giác được điều đó, nó đang quấn lấy tâm hồn nàng yêu chuộng. Và biển Quy Nhơn mấy hôm nay nàng đi, nước không trong xanh, chỉ một màu đục hơi xám, song nàng yêu đến vô ngần, có phải nó chính là sự cộng hưởng, của một phần máu thịt nàng chăng? Dù bất cứ hình thức nào, quê hương là trái tim của Thương mà. Nên nàng xúc động lắm khi nhìn, ở bất cứ hình thức nào màu sắc của biển cả, cũng thật là thiêng liêng...

Dạo một dọc quanh biển Bãi Đá Hoàng Hậu, và Thương rời bãi đá đó, nàng đến ngắm một nơi khác hơn cùng gần đó thôi. Thương lãng mạn liên tưởng nhớ đến bộ phim "Nàng Tiên Cá" Lúc nàng coi khi còn bé. Nàng Tiên Cá có đôi mắt đẹp, Thương thích lắm. Nàng là cô gái xinh xắn sống ở dưới nước, lại ngẩn ngơ khát khao cuộc sống trên bờ, và nàng được gặp một Hoàng Tử... Rồi sau đó vì hoàn cảnh éo le, nàng Tiên Cá đành thất vọng, và nỗi đau trao về nàng thật tội nghiệp. Phim làm Thương khóc sướt mướt đỏ ngầu mắt như dạo nào. Mãi đến bây giờ hình ảnh vẫn còn chìm lắng trong tim Thương. Kỳ thật, nhất là bài tình ca bất hủ kia nàng đã thuộc làu... Thương biết trái tim nàng đã mở rộng biên độ, cảm nhận khi đứng trước biển, và nàng có những duy tư...

Quay về Thương nhớ lại kỷ niệm nơi mình. Ngày xưa, nàng từng mơ ước gặp được Nguyễn Dự trong bãi biển này, tay trong tay để thương để nhớ, để tình để tự. Biết bao bài thơ Thương làm cho chàng, một thuở khi mới quen nhau. Nàng tự nhiên nhớ lại những bài nàng làm cho chàng, nàng đã thật sự yêu mến, say đắm một thuở khó quên, đượm nồng ấm ngọt trong ân tình...!

Em ước làm cô dâu/ Anh mơ làm chú rể...
Anh đau thương dòng lệ./ Em ngang trái nào bằng...
Anh có mộng dưới trăng/ Một thiên đường hạnh phúc.
Dẫu cuộc đời du mục.../ Ta vẫn thiết để yêu?
Anh có nghe trong chiều/ Hương thơm gây mùi nhớ,
Xin mình đừng cách trở/ Mình sẽ về bên nhau...
Một ước mơ nhiệm màu/ Em nuôi hồng ký ức,
Một ước mơ khó thực/ Em vẫn mãi cầu mong...
Anh ơi có từng trông?/ Cùng giống em như thế
Trên đời này có thể/ Đêm ước mơ không thành...
Những gì chạy chung quanh/ Đang có rồi mất biến,
Như bọt bèo của biển/ Bởi gió lùa bình minh?
Anh ơi có chung tình/ Em hỏi hồn anh đó
Nhưng anh đã thấy rõ/ Nơi lòng em cô dâu...!

Và khao khát quá nhiều Thương đã từng làm bài thơ dào dạt của thương yêu gởi về.

Ngày em về bên anh

Ngày em về bên anh/ Qua tháng ngày nỗi nhớ,
Qua tháng ngày cách trở/ Tình đẹp hơn giấc mơ...
Để đêm hương tình nồng/ Máu về tim lâng lâng...

**

Ngày em về bên anh/ Hàng me như ca hát,

Biển ru thêm dào dạt/ Sóng mừng ta tương phùng...
Ngày em về bên anh/ Vầng trăng không xa lạ,
Ngực chạm ngực ta ngã/ Hoa tình ngạ thâu đêm...

**

Ngày em về bên anh/ Rừng khuya như thức dậy.
Lá từ xa vui vẫy/ Mở mắt hôn môi người...
Ngày em về bên anh / Như hoa giăng ngày cưới,
Thuyền ai như mắc cửi/ Nói cười giăng mùa trăng...

Và bài thơ cuối cùng là lãng mạn nhất. Nàng thích nhất.

Mùa trăng mật...

Một mùa trăng mật Quy Nhơn
Đêm nghe sóng nhớ ngày ơn nắng tình...
Bên đèn hoa chúc lung linh
Mắt ai cười nụ xinh xinh tóc thề...
Không lả lơi, cũng đê mê
Thời gian như ngọng, đêm về... ngóng đêm...

Mơ ước tình tự, nhưng hình ảnh đó nhạt nhòa, vụt khỏi tầm tay. Kỷ niệm đã trở thành dĩ vãng. Một thời xa lắc...

Và Thương lại nhớ nhiều đến hình bóng thật của chồng nàng, với sự hiện diện của Nhật Lãnh bên đời Thương, bên cạnh nàng đây. Chàng đáng yêu... Người chồng nàng trong khoảng đời sau. Nhật Lãnh thương nàng lắm, chàng tấm mẳn chu đáo, tử tế cho nàng hơn những ai? Chàng là vua vị tha giúp nàng nhiều lắm! Vì Thương có tánh tật, hay lúng túng, không biết đem cái nào, bỏ lại cái nào, khi có những chuyến đi chơi xa nhà... Mỗi khi sắp đi đâu xa, chàng phải kiếm cho nàng từng đôi dép, từng chiếc áo, từng chiếc kẹp tóc, từng lọ nước hoa để sẵn, từng cái ví nào đẹp, hợp nhất để mang đi. Chính chàng lựa cho Thương! Những thứ đó chồng nàng luôn help lo, tỉ mỉ, khiến nàng ngồi đây bâng khuâng kỳ lạ...

Thương không muốn so sánh, nhưng ý thức tâm linh, cuộc sống sinh học, cho nàng cảm ra đủ thứ. Mường tượng nhiều điều khó nói! Phải chăng ở một người đàn ông, khi yêu hay hiến tặng cho phụ nữ, luôn là bằng những thứ tình yêu rất khác nhau, rất màu sắc và đặc biệt riêng của họ. Họ luôn luôn khác lạ nhau trong mọi lĩnh vực để đối xử. Nàng với nhiều cảm nhận mới mẻ để đánh thức tâm tư...

Thế rồi đi đâu cho đã một chiều, rồi nàng một mình về lại khách sạn. Tắm rửa relax, Thương lại thẩn thờ tìm một cái gì coi để vui. Trong khách sạn lọ hoa giả, lọ hoa thật, mền đệm, chăn đắp, gối ôm, rèm buông, ti vi, tủ lạnh, cửa kính, hồ cá, hồ sen nhỏ v.v... Nàng nhìn khắp, rồi cầm đến quyển thơ. Nàng ngắm mãi tấm hình rồi dừng lại. Thương thở một hơi thở thật mạnh, như tự nhủ khi thấy lòng xao xuyến về con người làm thơ này. Thương lại tự hỏi lòng mình mà ray rức:

"Thương muốn gặp lại người này ư? Dù chỉ là một khoảnh khắc cũng cần, hay không cần, được hay không được nhỉ? Liệu Thương có lãng mạn lắm hôn? Ta có gì quá quắt với chồng Lãnh ta hôn? Nàng cảm thấy ta không sai lắm! Vâng có thể là một cảm xúc bé nhỏ bên lề mà thôi. Thương không sai đâu?" Thương quyết định...

Nàng tự trả lời cho câu hỏi đặt ra. Và nàng làm bộ trấn an. Chứ nàng không thể quên được bài thơ nàng mới đọc. Có lẽ là, Thương đã ấn tượng ngay từ khi mua tập thơ. Bài thơ thật tha thiết Nguyễn Dự làm cho nàng ngày ấy, bài được mang tên: ***Vì ... Gió ơi***

Gió ơi chải tóc người thương
Tay ai hứng lấy trăm đường gió hôn?
Mưa nhiều nhẹ lướt cánh chuồn
Ra sông biển nhớ ngọn nguồn nước trao...
Chiều nay với những chiều nào
Tóc thơm, thơm nhẹ ca dao buổi đầu...
Miệng cười môi mấy máy môi
Gió ơi hát mãi nghìn câu ân tình...
Thuyền hoa chở nắng lung linh
Chở trăng, trăng cuộn dập dềnh bóng ai...
Tình yêu ngọt mật sông dài
Hay trăm nghìn đắng thử ai cạn lòng...!
Tình yêu sóng gió long đong.
Tình yêu như thế một vòng trái thơm...

Bài thứ hai những hàng chữ in chạy lướt qua mắt nàng.

Có phải em về ?

Có phải em về với anh đó không?
Chân mây thấp thoáng áng mây hồng
Em đến em đi, hay... em lại
Anh còn hứng lấy những đợi trông...

**

Anh đón em về chẳng thuyền rồng
Chỉ là gió cát thổi mênh mông
Bên kia sóng cuộn là sóng cuộn
Anh quên đời quên cả mùa đông...

**

Xinh xắn bên em luống ngô đồng
Mắt về tha thiết trọn niềm mong
Cầm tay em khóc vui tương ngộ
Chim đã bay cao, thấp những vòng...

**

Chim đã bay cao, thấp những vòng
Điểm lên màu mắt những nhớ mong.
Bàn tay thon thả không che hết.
Tím cả chiều mong những ướt hồn...

Và một bài thơ khác chàng viết:

Quy Nhơn vẫn còn đó!

Quy Nhơn ơi yêu nhiều du khách
Yêu Tử Mạc Hàn... Một thuở xa xưa
Mưa vẫn xanh, hoa nở trắng bóng dừa.
Như nuối tiếc người con gái đi lâu chưa trở lại!
Chiều thì thầm, sóng gọi ấm vai người ngân mãi...
Lạnh khoang tàu, khi thấy một hoàng hôn?
Quy Nhơn ơi... sóng bạc nức tiếng cồn...
Ta hóa đá... bởi vì ta lạc bến...!

Nàng không còn đọc nữa, nhưng tiếng tơ lòng đã đọc, và đã nấc lên, nỗi niềm khắc khoải, trải rộng sướt mướt tâm tư, đẫm cả hồn nàng...

Lệ Thương thấy có chút gì, nhớ thương quay quất. Nàng quyết định muốn gặp lại cho được Nguyễn Dự một lần.

Vâng dù chỉ một lần cũng đủ. Như một dự định mới nhất với nàng.

Nhưng làm sao để gặp Nguyễn Dự là một cái khó? Từ lâu nàng bỏ facebook, bỏ e-mail bỏ mọi thứ trên internet. Chỉ có thực tế, cuộc sống nàng tại Mỹ làm vợ, làm mẹ lại lần thứ hai. Với những đêm ca nhạc luôn có chồng Lãnh bên cạnh. Thương đã không còn tơ tưởng đến Nguyễn Dự, song lần này về đất Việt nàng lại thấy khác. Nàng muốn, bởi tập thơ trên tay tác động. Cuối cùng rồi nàng vẫn tìm ra một phương pháp, nàng đã moi óc để nghĩ ra.

Thương muốn vào Phan Thiết. Nơi mà chàng, và nàng dự định có nhiều trong ước mơ ngày đó. Nàng nghĩ! Trước hết vào ga Sài Gòn để tìm lại em bé bán báo nàng đã mua, là đầu mối đến cho mọi chuyện.

Bạn bè ở Quy Nhơn, Thương chưa kịp cần gặp ai, nàng muốn hoãn lại. Thương có dự tính khác hơn...

Thương phải đi vào Sài Gòn nhanh chóng bằng máy bay. Nàng chỉ mang theo một valise nhỏ chứa đồ vật. Nàng mang theo ít quần áo, một quyển sách thơ, một vài lọ nước hoa, vài mẫu trang điểm môi mắt, còn kèm theo một cái xách tay cỡ nhỏ đựng tiền bạc là đủ. Ngoài ra không còn gì cả. (Thật tình tiền hai vợ chồng xài thẻ bấm gạt, chứ ít mang theo tiền mặt nhiều, vì họ sợ kẻ gian, nguy hiểm cho họ...) Lần này đi xa, Thương ra tay, tự làm lấy đem đồ đi, chứ không có chồng Lãnh giúp. Nhưng nàng thi hành cũng gọn gàng, như đạt chỉ tiêu lắm. Thương nghĩ thế mỉm cười với chính mình, mà vui trong dạ...

Đến với phương tiện máy bay về Sài Gòn, về khách sạn tắm nghỉ không quá hai chục phút. Không còn thời gian xa xỉ nghĩ ngợi gì hơn. Thương thay đồ, trang điểm sơ vội vã tốc hành vào ga Sài Gòn tìm cho được em bé bán báo khi xưa.

Tới sân ga Sài Gòn. Thương đảo mắt tìm thì thấy em bé bán báo đó. Rất hên, em có mặt như nàng mong muốn. Thương mừng lắm, vội vàng đến bên em:

- Xin lỗi em. Em có nhớ chị không?

- Dạ. Em nhớ chứ.

- Em trai, tôi muốn nhờ em một việc được hôn?

- Chuyện chi thưa chị?

- Em tên là gì? Cho chị biết để gọi.

- Em tên Ninh.

- Vậy Ninh tên thật dễ mến... Nói tới đó nàng lưỡng lự rồi làm thinh, nhìn trân Ninh.

- Chị nói hết đi? Sao chị ngại gì? Ninh lên tiếng.

- À em có biết nhà thơ, chủ là tác giả này hôn em Ninh? Nàng đưa quyển thơ lấy từ nơi xách tay nàng ra. Thương như cảm động chớp chớp mắt hỏi nhanh như thế.

- Dạ em biết. Dạ chú đó nghèo, và đang làm bảo vệ một cơ quan hải sản ở Sài Gòn.

- Sao em rành chú vậy?

- Em bán thơ chú nhiều người thích đọc, thỉnh thoảng chú có mời em đi ăn, đôi lúc em mời chú lại cà phê v.v...

- Vậy em vào thương cảng Sài Gòn nói là. Thương bỗng ngập ngừng, dừng lại nữa.

- Nói gì chị? Em bé Ninh nôn nóng hỏi gấp.

- Nói là có người muốn gặp chú, mời chú ra Phan Thiết. Có thể trên Đồi Mũi Né nha! Thương có vẻ chân thành.

- Vâng em sẽ nói. Nhưng sao em thấy chị có vẻ giống hao hao người hình bìa, mà chú in lên tập thơ...

- Không có đâu, chị một người ái mộ thơ, fans chú thôi.

- Chuyện dễ mà chị, em mời chắc chú đi. Song mà em không tin chắc lắm. Ồ... Vì sau này chú ít đi chơi xa...

- Em cứ nói rằng có người mời chú.

- Cần cho tin tức gì về chị hơn không? Bé Ninh nheo mắt hỏi thêm.

- Không. Nàng thẳng thắn trả lời. Sau không đợi Ninh phản ứng Thương bảo thêm.

- Cứ nói là gặp tại đồi Mũi Né thế thôi em à.

- Vậy sao?

- Chị ở khách sạn sẽ ra, đừng nói gì khác hơn.

- Ừa, em sẽ làm theo lời chị.

- Chị rất mang ơn em đó. Cố gắng cho chị nha Ninh!

- Và làm cách nào em liên lạc với chị chứ?

- Em có thể tìm trên danh bạ điện thoại, để hỏi qua khách sạn Mường Thanh Phan Thiết, chị ở đó họ sẽ cho chị hay.

- Nhưng...

- Chỉ thế thôi khỏi cần điện riêng chị. Cám ơn em nhiều nha cưng.

- Vậy sao?

- Ừa vậy đó, chả sao cả, hi hi. Chị cho em tiền lộ phí đi tìm Nguyễn Dự nè.

- Dạ cám ơn chị. Ninh cầm lấy từ tay Thương gói kỹ, như món quà kỷ niệm. Ninh không biết là bao nhiêu. Ninh nhìn Thương gật đầu nhẹ. Em như thầm cám ơn và hứa lời trọng trách! Hai người đã chia tay nơi họ gặp gỡ.

Như thế là Ninh, em bé bán báo đi tìm nhà thơ Nguyễn Dự và Thương đã trở về với Phan Thiết. Nàng đi ra Phan Thiết bằng xe lửa, loại cao cấp xịn vượt nhanh. Nàng với lòng mong đợi, gặp lại người xưa, cố nhân một thời. Một cảm giác mà cô chưa từng thấy, trong trái tim mang cả niềm vui, nỗi buồn. Nó như lâng lâng đưa Thương vào cõi mộng...

CHƯƠNG 5

Thương nằm ở khách sạn mà lòng thương nhớ những chuyến đi của nàng từ Nam ra Bắc. Quê hương có nhiều thay đổi, song cuộc sống nơi dân dã vẫn còn nhiều lạc hậu và khổ cực, chưa đi lên đồng bộ lắm. Những bức hình mà nàng chụp lấy. Một khoảnh khắc, tình thương đọng mãi nơi lòng... Thương tự làm một "chụp ảnh gia" ghi bằng kỷ niệm, để sau này mỗi khi nhớ lại. Đã là con người thì nên biết yêu thương chia sẻ. Dù những bức hình, bức tranh vô ngôn, nhưng có thể nói chuyện với nàng thật nhiều ý nghĩa...

Thương thèm khát được như vậy! Với nàng tranh ảnh, là tiếng nói có hồn riêng cho người thưởng thức.

Nàng thấy quê hương thật sống động đáng yêu. Thiết

tha máu thịt hơn mình tưởng. Rồi lại nghĩ đến người yêu cách đây bảy năm. Bây giờ nàng muốn gặp. Nhưng giờ hẹn, ngày hẹn của nàng với Nguyễn Dự sao mà xa xôi quá. Đến hôm nay nàng vẫn chưa nhận dấu hiệu, tin tức gì cả? Nàng không thấy bé Ninh nói gì, hay trả lời qua danh bạ điện thoại khách sạn. Thì ra chắc chàng từ chối rồi. Không sao, dù chi nữa nàng cũng đã có lòng? Thương trấn an mình, và trải ra một hơi thở nhẹ... Trong cảm giác hỉ xả đó...

**

Thương đâu có ngờ khi đó bé Ninh đương tìm nhà thơ Nguyễn Dự và gặp được anh, gặp được ở cảng Sài Gòn, tại khuôn viên anh làm việc bảo vệ giữ xe gắn máy. Tuy thế Ninh cũng qua bao gian truân ngõ ngách, Ninh đi xe bus, của tuyến đường Ninh khá thích. Sau đó qua một giai đoạn đi xe xích lô đạp thường nữa, mới tìm ra được chú Dự hôm đó. Ninh tới nơi chắc ăn, trả tiền xe xong... Rồi một mình ung dung rảo bước tìm thêm. Vượt qua bao thủ tục. Ninh lọt vào sân bãi thấy...

Chú đang ngồi một góc nhìn. Nguyễn Dự mặc chiếc áo sơ mi xanh nhạt, chiếc quần tây vải thường màu đen hơi cũ. Thấy Nguyễn Dự, Ninh kêu liền:

- Chú Dự ơi con Ninh đây nè. Có tin này con cần nói chuyện với chú.

- Chuyện gì? Mà coi có bộ con nóng nảy vậy Ninh?

- Thơ chú bán đắt đỏ.

- Trời ơi tưởng chuyện gì? Chứ chuyện đó chú mừng cho con, cho chú...

- Nói chớ không phải, khác hơn chuyện này.

- Chuyện chi nữa?

- Ra đây cháu sẽ kể, tìm một nơi tiện để nói chú Dự ơi.

- Vậy sao?

- Vậy đó chứ chú.

Hai chú cháu tự ra một quán nước cách chỗ Nguyễn Dự làm việc không xa. Hai người ngồi xuống Nguyễn Dự kêu hai ly nước cam. Ninh bắt đầu chia sẻ:

- Chú ơi chú có người muốn gặp tại Phan Thiết- Đồi

Mũi Né, họ cho tiền lộ phí đây. Ninh nói và chìa tiền ra trong chiếc khăn xoa nhỏ gói đẹp.

Chú Dự nhìn đáp:

- Con lấy tiền đi, đưa chú chiếc khăn nhỏ. Chú thích thôi.

- Chú phải lấy một ít chứ.

- Không cho con hết đấy. Con cứ lấy đi như con bán sách. Mà ai vậy chứ hã?

- Một cô nữ độc giả.

- Cô ta ở đâu, tên gì?

- Con không biết, họ chỉ nói muốn gặp chú thôi.

- Chú ngại lắm, nếu cô có gia đình thì thêm rắc rối. Nên về nói lại là chú từ chối thì tốt hơn. Nói chú có lòng cám ơn.

- Không! chị đó có một mình thôi, chị rất đẹp và hiền lắm chú à.

- Đối với chú đẹp không ăn thua gì, và cũng làm khổ cho chú, chú sợ lắm.

- Năn nỉ mà, con nghĩ nên đi chú.

- Mà lý do nào con biết người ta chứ?

- Thì chị có mua tập thơ chú con bán mà.

- Uh hưm! Vậy sao?

- Con ra cùng nơi ấy, không ai dám giết chú đâu. Thằng bé nói một cách tự tin, giương cặp mắt to, vẻ thán phục nhìn từ Nguyễn Dự.

- Thôi được để chú nghĩ lại. Chú cám ơn con đưa tin.

- Vậy nha chú Dự!

- Oke con Ninh. Nhưng chú không dám hứa đi 100% là chắc chắn đâu?

- Cố đi mà chú. Nếu chú muốn cho tiền con lại, coi như Ninh lấy hết đây nghen. Còn chú thích khăn thì đây nè. Thằng bé nói và trao khăn cho chú Dự. Riêng phần tiền hai trăm đô nó cho vào bốp ví nó. Vẻ Ninh mừng rỡ lắm.

Đoạn Nguyễn Dự cầm khăn vào tay nâng niu.... Nhìn tý rồi ông cất nơi túi áo trước ngực. Suy nghĩ một chút nhìn cậu bé ông bảo:

- Có thể. Chú cố gắng thôi nha Ninh.

- Con hy vọng chú đi đi chú Dự. Không đi là xem chừng chú bị uổng đó.

- Trời thằng bé biết nói chuyện ghê ta. Nhưng mà…

- Nhưng mà, mà nhưng gì chú ơi. Coi như hân hạnh cho chú và cho con đó chứ. Cho chị đó nữa.

- Trời thằng bé Ninh ngày càng biết cách thuyết phục nha. Chú có lời khen. Song chú chưa dám tin là chú đi.

- Thôi mà khen con mà chú không đi, thì cũng vô hiệu thôi với con.

- Ừ thôi để chú sẽ coi lại hơn.

- Vậy nha, con chim bồ câu này biết đưa thư. Giờ xin giã từ nha. Ninh liến thoáng câu nói, cảm thấy hay của mình, Ninh mỉm cười ranh mãnh.

Nguyễn Dự đưa tay rờ đầu Ninh như thương mến, chú không còn nói gì nữa. Vừa lúc cô chủ quán mở một bản nhạc nghe vẳng ra:

Từ lúc quen nhau, chưa nói một lời gì tỏ tình ta mến nhau. Nhiều đêm ngắm sao mà ước duyên mình bền lâu, suốt đời tình khắc sâu. Nhớ thương đầy vơi mộng thấy ai mỉm cười là mối duyên tuyệt vời, để rồi buồn ơi ánh trăng soi còn đó mà nghe hơi gió biết rằng mình vừa mơ…

Khi yêu hồn như nở hoa xây mộng tuyệt vời, nắm tương lai trong bàn tay một câu nói thôi. Đôi khi gặp nhau muốn khơi nhưng rồi lại thôi…

Hai chú cháu lại lắng nghe ké. Ninh hỏi:

- Bài hát này con thích ghê nơi, mà con chả biết tựa là gì? Và của ai đó nghen chú?

Cô chủ quán muốn nói hớt:

- Bài Sầu Tím Thiệp Hồng. Ca sĩ nhiều người ca lắm, cái này của Quang Lê và Lệ Quyên ca. Còn người sáng tác tôi không rõ kỹ.

Nguyễn Dự lại đứng nhìn chủ quán nói rồi chú bảo:

- Của nhạc sĩ Hoài Linh đó. Ông có nhiều bài nổi tiếng thêm như là Về Đâu Mái Tóc Người Thương, Căn Nhà Màu Tím, Thiệp Hồng Anh Viết Tên Em, Hai Đứa Giận Nhau,

Áo Em Chưa Mặc Một Lần v.v...

- Ô chú rành quá vậy chú Dự.

Nhạc sĩ, thi sĩ thường có mối quan hệ tìm hiểu nhau. Chú cũng ưa bài này mà. Chú ưa thì chú hay kiếm đọc lai lịch, của bài hát tác giả đó mà.

-Vậy sao chú?

- Đúng vậy con Ninh.

Cô chủ quán đứng nghe hai người tâm tư chút đỉnh, rồi lo dọn dẹp công việc của mình. Cô lại đi muốn mở mạnh to hơn bài hát "Sầu tím thiệp Hồng" nhưng rồi cô đổi ý vặn nhỏ lại hơn ở điệp khúc cho êm hơn. Lệ Quyên hát thật dào dạt...

Còn Ninh đưa tay ra bắt tay Nguyễn Dự. Và họ ôm vào nhau như tình thân lắm để rời, họ lịch sự nữa. Hai người đã rời khỏi quán nước. Nguyễn Dự trả tiền cho cô chủ quán xong. Cô chủ quán thấy vui vui nhìn họ không rời mắt, đến khi họ vào lối rẽ họ, cô mới thôi. Nguyễn Dự tiếp tục vào trông coi bảo vệ xe. (Tức chú nhận công việc là họ đưa số, họ trả tiền giữ xe đúng giờ giấc, rồi họ trở lại lấy xe đi.) Bé Ninh về ga Sài Gòn cũng hai giai đoạn, của lộ trình như lúc Ninh đi...

Rồi em dạo đi bán sách báo như thường ngày. Em rao:

- Báo đây, báo đây, sách hay đây nha... Thơ ca ướt át, tình cảm triết lý, nhân cách con người, thời sự nóng hổi, xấu xa tốt đẹp, phù du thiệt hơn, trong cõi nhân sinh có hết đây. Có hết đây. Xin mời xin mời, mãi vô mua... mua mãi.

Hôm nay như có điều vui, em rao thật lớn miệng hơn!

Khi xong công việc bảo vệ xe gắn máy tại cảng tám tiếng. Nguyễn Dự lái chiếc xe Honda cup đời 92 của mình cũ kỹ trở lại căn nhà nhỏ bé, ở với con gái đã lập gia đình. Anh lên gác nằm nghĩ ngợi sự việc, lòng có chút như tơ rối. Nguyễn Dự lòng thấp thỏm nửa muốn đi, nửa muốn không đi. Anh lấy tập thơ mình ra đọc, bụng dạ lại như mơ tưởng điều chi xa xôi không rõ rệt. Anh chưa từng có cao vọng từ khi... Nguyễn Dự nhắm mắt suy tư... Một hồi khá lâu thì anh tự phải đi mở nhạc của Trịnh Công Sơn để nghe. Mà mỗi khi buồn anh ưa nghe lắm. Tiếng hát Nữ Thần ca nhạc Khánh Ly vang vọng lên hai bài. Anh nghe rất là thích...

"Gọi Tên Em Bốn Mùa" "Bốn Mùa Thay Lá " Hai bài nhạc đó, cái tựa nghe dễ lầm tưởng là như một, nhưng hoàn toàn hai bản khác nhau, về nhạc lý cũng như đề tài và nội dung. Đó là các bài nhạc ruột Nguyễn Dự từng nghe, anh nghe như muốn xoa dịu tâm hồn anh bằng những tình khúc êm đềm, âm điệu du dương, ấm áp liêu trai của ca sĩ Khánh Ly...

Rồi đến giờ cơm chính của ông. Con gái hỏi và quan tâm:

- Ba ơi, con lấy cơm cho ba ăn nha?

- Ba chưa ăn, để ba tự lấy cơm mà, ba mệt cần nghỉ tý.

- OK ba. Vậy tùy ba thích há.

- Được rồi con gái. Nguyễn Dự trả lời nhìn Ngọc Hà.

Xong. Ông nằm thêm một hồi nữa suy nghĩ. Nguyễn Dự tự bước xuống căn gác, rồi tự động đi lấy cơm ăn, song sao anh nuốt không vô, không hiểu vì đâu? Một niềm hân hoan xen lẫn bùi ngùi kỳ lạ, như một mùa bão giông sẽ đến, hay là một mùa xuân ấm áp nồng nàn? Giống anh mừng mà vừa lo, lo như sợ một cái gì rực sáng mau, nhưng rồi thoáng đau để tàn lụi, có thể thống khổ, hoặc não nề xảy ra? Lẽ nào, lẽ nào anh khó biết được lắm? Anh ráng dập tắt bâng khuâng, và gắng nuốt bát cơm cho trọn bữa.

Đoạn Nguyễn Dự quyết định cuối cùng phải ra một chuyến. Biết đâu "Người xưa tìm về" Mà thôi ai cũng được. Khi là họ ái mộ mình là niềm vinh hạnh lớn của người cầm bút, của người làm thơ... Anh tự khám phá ra ý nghĩ mới mẻ này hơn, cho nhẹ lòng đi, để anh ít bồn chồn.

Tính ước như vậy. Nguyễn Dự vẫn giấu kín nơi lòng chỉ đem ra nói với con gái Ngọc Hà là:

- Ba nghỉ phép mấy hôm đi Phan Thiết có chút việc đó con. Ba sẽ về trong tuần, hoặc ba đi thăm bác Thái luôn nha.

- Ba đi giữ gìn sức khỏe nhé ba. Con gái Ngọc Hà nói.

- Vâng ba biết! Nguyễn Dự trả lời.

Nói thế Nhưng Nguyễn Dự lại suy nghĩ khác hơn nữa, ông lại không có can đảm đi Phan Thiết, và tiếp tục đi làm. Song thật là khó xử cho ông. Ngồi đâu Nguyễn Dự cũng như lửa đốt trong chân. Ông lại thương Ninh có lòng khổ cực tìm đến ông, với những câu nói mời mọc thật thiết cốt, thật dễ thương. Với Phan Thiết lâu rồi ông chưa từng ghé, nhớ nhung cũng ăn mòn và nặng trĩu, nỗi từng hẹn hò với Thương kia rồi mất hút, nó sang bằng với những bờ cát loạn...Nguyễn Dự nghĩ thật nhiều...

Nhưng rồi Nguyễn Dự tự đánh cược đã phải ra đi.

Khăn gói về Phan Thiết qua chuyến xe lửa, và Nguyễn Dự về khách sạn rẻ tiền. Tắm rửa xong, anh mơ màng một thoáng hình bóng Thương ngày xưa. Anh lấy hết hình trong ví wallet ra xem. Nếu không phải người xưa cũng không sao, miễn là người nào mời mình để gặp, vẫn hân hạnh lắm rồi. Nhưng tại sao Nguyễn Dự không từ bỏ người xưa là Lệ Thương nơi mình của cảm nghĩ nhỉ! Lạ chưa anh thắc mắc hoài? Anh ngắm phòng ốc rồi tìm ở túi một điếu thuốc ba số để hút. (Nơi này còn duy trì, cho hút thuốc trong phòng bên khung cửa sổ.) Từng làn khói nhả ra, Dự cảm thấy nhẹ nhàng hơn. Nhớ ơi là nhớ nơi này, anh từng ước hẹn cùng ai. Thế mà đã chôn vùi. Người xưa đã mất bóng, trăng thề như cát bồi nhạt nhòa... Bây giờ tất cả đã lùi về quá khứ như giấc mộng dài, của đêm trường xóa tan... Anh từ lâu rồi không còn can đảm để dám nhớ...

Tới nơi đây, làm anh thao thức, làm anh hoang mang đủ điều, mừng rỡ và sợ hãi, vạn hạnh hoặc thương đau v.v... Nói gì nói, tâm trạng là tâm trạng. Nhưng đối đầu, anh phải chuẩn bị ra điểm hẹn với một độc giả nào đây?

CHƯƠNG 6

Thương đã chờ chàng ngồi một mình trên đồi cát bay. Đồi cát bay của Phan Thiết một cảnh đơn sơ mà quyến rũ lạ lùng. Đối với nàng bao màu cát hình thành, nàng mến thương, hốt trên tay rê xuống nhìn rất là thích. Nàng rất là yêu đến kỳ lạ... Và bây giờ đây nàng mới nghĩ ra, chứng minh được cho câu nói. "Với cát thì càng nắm chặt cát lại dễ đi ra khỏi tay mình." Nên nàng chợt ghét nó. Nàng chỉ nắm một lần coi thử rồi thôi... Nàng cười nhẹ chỉ hốt lên rê chơi mà ngắm thôi, nàng không dám nắm chặt lại. Sợ cái gì đó ám ảnh nàng, sự chia tay, sợ điều mất mát chăng! Thương thật sự muốn yêu thương hơn là ám ảnh, nàng như nghe những lời tình ca thần thoại của biển kia. Biển đang hát rú lên, trong yêu thương từ đâu nhắn gởi, hay dù một lời ngăn cách chia ly đi chăng nữa. Nàng vẫn cứ yêu...!

Khi chờ đợi hứng gió. Biển mát rượi, làm đắm say. Thương nhìn bỗng có vẻ buồn vì nàng ngồi như thế ba chiều. Đây là chiều cuối cùng nàng thăm viếng Phan Thiết. Nơi mà ngày xưa chàng và nàng cùng ước vọng. Duyên tình họ đã gãy gánh. Nhưng hồn thơ chàng làm nàng sống lại trong đam mê, ru ngủ nàng hiện lại nguyên hình, ví tựa như nàng công chúa bắt gặp vị vua yêu mến trong lòng, mà đành xa cách...

Nàng có gì tội lỗi không? Mặc nhiên niềm thao thức lại hiện về. Thương nghĩ nàng ngốc nghếch, khờ dại, nàng vẫn chịu. Hoặc cho rằng thượng đế sẽ quở phạt Thương. Nàng cũng không biết phải làm sao? Thế sự sẽ xử sự nàng, thì nàng đành cam phận. Thương nhiều lần nghĩ vậy.

Và bất chợt Thương thấy bóng dáng Nguyễn Dự đã đến, không phải Thương là mơ chứ? Nàng thì thầm nơi lồng ngực, trái tim đã đập liên hồi, hơi thở nàng lạ lẫm, nhanh chậm, vụt tan... Cuối cùng nàng chỉ trấn tĩnh, chờ đợi.

Nguyễn Dự đến thấy nàng đứng trên cát. Chàng chết lặng nửa người, không lẽ đây là Lệ Thương năm xưa? Cách xa nhau khoảng một trăm mét nhưng chàng nhìn ra đôi mắt ấy. Đôi mắt Thương, và sóng mũi nàng, vầng trán đó, lông mày này, chiếc cằm kia, dù Nguyễn Dự chưa một lần nào gặp, chưa một lần diện kiến. Song chàng biết nàng rõ như in, của hai bức hình cách đây bảy năm nàng có gởi về.

Gió như lệ mặt, gởi xuôi dòng... Gió ơi, gió nơi này, giờ đây như trao lời du dương đến với chàng, thân tình và thì thầm, tiếc nuối và ân hận. Nguyễn Dự như bị cảm giác của yêu thương... Hình ảnh nàng thu nhỏ trong tầm mắt Nguyễn Dự, nhưng nàng trải rộng ra mênh mông trong trái tim chàng! Nàng bỗng trở nên, mênh mông như biển lớn, hùng vĩ và bao la, lạ lẫm xen lẫn những ngọt ngào... Ôi là nàng...

Chàng cứ tiến bước đến gần. Nối bờ cảm xúc. Và Thương xúc động kêu lên:

- Anh...?

Nàng không nói được gì thêm bên cơn xúc động. Như tình yêu nghìn kiếp hiện về.

Nguyễn Dự đã đến nơi, không kêu nổi được chữ em. Chàng chỉ gỡ nhẹ tay nàng chụp lên vai mình, mắt chạm mắt anh nói như người lạc vào chốn mộng:

- Anh không mơ chứ. Có phải em là Lệ Thương của anh ngày xưa? Phải không em?

- Vâng em đây mà. Nàng bảo.

- Làm thế nào, em về chốn này hã em Thương?

- Em về nước, đọc thơ anh, cảm xúc em lại dâng đầy, em không thể không gặp anh? Một chuyến về đất Việt lần này.

- Tại sao lại là như thế em, ơi Thương.

Trấn an niềm xúc động anh gắng nói thêm:

- Anh yêu em chỉ một em. Tại sao như thế em nhỉ? Một trăm bài thơ kia cũng chỉ núp bóng dưới nhân vật em. Anh tặng cho ai cũng chính là tặng cho em. Em có biết không em?

Lệ Thương nuốt hơi thở ở cổ. Cô không nói được gì. Nguyễn Dự nhìn nàng:

- Em trở nên kỳ lạ trong anh kể từ đó. Em biết không?

- Anh biết hôn? Sau đó em giận anh, em có chồng và chúng ta mất liên lạc. Bây giờ em về xứ Việt chuyến này có chồng, có cả con trai em nữa. Rồi em muốn gặp lại anh. Vì em mua tập thơ trên một sân ga hình bìa là...

- Vâng! Chính là em đấy, hình em được tái tạo với một nét khác hơn. Nhà họa sĩ Đinh Cường VN, và Picasso là họa sĩ trứ danh thế giới đã từng quan niệm "Chân dung giống nét vẽ tôi, hình vẽ giống mình chứ không phải mình hoàn toàn giống hình vẽ." Anh hiểu điều này. Anh cảm giác em và anh muốn thế, dẫu có người biết, người không biết. Nhưng anh không đặt thành vấn đề. Anh chỉ cần biểu dương tâm hồn anh yêu thích, là đủ.

- Em không ngờ, em rất ngạc nhiên anh Dự ơi.

- Thật sự em có còn yêu anh không? Hãy nói cho anh nghe một lần đi Thương.

Thương không nói, chỉ nhìn chàng qua đôi mắt đầy quyến rũ.

- Em nói cho anh nghe đi. Nguyễn Dự có vẻ thúc giục.

- Em không muốn nói bởi dư thừa. Có lẽ em yêu anh nhiều nhất. Em không bao giờ quên anh, mà chúng ta đã là hai lối rẽ. Em thật khổ...

- Hãy sống chính mình đi em. Nếu như, chứ khổ gì em?

- Chắc có thể, là không anh ơi. Lệ Thương nói thế, nhưng nhìn chàng đắm đuối ở đôi mắt mình thêm.

- Thời gian đừng để trôi nữa. Bao năm qua anh vẫn nhớ về em, hãy về với anh. Lệ Thương như một loài hoa, thơm nồng, tinh khiết và thủy chung? Tại em không biết thôi? Anh yêu em biết ngần nào?

- Em thật sự không biết, chúng ta đã bỏ mất cơ hội.

- Không, nghìn đời mãi mãi một kiếp này ta của nhau em ạ. Sống chết cùng nhau như bài thơ anh làm cho em. Bài thơ anh tặng cho em từ thuở ban đầu mà...

Chàng đọc và tưới vào lòng Thương một cách tự nhiên. Của ngày xưa, như ôn lại, chàng vẫn thường đọc cho nàng nghe thuở nào. Bài Mùa Xuân Có Thật Không Em? - Tiếng chàng đốt lên, hơi ấm pha lẫn chút bùi ngùi tâm tưởng.

Là xuân sao em không về phố
Để mình anh tha thiết với trăng ngần.
Là xuân sao anh sợ con bướm vong thân
Lại tiếc nuối một một cánh hoa có thực
Là xuân sao hay đâu mùa hương mật?
Mà em yêu anh xa tít mãi nghìn trùng!
Là xuân sao cây lá cứ rưng rưng
Để đêm xuân anh đếm tay nhung nhớ

Là sắc xuân... tím hoa, hoa mắc cỡ
Đón xuân nồng đừng bỡ ngỡ mất nhau...
Em chưa về anh thức trọn tình đau!

Thật sự bài thơ còn dài hơn thế kia. Nhưng chàng chỉ đọc bấy nhiêu. Để cho độc giả biết hết bài thơ xin chép hết vào đây luôn: *Biết không em mùa xuân đó qua mau*
Mùa xuân đến anh như tuổi trẻ thơ nô nức...
Ngó ngoài đồng, mượt cỏ nhung thổn thức
Ngắm trăng trên cành, con sóc chẳng lao xao?
Như mùa thu qua đi mùa hạ đẹp năm nào
Như con sông lớn không sầu chia giọt nước.
Như hai ta là một mùa xuân của mơ ước!

Nguyễn Dự đọc bài thơ nhìn trên môi Thương. Thương nhìn xuống cát bay quanh chân. Nàng cảm động muốn khóc, nhưng rồi lại nói: - Chắc mình không tròn duyên nợ anh ơi. Vì em còn thương con trai sau này của em. Nó mới lên sáu tuổi. Anh biết không?

- Thương hãy đem nó về ở bên anh. Anh làm cảng bảo vệ nuôi em và nó cũng được, đi đi em.

- Không dễ như anh nói đâu. Cả một vấn đề xáo trộn, đau nát tim em anh ơi. Tại sao ngày đó anh làm bài thơ để tặng ai làm chi? Mà đến giờ phải nông nỗi.

- Cũng vì quá yêu em, mà ghen mà tức nên làm thế thôi.

- Thật ông trời quá ác cho em, cho tình yêu chúng ta! Sao trời cao nỡ đọa đày chúng ta. Trời ơi là trời! Cho tôi chết còn sướng hơn! Thương lấy tay trờ lên miệng nơi cằm. Và nàng lắc đầu lia lịa như thấm thía nỗi đau đoạn trường này, nàng trong lòng nặng trĩu. Có lẽ nàng còn yêu Nguyễn Dự đó chăng? Thương tự hỏi.

Nàng muốn rên lên, và khóc lên cho nỗi đau kia bị xói mòn đi đến kết thúc. Mặc cho nàng luôn vẫn cố trấn tĩnh.

- Còn làm lại được mà em? Em cứ như đơn giản hóa vấn đề đi Thương nè... Nguyễn Dự cố thuyết phục bằng trái tim lên tiếng nói như thế.

- Không, không thể anh, em yêu anh lắm nhưng đã muộn, gặp nhau để nói rằng: Em vẫn yêu anh, như yêu anh từ dạo đó. Mà bến đời đã tách bạch, rẽ chia đôi ta... Và em một lần gặp anh ở đây. Chắc chỉ thế thôi, thank you anh! Em không thể làm cách nào khác hơn...

Bây giờ thì Thương hoàn toàn hiểu được câu thơ hay của Xuân Diệu: *"Yêu là chết trong lòng một ít/ Vì mấy khi yêu mà chắc được yêu."*

Thương nói tới đó và im lặng nghĩ, thổn thức nghèn nghẹn thêm. Cô khó chọn như đứng trước một bờ vực thẳm. Mà trái tim nàng đang làm trọng tài. Nàng lại chớp chớp mắt mím môi. Một trạng thái cay đắng cho chính mình...

- Thương không thể sao em? Hãy vì nhau, hãy vì chúng ta... Em đừng nghĩ gì. Cứ đơn giản hóa là được hết em à.

- Không thể được anh. Em không thể tha thứ cho em. Thương nói đôi mắt nàng còn đầy ngấn lệ, mắt Thương không muốn rời mắt chàng. Những hạt lệ buốt giá như ngọc bỗng chảy xuống má nàng. Dù nàng không muốn. Nàng buồn bã ngước nhìn trời cao muôn dặm kia, và tự hỏi nàng có làm gì nên tội, mà nàng phải chịu sát phạt, chịu đọa đày, chịu đau khổ trong tình yêu... Rồi bỗng nhiên cơn mưa hạ lại bất chợt ập đến phủ lấy hai người. Thương càng cảm thấy như được phút giây đam mê hơn, Nguyễn Dự như cũng bị cuốn vào thêm ấm nồng, tha thiết hơn. Chàng lẳng lặng nhìn vào đôi mắt, và đến đôi môi của người anh yêu run lên lẩy bẩy... Ôi đôi mắt của Lệ Thương đẹp an lành, hiền hòa chan chứa tình cảm quá, đôi môi nàng cũng dễ thương, kiêu hãnh, chân thành quyến rũ, mà tự nhiên khí khái...Nguyễn Dự thoáng nghĩ là không phải người phụ nữ nào cũng dễ có những thứ đó... Ở nàng đủ những nhân tố, nàng là viên ngọc quý của anh, mà anh nỡ đánh mất. Hay trời già bất công đã tạo ra ngang trái cho anh và nàng. Anh như nghẹn lại...

Mưa cứ rơi rơi... Anh không biết mình đang thức, hay tỉnh. Dù sao chàng cũng thầm cảm ơn một cơn mưa cho lòng anh chợt lạnh, chợt ấm! "Ôi những phút giây tình như thôi miên. Đau khổ và sung sướng chan hòa nhau..." Hai kẻ ướt nhược vì cơn mưa rào giăng đột xuất. Chàng cùng nàng từ trong tâm linh như muốn có mãi những hạt mưa kéo dài này, lạnh để xối vào da thịt này. Nhưng lòng, trái tim nàng và chàng lại ấm vô cùng. Ấm từ những tư tưởng tâm thức, sưởi đến dâng đưa cho nhau... Thương bất chợt nhìn ra xa. Nàng ngắm con nàng đi đến, Tommy.

- Kìa con em nó chạy tới anh Dự ơi. Nàng thấy thằng bé đã chạy lên quấn lấy chân nàng bảo:

- Má ơi má, má ơi, má của con! Má của con mà!

Nàng ôm con và khóc nhìn Nguyễn Dự, trong lòng nàng tan nát, hơn ngàn kim châm muối xát, đau đớn cho Thương vô bờ. Thương như không còn nói lên lời nổi. Còn chàng Nguyễn Dự bỗng lấy chiếc khăn xoa, từ nơi lồng ngực khi nào, anh lấy ra nhìn một đoạn rồi thả đi... Anh cứ thả và nhìn chiếc khăn nó, Nguyễn Dự càng nhìn, càng yêu quý xúc động vô ngần. Nhưng rồi ai khiến nó đã như một cách vô hồn rời khỏi bàn tay anh, nó nhẹ nhàng rơi trên cát mịn, rồi những giọt mưa cuối cùng lất phất, nhỏ giọt gởi gắm, rớt vào trên nó, chạm vào trên chiếc khăn, như cố lưu lại một kỷ niệm buồn, trong dự cảm hai người...

Vừa lúc thì thấy chồng nàng xuất hiện, Thương hoảng sợ bỏ chạy đến bên chồng.

Hai giọt nước mắt nàng còn ấm, còn gởi lại trên tay Nguyễn Dự như thật nóng bỏng đam mê... Cơn mưa vẫn còn trở lại, và trút như lớn hơn...

Một sự cố quá nghiệt ngã với nàng cùng cả hai. Nàng Chàng. (Nguyễn Dự, Lệ Thương) đều nhớ đến bài hát "Ru Em Mười Ngón Xuân Hồng." Của Trịnh ngày nào nàng cùng Nguyễn Dự vẫn hát cho nhau nghe qua hai lần của phone, nó như đang trở về với họ, kéo về trong tận trái tim họ. Lời nhạc đó trở thành bất tử nơi chính giữa hai tâm hồn, hai người từng yêu, và từng nghe...

Ru mãi ngàn năm giòng tóc em buồn
Bàn tay em năm ngón ru trên ngàn năm
Trên mùa lá xanh ngón tay em gầy
Nên mãi ru thêm ngàn năm
Ru mãi ngàn năm từng phiến môi mềm

Bàn tay em trau chuốt thêm cho ngàn năm
Cho vừa nhớ nhung có em giỗi hờn
Nên mãi ru thêm ngàn năm...

Nhưng hai người không còn gì khác hơn là nỗi đau đang quấn lấy một thực tại. Họ tiếc nhau như tưởng chừng tóc xanh rụng đi vội vàng, tiếc nhau như đêm chưa mong qua mà trời lại sáng, tiếc nhau như chân chưa muốn bước đi mà cuộc hàng trình đã hối thúc, không thể nào cưỡng lại chần chừ. Và giờ đây chỉ có nhạc lòng làm họ giảm đi được nỗi đau thương ấy. Hay nhạc lòng ngàn năm thêm hờn trách dội về? Nói với họ xa xăm, châm biếm họ ngu xuẩn chăng? Cười cợt khi họ đau đớn chăng? Tiếng hát xa xa của chàng, như vấn vít tim nàng. Bên chồng và đứa con thơ dại, nàng đang đứng đó...

Cơn gió lướt nhẹ loàn qua khung cửa làm Thương chợt bừng tỉnh. Mồ hôi nàng đổ dài, toát hột, Thương ngơ ngác. Ôi giấc mơ nàng chưa bao giờ nghĩ mà lại đến. Đương khi chồng nàng mua ticket, để vợ chồng cùng thằng con trai tý hon Tommy, sẽ về đất Việt trong tháng tới. Chồng con đang ở bên nội. Thương nằm ngủ lại có giấc mơ, một mình thấy là lạ. Nàng mở mắt cảm giác thương yêu vẫn đọng lại tràn trề, mặc dầu có chút gì đó vô lý. Nàng chưa bao giờ nghĩ tới là như thế!

Vừa lúc đó chồng nàng về. Thằng bé còn ở bên nội. Nàng nhìn chồng đăm đăm rồi ôm lấy Nhật Lãnh. Nhật Lãnh gặp lại vợ dù Thương mới ngủ dậy. Anh cứ sà xuống ôm hôn nàng, như thói quen thường có của anh - Với những nụ hôn đằm thắm không thiếu lãng mạn, của vợ chồng anh qua nhiều biển khơi, mặn nồng, ấm áp... Họ đã thuộc về nhau, có đứa con thơ ràng buộc và những kỷ niệm, nơi cuộc sống êm đềm... Thương lại không để mất cơ hội, như có một chút gì lỗi nơi giấc mơ. Nàng cởi khuy nút áo Nhật Lãnh và định cắn nhẹ vào lồng ngực chàng, nhưng thôi không hiểu sao nàng cài nút áo chàng lại mân mê mà rằng:

- Em yêu anh, em là của anh thôi, nàng hôn lên cánh tay và bàn tay chàng nữa. Vẻ mặt Thương thật xúc động.

- Hừm sao em nói gì vậy? Nhật Lãnh hỏi nàng.

- Em rất sợ một giấc mơ. Em chỉ muốn yêu anh thật sự, chỉ có một mình anh chiếm lấy nơi trái tim em mà thôi.

- Anh có nói gì đâu mà em ngụy biện?

- Không! Em nói thật và em không muốn ngụy biện. Em xin thề.

- Anh vẫn yêu em mà. Nói gì xa xôi vậy em Thương nè?

- Em vẫn hằng mong trọn vẹn bên anh. Anh Lãnh ơi.

- Anh hiểu mà cưng? Anh yêu em nhiều lắm. Em có biết không? Anh không đời nào muốn xa em đâu…

Nàng gật đầu không nói nữa. Rồi nhỏ hai giọt nước mắt trên ngực người chồng, một giọt nước mắt trên cánh tay người chồng và ba giọt nước mắt trên bàn tay người chồng. Thương lại ôm chặt Nhật Lãnh và siết mạnh…

HDT Mùa Thu 2013*

HUYỀN THOẠI NHỮNG HƯƠNG QUÍ

Mặt sáng trưng mang nhiều hiền đức
Dạ thanh thơm như nước suối trong tần
Tâm dịu dàng như giọt mưa xuân
Ý chí đẹp như muôn hoa đua nở...
(Trích bài thơ hãy giữ gìn, cùng tác giả.)

CHƯƠNG 1

Kim Thoa vừa mới nghỉ hè, cô đã tốt nghiệp năm 12. Cô thi vào trường ĐHSPQN, nhưng cô rớt cái chạch mới là chuyện lạ. Kim Thoa học rất giỏi, song người yêu cô mới đi bộ đội cô buồn lắm! Lại có người giới thiệu để hỏi cưới cô, Kim Thoa vùng vằng không chịu. Lòng cô ngổn ngang suy nghĩ. Với cô, học tài thi phận cô hiểu. Là bởi mình không tập trung học, sơ hở, làm bài kém, không được điểm cao, chứ không phải bài mình làm đạt, xuất sắc mà người ta cố tình "dìm" cho mình xuống; rơi điểm thấp, để rớt! "phận bạc" "học tài thi phận." Kim Thoa không hiểu theo hủ lậu. Nàng có cái nhìn mới mẻ trong thành ngữ cổ xưa! Kim Thoa buồn điều đó thì ít, mà cô buồn cho cuộc hôn nhân đang đi đến với cô thì nhiều hơn. Tuy nhiên cuộc hôn nhân vẫn còn đang tình trạng thách thức và thuyết phục.

Kim Loan, người chị ruột Kim Thoa lấy chồng vào sống ở Bà Rịa Vũng Tàu, về thăm cha mẹ. Kim Loan khuyên em:

- Thoa nên suy nghĩ lại Đình Huấn tương lai là bác sĩ, lại là một người đẹp trai con nhà danh giá; cha mẹ hiền lành theo như ba mẹ mình kể, sao em không chấp nhận? Để họ chờ lâu chị thấy vậy không tốt.

- Em trả lời với ba má rồi, tại họ muốn kéo dài thì cứ để họ kéo. Lỗi tại họ chứ đâu phải lỗi nơi em. Em yêu anh Tâm. Em chờ đợi anh ấy đi bộ đội về tụi em sẽ cưới nhau.

Kim Loan nhỏ nhẹ:

- Chị có nghe ba mẹ nói điều ấy. Mà này Kim Thoa ơi tình yêu mỗi ngày mỗi khác, làm sao em biết và chờ đợi. Vả lại em nên đồng ý cho ba má mình vui, đâu dễ kiếm ra một đám như vậy em? Trời ơi...

Kim Thoa gắt lên:

- Em biết ba má rất thương em, muốn lo cho em êm bề gia thất nơi chốn đàng hoàng. Nhưng em khổ lắm, em có tình yêu rồi.

Kim Loan vẫn tha thiết với em gái:

- Chị hiểu nhưng mà thực tế bao giờ cũng hơn mơ mộng. Em nên nghĩ cho em, và quý cha mẹ mình nữa.

Kim Thoa lắc đầu nhìn chị ruột, nàng không ngưng, lại cố bảo với chị:

- Không phải là em không quý cha mẹ, nhưng em yêu anh Tâm nhiều lắm tụi em đã trót thề. Và em tin tình yêu anh Tâm dành cho em mà chị.

Kim Loan giải thích:

- Em lý tưởng tình yêu lắm, anh chị không từng yêu nhau đó sao? Khi có con cái tình thế thay đổi, tánh nết con người cũng thay đổi. Ngày ấy anh chị rất thơ rất mộng, giờ cũng cãi nhau ào ào.

- Em biết thì mỗi người có số, song em không muốn anh ấy buồn. Chị cãi, chị vẫn thương anh Phong chồng chị chứ bộ?

Kim Loan cười nhẹ:

- Không, chị hết thương ảnh rồi.

- Em không tin điều đó.

Không hiểu sao Kim Loan cười thêm, ấp úng nói tiếp:

- Lấy chồng giàu có địa vị em sẽ sướng bản thân lắm. Khỏi vất vả, sắc đẹp em cũng giữ được lâu. Em không thấy chị khổ quá mà hóa già.

- Em đâu thấy chị già, chị vẫn còn đẹp mà. Kim Thoa nhìn chị Kim Loan, vẻ Kim Thoa rất thơ ngây đáng yêu.

- Chị già đi thiệt chứ! Kim Loan nói và nhìn lại em ruột mình đang đứng đó.

Loan đôi lời với Thoa xong, rồi bỗng cô muốn nhìn ra

ngoài hơn. Trời tiết mới trên tháng sáu ta, nắng vẫn vàng hanh, gió rất ít. Trong sân gạch ba mẹ có phơi vài nia ngâu hái giũ trong vườn, vài nia bồ kết cần phơi khô hơn để đem cất kỹ, chúng quyện đưa hương. Mà sao Kim Loan như nghe hương nắng nhiều hơn của hương ngâu, hương bồ kết nhỉ! Rồi thương em, Loan níu lại vấn đề:

- Chị chỉ có một vài ý kiến còn em quyết định tất cả. Chị vẫn tôn trọng tình yêu của em. Ba má mình hiền, không ham giàu có đâu? Em có thể nói lại với ba má.

Kim Thoa bắt chước chị nhìn ra ngoài trời. Nắng như thế, và gió như thế, mấy hôm nay trời hay oi bức. Lâu lắm mới được nồm lên cơn gió mát, đa phần thì nắng gắt. Nắng như có màng dợn chút lung linh, có phải nắng này người ta bảo nắng thủy tinh không ta? Nàng nhìn nắng, rồi Thoa quay vào nhìn chị Loan, trả lời rằng:

- Em biết điều đó ba má không ép em. Song cứ mãi mong em thay đổi quan niệm, bảo người ta chờ, em chưa quen anh ấy, nên em ngại từ từ v.v... Thiệt tình rất là sai lầm, em không thay đổi được đâu.

- Nhưng chàng trai Huấn đó đã bao giờ gặp em chưa hã?

- Bộ ba má không kể, cho chị nghe sao?

- Mới về hôm tối qua đây, có nghe gì đâu!

Kim Thoa kể:

- Có nhiều duyên gộp lại lắm! Chú họ anh Đình Huấn là nhà phong thủy, tên là chú Kiên có tiếng ở vùng huyện mình. Ba má muốn làm gì cũng nhờ chú Kiên xem xét, coi giúp nhà mình từ xa xưa. Giờ đến lúc chị Thanh cất nhà mới ba má vẫn nhờ chú ta coi xoay hướng, cửa lớn theo hướng nào, cửa bếp xoay ra sao v.v... Và tiếp theo đào cái giếng cứ nhờ ông xem mạch. Chú Kiên lên xuống nhà mình thân thiết, nên quen với ba, thân còn hơn họ hàng mình luôn!

- Vậy sao?

- Dạ vậy đó, rồi chú thấy em pha trà chế nước một hai lần. Lúc đó má hay bảo em pha trà, chế nước cho ba và chú ngồi chơi, uống để nói chuyện.

Kim Thoa im tý như lấy hơi. Kim Loan nhìn em có phần thương hại. Thoa ôn tồn kể tiếp:

- Rồi chị biết sao không?

- Sao?

- Tự nhiên ông ta cứ đùa làm cháu dâu chú Kiên này thì ngon đó. Em mắc cỡ ông ta lại chọc thêm. Và chú Kiên nói chuyện với ba mình thì cả trên trời dưới đất luôn. Ông khoe ổng " Có cháu đẹp trai, nào là anh Đình Huấn theo đại học y khoa, nào là bác sĩ nhưng chưa bao giờ bồ bịch yêu đương con gái nào. Sau này ra trường, cha nó và tôi tới đây nói vợ cho nó, ông chịu gả con không?"

Loan lắng nghe. Thoa giòn giã tâm sự hơn:

- Tưởng chỉ đùa vậy thôi, ai ngờ năm nay em vừa dứt ghế nhà trường năm 12, thi tốt nghiệp xong, có mấy ngày, ổng lên bảo ba mình:

"Cháu ổng chịu em vì đã gặp em một lần, cho ổng xin đi hỏi rào ngõ, để ngăn tránh ai khỏi hỏi cưới em, vì em cũng xong 12 rồi. Trời ơi nghe sướng không chị? Thiệt tình chán...

Kim Loan nghe, cô cười nhìn miệng em Thoa rồi bảo:

- Như vậy Chú Kiên nói khơi khơi. Chứ em chưa gặp Đình Huấn sao?

- Chưa. Sự thật là chưa gặp lại? Ô Anh Đình Huấn thấy em một lần ở trường cấp ba PM. Lúc ấy em mới lên lớp mười, và ảnh là sinh viên năm thứ hai của y khoa Huế, nhân lúc ảnh về thăm trường, anh có đến nói chuyện với trường. Là lúc khai niên năm học mới đó. Em được mời đem hoa lên tặng, khi ảnh bắt đầu nói chuyện thế thôi.

- Chỉ một lần ấy, sao Huấn biết em là cô gái đó?

- Có biết chứ, lúc ấy người ta đọc tên em và là thủ khoa văn với số điểm là 8, và lịch sử điểm 10 trong toàn huyện, của đợt thi lên cấp ba mà.

- Nhưng làm sao Huấn xác định em là cô gái ấy, lúc ấy?

- Có hình chụp lưu niệm cho trường, nhiều học sinh nữ lên tặng hoa chụp hình chung nhiều lắm. Nhưng ảnh không nhớ cô nào rõ bằng em, chuyện lạ như vậy. Chứ đâu có bao giờ, một lần nào em gặp riêng đâu?

- Trời ơi chuyện như phim cũng hay và thú vị.

Thoa đưa mắt như chị Loan, hết nhìn chị nàng nhìn ra hai nia ngâu của mẹ phơi, đã đổi từ vàng hươm qua vàng đậm chi chít tự lúc nào không hay. Còn hai nia bồ kết, trái bồ kết nắng bám đốt, nên thân thâm đen hơn rồi! Vật thể khi tương tác với không khí, và nắng gió đã biến đổi. Nhìn chúng khác với hình thù ban đầu, lại đưa hương tỏa nhẹ ngai ngái. Thoa thỏ thẻ thêm với chị Loan, khi nàng nhìn lại chị mình kỹ hơn:

- Chị ơi nhưng có thể nói, nếu không có chú ảnh quen biết ba mình, thì không bao giờ anh Đình Huấn biết em, và đòi đi hỏi cưới em làm vợ đâu chị à.

- Thì có duyên nợ vẫn tìm đến em ơi.

- Duyên nợ cái gì, do mình hết chị ơi.

- Em không tin bây giờ nhưng sau này em lớn sẽ tin.

- Em không biết nữa?

Kim Loan hùa thêm hỏi:

- Tuy vậy song cuối cùng em vẫn quyết định, không chịu kết hôn với Đình Huấn phải không?

- Em nghĩ hẳn là như vậy.

Kim Thoa đi lấy nước mời chị. Cô đem ra hai cái ly giống nhau như đúc, nàng rót mời chị trước:

- Uống nước đi chị Loan, nói chuyện mãi khát nước rồi! Trời nóng quá mà chị.

- Để đó cho chị! Kim Loan bưng ly nước lọc Thoa vừa chế ra đưa lên miệng tu nhẹ. Xong lại nói:

- Trời nắng như thế này là đổ mưa sớm đó em.

- Vậy mà hôm qua nay: hai, ba chiều vẫn chưa chịu mưa nổi đó chị. Thoa cũng tự chế nước ra uống, sau khi mời chị Loan uống trước. Phần nước lọc đã để sẵn nơi đó từ khi nào, là nếp quen của gia đình.

Hai chị em nói chuyện ở gian nhà giữa, có kê một phản gỗ, gỗ láng khá đẹp. Nơi đây ba nàng hay dành cho mẹ nàng với những phụ nữ chuyện trò thuận tiện hơn. Nhà trên thường dành cho khách lạ, và đàn ông là lệ thường của ba.

Ba của Kim Thoa cố gắng giữ được nếp sống nghiêm trang, mẫu mực gia đình theo phong cách truyền thống. Hai chị em nàng, mỗi người dựa một góc cột nói chuyện khá lâu, giờ mới ngồi lại phản gỗ uống nước. Ba má đi ăn đám giỗ nơi xóm Ba Đồng Dài chưa về nhà.

Kim Loan suy nghĩ đợi chút, rồi bày cho Kim Thoa:

- Thôi tạm cho là như vậy đi. Em có thể nói Tâm làm một cái gì đó cho ba má tin. Em có thể tìm cách nói cho Đình Huấn biết. Dẫu rằng Huấn chưa gặp em lại, và sẽ gặp trong tháng chín tới. Đúng không?

Kim Thoa trả lời với chị:

- Dạ. Em phải nói chuyện với anh Đình Huấn cho ảnh biết. Ngày nay vợ chồng thường đặt ra yêu cầu trước nhất. Chịu yêu nhau rồi mới lấy nhau mà.

Kim Thoa nói tiếp không đợi chị lên tiếng, như cố san sẻ với chị Loan thêm nữa:

- Chắc chắn ảnh không thèm lấy cô vợ mà từ chối tình yêu ảnh đâu chị Loan nhỉ? Anh Đình Huấn bác sĩ đời nay, là phải lấy vợ thỏa thuận có yêu đương chứ! Phải không chị? Tất cả những người trẻ tuổi, đều nhìn hôn nhân ở một tri thức và lăng kính mới mà chị. Đường hướng này đã mạnh nhiều.

Kim Loan lắng nghe nhìn em Thoa:

- Đúng rồi, vậy thì em tiến hành đừng cho họ đợi lâu mắc lòng em Thoa? Nhưng em phải có một lòng kiên định để nhận ra một tương lai. Chị Loan chỉ mong vậy!

- Phải vậy thôi chứ thưa chị!

Thấy chị Loan chưa phản ứng. Kim Thoa nảy ra một ý định mới, nàng suy tư, rồi kiến nghị cùng chị Loan:

- Chị ơi em muốn chuyện này.

- Chuyện gì em?

- Em nghĩ là sang năm em thi lại ĐHSPQN. Bây giờ em nói với ba má em muốn vào anh chị, học may thời gian này trước mắt. Được không em muốn vậy nha chị Loan?

Kim Loan nghĩ tý, rồi trả lời nhanh:

- Được thôi, chị hiểu và cùng đồng ý với em. Chị sẽ nói

thêm với ba má biết hơn. Nhưng em phải tìm cách gọi điện, hay viết thư ngay cho Đình Huấn. Vì biết người ta còn đi kiếm vợ chỗ khác. Một bác sĩ mà thiếu gì người đẹp đang chờ. Và nên tránh phiền họ, tốn thời gian với mình...

- Hy vọng vậy. Kim Thoa cảm thấy trong lòng dễ chịu hơn, khi bộc bạch chuyện với người chị Kim Loan này.

Sau hai ngày tiếp theo, Kim Thoa đã trình bày với ba mẹ, có mặt chị Kim Loan nơi đó, xin theo chị vào Bà Rịa Vũng Tàu để nàng học may.

Ba mẹ đã chấp thuận vì thương Thoa. Ba mẹ đành không nỡ ép, khi Thoa không muốn. Gia đình họ có bốn người con gái. Kim Loan là lớn nhất lấy chồng theo vào Nam làm ăn trong đó. Kim Thanh người chị kế lấy chồng ở gần, gần đây. Đến Kim Thoa, và còn một Kim Tiền đang học lớp tám nữa.

Thoa viết thư cho Huấn từ chối chàng, và đến bưu điện huyện lỵ gởi. Nàng biết địa chỉ trường Huấn đang học vì chàng có gởi một lá thư cho nàng, lá thư xã giao nhỏ - (Khi nghe chú Kiên giới thiệu, anh đã gởi về cho Thoa ngay.)

Rồi một ngày Thoa đi vào Nam theo chị Kim Loan. Cả nhà họ chia tay bịn rịn... Kim Thoa cũng thấy thế, song nàng gắng cười. Thoa xách valise nhỏ đi theo chị Loan nhẹ nhàng, vì đó là nguyện vọng của nàng. Nàng cũng đã thu xếp, đem sách vở mang theo để học, để chuẩn bị ôn bài chờ kỳ thi lại.

**

Nhà của chị Kim Loan được cất trên một ụ đất của một vài đám ruộng bao bọc chung quanh. Cuộc sống chị khá khẩm, đủ no ấm! Vì thương chồng chị phải đi xa làm ăn thôi, chồng Kim Loan có chút đụng chạm nhỏ về đất đai, với người anh ruột, mà anh tự ái bỏ đi. Kim Loan cũng phải theo chồng đến chốn xa lập nghiệp. Hai vợ chồng mua mảnh đất nơi một gia đình, họ lên thành phố Sài Gòn bán giá rất là tương đối, nếu nói chính xác là giá rẻ nữa!

Được bạn bè giới thiệu, và thuận tiện nơi đây, Kim Loan mở máy may đồ. Còn chồng thì đi buôn bán các mặt hàng:

bắp, mì, đậu phộng, đậu xanh, đậu đen, bắp hột, đào lê, cà phê, ca cao, theo cùng bè bạn. Thỉnh thoảng hàng may nhiều thì anh mới phụ vợ Kim Loan. Chị của Kim Thoa đã có hai cháu trai lên 10, lên 8, và một bé gái lên 6. Thoa chăm sóc mấy cháu, hướng dạy chúng học hành thêm, dẫn đến trường, dọn ăn cơm nước, phụ giúp chị lo cho các cháu.

Chồng Kim Loan đi buôn đôi lúc ở đêm, ham chơi bài đóng đô không về. Kể từ khi Thoa vào học may, anh phó thác cho hai chị em gánh gồng những việc nhà. Thoa biết thế, nàng hết lòng giúp chị Loan. Nhất là việc coi ngó sự học hành của mấy cháu, rèn luyện kỹ năng mấy cháu đọc, viết, làm bài tập khi ở nhà. Thoa đảm đang hướng dẫn. Chị Loan cũng rất cám ơn Thoa về việc này.

Nhà chị Kim Loan hướng trước mặt vào phía Đông Nam, có ngôi chùa nữ tu hành tên là Trúc Lâm Viện. Chùa không lớn lắm, không nhỏ lắm. Theo người chị vào học may ở đây, Kim Thoa ngoài giờ học ôn bài, và phụ may, lo cho các cháu xong. Nàng thường vào chùa gần xem kinh cầu nguyện, cho tình yêu, cho số phận của mình tương lai. Một ngày một lần, là tệ nhất khi được rảnh.

Thoa đặt chân đến nơi chị Kim Loan một tháng, lại có người rồi cũng muốn đặt hôn lễ đến Kim Thoa. Lại một lần nữa Kim Thoa gặp rắc rối. Một anh giàu kỹ sư từ bên Mỹ thoáng về thấy cô, anh cảm tình ngay, chắc đấy vẫn là một cái duyên. Anh có người chị ruột sống gần nhà Kim Loan, (Nói gần chứ không gần mấy, chỉ là một con đường lớn trước mặt nhà chị Loan, họ phải đi băng qua mà thôi.) Coi như có mối quan hệ hàng xóm. Người con trai mới gặp đó cũng "nhác thấy bóng hồng" anh ước muốn "nên duyên cầm sắt với cô." Nhưng Kim Thoa chẳng thấy vui mà lại buồn! Buồn thật nhiều! Nàng chán lắm, bởi vì trong tim Thoa, Tâm đã chiếm một chỗ rất lớn không còn ai vào đó được! Phải chi người muốn cưới nàng là Tâm thì hay biết mấy. Sao cứ ngoài vòng ý tưởng mình mong hoài! Không biết từ chối làm sao để chờ đợi Tâm, cho mối tình đang thầm lặng riêng của mình, Thoa cứ mãi rắc rối vô vòng hôn nhân, lẩn quẩn với hỏi cưới. Nàng thêm buồn đau xót xa "tối ngày ủ rũ mày châu." Thoa sợ ân tình áo hoa cưới hỏi, như nàng sợ hơn bảo lên núi bắt cọp vậy! Nhưng ân tình đâu sợ nàng, cứ tấn công nàng. Kim Thoa buồn bã hay tìm kiếm, coi kinh như nhật tụng bên nàng, coi để tìm niềm vui nơi kinh kệ, để an ủi và thấu hiểu hơn duyên phận một kiếp làm người của chúng ta! Rồi tự nhiên Thoa lại lóe ra một suy tưởng mới, là lạ mới. "Nếu mình giả vờ đi tu, chắc hết ai quấy rầy phiền phức mình. Mình có thể tránh oan được chuyện hôn nhân hỏi cưới mệt mề này chứ? " Ô thế là hay lắm. Có thể như vậy đi, một mưu lược vẻ độc đáo đây. Nàng nghĩ một cách bừng tỉnh, như thể một thế cờ...

Suy nghĩ vẩn vơ, nhưng nàng thấy hay hay thiệt, Kim Thoa nhất định đem chuyện này nói thiệt với người chị ruột Kim Loan xem sao?

Rồi một hôm, hai chị em đang lo cho công việc nghề nghiệp may vá. Kim Thoa tay đang cầm một chiếc áo để tra nút, Thoa đến bảo chị:

- Chị Loan ơi. Em nói chuyện này chị nghe nè. Em khổ quá ba mẹ trách trả nhiều, mà cũng nhiều người quấy rầy em. Thôi cứ để em giả đò đi tu, khi anh Tâm về em tính chuyện khác. Chị nghĩ như thế có được không chị?

- Sao vẫn được, chị không bắt buộc em gì cả.

- Em muốn có ý tưởng đó cho ba mẹ khỏi la rầy. Vì em đã chọn con đường hành đạo qui y mà. Em sẽ đi tu vào chùa Trúc Lâm Viện chị ơi.

- Vô chùa dễ, nhưng ra khó đó em? Đi tu ra chùa có tội?

- Không có tội gì đâu theo em nghĩ, đi tu là đôi khi ngộ biến thì tòng quyền hoặc dưỡng dục cho tâm hồn đạo nghĩa, trong sạch. Nguyễn Du còn thông cảm cho con người, còn viết lên những câu thơ bất hủ để đời, như thế huống hồ chi em chị ơi!

- Chị cũng không biết tính sao đây! Kim Loan nhìn đôi mắt em Thoa đẹp quá, như hoa cười.

- Chị giúp em đi? Em năn nỉ mà! Em năn nỉ chị lắm đó

nghen.

- Khổ thật! Vậy thì coi như em có một sáng kiến hay hay, đặc sắc nhỉ? Thôi được, chị ủng hộ em. Chứ biết làm sao hơn, khi em đã có ý định quyết chí.

- Dạ xin cám ơn chị Loan. Thoa như ngưng tay tý. Cô như thể nhìn kỹ gương mặt dấu yêu của người chị. Nghĩ được ra ý này, Thoa cảm giác tươi tắn hơn một chút.

- Em vì tình yêu giấu gạt cha mẹ nghen? Chị Loan nói hơi buồn.

- Không đâu! Đó không phải là giấu gạt. Em muốn em an toàn, em thương và mong rằng, cha mẹ mình an tâm luôn. Em không muốn ba mẹ còn lo nghĩ về em nữa.

- Ừa thôi OK, chị ủng hộ em mà. Nhưng em phải gởi thư tín bảo đảm, hay em viết thư thường về nói với ba mạ một tiếng là em thích đi tu rồi. Em không muốn khổ vì tình yêu, không muốn với ai dan díu tình đời, tình ái. Còn chị sẽ giải thích luôn, cho ba má mình rành rẽ hơn.

- Giúp em nha? Cám ơn chị nhiều lắm chị Loan ơi.

- Đương nhiên chị phải bê cái triết học giáo lý nhà Phật, ra nói chuyện với ba má là: "Có người con chịu đi tu hành, là cha mạ nên an tâm, là điều tốt, điều phước, điềm lành cho gia đình v.v..." Chắc thế thôi!

- Lòng chị thật bao dung thương em, em biết. Và em phải viết thư email nói cho anh Tâm biết mưu mẹo của em, chắc ảnh vui.

Kim Loan cười tươi nhưng hơi nhếch:

- Em còn nặng nghĩa yêu đương hơn chị tưởng. Mong rằng sau này Tâm sẽ quý em.

Kim Thoa vui vẻ hơn:

- Anh ấy đang ở trong quân đội, nhưng học vi tính điện toán giỏi lắm.

Loan xúc động phải ngưng tay, đương khi đang cắt một cặp manchette sọc vằn cho áo ai đó. Loan nhìn Thoa:

- Vậy à, Tâm là người tốt tử tế, có chí đó em. Nó sợ tương lai thua thiệt, thật tội nghiệp quá.

Kim Thoa vui chia sẻ với chị luôn. Cô hết mình bày tỏ:

- Em có nói ảnh, em chờ đợi. Anh phải cố gắng tận dụng thời gian. Em viết thư nói ảnh gởi thư về địa chỉ nơi nhà chị.

- Vậy sao? Loan lại tiếp tục cắt cho xong bộ manchette. Chị ngồi vào ghế may sau một hồi đứng dậy cắt bộ manchette, và cũng làm thêm những việc linh tinh nơi bàn.

- Em bắt nó chạy đua hã. Loan hỏi vặn nhìn em Thoa.

Thoa không hời hợt, nàng cười thưa với chị dịu dàng:

- Vậy mới xứng với sự chung tình của em chứ! Sau này tụi em có một tương lai vững vàng. Sẽ nhớ ơn chị nhiều.

Kim Loan nói thêm:

- Số em đào hoa lắm, xinh đẹp đi đâu cũng có người thương. Nhưng trái tim dành thuộc riêng cho Tâm. Tâm là chàng trai thật hân hạnh, và phước đức. Hai em cố lên, chị vẫn mơ ước cuối cùng hai em hạnh phúc. À nhưng việc thi cử em tính sao Thoa?

- Thì cứ như vậy chứ sao chị? Em sẽ về thi. Thoa vẫn giữ thái độ ôn hòa và rất dễ thương.

- Tùy em. Cố gắng nghĩ cho tương lai nha Thoa.

- Được chị. Em sẽ phấn đấu.

Thoa thong thả trả lời. Cô đứng nơi một cái bàn cắt đồ khá rộng, cô chuẩn bị phụ xăm những lai quần tây, tra khuy nó, và tra nút áo nữa, chị Loan đã móc treo thành dãy, thành hàng, trông rất đẹp chỗ gần nơi đó. Thoa bỗng nhiên bất chợt buồn ý nơi người con gái, lại nao lòng một chút gì xa xôi, cô đưa mắt nhìn ra cửa thấy những đám ruộng mới sạ, lúa lên mầm thật dễ thương, tuy thưa thớt từng vùng không đều lắm... Song cho nàng một cái nhìn xanh nhẹ, mát dịu, thiêng liêng hiền hòa quá. Thông qua những đám ruộng là những hàng cây bông điệp đang nở hoa khá đẹp, có lối dẫn vào chùa Trúc Lâm Viện. Nàng ngắm phong cảnh hay hay nói chuyện với chị Loan. Thoa thưa với chị rõ ràng hơn:

- Em cứ làm đơn nộp. Ngày dự khóa em sẽ đi thi chị à!

- Em cố gắng học hành? Sự nghiệp mới hàng đầu nha.

Kim Loan nói rồi đạp máy cho chạy theo công việc.

- Em sẽ cố gắng mà. Em có những giờ học kinh, học bài mau nhớ và sáng dạ lắm chị Loan!

Kim Loan ngạc nhiên, mở mắt to hỏi lại:

- Nghe nói vậy mà đúng không em Thoa?

- Đúng. Trăm phần trăm luôn chị ơi.

Kim Thoa gật đầu bảo tiếp:

- Tâm tịnh thì học gì cũng sáng suốt, minh mẫn nhớ lâu vào duy thức.

- Mong em toại nguyện nha Thoa.

Hai chị em tiếp tục làm việc nghề may riêng của họ. Và họ nghe một hồi chuông đổ dài vang vọng từ chùa Trúc Lâm Viện lan ra. Một đoạn sau nữa, hai chị em nhìn nhau và nghỉ tay, đi ăn xôi vò ngon, đêm qua hai chị em làm. Có một khay chị Loan dành để đó. Chị nhờ Thoa bưng liền lên chùa để cúng công quả. Thoa ngưng nghỉ tay xăm đồ, kết nút, tra khuy. Thoa ăn xong với chị Loan, nàng liền đi vào chùa Trúc Lâm Viện theo ý chị Loan nhờ. Đó vẫn là niềm vui lớn nhất của Thoa, được chị "hạ lịnh" cho mình đi cúng dường! Chùa thật gần, nàng bách bộ mang khay xôi theo, Thoa bước đi không quá bảy phút là tới nơi. Những hoa lá dọc đường như mỉm cười nhìn cô gái đẹp, bước đi thật dịu dàng xinh xắn...

**

Kim Thoa về thi lại của năm sau. Trời thương khi thi lại đợt này cô đã trúng tuyển ĐHSPQN hạng ưu. Thoa mừng lắm, nhưng rồi tạm thời Thoa có kế hoạch xin hoãn khóa học vào trường, vì chủ đích cô đợi Tâm về. Coi như cô có kiểu học mới đi. Kiểu học hàm thụ, học từ xa. Và cô cứ ở chùa Trúc Lâm Viện học kinh thư như cô muốn...

Tại sao Kim Thoa tự làm khổ cho mình? Nhưng nàng vẫn yêu dấu việc làm! Nàng nghĩ đó không phải là con đường ác tâm, mà con đường thiện tâm, là con đường - một chánh niệm tốt với nàng!

Nàng lại sống cho tình yêu! Hy sinh cho tình yêu! Nàng người con gái quyết tâm ở chùa Trúc Lâm Viện đi tu giả cho tình yêu trót lọt! Tại sao nàng coi tình yêu cao cả? Nàng chọn lối đi lạ cho chính mình. Kim Thoa vẫn thừa hiểu xưa nay Kim Cổ, Đông Tây, chẳng phải chết vì tình yêu thật sự đó sao? Biết bao trái tim họ đã hy sinh, cho tình yêu; họ sống mãnh liệt cho nhau, và vì nhau đó sao? Bởi lẽ nhân loại không thoát khỏi, họ bị chết bởi thần ái tình. Ái tình đã không bi lụy chế ngự họ đó sao? Nàng vì cuộc tình dối cha gạt mẹ, hạn chế cùng bạn bè, không giao du nhiều bạn hữu.

Thời gian trôi qua. Thời gian cũng có thể làm thay đổi cách nhìn nhận của một con người.

Thật oái ăm...

CHƯƠNG 2

Ngày tháng dần trôi, thời gian đi lính mãn hạn, Tâm về. Với bà nội anh không báo, anh cứ mang ba lô về đến nhà, nội anh mới ngạc nhiên làm sao. Nội đang loay hoay ôm những cây củi vào bếp để chuẩn bị nấu bánh. Nội ngước ra thấy Tâm, nội vui mừng thốt nên lời như câu hỏi:

- Ô Tâm đó hã con? Phải không?

Tâm cười:

- Con chứ còn ai nội?

- Trời không báo cho nội hay? Mèn ơi. Con về thiệt sao?

Nội bỏ củi xuống phủi tay như nội thường làm. Sau đó nội đi rửa tay. Nội đi đến sờ nhẹ vào đầu Tâm, như một cách đóng dấu không biên lai. Bà xuýt xoa Tâm như thế còn nhỏ vậy. Bà thương cái đầu Tâm lắm, quá tròn trịa, đi lính hớt tóc húi cao nhìn quá thanh lịch. Ngắm từ đầu tóc đến tay chân, mắt mũi, thằng cháu... Tâm giống ba như hệt vậy đó. Nội nhìn Tâm, ôi vừa thương yêu vừa xúc động nhớ Linh, ba của Tâm. Tâm biết bà đang cảm xúc lắm. Anh thong thả nói:

- Nội ơi con không báo. Báo làm chi nội, cho nội ngạc nhiên chứ! Tâm có vẻ láu lỉnh trả lời như thế. Tâm đi nhanh vào nhà trên, hai bà cháu bước vào nhà hết. Bà bảo:

- Tổ cha mày tánh vẫn như ba, thằng Linh. Bà nội nói và đi tìm pha một ly bột bình tinh liền đưa cho Tâm.

- Thôi uống đi cho khỏe đã. Trông cũng to lớn đẹp trai

đó nha. Không ốm o gì hết, bà nội mừng quá chứ ta.

- Hi hi. cám ơn nội. Ăn hết cơm lính sao không đẹp trai hả nội. Nội làm thêm nước bình tinh uống với con đi.

- Bà mới uống đó. (Mà thật nội uống xong lo đi hốt củi vào bếp đó.)

Tâm bưng ly nước bình tinh pha đường uống cái ực kiểu nhà binh đã quen. Nội loay hoay dọn dẹp, và nhìn thằng cháu uống nước thật thương! Nội xa nó trên ba năm, nó có một lần về phép...

Bà nội của Tâm là một gia đình cách mạng từ khi cuộc kháng chiến chống "Pháp thuộc" đến chống "Mỹ đế quốc" Mấy đời hy sinh từ chồng đến con, bác Thịnh rồi lại ba của Tâm, thế nhưng nội có được gì đâu? Ngoài mấy cái bằng khen, mốc meo theo ngày tháng...

Kinh tế nội vẫn tự làm. Thật khổ cho nội, khi họ xét duyệt điều chi, toàn là đảng phái thi nhau giành giựt đè bẹp, ganh đua cướp quyền lợi lẫn nhau. Thành ra nên nội không ham, cho bên nhiêu thì hưởng bao nhiêu. Nội không thích mỏi miệng, khàn tiếng, dư công. Và nội có thể làm được để sinh hoạt cuộc sống! Nội có đôi tay của mình... Vâng, nội có đôi tay làm nghề gói bánh, nấu xôi, nấu chè. Bà có thể nấu đủ các loại xôi. Và bà có thể nấu đủ các loại chè. (Nội nấu chè hột sen, chè đậu xanh, chè đậu ván, chè thưng, chè chuối, chè bột báng, chè nếp gừng, chè khoai môn với lá dứa v.v... nội gánh ra bán ở chợ phiên. Tùy theo phiên nào nội thích nấu chè gì, xôi gì?) Nội làm vài ba đám ruộng, kêu công cán giúp vào mùa. Cuộc sống thế bà vẫn vui, cần chi họ quan tâm nhiều nhỉ? Mà có cần cũng không được chi đâu? Cái thời thế nó rất khắc nghiệt, đảo lộn sai số nhiều phần lớn! Rõ là cờ trong tay ai nấy phất, và ngắn cổ kêu trời không thấu đó mà! Nội hiểu lắm!

Có ba của Tâm mới hy sinh ở chiến trường Campuchia sau này, vậy mà họ còn dựng lên thuyết chuyện ba Linh đã bỏ đơn vị, đi có vợ Miên, tiến theo Khmer đỏ. Với ông nội họ bảo chỉ là một người chích thuốc bình thường, không có công gì cho kháng chiến? Với Tâm, anh cũng như bà nội thế, sao cũng được, tùy họ muốn kiểu nào. Đã có giấy báo ba Linh chết hẳn hoi mà họ không muốn tuyên bố thì thôi. Má Tâm đi lấy chồng sau đó, khi ba được báo mất trong trận càn quét của bọn Khmer đỏ phục kích. Tâm không trách mẹ, khi mãn tang ba, mẹ còn trẻ, mẹ có thể đi bước thứ hai. Nhưng người dượng ghẻ tánh tình không được rộng, không được thoáng. Nên Tâm buồn ít lên thăm mẹ, mẹ anh đã sống ở miền Buôn Mê. Anh chỉ sống với nội, chỉ có nội, anh thương bà nội hơn cả mẹ mình! Trước hết, anh đốt lên bàn thờ mấy cây nhang như báo tin mình đã về nhà. Tâm lại tiếp tục nói chuyện với bà. - Con về là cưới vợ đó nội.

- Cưới ai?

- Còn ai người yêu con Kim Thoa. Bộ bà nội không nhớ hã.

- Nhớ chứ! Nghe nói nó đi tu rồi?

- Kim Thoa chỉ đi tu giả chờ con!

- Vậy hã, vậy nội mừng. Tắm rửa ăn gì đi. Cơm còn trưa đó, nội sẽ nấu thêm chiều nay.

- Ừa con tắm chút, không đói đâu chiều ăn với nội luôn. Con muốn đến nhà cô Thoa, thăm ba má cổ tý nha nội.

- Ừ được đó, mà gia đình Kim Thoa có biết nó đi tu giả không con Tâm?

- Không ai biết, chỉ con và cô ấy biết thôi. Mấy tháng nay con còn tin tưởng không hỏi. Cô cũng bận lắm, về công tác giáo pháp, hoằng pháp, tịnh pháp. Con phải dành thời gian riêng cho cổ một ít. Khi tình yêu đã có trong lòng rồi…

- Nói hay quá ta. Mong cháu dâu đẹp để nhìn cho vui.

- Con cũng đẹp vậy nội không nhìn con hã?

- Tổ cha mày thích ghẹo bà nội, đi tắm đi.

- Hi hì. Tâm cười nhìn nội, và đi lục đồ để đi tắm nơi giếng gần nhà đó, qua lối sau cửa bếp khoảng tám bước. Tắm xong, anh thăm vườn tược chung quanh một tý. Thấy bà nội để củi cao to bự. Tâm biết và lấy búa bổ nhỏ hơn cho nội, anh xếp vào một dãy, cho đâu đó ngay ngắn đẹp mắt hết.

Nội mở cửa sau, nhìn thấy Tâm. Nội la yêu Tâm:

- Nghỉ khỏe rồi đi thăm. Hôm nào làm con ơi. Tâm...

- Phụ cho bà nội tý mà.

- Không cần đâu để đó đã.

- Củi bự quá sao nội chụm đun được.

- Chụm đun được hết con ơi. Có khi nội mướn thuê, họ bổ ra một ít thôi.

- Dạ xong rồi. Con làm chút thôi, nháy mắt là rồi mà.

- Thiệt tình thằng cháu siêng hết biết.

- Con thương bà nội lắm đó.

- Nội biết. Vô nhà nghỉ đi.

- Dạo chút con vô liền.

Bửa xong củi bự một ít, Tâm dạo thăm chung quanh vườn tý nữa. Rồi lại coi hai cái lu chứa nước, Tâm đi xách nước đổ đầy trong lu cho bà nội luôn. Dù giếng nước tốt, nước rất gần múc xách khỏe re. Nội có thể làm được dễ dàng, nhưng mình mấy khi được giúp nội. Được dịp làm sao Tâm để lòng mà ngó lơ? Tâm lại xách nước nhìn bóng mình lã chã, hiện lên trên mặt nước rồi tan trong nhanh theo gàu múc, Tâm thấy đẹp đẹp, hay hay, thích thích. Anh vừa làm, vừa nghe nồi bánh xôi nếp, các mùi lá bà nội đang nấu bay ra tận ngoài vườn thơm phức. Một đoạn Tâm đi vào bảo nội:

- Thơm quá nội ơi. Lâu lắm rồi con mới nghe nếp của hương quê và mùi lá dứa, lá chuối, mê thật.

- Thì nó thơm vậy, con người ta mới chuộng hàng của bà chứ! Lên phản nằm tý rồi đi cho khỏe. Nghe lời nội đi.

- Dạ. Bà nội cũng nằm võng nghỉ chứ. Đi đi, lại lại chi cho mệt vậy nội?

- Nội phải canh lửa, nội quen rồi. Thỉnh thoảng mỏi chân nội nằm, hoặc ngồi đó chứ.

Nội nói rồi lại võng nằm đưa ngon lành. Võng cột vẫn gần nơi lò bánh đó thôi.

Chiếc võng là những sợi đan bằng chỉ trân, với cách làm thủ công theo truyền thống lâu đời, nhưng nhìn rất đẹp và êm, rộng lớn nội nằm thong thả lắm. Chiếc võng này là bạn thân tình và luôn giúp đỡ ủng hộ nội đó. Tâm nghĩ thế...

Rồi Tâm lên phản nằm theo ý nội bảo, nơi nhà trên. Bộ phản nhà trên là nơi "Đế đô của Tâm." (Hai bộ phản giống nhau như đúc, một bộ nhà dưới, một bộ nhà trên. Bộ nhà dưới nội để vật dụng chi dùng ở một góc, và chỗ còn lại ngồi, hoặc nằm nghỉ lưng chút cũng đủ, hoặc ai tới thăm uống chén nước, bát trà nói chuyện vãn vui cũng xong. Nội vẫn có phòng riêng, giường riêng rồi, để tối nội ngủ.) Tâm nghe lời nội đi nằm, anh mở nhạc nghe trong máy cassette chạy bằng bình ắc quy vang ra, anh cứ lấy hình Kim Thoa ngắm mãi không chán mắt. Vừa nằm nghe máy hát vừa ngắm hình người yêu. Lúc này thì anh vẫn nghe dòng nhạc đỏ còn thịnh hành. Ngày Mai Anh Lên Đường. Và Bài Thư Tình Cuối Mùa Thu. Nhạc đỏ nhưng thiệt ra cũng có chút tình. (Cần nói thêm nội anh thì ưa nghe cải lương, và chèo khi nào thích nội vẫn biết để mở nghe. Tâm vẫn mua để vài băng cassette cho nội thưởng thức...) Thường thì nội nghe bài chòi và hát bội nhiều hơn, vì đã có máy radio phát thanh thường lệ ngay bên cạnh nội rồi mà. Tâm nghe nhạc sung sướng, ngắm hình người yêu thích thú quá, nhưng anh cất vào nơi ví để trên ngực mình suy tưởng hơn. Xong một lúc, anh đứng dậy để chuẩn bị đi đến nhà ba má Thoa! Vì lòng Tâm cứ nôn quá như không chịu nổi.

Thời gian nhanh thật. Trời mới đó đã ngã bóng, sang chiều... Đúng chiều đó Tâm xin phép nội lấy xe đạp đi thăm cha mẹ Kim Thoa.

Con đường lên vào nhà Kim Thoa không xa lắm cách thôn, nhưng hôm nay anh thấy khác lạ. Đường được xây đắp lớn hơn, bằng bê tông hóa toàn bộ tương đối đẹp, và rẽ vào xóm cô cũng khác. Những cái cầu tre nhỏ xưa, được tô điểm lên, xây cất bằng xi măng, có đá hoa vân kiểu thiết kế, ở nơi tường chân móng thật đẹp! Mới ba năm thay đổi nhiều quá, nhiều hơn anh tưởng. Tâm xuống xe, dắt xe vô tới sân nhà, gia đình ba má Kim Thoa mới nhận ra chàng.

Tâm đưa chiếc xe đạp dựa vào một gốc mít bên hông trước vườn, anh ngước nhìn tàn lá chúng một chút, cây mít đã hết ra trái vào tháng này, thế thì coi bộ mất mùa mít sớm quá, hay sao đó chứ? Tâm nghĩ loáng thoáng, là bước vào nhà thấy má ba Kim Thoa, anh chào liền:

- Chào chú thím con mới về.

- Về luôn hay về phép con? Trời ơi thằng Tâm về anh. Má của Thoa nhìn Tâm nói, vừa vui, vừa ngỡ ngàng hết sức...

- Dạ con về luôn đủ tháng, đủ năm rồi! Tâm mừng lắm thong thả trả lời như thế.

Ba Kim Thoa đang rảnh rổi, ông hay ngồi chẻ lạt tre dưới nhà giữa, tre chẻ thành lạt nhỏ rồi bó lại từng lọn, có khi kỹ hơn thì hơ hơ chút lửa trui, hoặc cho khói bay ngấm thấm vào, rồi đem chúng ngâm dầm dưới nước, ngâm đến hai đến năm hôm thì vớt lên để dành cho thêm độ chắc dẻo, ba cất giữ nơi phòng hờ khi cần thiết sẽ dùng... Ba Thoa rất ưa làm việc này. Nếu dư giũ hơn thì ông cho ai xin lấy, khi họ cần chi, cứ xin tự nhiên thoải mái, ông sẽ cho. (Nhà giữa là nhà tiếp nối với nhà trên, và cũng tiếp nối với khu nhà bếp.) Ông nghe tiếng là biết, ông liền gôm lại đồ nghề, rựa, thỏi tre, cái đòn ngồi, ống chuốt, đá mài, ông để hẳn chúng theo chỗ, nơi thứ tự. Rồi ông vội đứng lên, bước đến nhà trên, nơi phòng tiếp đón khách. Thấy Tâm ông hỏi nhanh.

- Mau quá! Con về đó hã Tâm?

- Dạ! Con mới về, mãn hạn luôn rồi chú thím.

Má Kim Thoa hiếu khách, thương Tâm lâu ngày, bà đi xuống đem nồi khoai luộc có khoai môn, và nồi chè nhỏ, bà dọn chén muỗng theo mâm bưng luôn, bà đã múc ra ngon lành rồi. Miệng vui vẻ:

- Mới nấu chè, có khoai mới luộc nữa nè. Mời con tự nhiên dùng cho vui...

- Dạ cám ơn chú thím, con mới ăn cơm với nội no lắm.

- Ngồi vào ghế đi con. Ba Kim Thoa sốt sắng chỉ vào ghế bảo Tâm.

Cả ba ngồi vào ghế. Bộ ghế gỗ salon, bằng song gỗ gõ đóng thấp rất là kiểu cọ, nhìn cũng bắt mắt. Ba má Kim

Thoa ngồi trước. Má Kim Thoa nhìn Tâm mời thêm vì thấy Tâm do dự:

- Ngồi vào ghế đi con. Ăn cho vui Tâm. Đừng ngại con.

Tâm sẽ lén, ngồi nhè nhẹ sau. Giọng anh chân thành:

- Con cám ơn. Con mới dùng cơm với nội còn no quá.

Thật ra Tâm lịch sự từ chối vì mắc cỡ, chứ anh có ăn với nội đâu? Về nói chuyện với nội năm ba câu. Tắm rửa, lệnh xệnh giúp cho nội một vài việc, phụ cho nội tý, lên nằm ở phản một tý nghe nhạc, là anh lên đây liền mà. Anh lẹ miệng thưa luôn:

- Thấy chú thím mạnh giỏi con mừng. Dạ con xin phép muốn vào chùa Trúc Lâm Viện để thăm Kim Thoa.

Nghe đến đây ông bà xúc động, vừa rồi có nghe Kim Thoa gởi thơ về nói là không về dạy học, đi tu luôn rồi. Dầu sao họ không muốn nói gì cho Tâm biết, mà nếu có nói Tâm vẫn không tin. Từ lâu Thoa nói với Tâm, điều đi tu giả của cô tuyệt đối gia đình không ai biết. Ngoài chị Kim Loan và nàng. Khi nào Tâm về coi chùa, lúc đó mới cho mọi người hay tin chính xác về mình.

Tâm không ăn gì cả, má Kim Thoa mời hai lần. Bà phải đem xuống cho bàn gọn gàng hơn, ba Kim Thoa thấy vậy, ông đi lấy sào móc hái vài cái dừa xiêm cây thấp nhất, đem vào nhà mời Tâm uống nước. Tâm vui vẻ chặt hộ miệng dừa đổ lên ly. Má Kim Thoa đã lấy ba cái ly để sẵn. Anh mời họ cùng uống, anh nói chuyện thêm:

- Nước dừa ngon, lâu lắm con mới uống được dừa xiêm. Ngọt thiệt hương vị tuyệt vời, con xin cám ơn!

- Bộ đi bộ đội ít có dừa uống hã con? Má Kim Thoa nhìn "cậu trai lính" vui vẻ hỏi vậy.

- Có chứ, nhưng dừa không khi ngon được như ở xứ mình. Tâm trả lời.

- Tại con cảm giác thôi, dừa nào vẫn là dừa. Ba Kim Thoa bảo thêm, miệng ông cười hiền lành.

- Thiệt chớ, con biết mà! Tâm vẫn cười hồn nhiên đáp.

- Lạ vậy sao con?

- Tùy theo thổ đất chú à. Tâm đáp.

- Ồ mà chắc là vậy. Chú có nghe nói điều này mà không biết, vì khó tin chứ há...

- Đúng y thôi chú ơi. Tâm trả lời.

- Vậy à... Được rồi chú hiểu... Chú thím uống cho vui với con chút, chứ nhà thì uống hoài. Ba Kim Thoa nói thế, ông nhìn Tâm vẻ hân hoan lắm, như toát ra từ ánh mắt ông.

- Dạ. Tâm vuốt mái tóc phía trước và trả lời tiếng một.

- Thấy con khỏe mạnh đẹp trai hơn, là chú thím mừng! Kim Thoa đi tu rồi nếu nó không về trần tục, vẫn xin nhận con làm người thân gia đình. Nó yêu con, nên không chịu lấy Huấn là bác sĩ đó. Ba Kim Thoa nói, má nàng chỉ ngồi nghe.

- Dạ con biết. Tâm ôn tồn tỏ vẻ xúc động.

- Con về rồi định làm gì hã?

- Con học máy tính điện toán xong, sẽ xin việc làm ở nhiều công ty cần.

- Ừa bây giờ nghề đó bắt đầu thịnh lắm. Ba Kim Thoa gật gù bảo thế nhìn Tâm rồi nhìn vợ mình, má của Kim Thoa.

Nói chuyện một hồi lâu. Anh kể về những ngày ở lính, anh tưởng đâu lâu lắm, hóa cũng nhanh thật. Tâm lại nói: "Về ba năm thấy quê hương nhiều thay đổi, đường xá mở rộng, chợ búa đổi nơi mới, dời mở và nhiều điểm đẹp..."

Ba má Thoa lắng nghe sau những phút giây hàn huyên, tâm tư, và nhận xét của Tâm rất là vui nhộn. Gần ngót nghét ba mươi phút. Tâm nhìn đồng hồ xin phép. Anh như vội vã:

- Ồ con thăm tý cũng đủ rồi, chúc sức khỏe chú thím. Chắc là con phải về ăn cơm chiều với bà nội, kẻo để bà trông. (Mà đúng là bà nội đang trông ở nhà.)

- Ừa, được có thăm một chút chú thím là quý hóa rồi, về đi còn hàn huyên với nội, an ủi nội con nhé, Tâm nhé!

- Dạ con biết điều này. Thưa chú thím con xin kiếu từ về với nội. Chúc chú thím vui khỏe, an lành nhiều hơn...

- Con cũng vậy, vui khỏe nhé. Cho chú thím gởi lời thăm nội. Thôi đi về, khi nào con hãy đến nữa. Đi lâu mới về, đừng để bà nội trông mong nhiều, bà chờ đợi không tốt? Má Kim Thoa cố ý chia sẻ chân tình với Tâm cùng nội.

- Dạ con hiểu. Tâm nói và đã cúi chào để dời gót.

Ba má Kim Thoa đứng nhìn Tâm đi. Anh ra dắt xe khỏi nhà họ. Cây mít đứng đó, cành lá, nhánh đưa thân, gốc rễ cội mình nó như cũng trông theo bước chân anh giã từ nhà họ, những hạt sạn dưới đất nằm im như cũng nhìn được dáng anh bước đi trong khoẻ khắn, vui vẻ yêu đời. Ông bà cảm thấy Tâm theo lính ba năm về to cao, phong độ, còn đẹp trai hơn đó chứ. Song ông bà lòng thấy là lạ nơi đôi vợ chồng. Má Kim Thoa nhìn ông chồng, rồi chặc lưỡi:

- Tội nghiệp cho nó, nếu Thoa không về đời nữa anh?

- Biết làm sao hơn cuộc sống cứ như mỗi định mệnh.

- Ừa, tôi chỉ nói.

- Thì chuyện đời hay thay đổi mà. Biết đâu nó đi tu giả chờ người yêu đi lính về. Tôi mong như có nhiều phép lạ như vậy. Mọi chuyện, mọi thiên cơ do trời hết mình ơi, tuy con người vẫn là chủ thể trên đời này. À tôi nói hơi nhiều và dài dòng rồi. Thôi ăn chè đi mình.

- Ừa sẵn đây tôi và anh ăn luôn nhé. Nhưng lòng tôi cồn cào vì thương con gái mình và thương cậu con trai tên Tâm đó chứ.

- Ai mà không thương cho tình duyên của chúng? Tôi và em là bậc cha mẹ của nó nữa...

- Thì đó là việc mình phải lo anh à...

Bà lại lụi hụi, nhanh nhảu bước xuống nhà dưới bưng lên mấy chén chè cho mình cùng chồng ngồi ăn. Hai vợ chồng giờ đây mới ăn chè xôi nước thật sự. Nhưng điều chi khiến họ ăn ngập ngừng, bối rối. Con bé Tiền đi học thêm chưa về. Cả vợ cùng chồng nom ra hiên vắng, rồi quay vào nhà ăn chén chè họ. Song có điều chi, mà họ cảm thấy khó ăn ngon được?

CHƯƠNG 3

Chuyện đời thật không đơn giản, đúng là oái ăm... Sau ba năm đi lính mãn hạn trở về Tâm xin đi cưới Kim Thoa.

Lại là một chuyện nước mắt màu xanh, màu đỏ của anh!

Ngày đó Tâm tìm đến chùa thì cô đã quyết định. Kim Thoa suy nghĩ khác đi, cô không muốn trở về trần tục thế gian nữa. Kim Thoa đưa ra một ý tưởng hoàn toàn khác.

- Cám ơn anh Tâm còn yêu em. Nhưng kỷ niệm ngày xưa đã bay theo mây gió, lãng vãng và mất hút từ những chân trời xa... Cám ơn anh muốn đoàn tụ cùng em. Nhưng cánh chim xây tổ ấm kia em không còn khát vọng, như cánh chim muốn bay cao từ dạo đó, nó đã tự giam cầm em lại. Và em đã mất đi những tư tưởng cá nhân, để xây mộng bên đời rồi anh...

Và Thoa đã trả lời một cách dứt khoát hơn:

- Em chẳng muốn trở về với cuộc đời bên ngoài nữa, dẫu em có tấm bằng ĐHSP và anh lại có tất cả cho em, nhưng thôi anh... Em cũng không hiểu nữa nơi đâu. Nhưng em biết em đã thay đổi quan niệm, em đã thay đổi con người mình.

- Tại sao ngày xưa em mơ ước ngày anh về chúng ta sẽ nên đôi vợ chồng. Anh và em sẽ có con với nhau, sẽ ở chung một căn nhà, đầy hoa thêu hạnh phúc...!

Nghẹn ngào Tâm than thở thêm:

- Bây giờ anh hết những năm tháng quân đội. Anh có việc làm. Anh có tất cả chuẩn bị cho em. Em lại từ chối.

Kim Thoa im lặng. Tâm nghe lòng nhói đau hơn:

- Em đã từng nói với anh, bảo anh, gởi thư cho anh, em đi tu tạm chờ anh. Sao bây giờ em nỡ bỏ anh. Anh chưa bao giờ phụ em, mà em! Hãy về với anh. Anh lạy em Thoa ơi.

- Anh thấy đó, tánh em giờ khác rồi.

- Không, Kim Thoa chúng ta hãy sống với nhau. Em sống chung với anh, anh yêu em. Anh yêu em rất nhiều! Em có hiểu cho lòng anh không?

Kim Thoa như khước từ và cố bảo:

- Em không hiểu tại sao nữa, em còn yêu anh. Nhưng anh quên em, vì em chẳng muốn về với đời. Anh cứ lấy vợ, em không trách. Em không còn muốn vướng bận chuyện bên đời.

- Không, không, anh chẳng bao giờ lấy vợ người nào ngoài em, đừng giết anh. Trong mắt anh chỉ có một mình em. Câu sum vầy, tại sao em đổi thành, thành câu giã biệt. Anh đau lắm em biết không? Tan nát cả lòng anh, em biết không Thoa ơi?

Tâm như run lên, thành khẩn hơn nữa:

- Hãy trở về anh cưới em, chúng ta sẽ làm đám cưới như bao người yêu nhau. Hoa ngày cưới sẽ giăng lên, sẽ mỉm cười nhìn chúng ta, hãy nghe lời anh giùm. Em đâu phải đi từ nhỏ. Em mới đi, em vì anh mà đi tu mà Thoa?

Kim Thoa một mực:

- Em chẳng phiền trách anh, không ai phiền trách anh đâu! Em cám ơn anh nhiều, nhưng em chọn hướng đi khác rồi.

- Tại sao em là như vậy? Ngọc Tâm càng tức tối càu nhàu hơn:

- Anh không thể hiểu em. Em làm anh điên lên được. Cái gì mà em lại mê và bỏ anh? Giáo lý kinh kệ lời nào lay động hã em? Em thật tàn nhẫn với anh.

Ngọc Tâm vẫn tha thiết thêm:

- Anh đến nhà em thưa ba má em, cùng người chị ở Bà Rịa Vũng Tàu. Tất cả thân nhân em đều thương anh, không hờn giận chút chi cả. Đã bằng lòng cho phép chúng mình cưới nhau. Tại sao em lại đi phản bội lòng anh. Phản bội ước muốn chúng ta, của mọi người. Mọi người yêu thương chúng ta kia mà! Thân phận anh giờ như vầy sao? Kim Thoa ơi, là Kim Thoa ơi. Em...

- Em xin cám ơn tất cả, nhưng em đã chọn điểm đến.

Ngọc Tâm chàng thêm ngao ngán với thái độ Kim Thoa và anh gắng hết sức van nài:

- Trong chùa cũng hiểu mục đích của em. Sao bây giờ em tạo, em làm ra lâm cảnh đau thương hơn chứ?

- Anh Tâm nên hiểu rằng mọi chuyện đều có định mệnh: Em có một tư tưởng, đã có lập trường, một giác ngộ Phật Pháp lạ lùng. Em muốn ước vọng con đường đi tu không trở về thế tục nữa. Anh hãy tha thứ cho em. Xin mọi người hãy tha thứ. Cho em đi theo nguyện vọng, em đang thực hiện...

Ngọc Tâm vô cùng bứt rứt, thất vọng. Chàng nói tiếng như đứt đoạn.

- Tại sao, tại sao em lại muốn chôn vùi kỷ niệm chúng ta. Sao em nỡ đày đọa anh. Em hỡi Kim Thoa. Chẳng lẽ bây giờ em là núi cao, rừng vắng trốn xa. Anh sẽ là vực sâu sông hồ, chia ly cách biệt sao em? Thoa ơi anh lạy em mà.

Càng nói, Tâm thấy một cõi lòng tan nát. Anh như bị chìm xuống vực thẳm. Vậy mà Kim Thoa vẫn cứ san sẻ gì đâu? Nàng bắt chàng nghe, những lời mà chàng chẳng hề muốn nghe:

- Em chẳng hiểu nhưng tất cả đã xa lìa, phôi pha trong tiềm thức. Như dòng nước cuốn trôi bao kỷ niệm dù đẹp đẽ. Có lẽ em, em không còn là hình bóng Kim Thoa như ngày xưa, mà là Đức Huy một pháp danh nơi chùa cho em thật sự.

- Trời ơi là trời, em nỡ cắt đứt tất cả. Anh như mạch máu vỡ đứt đi mất. Anh không ngờ, không ngờ em, không thể hiểu nổi em đã biến đổi kỳ lạ, và lại vô lý hết sức, để làm sụp đổ một tình yêu đẹp của chúng ta. Chàng còn một chút hơi tàn, vẻ phũ phàng. Tâm cố rít lên mà như không còn sức.

Tâm không thể tin sự thật đến với anh phũ phàng, muộn màng như vậy. Anh muốn thét gào lên trong muôn ngàn gió cuốn, để cuốn đi. Vì đâu, và vì đâu nông nỗi thế này? Anh thật sự khóc thầm và khóc lên tiếng luôn. Tâm của tâm trạng khốn khổ, bởi tình ái Kim Thoa đối xử với anh thật kỳ quái hết mức...

Tâm nói rất nhiều nhưng Thoa đã từ chối rất nhiều. Cuối cùng cô vẫn để Tâm thất vọng, vì cô nhất quyết một con đường của mình, để đi tu, để cô thực nghiệm linh ứng thôi.

Tâm giận đời, giận Kim Thoa kinh khủng, chàng trở về nhà với cái xác không hồn. Không biết pháp kinh có đặc biệt gì? Đã làm người yêu chàng lại vì nó, mà từ chối mối tình, đang yêu đương nồng thắm của chàng! Kinh kệ điều chi lại có công sức phá mạnh, những ước mơ thầm lắng của Kim Thoa? Và tại sao làm nàng quay ngược hướng, với một tốc độ kinh khủng? Nàng xóa sạch! Xóa sạch! Bao nhiêu ước mơ, hẹn thề, mong đợi, ngày về của chàng... Nàng tự rời bỏ mà chẳng hề luyến tiếc. Thật một điều kỳ dị, quá bí hiểm, Tâm không thể tưởng tượng được nổi nơi Kim Thoa!

Về lại gia đình Tâm luôn suy nghĩ. Đời trở ngược tất cả với chàng! Yêu ai cưới ai bây giờ? Chàng không bao giờ quên được tấm lòng Thoa. Người con gái trong trắng hy sinh, thủy chung và độ lượng, nàng sâu sắc và chịu đựng. Nàng đem tặng chàng quá nhiều cảm động, ôi tràn ngập cả tâm hồn chàng. Để giờ này Tâm đối diện với cái buồn khổ, cái sầu đau, cái tủi vắng? Bởi chăng Thoa phản lại chính mình, và không mang đến chàng một ước mơ thật sự. Niềm ai, nỗi oán bất ngờ khôn tả, mênh mông... bủa lấy vây chàng trùng trùng, điệp điệp như mưa xối, như bão dông, đến khủng mất...

Tâm suy nghĩ ngày này qua ngày nọ, chàng đặt ra câu hỏi tại sao? Và tại sao? Chàng phải làm gì? Và làm gì! Chàng muốn thét lên, nhưng thét không nổi. Thét làm gì bây giờ. Rồi chàng lại như người nằm đó, rũ rượi không hồn. Bà nội hỏi chàng trả lời một lần. "Thế là hết nội ạ, cô ấy không trở về trần tục thế gian nữa, con không thể cưới Thoa được." Coi như câu trả lời duy nhất nơi Tâm ở cửa miệng. Buồn đến nỗi Tâm không thể trả lời lần thứ hai cho nội hỏi nữa. Đừng nói đến lần thứ ba hay thứ bốn nội hỏi? Chàng lại lầm lì với bản thân mình như một chiếc bóng trong đêm!

Thế rồi và chàng có quyết tâm nghĩ ra một phương cách mới. Chàng phải tìm hiểu giáo lý Phật Pháp có gì hay? Có gì lạ đặc biệt? Có gì đáng mê đắm, mà Kim Thoa nàng đánh đổi mất chàng? Chàng cố gắng sưu tầm mua, mượn coi cho được các loại kinh sách giảng về Phật Pháp, từ đơn giản đến phức tạp, từ thấp đến cao, từ kinh tiểu thừa, lên đại thừa, vô thừa, viên mãn v.v... Rồi Ngọc Tâm coi trong ngấu nghiến, coi trong ngẫm nghĩ, coi trong đam mê. Chàng như săn đón, lục lọi nghiên cứu, không mỏi tay... Bởi trái tim người tình cho chàng một nỗi đau quá lớn!

Chàng coi trong ba tháng. Sau đó chàng như giác ngộ, sự hấp thụ và cảm kích, về "Pháp Kinh Phật Pháp" về "Giáo Lý Kinh Phật." Ngọc Tâm tự nhiên như mở ra, có một tâm hồn mới, chàng như một người khác hơn, chàng như uống được những giọt cam lồ hữu trách, ở một cách hần diệu đâu đó chăng? Sự thâm nhập nhuần nhuyễn, hiển nhiên về chuẩn y Phật pháp. Chàng khám phá mới nơi trái tim chàng về giáo độ, kinh cú thâm uyên, pháp kinh nhất tuyệt... Và hình như chàng cũng thấu đạt chân lý của nhà Phật khắp cõi, tìm về sự thiêng liêng mầu nhiệm, đến phụng thờ ngôi tam bảo. Sự đột nhiên tâm chuyển, sự lớn mạnh ý thức, sự nhận cảm ra sóng trường Phật pháp, trong chàng từng đường răng kẽ tóc...

Bỗng dưng Tâm nguôi ngoai giận Kim Thoa. Chàng như tìm ra một chất mới gỡ nắng dính loang, thần thông đến mức độ vi diệu... Chàng đi đến giai đoạn hết giận nàng nơi tâm tưởng. Rồi Ngọc Tâm chuyển nảy ra một ý định, chàng không thể lấy vợ ai ngoài nàng Thoa. Chàng không thể cùng ai hạnh phúc được ngoài Kim Thoa. Ngọc Tâm không còn ham thích lấy vợ nữa, người con trai này không còn hướng tới vợ con chi nữa, và chàng như nhất định không muốn hôn phối nữa! Nghĩa là giờ chàng chỉ muốn đi tu giải thoát. Ngọc Tâm muốn tìm về con đường Phật Đạo trong tâm. Có lẽ không phải một điều giỡn chơi ngộ nghĩnh, mà là một chủ thể lớn hẳn hoi! Nó được hun đúc từ tri thức mới lạ nơi chàng! Một trái tim khôi nguyên Phật Giáo đến, chiếm lĩnh nơi chàng đã thắng thế...

CHƯƠNG 4

Con đường cuối cùng Ngọc Tâm đã làm một sa di, một người Phật Tử mặc chiếc áo cà sa đi tu thôi. "Chiếc áo không làm nên thầy tu, nhưng thầy tu không thể không mặc những chiếc áo." Ngọc Tâm thích câu nói này. Xét ra cho cùng chàng vẫn vẹn tình vẹn nghĩa. Một giáo lý về một ý thức hệ. Như xuyên qua, giác ngộ tâm linh chàng đến cực độ. Chàng thưa lạy bàn thờ và xin nội theo ý muốn mới nhất. Được nội đồng thuận, Tâm đã ra đi xuất gia tu tập từ đó.

... Thời gian! Ơi thời gian. Không ai có thể thay đổi được mình và chỉ ngoại trừ mình muốn thay đổi mà thôi! Đúng thế thời gian thấm thoát trôi nhanh, chuyện tình yêu đẩy lùi vào dĩ vãng. Kim Thoa bây giờ đã trở thành...

Nàng không phải một nữ lưu văn học, mà là nữ tu soạn giáo lý- kinh dịch- thực tiễn - Của Phật Pháp hiện hành hay nhất. Đúng để đáp ứng hiệu lực nhất, dễ hiểu nhất, thấu đạt nhất. Mà Đức Huy không làm mất đi căn bản giáo lý Phật Pháp nguyên thủy của nó.

Nàng đứng trên bục giảng hạng nhất nhì của giảng sư Phật pháp khi tuổi chưa đầy hai mươi hai. Nàng trở thành như một huyền thoại!

Bất cứ nơi nào được mời nàng đến thuyết giảng người ta đến không còn chỗ ngồi. Kim Thoa lấy làm thương yêu xúc động lắm. Tuy nhiên, nàng rất khiêm cung, học hỏi. Kim Thoa học rất nhiều thầy, sư, ni chỉ dẫn. Nàng có riêng một phong cách giảng thuyết, giản dị dễ mến, chân thành gần gũi, linh động sắc sảo. Đối với bổn đạo và cả bên ngoài. Đức Huy vẫn thế. Ngoại đạo người ta vẫn mến cung cách thuyết pháp của Kim Thoa Đức Huy! Chính thế mà nàng đứng vững trên trường giảng trong giới mến thương. Các vị thầy, thích, sư, ni, đã cân nhắc Kim Thoa Đức Huy một vị trí đặc biệt giảng luận về Thuyết pháp, Hoằng pháp, Tịnh pháp. Và cô không làm thất vọng niềm mong đợi của bá tánh, cùng với ni, sư, các thầy sư đi tu lâu năm luôn đặt hết kỳ vọng nơi cô... “Một bông hoa Phật Pháp thâm diệu nơi Đức Huy này.”

Với Tâm giờ chính là thầy Thiện Tâm. Mọi gia đình Phật Tử các tỉnh đều ưa chuộng chàng: còn ngang hàng, hoặc hơn cả Kim Thoa Đức Huy nữa. Thầy luôn luôn minh họa tiểu tiết sau mỗi câu giảng. Tính tình thầy ôn hòa tươi trẻ, đôi lúc diễu cợt một tý. Cũng có một số người chê, nhưng cái chung cái lớn là thầy Thiện Tâm được trọng vọng nhiều hơn. Thầy giảng cách lạ mới, hay, độc đáo, dễ hiểu dễ nhớ. Cả đến chuyên đề "Ôn Cố Tri Tân Của Phật Pháp" được thầy khai triển rộng mở hơn. Mọi người kính nể nhiều. Thầy tựa vị là một Phật Sống thời đại. Và cả hai coi như mối quan hệ đệ huynh. Tuy họ khó gặp nhau trên hành sự Phật Đạo, nhưng tâm linh là một nhà, gốc một lùm.

Cả hai đều góp nhiều công đức nơi Giáo Hội Phật Pháp. Giảng Dạy - Soạn Biên - Thuyết Pháp - Hoằng Pháp. Họ biết nhau ở sách vở băng từ. Tham khảo học hỏi, những dịp hội thảo, đàm luận, diễn thoại về tổ tông Phật Giáo. Trả lời những ý kiến dân chúng gởi về Phật Giáo v.v... Họ nâng đỡ giữa các môn đệ với nhau, tình huynh đệ tương thân, kính trọng, tôn vinh, xây dựng, bồi dưỡng. Họ không thể thiếu chia sẻ, hoặc coi nhau xa lạ được. Họ là cây cùng nhánh, là hoa cùng lùm như đã nói ở trên!

Thích Thiện Tâm tiếng lành đồn xa. Thế giới đâu đâu có Phật Pháp Việt Nam, là nghe danh thầy, mặc dầu thầy còn rất trẻ, mới hai mươi bốn tuổi. Thầy được cử đi thuyết pháp rất nhiều các nước trên thế giới, với sự bảo trợ của đồng bào và giáo hội. Thầy được đến nước Mỹ- America, đến với người Việt nơi xứ đó.

Lần đó đến Mỹ- America của một tu viện tên Kim Sơn, trong một đất nước văn minh, có một nền công nghệ ưu việt bậc nhất. Là một "quê hương" được mệnh danh hùng mạnh nhất thế giới, siêu nhiều mặt. Song vẫn có những tâm hồn lạc lõng, bơ vơ, đơn độc buồn thảm. Thầy hiện diện để thuyết pháp, thầy thường đi về chủ đề: "Về Hạnh Phúc Gia Đình Cần." "Cách Ưu Việt Tình Thương Cho Đi." "Kết Quả Của Lòng Nhẫn Nhục." "Tâm Hạnh Của Vợ Chồng." "Phải Biết Cách An Nhiên Trong Nghịch Cảnh." "Đức-Thiện-Nhân Cần Phát Huy Của Người Phật Tử." "Ý Nghĩa Bố Thí." "Tâm Lành Tiết Kiệm Là Gieo Nhân Tốt." "Chịu Khổ Nhục Mới Biết Đến Thành Công" Phật Không Ở Xa- Phật Trong Lòng Mình."

Sau những thời gian thuyết pháp thầy Thiện Tâm nói:

"Thầy hy sinh hạnh phúc gia đình, song thầy lúc nào cũng ao ước, mong rằng những mái ấm gia đình đều hạnh phúc an lành, không bị chia tay gãy đổ." Thầy giảng với tất cả sự chí tình, tơ tằm ruột gan, mọi người đều cảm xúc, họ hiểu thấu đạt tới như kim cang cội nguồn. Vứt ném bỏ đi, tháo gỡ cơn mê muội...

Thầy hay nhấn mạnh. Cuộc sống luôn luôn lấy tình yêu lượng thứ để ràng buộc, tình gia đình, tình vợ chồng, tình anh em, tình bằng hữu là những "ngai vàng ốc đảo" của muôn trượng tình yêu thương vô giá...

Thầy Thiện Tâm có cái nhìn mới mẻ, nên thầy quen rất nhiều gia đình Phật Tử. Thầy vẫn không ngần ngại khi tới nhà họ thăm viếng chia sẻ. Hoặc khi họ mời thầy không nệ đi đến thăm, thầy tâm tình riêng tư, phân tách, điều hay chánh lẽ, hoặc sai nguy, tà quấy. Thầy vẫn thường nhấn ý "Lấy tâm Phật mà ở đời thì cắt giảm lụy phiền, và sẽ hết lụy phiền." Chính vì lẽ đó mà thầy Thiện Tâm xúc động kể một câu chuyện tình diễm lệ mình cho một gia đình Phật Tử nghe. Thầy coi người con trai này như anh em, như tay với chân, nên thầy rút ruột kể:

- Ngày xưa thầy từng có người yêu trước khi đi tu, thầy vẫn say đắm tình yêu lắm, phước cho thầy người yêu số một đó rất đào hoa mà lại thủy chung, khi thầy đi bộ đội cô ở nhà giả đi tu để khỏi bị ép lấy chồng. Nhưng khi thầy đi bộ đội về xin cưới, cô lại không chịu ra chùa, và cứ bảo thầy quên đi kỷ niệm.

- Ấy vậy sao thầy?

- Yes, cô ấy mong thầy đi tìm hạnh phúc riêng tư mới. Cô giác ngộ kinh sách Phật pháp. Và nhất định cô không chịu về thế giới, thế gian nữa.

- Truyện có thật hã thầy?

- Có chứ mới kể đây chứ! Mà chỉ kể với Phật Tử, như em kết nghĩa đây thôi. Thầy Thiện Tâm tiếp tục chia sẻ:

- Lúc yêu nhau quá thầy nói: "Anh không thể cưới ai trên trần gian này, khi em còn có mặt trên dương thế..." Thầy rất si tình cô gái thiện nữ này ghê gớm! Không phải thầy si vì cái đẹp, mà thầy si vì cái tâm, cái hồn, cái lòng trinh trắng, của cô ta chờ đợi... Nhưng rồi rốt cuộc, cuối cùng, cuộc đời thay đổi không ngờ, thầy chả lấy vợ được và đi tu đây...

- Trời ơi thảo nào. Phục thầy Thiện Tâm hết sức nghen.

Đó là những cuộc nói chuyện thân ái với người con trai trẻ, ở một gia đình Phật Tử nọ. Mà thầy Thiện Tâm thường đến chơi thăm viếng và giảng pháp.

Ấy vậy, không ngờ rằng chính câu nói ấy lọt vào tai một người khác, là mối tai họa cho thầy và ni sư Kim Thoa Đức Huy sau này! Thật quả đúng, vì trên đời chuyện gì cũng có thể xảy ra, như câu nói rất nổi tiếng của Mỹ, người ta thường đem dùng: "Everything can be happen..." là như vậy đó.

Số là câu chuyện ấy thầy Thiện Tâm kể cho một nam Phật Tử nghe. Nhưng người nam Phật Tử này có một người chị. Khi vui anh kể lại cuộc đời và sự nghiệp thầy Thiện Tâm cho chị nghe. Câu chuyện chỉ là những lúc vui vẻ, buồn nhớ quá khứ thầy Thiện Tâm tâm sự thôi. Vậy mà câu chuyện đã qua người thứ ba nghe, nên nó chuyển về một hướng khác...

Khi thầy Thiện Tâm thường tới lui "giang sơn" nam Phật Tử lúc ở Mỹ, nhà cũng gần tu viện Kim Sơn. Thầy nghĩ khó ai làm thầy khởi dục, khởi đam mê. Lòng thầy rắn như sắt, cứng như đá, bền như kim cương, ý nghĩ sáng như đuốt tỏa, thì ai làm hại được... Thầy một mực hướng về chúng sanh tươi tốt thôi, sắc đẹp đàn bà con gái trước mắt thầy là bản thể tội lỗi. Thầy đã tu và giác ngộ tới đó. Thầy chỉ muốn đem trái tim thuyết giảng Phật Pháp, đem nguồn vui hạnh phúc cho mọi người. Và con người ngộ ra những đau khổ của trần thế để tránh né...

Đối với thầy Thiện Tâm thì không thể sa ngã vì ai? Nhưng thầy vẫn quên mất rằng người khác có thể sa ngã vì thầy! Chuyện như những gió hai chiều, khó với người này nhưng dễ với người khác. Khi lòng họ đam mê, sinh cảm...

Đúng như thế, khi người em trai nam Phật Tử kể cho

người chị ruột mình nghe. Tưởng là nghe vài câu mua vui. "*Mua vui cũng được một vài niềm vui.*"Ai nghĩ rằng đã mang lại cho người chị tham sắc, nhiễm ô kia; vì cô mê người thầy Thiện Tâm, muốn chiếm đoạt nơi tình yêu thầy Thiện Tâm! Cô ngưỡng mộ và thầm yêu thầy, người thuyết pháp nổi tiếng này. Cô mê như điếu đổ, mê không còn lý trí. Tình yêu là một con quái vật, khó lường đôi lúc khiến người ta ngớ ngẩn và mù quáng, bởi cô gái ẩn ngầm theo đuổi mục tiêu. "Yêu và được Yêu." Cô nghĩ rằng thầy Thiện Tâm còn rất trẻ, thầy Thiện Tâm có thể quay lưng về với trần gian một góc 180°, là chuyện thường mà, có thể xảy ra mà. Nếu như thầy đã nói. "Anh không thể cưới ai trên trần gian này, khi em còn có mặt trên dương thế" Vậy nghĩa thì, cô phải tiêu diệt cô gái kia, là bàn đạp thứ nhất cô phải vượt qua mắc cạn này. Mặc dầu cô gái đó đã đi tu, kệ mặc nàng, ta phải hạ gục vị "thánh nữ này." Thì hẳn mọi chuyện ta có thể nắm được nơi tầm tay mình hơn. Ngọc Chưa thầm nghĩ: Tình yêu lòng tự trọng trong thầy quá cao cả, quá tuyệt vời, thầy quả như bát nước đầy, trọn vẹn dành với cô gái ấy? Nên mới thế thôi... Ngọc Chưa đem lòng ghen tỵ, thầm ghét cô gái tu hành đó. Ngọc Chưa muốn thầy Thiện Tâm thuộc về mình, phải là của mình, sẽ nhất định làm chồng mình v.v... Đã gọi là mê muội thì mù quáng đi kèm với đen tối, rồi sinh ra hoang tưởng, liên hợp nhập cuộc lại...

Ngọc Chưa ở trường hợp, sự hình thành đáng tiếc đó.

Hai mươi lăm tuổi, Ngọc Chưa sự nghiệp cô khá, làm nghề nails. Tay nghề cô cao, tiền bạc dư dã, có thể nói khấm khá lắm. Sắc diện cô nhìn không đẹp nhưng ngắm cũng dễ ngắm, dễ cảm thế mà chưa chồng. Bao nhiêu cuộc tình dang dở, "lỡ chuyến đò tình" vì nơi cô. Vì Ngọc Chưa là cô gái mê đánh bài, ham gian lận, cô coi thường tất cả. Cô mới bỏ bài vài năm nay, bạn trai cô phần nhiều, phải đầu hàng bởi tính bất cần, cùng kiêu ngạo của cô. Cái duy nhất Ngọc chưa vẫn thích "chủ nghĩa tự do" và yêu người đẹp trai, loại number one. Loại number two là cô như không muốn xài,

Ngọc Chưa hay chê bai và bảo thế. Không ngờ một ngày cô lại vọng động yêu thầy, sự ham muốn chiếm đoạt hẳn người thầy pháp danh mang tên Thiện Tâm. Như một sở hữu mà Ngọc Chưa đang tâm ao ước, rình rập. Rồi nhiều lần cô tìm cớ gần gũi thầy, cô khôn khéo, mánh khóe, cô hỏi cho bằng được ngôi chùa người yêu thầy ngày xưa cư ngụ, để mong hòng giúp đỡ. Theo Ngọc Chưa nói "Khi về nước du lịch thăm viếng, nhất định cô sẽ cúng biếu tiền bạc để nâng đỡ chùa chiền ở Việt Nam v.v..."

Bằng tấm lòng thành thầy Thiện Tâm không ngại khó, thầy ghi email, địa chỉ chùa Đức Huy cho Ngọc Chưa biết. Như thầy từng cho bao nhiêu người khác, trong mối quan hệ Phật Tử thân thiện láng giềng, cứu độ chúng sanh, giúp đỡ chùa chiền, giữ ngôi tam bảo, Phật Tử giao lưu... Nếu mà họ cần trao đổi chia sẻ vật chất tinh thần? Ta ích kỷ làm chi? Thầy mạnh dạn khai phóng và thực tế. Ai ngờ cô gái tên Ngọc Chưa ngấm ngầm một ngày kia cô về xứ Việt để thực hiện âm mưu ý đồ.

CHƯƠNG 5

Đức Huy giờ là một người tài giỏi về chuyện đạo, tâm hồn sạch thơm như suối trong, chẳng vướng bận chuyện đời. Cô chỉ chăm lo bên cánh cửa Phật mở rộng hơn, theo Phật Pháp nương. Đức Huy đã xây dựng biết bao ngôi chùa vốn xưa nay chẳng có. Từ đèo heo, hóc núi xa xôi, đến phố phường thành thị sầm uất. Cô mục đích để truyền giảng, cảm hóa giáo lý cho bá tánh. Phật Độ tích đức nơi chúng sanh. Một hôm cô nhận được cú điện thoại có người bảo cô rằng:

"Em là người ở nước Mỹ nghe danh cô, và muốn hầu cô xin cúng dường tiền bạc, để chia sẻ cô xây lập chùa. Em đang về Việt Nam em muốn gặp cô." Nghe lời nhắn mới mẻ Đức Huy nửa tin nửa ngờ. Nhưng Đức Huy không từ chối, vì cô biết cuộc sống ở Mỹ không có thời gian với lãng phí! Không cho con người tán dóc để dây dưa. Thời gian không cho phép dong dài, để kết nối kể lể... Tất cả thường như

mệnh lệnh, đơn giản, ngắn gọn khi đủ niềm tin. Có thể rất bất ngờ cho một sự trùng hợp, cô ấy về nước thăm chùa. Đức Huy suy nghĩ thế, thành ra cô chấp nhận qua điện thoại nói vài tiếng và qua email để lời nhắn đồng ý.

Ngọc Chưa đã chuẩn bị về nước hẳn hoi. Và cô về nước thật sự như ước muốn. Cô đích thân về chùa xin được gặp Đức Huy.

Đức Huy không ngần ngại, mở rộng quan hệ tiếp xúc:

- Rất hân hạnh được biết một người Phật Tử có lòng.

- Không có chi, chỉ là đóng góp nhỏ.

- Mô Phật. Góp nhỏ thành lớn, tích tiểu thành đại, con số lớn bắt đầu từ nguồn số bé gộp lại.

- Đức Huy nói năng chỉnh tề, lưu loát quá.

- Có gì đâu, thật mà dễ nói thôi!

- Đức Huy nè, không có thời gian nên chúng ta đi vào tâm tư nhanh. Có một chuyện hơi lạ...

- Chuyện gì cứ nói. Xin Phật Tử cứ tự nhiên. Mô Phật.

- Ồ như vầy, Ngọc Chưa có chuyến ra Huế sắp tới. Ngọc Chưa muốn mời Đức Huy cùng tham quan một chuyến được không? Vì rất biết Đức Huy bận rộn... Ngọc Chưa đi thẳng vào vấn đề, ước mong đường đột... Xin Sorry nha.

- Không sao tâm thành là điều cốt yếu. Nhưng có lẽ bận lắm, để coi Đức Huy sẽ cố gắng hơn nhé. Đức Huy vẫn muốn một chuyến đi ra ngoài đó mà chưa có dịp. Nam Mô Bổn Sư Thích Ca Mâu Ni Phật. Đức Huy cởi mở thành thực.

- Thế sao? Vậy dịp này tốt quá Đức Huy, ngàn năm một thuở lưu danh vẫn còn. Nam Mô A Di Đà Phật. Một Ni Sư Phật Tử tài năng... Ngọc Chưa muốn tôn vinh ca ngợi Đức Huy.

- Không dám đâu. Người Phật Tử cầu tâm chứ không cầu tài. Mô Phật. Ni cô Đức Huy trả lời.

- Đức Huy nói chuyện hay quá. Thầy Thiện Tâm ca ngợi công đức Đức Huy nhiều. Quả không sai, ai nấy một lòng ngưỡng mộ chánh đáng mà!

- Không có đâu, cũng chỉ là tầm thường. Nhưng cố gắng

cho bổn đạo thôi.

Hai người đứng nói chuyện như hóng cơn gió mát nơi dưới chân tượng Phật Bà Quan Âm bên ngoài cũng khá lâu. Không khí bên ngoài chùa cũng rất là thoáng đãng, trong lành nhưng không thiếu uy nghiêm. Một đoạn Đức Huy thấy đủ rồi bảo:

- Mời Phật Tử vào dùng trà nhá. Nam Mô A Di Đà Phật.

- Không có chi, đứng đây cũng thích lắm rồi Đức Huy ạ. Chùa đẹp quá. Nam Mô A Di Đà Phật. Nam Mô Bổn Sư Thích Ca Mâu Ni Phật.

- Chùa vẫn còn nhỏ, song chủ yếu mình nương nhau cho các chùa khắp nơi ra đời. Cho bà con bá tánh khắp nơi đi vào hạnh đạo, ôm chặt rễ pháp, Phật Giáo mà cứu độ chúng sanh, chùa lớn hy sinh cho chùa nhỏ "Lá lành đùm lá rách" "Máu chảy ruột mềm." Tương hộ chia sẻ cho nhau. Cốt cho nhân loại tâm ổn, thân an, yên hòa, thái bình, ngự trị, tự tại… Nam Mô A Di Đà Phật.

- Thật là bất danh hư truyền nói chuyện chơi mà quá hay, thì thuyết giảng cho thiên hạ sẽ còn hay đến bực nào nữa? Đức Huy.

- Xin cám ơn Ngọc Chưa Phật Tử. Nhưng thật lòng Đức Huy cần ở sự học hỏi hơn nữa. Nam Mô Bổn Sư Mâu Ni Phật. Bến mê nào rồi cũng mong về bờ giác. Thành tâm trí huệ là cao nhất cần. Là như đuốt sáng soi tâm mỗi người chúng ta. Nam Mô Bổn Sư Thích Ca Mâu Ni Phật.

- Xúc động quá Đức Huy ơi. Thôi thì viếng thăm thời khóa biểu, quỹ thời gian quý báu bấy nhiêu cũng đủ rồi. Ngọc Chưa xin biếu quà một chút cúng dường, như thế với tấm lòng đối với chùa và Đức Huy…

- Đức Huy đại diện cám ơn tấm lòng góp sức, góp công của tất cả quý vị, chư Phật Tử bốn phương. Những người có tâm hướng thiện bố thí, từ bi nơi cửa Phật Đà.

Hai người đi vào, trở lại khu chánh điện lớn chùa.

Ngọc Chưa nói rồi bước tới thùng từ bi cúng dường, bỏ tiền vào. Cô gái Ngọc Chưa bảo nhanh:

- Cho Ngọc Chưa lễ Phật luôn nha.

- Nam Mô Bổn Sư Thích Ca Mâu Ni Phật. Vâng bổn đạo, bạn hữu Phật Tử cứ làm theo ý.

Ngọc Chưa đốt nhang lễ Phật từng bàn, xong bảo:

- Như vậy buổi sơ khơi Ngọc Chưa đến đây như ước mong đã đủ. Thôi để Ngọc Chưa ra về. Hẹn dịp khác viếng chùa nữa. Bấy nhiêu cũng là tâm giao nơi chùa này lắm rồi. Ngọc Chưa bận lắm, thời gian Ngọc rất có hạn, vì nhiều nơi mình cần đặt chân đến nữa... Ngọc Chưa đã nói quỹ thời gian rồi... Chắc Đức Huy hiểu được?

- Đức Huy hiểu sự bận rộn của Phật Tử, của bá tánh mà.

Ngọc Chưa cười tiếp lời:

- Vậy nhé, số phone chúng ta có rồi nhé. Có số phone cho nhau rồi liên lạc nhé. Mong Đức Huy không từ chối chuyến đi nhé.

Đức Huy thấy nụ cười và nghe ba chữ "nhé" cuối câu của Ngọc Chưa thêm ấn tượng. Người ni cô trẻ ấy vẫn ung dung tĩnh tâm mà rằng:

- Để Đức Huy coi lại nha? Chưa dám hứa lắm. A Di Đà Phật-Thích Ca Mâu Ni Phật.

Sau đó Ngọc Chưa lễ Phật, và xin rời chùa về khách sạn nơi mình ở.

Đức Huy chia tay Ngọc Chưa. Lòng Đức Huy cũng bịn rịn một tri ân...

CHƯƠNG 6

Và cuộc gặp gỡ mang lại cho Đức Huy nhiều cảm tình với Ngọc Chưa, không phải vì tiền cô cúng dường mà là cô nói về quê Huế, cô mến thương Huế - Về dòng sông An Cựu, về những bến đò đẹp mà Đức Huy chưa một lần đến - Huế gắn liền với Sông Hương, chùa Thiên Mụ, chùa Từ Hiếu, chùa Huyền Không, chùa Từ Đàm, chùa Diệu Viên nàng từng khát khao, ao ước đặt chân đến, nhưng chưa có dịp... Lời lẽ ngọt dịu của Ngọc Chưa như đánh thức trái tim trẻ của người nữ tu hành, mở rộng niềm tin thêm, làm Đức Huy muốn một dịp ghé qua để thưởng thức, để thuyết giảng luôn... Huế cũng là mảnh đất nhiều chùa chiền loại bậc nhất, thâm nghiêm nhất. Nàng mong đợi đến đó từ lâu rồi, nhưng đâu dễ có dịp? Nay đây âu cũng là dịp may gõ cửa. Đức Huy nhận lời cô gái Việt Kiều. Mặt khác Đức Huy không phụ lòng tốt con người. Lại là một cơ hội hiếm có, đi hướng ra phương Bắc, để thuyết pháp, để mở mạnh Đạo Phật.- Cánh Tịnh Độ Tông cũng tốt lắm!

Hai bên hứa hẹn như lời. Thế là Đức Huy cùng Ngọc Chưa sẽ làm, sẽ trải nghiệm một chuyến công du bằng tàu lửa, mà cô gái Ngọc Chưa bảo là cô yêu thích. Bởi ở Mỹ lâu lắm nàng không có dịp đi tàu xa. Cô cho cuộc đi tàu lửa xa là một điều khá thú vị, khá hấp dẫn!

Âm mưu cất sẵn, như trâm cài, dao nhọn dắt sẵn nơi tóc của Ngọc Chưa đó mà? Tàu khởi hành từ Sài Gòn đến Biên Hòa, đến Tháp Chàm qua Nha Trang đến Diêu Trì, tới Quảng Ngãi, Quảng Tín, Quảng Nam. Qua cuộc hành trình đến nhiều nơi khác rồi tới Đà Nẵng. Đức Huy vốn ít nói, chỉ nhìn phong cảnh và thiền trong tư tưởng. Ngọc Chưa thì chỉ sơ qua một lần bọc lộ:

- Qua Huế, sau đó ta về Quảng Bình Đồng Hới du lịch, có thể ta ra Vinh, Nghệ An cũng tốt.

- Bộ đi tới Hà Nội luôn sao Ngọc Chưa? Mô Phật.

- Không, nói giỡn chơi thế thôi. Chắc tới Quảng Trị là điểm dừng.

- Xuống Huế trước. Rồi chúng ta tính sao hãy tính? Đức Huy mong vậy. Nam Mô A Di Đà Phật. Mô Phật.

- Yeah, được mà, Ni sư khỏe chứ?

- Bình yên, cám ơn Ngọc Chưa. Mô Phật.

Đức Huy hỏi thêm:

- Đây là tới đâu? Hình như Đà Nẵng?

- Đúng rồi, gần tới ga lớn Đà Nẵng đó! Nhưng vẫn không gần lắm. Đây là những ga phụ bên ngoài, thưa Ni sư.

Hai người ít nói chuyện. Vui lắm Đức Huy mới hỏi một câu. Vì người tu hành nhận và cảm hơn là nói.

Họ cũng ăn cơm, uống nước như bao hành khách. Nhưng tàu xịn, khách mỗi cá nhân, là một phòng rất riêng biệt cách ngăn. (Dĩ nhiên họ vẫn có thức ăn chay cho những kẻ tu hành, những khi ai muốn khai vị lạt...)

Thời gian đó, gần tới Đà Nẵng. Còn hai ga phụ phía ngoài. Ngọc Chưa tìm cách khẩn cấp, bỏ độc tố vào nước đã khui miệng mà Đức Huy đã không hay. Đức Huy vô tình bưng lấy chai nước cam, cô uống ngon vào rồi ngủ mê man. Ngọc Chưa biết Đức Huy ngủ không biết gì trời đất nữa. Thì nàng bồi bơm thêm mấy mũi thuốc độc bóp nghẹt tim nữa. Để Đức Huy êm ả đi "nhanh chóng" luôn cho tàn cuộc. Tình hình đó coi như một cái chết thần gọi, sẽ không ai phát hiện ra được. Thấy như vậy là ổn lắm, nàng Ngọc Chưa những mong thế. Nếu đến khi phát hiện thì hồn lìa khỏi xác, lâu xa rồi sẽ không thể cứu vãn nổi... Hừm, Ngọc Chưa ngấm ngầm một thủ đoạn, tính chước gian manh, chủ lược. "Cô cứ nghĩ là cô giống như những hành khách đi đường lo về nhà, ai mà lo cho ai chứ? Người nào ân cần được người nào? Làm sao để rành rẽ cô âm mưu gì chứ?" Biết chi mà điều tra, điều trấp những hành vi của mình đây? Biết được là một việc rất viễn vông, khó ăn, khó nuốt lắm chứ. Thế thôi, Ngọc Chưa dự liệu và nghĩ suy cho mọi sự chu toàn!

Cô ra tay và cố bịt mọi tin tức. Ngọc Chưa lựa kế, lúc hành khách ngủ say để làm việc, cô tránh để khỏi bị theo dõi. Thời gian với Ngọc Chưa là bây giờ, nàng hiểu...

Ai cũng mong đi đến nơi về đến chốn, thời gian có dư đâu nhìn ngó cho người khác nhiều. Cô gái âm mưu đó, nhưng nàng thừa biết mỗi hành khách là một con đò, một tâm trạng, một cái nhà riêng. Như thế hơi đâu mà họ lo xa, hoặc quan tâm tới người khác, sẽ làm phí times họ? Tuy nhiên Ngọc Chưa hết sức cẩn trọng trong mưu mẹo. Cô làm việc một cách sẽ lén, nhẹ như con mèo đi trong đống rơm ủ chiều... Nhưng cô nhanh chóng, tự tin và gấp rúc cô điều khiển công việc.

Thế rồi cô rời ga, sau khi tàu dừng lại một ga nhỏ. Ngọc Chưa ra dấu hiệu cô đi hút thuốc, chẳng ai chặn đường đâu. Một Việt Kiều làm chuyện đó là thường tình thôi. Và lại cô có tiền, ai lại không chỉ dẫn khi cô muốn tìm một hướng khác, hay là tìm đi vệ sinh chứ? Hoặc giả cô lục lạo để chiêm ngưỡng, để thư thái cho vui theo cá tính, hoặc tìm một nơi nào đó, cho thỏa thích ngắm cảnh, nhìn mây trời bay cao, có gió lộng, những cánh diều đẹp phất phơ chẳng hạn... Ngọc Chưa nghĩ sẽ đủ lý do. Cô tẩu thoát mà khó ai chụp cổ cô được.

Phần Đức Huy ngủ mê man. Đức Huy như bị chết thiệt vì thuốc mê. Tàu vẫn êm êm chạy như vậy, qua bao cảnh vật đến và lui dần về phía sau. May thay như một định mệnh lạ kỳ, anh kiểm soát viên đi tuần, anh thấy sao có điểm lạ? Kỳ lạ quá, người tu sĩ này ngủ say, ngủ không nhìn trời đất? Anh nghi kỵ một điều chi, anh vội mở đèn pin pha vào người cô. Miệng anh kêu:

- Cô ơi cô về đâu? Cô ơi cô về đâu nhỉ?

Thấy không nói, anh liền giựt tấm khăn đắp choàng người cô, thì anh biết cô bị chuyện gì không may rồi. Ngộ độc chăng? Nhanh như chớp, anh nhìn xuống chân cô thì bị tím bầm. Anh biết cô bị đầu độc thuốc trăm phần trăm. Anh lật đật, hăm hở gọi bộ phận an ninh và cấp cứu ngay: *"Tất cả không còn thì giờ bàn cãi, hoặc nghi ngờ gì để tốn thời gian. Hành khác số 15. Toa 10x bị ngộ độc. Cần cứu giúp đi viện ngay. Trưởng tàu cho dừng lại ngay trạm gần nhất, và chuyển nhân sự đến bịnh viện lập tức."*

Điều trước tiên anh liên hệ bằng phone, sau đó thì anh đến đích thân gặp trưởng tàu. Cũng may đoàn tàu đã dừng lại đúng vào ga lớn Đà Nẵng chính thức. Đức Huy được đưa nhanh xuống ga, những cặp mắt trên tàu và dưới tàu, sân ga cứ đổ dồn thắc mắc. Vì sao nên nỗi một bịnh nhân, một hành khách nào đó bị ngộ độc chăng? Nhưng bao cái nhìn xa gần, bao nhiêu ánh mắt không làm cô tỉnh lại được. Chỉ chờ cơ hội tiếp theo là, cô phải vào viện gần đó cấp cứu thôi.

Đoàn tàu thì cũng phải chia tay với cô, làm sao có thể khác hơn? Họ chỉ để lại vài kiểm soát viên thi hành cứu cô qua cơn hoạn nạn, nguy hiểm này. Và sẽ giúp đỡ, tạo sức cho cô tra cứu chuyện này... Còn lại họ nơi con tàu, đoàn tàu vẫn tiếp tục cho chuyến lộ trình của hành khách họ. Một mãng đau thương của con tàu như vẫn còn mang theo...

**

Chao ơi tội nghiệp! Trời thương cô còn cứu được bằng thuốc trợ tim và súc ruột. Thập tử nhất sinh nhưng cô được cứu khỏi.

Sau khi Đức Huy tỉnh lại, bộ phận an ninh muốn cô kể đem chi tiết sự việc, để lập biên bản truy nã kẻ bất lương. Họ mới biết đây không phải là một người hại một người tu bình thường. Mà bây giờ người ta nhìn thẻ cô, mới biết cô là Đức Huy. Một người thuyết pháp cho Phật Giáo Tịnh Độ Tông xuất sắc nhất, và nổi tiếng gần đây nhất, cô đang bị hại. Băng từ và đĩa của cô có rất nhiều trong Giáo Hội Phật Giáo. Vì an ninh và công lý lên tiếng gọi, họ muốn lập hồ sơ truy nã tội phạm đó. Nhưng Đức Huy không cho lập biên bản truy nã. Cô cứ còn mở đôi mắt yếu ớt mà bảo rằng:

- Lỗi tại cô thôi. Tất cả hãy vì lòng từ bi, cô chẳng muốn đem sự sân si, hận thù hằng tiếp nối hằng. Hãy tha thứ cho tha nhân, cho con người. Và lỗi chính là tại nơi gốc Đức Huy vọng đọng - Cô vọng đọng về Huế để thưởng thức. Đức Huy mong có dịp để đi thuyết pháp, thăm chùa chiền những địa danh, một thời Huế thâm cung đình đám. Cô nghỉ hơi một chút, rồi phân minh thêm:

- Lỗi Đức Huy người nhẹ dạ, Đức Huy thua hẳn một người tầm thường. Không cần chi truy nã. Cô chịu tội sám hối trước Phật Bà là điều trước tiên.

Đức Huy nói chuyện thành thật. Đề tài nào cũng đem lại hương hoa và cảm động cho người khác. Khiêm cung và từ bi. Bác ái và hĩ xả. Nhân hậu đến rộng lòng... Ai nấy đều mến phục cô... Sau khi điều dưỡng khỏe khoắn hai ngày, cô được đưa về bằng xe taxi như cô muốn. Cô không muốn về bằng máy bay, cô là người luôn luôn tiết kiệm tiền của cho Phật Đạo, để góp phần xây dựng chùa chiền dù nhỏ bé nhưng đang cần, Đức Huy không bao giờ dám tiêu hoang một cắc! Dù là một bữa cơm chay thịnh soạn, cô cũng chẳng bao giờ muốn lãng phí!

Báo Phật Giáo đăng tin Ni sư Đức Huy bị ngộ độc, được điều trị khỏe mạnh và trở lại chùa chính, sự thật là như vậy. Đức Huy lòng buồn rũ rượi mặc dầu cô đã đi tu, và cố tìm quên thật nhanh cho thư thới, cho vơi đi phần nào cảm giác đau thương. Cô vẫn thấy sự sai số vụng dại của mình, một sai lầm thiếu cảnh giác của cô, cô như bị một cái nghiệp... Hậu quả tác tệ là do nơi cô...

Các môn đệ, người Phật Tử nghe tin đến thăm chùa khá đông. Bá tánh ái mộ ni sư Đức Huy, họ động lòng đi thăm viếng cô. Có người thương xót mà muốn chảy nước mắt, tay cầm tay hàn huyên, đôi dòng dư lệ họ cứ ứa trào nhìn cô... Ai cũng sợ cô chết bất ngờ tội nghiệp! Đức Huy xúc động tình yêu từ "trăm họ" dành cho mình, cô như không nói hết lời được.

Rồi Đức Huy đã điện thoại, cùng email cho gia đình hay biết tin " cô vượt qua cái chết thập tử nhất sinh đó."

Được tin cha cô nói:

- Ít khi con gọi phone hoặc mail đến gia đình, nhưng lần này nó có vẻ khẩn trương. Phải nói có gì nguy hiểm đến sức khỏe bà ơi.

- Vì nó vượt qua một cái chết. Ông đừng nói điều chi xui.

- Tôi sợ, nên lo thôi.

- Tôi là mẹ nó tôi cấm ông không được lo nghĩ, và nói vậy nghen. Biết đâu sẽ xui cho con gái chúng ta...

-Thương con tôi nói vậy thôi. Bà cho tôi nhảm, hay là mang điều xui xẻo tới con gái. Thì tôi nghe theo bà thôi.

- Đúng vậy... Cám ơn ông...

Vài hôm đến... Cha mẹ, người em Kim Tiền, chị Kim Thanh, Kim Loan vào chùa Trúc Lâm Viện thăm Kim Thoa Đức Huy. Cùng bao thân hữu gần xa. Nhất là nhánh đồng bằng Sông Cửu Long và thành phố Sài Gòn, Hóc Môn, phía cánh Bình Dương, Bà Chiểu, Gia Định v.v... Họ đã đến chia sẻ tâm tình mặn ngọt, với những xui xẻo đau thương nơi Đức Huy. Họ thân thương và hữu ái cũng như nơi gia đình - Cha mẹ, anh chị, em của cô...

Nhưng sau đó chẳng bao lâu Đức Huy đã qua đời khi tuổi chưa lên hai mươi ba. Trong một ngày cô Lễ Phật. Tự nhiên Đức Huy báo: cảm thấy mệt và choáng váng. Cô lên giường nằm xuống rồi ra đi luôn sau đó, như một giấc ngủ nhẹ nhàng, huyền thoại giữa cõi ta bà này!

CHƯƠNG 7- CHƯƠNG KẾT

Không biết cô có bị nhiễm thuốc độc ngày ấy, hoặc bị các hồng huyết cầu bức bách làm phá vỡ, hay vì trời cho cô sống chỉ có bấy nhiêu. Những ngày thương tiếc Đức Huy biết nói sao cho vừa. Thích Thiện Tâm nghe tất cả khi thầy còn ở Hoa Kỳ. Báo chí Phật Tử đưa tin mạnh. Thầy ân hận lắm tuy đã muộn. Khi thầy cảm nhận ra rằng con đường thầy thuyết pháp, không ít thì cũng nhiều hữu-ích-thành-công. Nhưng mà thầy làm gây hại cho một người yêu của quá khứ, mà hiện tại là một người bạn, huynh đệ trong giới. Thầy lấy làm tiếc không có gì chia sớt hết được, không bù vào đâu cho xong! Thầy Thiện Tâm cảm giác rằng: thầy như châu tâm tận cùng của đau đớn. Máu tim thầy muốn tan vỡ ra từng mảnh, hay bung cháy, phựt dậy vọt đi, vọt đi... Đến một cõi âm u...

Ôi một nỗi niềm đau không tưởng vậy? Phải chăng, đau thế mới xứng với những gì thầy mất mát to lớn đây chăng! Thầy không thể ngờ. Tại sao thầy lỡ làng? Tại sao thầy cho họ biết những tin tức, những information về thầy? Tại sao thầy cho họ biết về Đức Huy? Và tại sao người ta làm. Người ta làm những chuyện điên rồ, hão huyền, phi nghĩa, như thế nhỉ? Tưởng như không hề xảy ra được? Vậy mà lại xảy ra dễ dàng, để lấy hậu quả đáng tiếc khắt khe này! Con người, con người... Tại sao vẫn nhiều gian xảo, còn gian xảo, độc ác, và độc ác... vẫn cứ tồn tại bên nhau, để gây ra cho thế giới nhiều đau thương...

Lỗi lầm này thầy không biết đền bù vào đâu! Tại sao thầy khai báo để hư hỏng một tiền đồ của Giáo Hội. Thầy thẩm thấu thêm một sự thật nữa là: "*Một phơi bày chân thực, rút ruột tơ tằm san xẻ cho người khác nghe, để mà không thể gọi được tốt ư? Ôi trong cuộc sống đầy nguy hiểm, mâu thuẫn, cạnh tranh, biến cố này, khó biết đâu mà lường? Chuyện gì cũng có thể xảy ra... Những điều đó thật đáng sợ? đáng sợ lắm? Giờ thầy biết, coi như đã trễ nốt!*

Thầy Thiện Tâm biết mình không tham sự sống, như một vị chân tu đúng nghĩa, nó không cho phép thầy tiếc sống. Nhưng thầy tiếc cho Đức Huy, một người con gái rất trẻ có tài, có tâm của giáo hội Phật Pháp lại ra đi rất sớm, khi mùi hương như mới khai nở. Thoáng đưa, và kỳ vọng...

Còn Ngọc Chưa bị người em trai mắng chửi. Cô đã bỏ nhà vô chùa Lâm Tuyền làm công quả và đọc kinh sám hối. Ba tháng rồi mà đầu óc cô vẫn cứ nặng trĩu như chì. Ngọc Chưa không hiểu sao cô có ý tâm đó. Cô lại điên rồ, hành động ngu xuẩn đến như vậy? Cô chưa mù lòa tinh thể mà? Nhưng cô mù lòa từ nhân thể, nhân tâm, mù lòa về lý trí. Cô tự trách mình, và trách ai đây? Trách ai như vô hình cò lái, chỉ biểu cô... Ma đưa lối quỷ dẫn đường cô chăng? Thật là những hương quý mà Ngọc Chưa dám coi thường để phá vỡ. Cô đã gây ra cảnh đau thương mất mát này.

Cô giờ biết, nghĩ lại thì có lẽ muộn màng lắm ru...*/*

HDT. Viết 2012@

ĐẾN ĐẤT MÊXICÔ

Nội dung chính:

Khi tình yêu đến con người vừa kịp nhận ra tình yêu. Nhưng chính tình yêu đã hủy diệt hết tất cả. Nhưng chính tình yêu hủy diệt, lại bừng sinh...

Lời giới thiệu tác phẩm của tác giả - HDT.

CHƯƠNG 1

Mùa hè năm nay Jinni không muốn về Việt Nam thăm bà nội, các cô dì còn lại quê hương bên đó. Jinni cũng không muốn đi dạy tiếng Việt hay English tại các trường vừa thiện nguyện, vừa có lương khiêm nhường, mà các mùa hè Jinni thường làm. Jinni cô bé cũng không muốn phụ vào những nhà hàng hay đi bán McDonalds như mọi năm v.v... Jinni chỉ muốn vào hãng, theo má Lệ Hoa làm - work cùng với má. Một cảm nghĩ thật mới lạ trong đầu. Jinni cảm thấy đẹp đẽ và mê ly quá. Cô bé đi đến quyết định mạnh mẽ hơn.

Nhà không giàu nhưng Jinni là đứa con cưng, ba mẹ cho đi học đàn từ trong trường nhà thờ, nên khả năng chơi các loại đàn của cô rất chiêu. Đang chơi bản nhạc âm hưởng độc tấu không lời với cây piano, Jinni đã ngưng ngay. Jinni đan tay vào lòng ngực suy nghĩ tiếp, nàng muốn lựa ra điều mình thích thú nhất. Cô gái mới lớn đó, rời bàn phím đến cầm một cánh hoa hồng mẹ thường hay cắm ở góc bàn cao kia. Cô đưa lên mũi ngửi và thả xuống theo thói thường. Jinni vui sướng khi nghĩ muốn hiểu biết công việc mẹ làm nơi đó làm gì nhỉ? Phải chăng cô bé thương mẹ, và tính hiếu kỳ của Jinni luôn.

Lệ Hoa đang làm cơm dưới downstairs, cô bé đã quyết định. Jinni nhảy chân sáo xuống lầu thang, vào phòng bếp, nàng hỏi mẹ nhanh:

- Mẹ ơi con hè này muốn vào làm với mẹ vài tuần, hoặc vài tháng được không?

- Cực lắm con làm không nổi đâu, mẹ thì quen việc rồi.

- Ở Mỹ đâu có làm việc cực lắm má. (Jinni lúc kêu mẹ lúc kêu má nhưng nó vẫn là một nghĩa "Mom" của Mỹ.)

- Tùy công việc chớ con. Nói thì nói vậy thôi, ở đâu người ta vẫn có thể hà hiếp công nhân cả. Song ai cần tiền cũng phải chịu mà con. Luật pháp là một chuyện, thực tế đôi khi khác hơn. Lệ Hoa nói mà vui tươi hơn là buồn, khi nhìn con bé đang nhổ giò lớn lên, và đang đứng đó ngóng nghe.

- Nhưng con muốn vào làm cho biết mà, con năn nỉ má! Con học hỏi một cái gì ở đó cũng nên?

- Con cứ ở nhà chơi đi, má ba không thiếu tiền, là đủ sống, OK rồi, tuy mình không giàu... Vậy nên má mới cho ba con về Việt Nam chăm sóc nội vài tháng đó. Nghỉ hơi tý, Lệ Hoa tiếp tục nói:

- Thôi hoặc con đi làm một nơi nào như McDonalds, bưng nước nhà hàng, hoặc cắm hoa, phụ ở thư viện, đâu đó còn hơn chẳng hạn?

Jinni lắng tai hơn. Lệ Hoa vẫn thấy chưa ổn, Lệ Hoa lại giải thích:

- Nghe lời má đi con à. Hay ở nơi nhà Jinni chơi đàn thư giãn, vì học tập khổ sở một năm, thì cũng không sao? Má không muốn con phải vất vả.

- Không, con đã nghĩ. Đợi mười bảy tuổi con vào hãng má. Năm nay hơn mười bảy rồi, con muốn vào đó, và coi má làm thử mà.

- Ba con không cho đâu.

- Ba về Việt Nam thăm nội thì ba đâu có biết? Hơn nữa, con đi làm có gì xấu hổ. Con mong má cho con vui, cho con toại ý đi.

Đang nấu món soup măng cua. Và đang vớt bọt sởi nổi lên Lệ Hoa nhìn con. Lệ Hoa dùng một tay vuốt tóc Jinni mà rằng:

- Má nói không được là không được mà.

Jinni hiểu má hơn ai hết. Lúc nào cũng muốn tần tảo, muốn làm việc chứ ít muốn con cái cực nhọc. Jinni được cưng còn hơn là trứng mỏng, cưng còn hơn là hoa tươi! Mỗi hè Jinni về Việt Nam liên tục thăm hết bên nội, tới bên ngoại, hết cô chú, đến quê hương làng xóm, song năm này Jinni không muốn về Việt Nam nữa. Cô muốn giúp mẹ làm ra tiền một tý. Con bé như cố gắng thuyết phục mẹ hơn:

- Tội cho con má ơi, nếu làm không vui con sẽ nghỉ thôi. Má cho con thử đi, năn nỉ má mà. Làm ơn đi má... Please! Please! Jinni năn nỉ muốn giậm cả đôi chân...

Jinni tha thiết ỉ oi nhiều, làm Lệ Hoa nhọc lòng suy tính. Bà lại thay đổi thái độ:

- Khổ quá thôi được. Con muốn quá má cũng không cản, thôi vô cho biết nơi làm việc của má cũng được. Nhưng hôm nay saturday, làm gì lật đật vậy con gái?

- Con mới coi trên mạng trang web, họ vẫn ưu tiên ở cuối tuần để apply xin việc. Họ cần con có mặt, để sẽ cho biết đồ đạc trang bị, dụng cụ chi tiết, cùng với quyển guidebook luật lệ chi đấy, má nhìn vào trang coi đi.

Nhìn má Jinni nói thêm:

- Vậy má cho con đi apply. Con muốn làm buổi sáng này nha. Chín giờ rồi, mười giờ mình tới. Một giờ chiều họ đóng cửa. Chỉ work trong ba tiếng, có thông báo con coi trên mạng nè. Cô con gái Jiini nói và cười nhoẻn miệng.

- Trời ơi con nói là muốn làm liền. Má không biết phải làm sao đây nữa.

- Thì con muốn vậy mà.

- Gấp gáp quá nghen Jinni nhỉ?

- Có gì đâu gấp má. Chờ má nấu xong nồi soup. Con phụ má clean, dọn dẹp nhà cửa cũng tốt. Rồi Jinni muốn chở má đi một hơi, ngay bây giờ, hay mười lăm phút sau nha!

Jinni mở rộng laptop đem sát mặt Lệ Hoa, cho mẹ nhìn và nói tiếp:

- Đó, họ sẽ đóng cửa sớm khoảng một giờ trưa. Vậy má nấu xong đi là vừa, con dọn dẹp thêm nè, để phụ má nha!

Lệ Hoa nhìn Jinni đổi tươi ra phết. Bà nói:

- Ôi được rồi chiều con đó, con là số một.

- Đúng vậy đi. Nhất định là như vậy mà má.

- Thiệt tình con gái.... Jinni làm mẹ Lệ Hoa như rối lên, muốn quên cả nấu ăn. Tay chân như dư, như thiếu trong lúc này...

Jinni cười nhìn mẹ không nói nữa. Bỏ đi làm công việc.

Lệ Hoa hiểu ý gấp gáp của con bé, nó mới lớn mau trong hai năm nay. Bà chỉ nhìn nó thôi cũng sẽ vui trong lòng lắm rồi... Bà làm việc im lặng. Sau một hồi đâu vào đó, phần nấu nướng. Cũng là lúc Jinni vừa giúp mẹ xong như lời hứa, đã quay lại.

Lệ Hoa nhìn con bé bảo:

- Má xong công việc rồi, con thay đồ đi, rồi đi.

- Dạ má ơi. Con vừa dọn nhanh hoàn tất bathroom, lau các cửa kính nơi đó luôn. Jinni thưa trình với mẹ. Lòng cô rộn rã như có nhạc jazz mới vào hồn...

Lệ Hoa ngắm con bé thêm. Bà bảo tiếp:

- Con muốn nôn nóng quá, má phải chiều thôi. Con thay đồ, má thay đồ luôn để đi há.

- Dạ má! Gấp má, họ chỉ làm có mấy tiếng hà. Jinni nói, cô có vẻ vui nổi bật lắm, cô cười nhẹ và đưa chân đá đá cái banh lăn tròn chuyển động nhẹ trong nhà. Cô vẫn thường để trái banh này ở đó một góc, khi thích thú lắm, mừng rỡ điều gì lắm thì cô chạm chân vào nó, cho nó chạy đi trông thật vui vui...

Jinni đã lên lầu thay đồ. Lệ Hoa cũng lên sau.

Hai mẹ con đổi những áo quần đẹp, và khẩn khoản mau lẹ của họ. Lệ Hoa chỉ phớt nhẹ lớp kem khi ra đường. Jinni thì chải chuốt hơi lâu tý. Jinni không cầu kỳ lắm nhưng cô bé có thói quen dùng mascara để bẻ cong lông mi hơn. Cô thích thế, mặc dù đôi lông mi Jinni đã không phải là loại không cong mượt?

Cô lại muốn "kiểu" mái tóc cô khi ra ngoài nữa. Jinni làm nhanh và thích, cô chớp chớp đôi mắt, hài lòng nở nụ cười nhìn mẹ Lệ Hoa đứng đó. Jinn cười thêm đắc ý hơn, vì mẹ đã chiều chuộng mình quá. Rồi cả hai mang giày, xách ví đầm theo. (Có đem một ít giấy tờ cần thiết.) Họ rời khỏi nhà.

Jinni biết lái xe rồi, mẹ Lệ Hoa lên xe. Cô bé chở đi. Chẳng mấy chốc, mười lăm phút sau cả hai đến company temporary service. Tên công ty viết tắt là F.J.S. Người tiếp tân và Jinni chào hỏi mấy câu bằng tiếng Mỹ.

Đơn trương thì Jinni apply vào mạng như yêu cầu, Jinni chỉ làm thêm mấy thủ tục. Ông đã coi ID và Social Security. Ông ta đưa cho Jinni một quyển sổ gọi là "guidebook" là "linh hồn" trọng yếu nơi company. Tuy làm việc tạm thời-temporary, Jinni vẫn được interview sơ qua. Vì sao cô thích làm hãng này? Và một vài câu hỏi đơn giản nữa, cô phải đáp án cho trọn vẹn...

Tiếp theo ông kêu Jinni theo nghi thức chụp hình, lăn tay, ký tên, vì có diện kiến coi như đã xong. Trước khi ra về ông ta nở nụ cười chúc phúc Jinni:

- Perfect. Good luck.

Jinni vui vẻ nhìn ông. Cô ca tụng những câu nói trên môi:

- Can you help... I hope! And... Have nice day to you.

- That's right. (Ông Mỹ nói.)

Kiểu lối thường tình của Mỹ. Họ giữ nụ cười cộng theo một sự khỏa tay để chia tay. Công việc của Mỹ thì hay dài dòng phức tạp, đòi hỏi thể lệ ban đầu. Nhưng khi điền vào hồ sơ, chuyện gì họ vẫn giản lược hóa hơn. Người Mỹ theo lối thông thường chỉ nói khi nào cần nói, cần trao đổi gì trong trao đổi nghiệp vụ của job thôi, họ không thích dư thừa. Còn bằng không cứ theo thủ tục hành chánh mà làm, đến các điểm tự điền, tự lấy và rồi tự hoàn tất công việc đặt để vào một chỗ qui định. Cũng tùy nơi, tùy cái job nữa... Jinni biết công chuyện còn lại chỉ là:

- Thank you so much, bye bye.

- You're welcome... (Ông Mỹ nói.)

Cô rời khỏi phòng interview, cả nơi tiếp tân nữa. Jinni đưa tay dấu hiệu lần cuối "bye bye" như thế, là coi như hoàn tất để chờ họ.

Lệ Hoa đi theo nhìn con bé làm, bà cũng vẫy tay chào như Jinni tạm biệt ông Mỹ trắng trẻ. Nhưng Lệ Hoa không nói gì. Một câu chào tạm biệt "bye- bye" Lệ Hoa dư sức chứ, vậy mà bà tiết kiệm lời và thấy quá đủ! Lệ Hoa "ăn ké" với con bé, chỉ cần mỉm cười cho là hợp lý... Bà bước đi theo bé Jinni từ phòng tiếp tân, và rời phòng tiếp tân. Rồi lên xe để ra về. Vẫn là Jinni lái xe, cô nhìn mẹ cười tươi khoe:

- Chắc OK má ơi. Họ kêu con sẽ đi làm liền nha!

- Con muốn quá má chiều thôi. Lệ Hoa nắm tay con và ôm Jinni gỡ nâng cái kẹp tóc có đính kiểu hình hoa mai, nó đang tủa xuống một bên phía trái nơi mái tóc con gái.

Thông thường Jinni nói chuyện với mẹ bằng tiếng Việt xen vài chữ English như người ta thường gọi "nói tiếng bồi." Điều đó cô gái cũng đủ làm cho cha mẹ vui. Vì Jinni đến Mỹ khi mới bước lên tám tuổi.

CHƯƠNG 2

Thế là sau ngày đó hai ngày, temporary service F.J.S kêu tên thông báo. Jinni được vào hãng theo mẹ Lệ Hoa làm. Nàng bé mừng như quýnh. Ngồi bên mẹ trên xe cô lái đi, của một buổi sáng mới nhất cô hay tin... Gió mùa hè nhưng hôm nay hơi mát, làm cô gái thích lắm, tâm trạng cô như có phần thoải mái phấn khích nữa. Đến sân hãng cô đậu xe vào parking, và khi vào hãng chờ đợi, Jinni thấy vui vui hồi hộp nhìn những công nhân trong phân xưởng đi qua, đi lại nơi các phòng rất lanh lẹ phong cách, rất sốt sắng, rất ngoạn mục...

Cô gái ngồi kề cận bên mẹ đưa mắt để nhìn. Một đoạn đúng giờ start của shift 2, Jinni cùng với mẹ Lệ Hoa và một số công nhân. Họ phải qua khỏi một cái cửa ngăn khu sản xuất với phòng nghỉ ngơi. Giờ Jinni mới có dịp ngắm nhìn kỹ hơn, chung quanh Plant khá là rộng. Cô đưa mắt ngắm các thợ máy, thợ nấu, kẻ chuyển hàng, người làm thùng, kẻ dọn vệ sinh, kể cả maintenance tay xách, nách mang đầy những dụng cụ, và nhiều người inspector, người kiểm hàng nữa v.v... Nhưng đông nhất vẫn là kẻ bốc hàng, tức là người packer chiếm tỷ lệ lớn nhất... Guồng máy làm việc của họ khá lớn mạnh, họ thao tác thật nhanh nhẹn, lực lưỡng, không có chậm trễ chút nào - Với một thể thức công ty sản xuất của Mỹ, hăng hái sống động, kỹ lưỡng và chính xác. Đi theo nơi xứ đất nở cờ hoa "Hợp Chủng Quốc này." Có nhiều quốc gia gộp này, nhiều đông người này, một nền kinh tế cạnh tranh này! Hết thảy các công ty mạnh, đều phải như vậy...

Công việc đã bắt đầu, nàng cùng mẹ vào khâu packer. Nhà máy khá rộng nên chia ra nhiều khu sản xuất khác nhau. Các mặt hàng được tách ngăn để giữ kiểm chứng rõ ràng, tránh dị ứng! Nhà máy động cơ ở đây nổ ầm ầm, tuy rằng có máy "chế tác" hãm âm thanh mọi người đều phải trùm đầu, bao tóc kỹ, và đeo cả ống bịt tai cùng với glove - được để ở một góc tủ hẳn hoi. Công ty chuẩn bị thật nề nếp, chu đáo. Jinni làm theo như mẹ, cùng các công nhân khác vẫn làm như thế. Nàng cười thấy vui vui lạ lạ trong người, đi theo mẹ Hoa với những trang bị đầy đủ xong. Rồi cô phải vào khu máy peanut butter mẹ thường làm đây chắc? Jinni đưa mắt, muốn check nơi một phòng gồm thử, đúng là một phòng bốn động cơ máy, và tính số lượng công nhân là 24 người. Nàng bé lẩm bẩm tính số người, còn đưa tay lên miệng đếm kỹ, ôn tồn lần lượt, để thấy vui và chính xác hơn nữa.

Jinni nhìn mẹ Lệ Hoa, cô cười mỉm tiếp... Máy đã bắt đầu chạy, khởi chạy ở shift 2. Những cuồn film to sù với nhãn hiệu của sản phẩm được đưa vào máy, họ chịu lắp ráp đến các bộ phận nhất định của nó, và những cuộn gần hết, thợ máy phải tháo ra để thay thế cái mới. (Với các cuồn film còn thừa mỏng chỉ một ít, thì họ để dành riêng cho trường hợp khác, khi chạy thêm, change over v.v... Qui trình làm việc của họ là như vậy.) Công nhân đã sẵn sàng, máy bắt đầu hoạt động theo quy trình của nó. Những gói nhỏ của sản phẩm thức ăn, từ các máy sản xuất, được dao bén máy cắt xén, phân đoạn làm rơi xuống được tính bằng second... Công nhân phải lanh tay, lẹ mắt bốc kiểu 10 gói đóng một hộp nhỏ và phải đặt sản phẩm ngay ngắn, thích hợp cùng chiều, đưa vô một hộp đậy nắp lại. (Nắp được đặt làm theo mẫu, sự thiết kế kiểu như quai xách, gập nó vào ở chóp đầu.) Rồi họ thả nó trôi chạy trên lane. Có một người đứng phía dưới cuối cùng, chờ chụp lấy cho vào thùng lớn chứa nó. Trong line một máy có sáu người. Năm người bốc gói riêng lẻ, là 10 gói đặt vô hộp nhỏ, thả trôi kia. Và một người được chọn nhanh tay lẹ mắt nhất, đứng về phía cuối cùng xa ấy, phải chụp nhanh những hộp đó cho vào thùng lớn hơn để ở nơi bàn. (Là thành phần gộp lại những 12 thùng kia.) Rồi một đàn ông khỏe mạnh bưng những thùng lớn sản phẩm để chung vào pallets, một cách vẫn phải mau chóng nhất nữa! Cứ đầy một pallets, là có chuyên viên trách nhiệm lái xe vận chuyển hàng hóa, chở vào khu chứa: từng lô, từng kiện, từng dãy hàng, vừa mới cho ra lò đó. Họ vẫn khẩn trương, không làm chậm để ứ đọng hàng nơi sản xuất. Còn ngày giờ của sản phẩm cũng được những supervisor đi coi dán giấy lên, đóng dấu mộc vào từng lô pallets cẩn thận theo thứ tự, và nhanh chóng... Cách quy trình làm việc ở đây hầu hết được gọi là làm việc dây chuyền, mỗi người là một nhiệm vụ, ý thức cao...

Nói về Jinni. Ban đầu Jinni bốc hàng ngỡ ngàng chậm chạp, nhưng trải qua trên năm, mười, mười lăm phút sau, Jinni bốc có vẻ tiến bộ hơn nhiều. Người chạy máy cứ mãi mê nhìn đôi tay thoăn thoắt của cô bé student mới lạ, và anh cũng mỉm cười lắc đầu vui vui. Khi Jinni đến đây tham dự...

Jinni mỗi lúc thì worked lẹ làng, đều tay hơn, tuy nhiên cô đậy nắp còn lọng cọng quá, khó khăn loay hoay mãi. Chú thợ máy Khải phải phụ cho Jinni. Chú biết đó là một sinh viên chưa thạo nghề! Có mấy ai mà lẹ khi công việc còn non mới chứ? Có người con trai Việt Nam tên là Tommy nữa. Anh ta là thợ nấu cooker bên kia phòng, đã đến giúp Jinni. Tommy tới đậy nắp phụ cho bé. Chính Khải thợ chạy máy sáng kiến gọi Tommy sang giúp cô bé... Một sớm một chiều Jinni giỏi gì vẫn không thể so với công nhân lành nghề được! Ai cũng hiểu thế, họ nhìn Jinni làm rất hăng say, nhưng cô cứ còn khá lúng túng. Họ thấy vui vui, chả ai trách trả? Còn Jinni thì ưa cười lên hồn nhiên ngỡ ngàng... Làm cho đôi má cô thật hồng hào, và thêm thắm tươi...

Chẳng mấy chốc giờ break đã đến, Tommy lại lân la quen Jinni và nói chuyện. Cả hai còn nói tiếng Việt được, thỉnh thoảng talk tiếng English để "hide" mọi người. Hoặc thích trao đổi, qua hai ngôn ngữ Việt, English là lạ. Ở đây đa phần người Việt lớn tuổi không nghe được tuổi trẻ Việt nói tiếng Mỹ. Họ chỉ nghe tiếng bồi, tiếng lóng, tiếng chỉ một từ là thường hơn.

Trải qua một tuần mùa hè nóng gắt lại. Công ty dù có máy lạnh máy quạt, nhưng cơ sở nấu sản phẩm này vẫn nóng như thiêu đốt, sức nóng như hơn sa mạc. Thế mà Tommy vui như chưa bao giờ vui hơn. Lòng anh như mở hội hoa xuân, kể từ khi thấy Jinni vào làm việc. Và cô bé cũng đã hạp, thích thú khi tiếp xúc với Tommy. Hai bạn chia sẻ làm việc rất vui, rất thoải mái. Đến một hôm ít hàng chỉ cần công nhân chính thức thôi, họ loại trừ temporary. Công ty F.I.S không gọi, Jinni không đến vì không có sản phẩm hàng để làm. Tommy đã thấy nhớ cô bé khủng khiếp rồi. Chàng như lại kiểu "yêu vội tính nhầm hay sao ấy?" Nên tâm trí phân chia chàng nghĩ đâu đâu, thành ra chàng làm việc bất cẩn, Tommy mở nắp đậy hàng đang nấu, lại sơ ý thả hơi nóng bức bốc dồn lên cao, lên mặt lên mũi, suýt nữa đốt cả mặt mũi anh. Lúc mà hai con mắt Tommy bằng hơi nóng chiếm cứ không thấy chi cả, Tommy lại phải bước đi xịnh xạng lạng quạng, vội liền té bầm cả khuỷu tay, và trầy xước đến nơi trán, đã làm anh đau nhói ray rức khắp người... Ngày tiếp theo chàng vẫn bị chệnh choạng, tương tự xảy ra như vậy ở cánh tay, và con mắt bên phải với sức nóng lan tỏa của mở nắp nồi, của lực nấu bốc vào...

Ối thế là chàng phải đi cấp cứu hai lần trong một tuần. Song chỉ là hơi nóng phạt chàng! Còn "vết thương" thì hãy OK, không có gì chàng phải đáng ngại...

Chuyện này, company ai cũng biết cho là "Tiếng sét ái tình nơi cô sinh viên với anh chàng thợ cooker" Thợ chuyên viên chạy máy Khải đã đặt tên "dán hiệu" khi gặp chàng trai si tình, chào như thế đấy! Còn má Jinni là người hiểu chuyện này nhất. Bà Lệ Hoa tỏ ra thương yêu thông cảm cho Tommy hơn. Tommy cũng trở nên thân thương gần gũi với Lệ Hoa hơn. Anh vẫn thỉnh thoảng gọi phone cho Jinni. Khi cô bé không đi làm việc, cô bé trở thành điểm nhấn "vắng bóng hồng" ở công ty…

Đến thứ hai tuần tiếp theo, Jinni được vào làm việc, lúc company cần. Tình cảm Jinni dành cho Tommy trở nên sâu đậm thêm. Lúc làm việc cũng như khi đi nghỉ, cả hai cảm thấy thân hơn, thích nhau hơn. Tommy nói như tiết lộ:

- Vì nhớ em một tuần nay anh accidents hai lần, oải luôn. Nhưng không sao tình yêu là thế, là chấp nhận. He he.

- Anh đừng xạo nha. Em đâu có nghĩ anh yêu em như vậy? Jinni châm chọc Tommy.

- Thiệt chứ. Em không cảm giác. Mà anh cảm giác, quá trời nhớ em.

- Vậy anh nói hãng cho em làm nhiều đi.

- Thôi em làm thế đủ rồi. Vả lại không có hàng thì hãng này chỉ cần công nhân chính thức, luật mà em. Nếu kêu vô hết, thì đứng không sao em? Mỹ không chịu thế đâu. Hi hi.

- Em đùa với anh thôi.

- Anh hiểu. Mỹ nó tính còn hơn VN mình tính đó em.

- Em cũng biết phần nào cách điều hành ở họ mà.

Tommy nói lánh qua chuyện khác.

- Anh mua food tặng cho em và má cùng mọi người Việt Nam. Mời em dùng.

- Em cữ ăn, hôm nay uống nước không hà. Hi hi.

- Xạo vừa vừa nha. Nhưng em không ăn, anh không vui. Không vui không làm việc nổi, mà không làm việc nổi, hãng đuổi anh. Tội nghiệp anh chứ nha.

- Vậy thì em ăn hả? Ha ha.

Jinni nói, cười tỉnh bơ rồi rửa tay nơi bồn sink gần đó, cô lau tay bằng giấy "napkin" của hãng cho sạch sẽ khô ráo. Xong cô lại dùng mấy ngón tay vẻ điệu nghệ, cầm nhón lấy thức ăn. Bất chợt làm Tommy thấy đôi tay cô đẹp quá, mũm mĩm và dễ thương một cách kỳ lạ. Còn cô thì nhấm nháp, những thứ mà chàng mua tặng như chickens hộp, tôm rang, bò nướng v.v... kem trái cây, nhiều thứ khác nữa. Tommy cùng ăn với Jinni.

Cứ thế niềm vui đến với Tommy như tăng thêm cấp số nhân, kể từ ngày anh biết Jinni. Anh có đến thăm gia đình Jinni những lúc không đi làm. Tommy thừa hưởng những cú phone cô bé gọi lại. Anh có kể cho Jinni nghe hoàn cảnh của mình và ba mẹ chia tay:

- Anh mất ba sớm, anh nghỉ học trong năm mười hai, của highschool đó chứ em, vì giận mẹ. Chỉ còn mấy tháng mà anh không có được chứng chỉ tốt nghiệp.

- Cũng uổng anh há!

- Biết làm sao hơn. Em ơi...

- Rất tiếc!

- Anh học cũng khá đó.

- Em biết anh thông minh mà.

- Không đến nỗi dốt phải không? Hi hi. Dốt ít ít thôi. Tommy nói, cười gần như híp mắt.

Tommy nghĩ... Anh đã không được may mắn với người mẹ anh. Người mẹ sống bất cần, không có tình cảm sâu đậm với Tommy. Bà chỉ sống ích kỷ, chỉ quan tâm đến bạn trai người Hàn Quốc của bà thôi. Nên Tommy đã bực mình đi ở riêng trong một Apartment với một người bạn Việt già.

Lần ấy cũng là lần Jinni thấy cảm động nhất khi nghe Tommy kể. Nàng may mắn vì có người mẹ xứng đáng. Anh lại vô phước có người mẹ không xứng đáng. Đời này làm sao nói hết sự công bằng? Đời này nói làm sao hết sự trái ngang dâu bể. Đời này làm sao nói hết thế thái nhân tình ấm lạnh... Thôi thì Jinni, chỉ biết mình muốn bù sớt lại sự bất hạnh của Tommy, cho chàng được cái may mắn hiện hữu...! Và từ độ đó Jinni cho chàng đến nhà nàng, được thăm chơi đều đặn hơn. Jinni bất luận dù chàng thất học hoặc ít học hơn những chàng trai khác. Nhưng Jinni thương ở Tommy, nỗi đau mất mát, nàng bé mong san sẻ tình cảm cho chàng, và làm sao như một người thân quen, để đối đãi nhau đủ tốt ở chốn trần gian này...!

Đến một hôm Tommy đang ngủ, bỗng nhớ Jinni. Anh gọi bảo cô bé:

- Anh yêu em Jinni ơi. Em có yêu anh không?

- Là bạn thôi. Em đi học.

- Nhưng đi học, đâu có nghĩa là không được yêu?

- Em chưa nghĩ. Và tình yêu luôn thay đổi. Em sợ... Em không muốn yêu sớm. Dẫu em có thích anh...

- Hãy tin anh. Anh nhớ em và muốn hôn em trong mơ đây. Chịu không nè?

- Ha ha. Thôi ngủ đi mai đi làm hãy gặp. Jinni làm như không để ý câu hỏi của chàng.

Cô bé nói thế tuy nhiên trong đêm ấy cô lại trằn trọc nhớ Tommy. Jinni cũng có cảm giác kỳ lạ. Nàng bé ngồi dậy chơi suốt mấy bản nhạc, lòng vẫn thấy một cái gì đó xa xăm mơ hồ, buồn vui lẫn lộn...

Mẹ Lệ Hoa hiểu được tâm trạng cô con gái, gõ phòng vào đêm ấy hỏi:

- Sao khuya không ngủ con Jinni?

- Con chưa muốn ngủ.

- Hình như mẹ có cảm giác con thích và yêu Tommy?

- Con không biết nữa!

- Nó thật tội nghiệp đó con, song tình yêu khác với thương hại. Hơn nữa con còn tiếp tục học. Làm bạn với nhau đủ rồi.

- Dạ con biết.

- Thôi ngủ đi.

- Dạ.

- Mấy hôm nay con lại không vào làm. Má thấy nó buồn lắm, nhưng con có tình yêu với nó chắc sẽ khổ, và ba con khó chấp thuận...

- Dạ con biết điều đó mà.

- Thôi má đi ngủ, con cũng lo ngủ đi Jinni nhé.

- OK má nhỉ. Thanks má.

Lệ Hoa rời khỏi phòng, Jinni nhắm mắt nằm ngủ. Giấc

ngủ đến với cô bình yên và thơ mộng. Sao bỗng dưng cô có một giấc mơ đến. Tommy cõng nàng đi trên bờ biển Miami. Biển vẫn đẹp sóng nước mênh mông, nước xanh cát trắng mịn màng đôi bờ, nơi đây một vẻ đẹp nghiêng về thiên thần kỳ lạ, đang được hòa mình vào con người... Và anh cõng Jinni, như phim các nàng ở Hollywood được đóng. Nam tài tử nhận vai, quan tâm cõng nàng nữ tài tử đây. Thật là diễm tuyệt, nơi xứ sở miền bờ biển Florida ấy. Chàng nàng, cùng hằng hà khách du lịch phơi mình hứng nắng gió thiên nhiên kiều mỵ, và còn nhiều kẻ đi trên bãi tắm chuyện trò, hoặc vui cười thư giãn...

Phải chăng chàng rủ nàng đi chơi mấy lần, mà nàng không dám. Biển đẹp thật mênh mông quyến rũ, nụ cười chàng thật ngọt ngào gợi mở. Hai con mắt chàng trông không xuất sắc, mà lại đáng yêu lắm, một thân hình Tommy không đẹp, nhưng cường tráng và khỏe mạnh. Chàng vẫn là mẫu hàng, hạng con trai "hot boy" của nàng đấy chứ. Jinni cho là như vậy. Chàng cõng nàng đi một đoạn khá xa rồi để xuống, nàng đấm lưng chàng thùi thụi để yêu. Hai đứa mỉm cười, nàng đưa tay nắm bắt tay chàng và kéo chạy đi, chạy đi của một chiều nắng ấm... Một chiều có lẽ đẹp nhất trên trần gian này. Tommy sắp hôn lên mái tóc bay bay của nàng, thì nàng bừng tỉnh. Ôi giấc mơ...

Ngồi dậy ngỡ ngàng trong giấc mơ. Có lẽ Tommy rủ Jinni hai, ba lần đi về vùng biển Miami Florida, nhưng nàng cứ từ chối nên đã vô sâu, trốn vào giấc mơ nàng...

Và Jinni lại thấy thương Tommy vô cùng sau giấc mơ. Nàng suy qua nghĩ lại miên man. Gió ngoài trời mùa hè, nhẹ nhẹ thoảng vào song cửa. Đêm cuối hè nhưng có vẻ dễ chịu làm sao ấy. Hơi lạnh ít có của cây cỏ tháng July, ôi một đêm hè lại có len hơi sương chút đỉnh... Khí hậu bây giờ thay đổi thất thường, nó cao ngạo rủ rê, quyến cảm mời gọi nàng, cả trong mơ và sự thật... Có lẽ đó là những đêm tuổi thần tiên, như thập thò len nhẹ vào trái tim cô gái mới bắt đầu yêu...

Jinni định gọi cho Tommy để kể. Song nàng lại thôi,

nàng nằm xuống thao thức giấc mơ hoa...

Chính đêm đó chàng cũng có giấc mơ như thế. Cả hai đều có tâm trạng kỳ lạ đi vào một giấc mơ. Cả hai muốn gọi nhau để cho biết. Nhưng cả hai để rồi thao thức, để rồi nhớ nhung... Mà không ai biết đối tượng mình đã cùng có giấc mơ như mình? Một việc kỳ lạ, huyền bí, như chen giữa chân tim hai người họ...

Jinni tiếp tục đi làm trong company của mẹ, với vai trò phụ, là công nhân tạm thời khi F.J.S họ gọi. Từ ngày có Jinni vào làm, người Việt ai cũng vui, bởi cô trẻ trung, xinh đẹp, lại siêng năng cần mẫn. Cô có thuộc chất, tính tình hiền hòa tử tế, dễ gần, nên nhiều người cảm lòng mến yêu Jinni lắm. Mà nhất là Tommy như bắt được vàng. Mặt mày anh tươi hẩn, dẫu trong phòng độ nấu lên tới 120 độ F. Tấm lưng chàng đổ mồ hôi cục, vậy mà Tommy vẫn vui, đi đâu miệng cũng huýt sáo vang vang, đến thiên hạ ai cũng phải biết. Chàng vui mua trái cây, mua kem, mua đủ thứ, vô đãi cả hãng. Với Jinni, má Lệ Hoa, thì chàng ưu tiên số một.

Tommy không còn mắc cỡ khi nghỉ break gọi ngay nàng. Jinni ngưng tay, giờ rest time cô cũng có người help, cô bé đang có quyền đi ra nơi ngoài cửa phòng sản xuất.

Thì anh đến bảo nàng:

- Em ra trước đi. Anh nói cái này cho má chút.

Nhưng cô gái Jinni vẫn còn đứng trờ lại đó. Nghe anh oang oang tiếp tục lời lẽ:

- Má ơi con mua cái thức ăn này cho má và em Jinni riêng nhé. Còn ai cũng có phần rồi. Chút nữa má nhớ ăn nha.

Má Lệ Hoa nghe, nhưng Lệ Hoa cứ giả lơ không nói và cặm cụi bốc hàng đang chạy trôi trước mắt.

Jinni không biết nghĩ sao mà cô chọc Tommy. Cô gái Jinni nhìn anh. Cô bảo khi ánh mắt họ gặp nhau:

- Thôi mà anh để dành tiền cưới vợ đi. Mua chi hết tiền. Nói xong rồi Jinni cười thêm.

- Nếu cưới được em. Anh bỏ ra hết tiền hồi giờ làm để

đãi, chứ bao nhiêu nhằm nhò gì? Tommy trả lời như thế.

Hai đứa lại đến tới cửa phòng break. Cả hai nhìn food, Tommy mua biếu để nơi bàn.

- Thiệt không đó? Jinni hỏi lại. Khi cô và anh đã bước lọt vào phòng break hẳn. (Tức là phòng nghỉ ngơi và ăn uống.)

- Hứa mà. Tommy nhìn nàng đáp gọn.

- Nếu không cưới được em. Tốt bụng quá vẫn cưới được vợ đẹp, giai nhân thôi mà.

- Cần chi đẹp em? Vừa vừa thôi.

- Nói vậy anh chê em không đẹp hã?

Jinni hỏi, cô đi đến ngồi xuống ghế nơi bàn. Tommy lại bước tới ngồi theo một chiếc ghế khác. Anh cười giải thích:

- Anh đùa thôi. Em là nhất rồi. Được em là nhất hạng rồi, nhưng yêu em không chưa được? Huống hồ chi cưới... hi hi.

- Ờ nhớ lời nghen, chứ sai lời coi chừng đó. Jinni thích đùa bằng những câu nói ngây thơ, hay hay. Tommy thấy vui vui. Anh nhìn mái tóc nàng phải bị bọc kín trong "hairnet" đúng theo luật policy hãng, mà anh cứ cười cười, như châm chọc nàng điều chi. Chắc là chọc tóc Jinni đang bị buộc tù.

Jinni hiểu ý anh, cô bé lấy rút hairnet ra phơi tóc, rồi bọc lại hai, ba lần cứ như thế là đủ hết thời gian, nhưng cô thích.

Riêng Tomy được cảm giác hít mùi tóc thơm dễ thương thoang thoảng của cô ấy đưa ra. Tommy tự nhiên cũng nhớ, lời một đàn anh từng bảo: Mái tóc, hương tóc của người mình thương là một "lọ nước hoa thần đặc biệt" sẽ làm phấn chấn ngay khi mình được cận kề. Hi hi. Đúng là như thế. Anh nhìn Jinni nói luôn:

- Bọc búi tóc trong hairnet vậy em thấy khó chịu không?

- Lúc đầu cảm giác khó chứ, mà luật thôi.

- Em bọc, thả gì cũng có cái đẹp riêng cả. Chỉ có tóc đàn ông con trai như anh, chẳng thấy chi đặc biệt khi trùm, hi hi.

- Anh nói cho cố nghen. Em chỉ sợ bọc miết nó bí hơi,

thả ra sẽ nghe mùi chán, chứ không còn mùi hương tóc...

- Không đâu, em mới thả ra anh nghe mùi hương, đang thơm trong lành, good smell đang giữ kín bung ra đó mà...

- Nói cho cố nha.

- Thiệt mà.

- Xin cám ơn lời không thật.

- Thật mà.

Gần hết mười lăm phút, cả hai cứ nói chuyện giỡn đùa, nhìn food lấy vui, chứ chưa ăn chi cả. Hãng làm việc dây chuyền, song đôi lúc máy ngưng vì một lý do gì đó. Nên hở tay, Lệ Hoa tranh thủ đi nhanh ra phòng break. Lệ Hoa bảo:

- Trời ơi ở miết ngoài này con? Còn có ba phút nữa hà. Phải vào làm việc... Mỹ chứ không phải Việt đâu, nó nguyên tắc lắm. Nó đuổi việc đó Tommy, Jinni. Má nói cho biết nha.

- Nó đuổi thì nghỉ có gì sợ má. Nhưng đuổi con ai nấu cho nó. Nhiều người khác nấu, đâu có bằng con? Hi hi.

Hai đứa tròn xoe đôi mắt nhìn nhau. Jinni thốt lên:

- Má nói đúng đó anh ơi. Mình phải vào làm việc đi.

- Không ăn sao em?

- Chút nữa lunch ăn, chuyển chệ hết giờ rồi.

- Thiệt tình nói chuyện làm đủ no nghen... Hi hi.

- Cũng đỡ tốn tiền đó, nếu như được vậy anh nhỉ?

- Anh còn thua em cách nói chuyện, đầu hàng vô điều kiện nha.

- Nói đùa cho vui, em dọn cất, lát ra ăn nha anh? Em sẽ nói cho má biết luôn há?

- Đúng vậy em. Mà thôi để anh dọn cho. Anh sẽ kỹ, ghi tên má biết hơn.

Tommy liền lấy giấy ghi, anh gom làm không tới ba giây đâu vào đó, cất vào tủ lạnh. Rồi anh bước lại nơi bàn. Lúc này Jinni đã đứng dậy rồi. Cô bảo có vẻ vui với anh:

- Bây giờ em mới thấy hơi đói rồi nha.

- Ai bảo em già chuyện chi.

- Anh đó chứ em gì? Cứ nhìn tóc em chọc quê, làm em

nhột hà!

- Lỗi tại tôi, lỗi tại tôi. Chấp nhận nha! Chấp nhận...

- Lỗi tại em, lỗi tại em. Chấp nhận nha. Chấp nhận...

- Vậy cả hai có lỗi để đói. Ha ha. Tommy nói, cười vui hơn, pha trò tới bến luôn.

- Thôi vô anh há, giỡn hoài má ra la nữa đó?

- Ừa đi em! Sau, giờ lunch mình sẽ ăn ngon em nhé.

- Yes. Exactly. Good boy!

Tommy hiểu Jinni chọc, anh mỉm cười nhìn nàng rồi đi vào job của mình. Hai bạn rẽ vào hai phòng đối diện nhau, qua một lối đi tiếp cận thật gần. Tommy, Jinni nhìn nhau gởi ánh mắt nụ cười, cùng hương yêu về chốn nhau, như thêm lần nữa... Và họ đã bắt tay vào công việc!

CHƯƠNG 3

Tình cảm trở nên sâu sắc. Tommy vẫn thường đến nhà Jinni dù cuối tuần hay không cuối tuần. Tình cảm Jinni dành cho anh thân thiết, nồng thắm. Riêng má Jinni thì thấy cần mở rộng tình thương với người con trai này hơn. Lệ Hoa nghe nhiều lần Jinni kể. Tommy thật thiếu may mắn, Lệ Hoa nghĩ, rất cần có những tấm lòng nhân hậu, để làm quà, làm chỗ dựa cho Tommy nơi cuộc sống vươn lên? Người con trai này cuộc sống không được may mắn. Tuy nhiên người con trai đó luôn biểu hiện một khuôn mặt ấm áp, yêu đời mà Lệ Hoa cả Jinni rất thán phục!

Cậu thường đến chở, đưa Jinni cùng mẹ Lệ Hoa đi ăn. Họ thân mật như một gia đình. Có khi thì Lệ Hoa nấu món gì cho Jinni ăn, tiện thể đãi Tommy luôn. Khi thì hai đứa chơi tennis, khi thì đu xích đu, khi thì vui với âm nhạc- Jinni chơi đàn piano, hoặc violon, hoặc guitar, hoặc khi cả đá banh trên sân vườn v.v... Hôm đó đang vui chơi với Jinni, khúc nhạc piano ở tay Jinni chấm dứt. Tommy vui mừng. Chàng khen người yêu:

- Em chơi đàn hay quá. Nghe rất uyển chuyển mềm mại lắm. Hút lắm nha. Bàn tay này là bàn tay tài hoa nha...

- Cũng tạm giải trí thôi, hay gì anh? Đừng có thêu dệt

cho em nhiều nha. Jinni đáp lời vui vẻ.

- Hay lắm chứ em.

- Thank you một nửa, và một nửa chưa tin.

- Em nói chuyện vui lạ ghê ta ơi.

- Vậy mới có mình vui hơn, anh cười nhiều hơn chứ.

Tommy cười tươi nhìn xuống đám cỏ trước sân nhà. Anh lại bảo:

- Em ơi đàn chơi đủ rồi. Bữa khác đàn tiếp nha. Jinni ơi, anh muốn cắt cỏ vườn phụ má em nghen? Được không em?

- Thôi để má thuê, giá không đắt đâu anh, rẻ rề mà. Khi có ba thì ba cắt. Khi ba về Việt Nam má mướn, anh đừng lo.

- Không phải là tiền đắt rẻ, mướn hay không mướn? Mà anh muốn hai đứa mình làm việc cho vui thôi. Cỏ này cần cắt rồi em. Anh bỗng thấy muốn làm việc đó.

- Muốn phải hôn? Vậy há chiều anh cũng được. Em đi lấy máy nha. Anh muốn làm việc, muốn đột phá, muốn khám phá phải không? Thì xuống lầu đi nè. Một, hai, ba nè.

- Ừa thì vậy đó, giúp má luôn. Chàng trả lời bước đi cùng Jinni.

- Thôi được, em ủng hộ anh luôn.

- Ừa vậy chứ. Máy để chỗ nào em?

- Cứ theo em.

- Để anh lấy cho, em chỉ đi máy ở đâu thôi?

- No, anh phải follow em, theo me nè. Em là chủ nhân tất cả mọi vật dụng, mọi sự kiện ở đây.

- Đúng rồi, anh hiểu mà. Em là chủ nhân lớn ha ha.

- Vậy há. OK chứ...

Jinni nói và cầm tay chàng như kéo đi chỉ, và cô liền đi xách cái máy ra gọn gàng đưa cho người yêu, Tommy lấy từ tay nàng chuyền tại phòng dưới lầu nơi để máy giặt quần áo và các dụng cụ linh tinh. Tommy nhìn yêu cô bé thêm. Nàng cũng thế nhìn chàng...!

Sau đó cả hai đem máy ra sân xén cỏ. Máy nhẹ nhàng đời mới, nên Jinni theo chân chàng làm thật vui hứng thú.

Cuối mùa hè, những bông cỏ dại lún phún mọc lên, giờ bị máy xén đi. Jinni nhìn Tommy cắt nó, cô có vẻ thương tiếc cỏ chúng đứt đầu, lìa cổ tội nghiệp, nhưng đây là luật mà ai dám sai. Ôi đám cỏ xanh mượt mát mắt, bởi vì má nàng nuôi và tưới cho nó nước, nhưng không được để cao hơn, đó cũng là quy định, là policy là "kiểu cỏ" ở đây! Trong khu này nhiều quốc gia sống chung, Ấn độ, Mễ, Việt Nam, Mỹ đen, Mỹ trắng, China, Mã Lai, Phi Luật Tân, Lào, Campuchia, Thái Lan đều chăm sóc vườn đẹp, gọn gàng ngăn nắp, sạch sẽ như thế.

Phía chốn sau nhà, dọc theo hướng đó là con suối nhỏ có nhiều hoa dại hoa súng. Lần cắt cỏ này Jinni không quên đưa Tommy ra đây ngồi nghỉ, ngắm trông cảnh nọ cho thi vị hơn... Ngắm trời mây quang đãng, ngắm cảnh vật hữu tình! Chính lần này con suối nhỏ róc rách dưới chân đã chứng minh nụ hôn nồng nàn của Tommy dành cho Jinni, và Jinni cũng dành cho chàng nụ hôn đáp trả như thôi miên, của tình yêu họ hôm nay. Và chàng cũng mãnh liệt cắn môi nàng tiên bé nhỏ này. Thời gian, ôi thời gian họ đẹp làm sao...!

Nhưng bỗng nhiên bị tiếng gọi "Jinni ơi con..." Nghe tiếng má gọi giật, thì nàng mới chợt tỉnh ra...

Hai đứa lật đật như mất hồn vía ai lấy, vì cả hai như đang thả niềm đi đâu đâu... Ôi dù phút giây thần tiên tình yêu đi qua, của times rất ngắn, song cũng đủ cho đời ta vui muôn thuở! Tommy chỉ vừa thoáng nghĩ...

Cô bé Jinni cũng như hồi tỉnh, đã nghe kỹ có tiếng mẹ mình. Nàng lẹ làng nói:- Má gọi anh ơi?

- Ừa má gọi em, anh có nghe! Thôi ta vào nhà nha em.

Nàng nhìn chàng và như phải đưa Tommy vào trình diện chứ. Má Lệ Hoa loáng trông thấy họ đi vào, thì tấm tắc chặc lưỡi khen liền:

- Tommy giỏi nha, cắt cỏ đẹp quá ta ơi.

Jinni dành phần hơn:

- Nhờ con đạo diễn đó.

Lệ Hoa hiểu tánh cách Jinni hay đùa, bà gật đầu mỉm

miệng, cười tươi tắn nhìn con gái. Ba người hiểu ý nhau hơn rồi. Riêng Tommy anh biết nói sao cho hết lời, thì chỉ còn biết nhìn má Lệ Hoa kính trọng, và nhìn Jinni trìu mến để yêu hơn, trong trái tim chàng đập mạnh...

Lệ Hoa thoáng chốc đã mời, bà đã dọn sẵn:

- Hai con sẽ dùng bữa, thưởng thức cơm canh với mẹ đi nha, cơm mẹ đầu bếp suốt gần hai tiếng đó.

- Dạ thanks mẹ yêu. Jinni đáp đưa mắt nghắm mẹ, nàng cười xinh như đóa hoa hàm tiếu.

- Thanks cô Lệ Hoa nhiều. Cô đã bận rộn và nhọc lòng. Tommy nói tỏ vẻ biết ơn chân thành.

- Không có gì đâu. Tôi cũng quý Tommy mà.

Đọan sau không chờ lâu. Cả nhà ngồi lại ăn một bữa cơm chiều má Lệ Hoa nấu. Nói cả nhà nhưng chỉ ba ngoe thôi. Jinni Tommy cùng với Lệ Hoa, họ thấy họ vui nhất, và ăn cũng ngon nhất, hơn bất cứ nhà hàng nào. Họ đã từng đến, từng ăn...

Tình yêu không thể giấu được. Nàng nói với má một hôm tại room phòng má Lệ Hoa:

- Con yêu anh Tommy thật, và muốn làm vợ ảnh, má thấy sao?

- Má không ngờ con lại yêu nó mau vậy?

- Con không biết từ bao giờ, mà có lẽ đã có yêu thật sự.

- Má chỉ sợ đó chỉ là cảm xúc tức thời thôi. Con còn đi học. Gần mùa vô trường rồi. Má thì thương con sao cũng được, nhưng ba con khó mà lường được ý ổng...

Im lặng một chút, Lệ Hoa nói thêm:

- Ba thường nói với mẹ ở Mỹ, những cô cậu không nghe lời bố mẹ. Ba nói, ổng chán những đứa con bất hiếu trắng trợn ở Mỹ, cứ bỏ nhà theo trai.

- Con đâu có theo trai. Nếu yêu nhau được ba mẹ chấp thuận. Con vẫn đi học mà. Con chỉ hứa là con lấy ảnh làm chồng, để chia sớt buồn đau nơi cuộc sống ảnh. Con thật sự yêu ảnh và mủi lòng vì cuộc đời ảnh.

Jinni nói rất là nghiêm túc, làm Lệ Hoa như giật mình thêm:

- Ừa, ba con sắp về rồi đó, má không biết sao đây.

- Ba về con cũng phải thưa thôi.

- Không biết rồi con có được như ý không?

- Cứ hy vọng má à!

- Chắc vậy thôi, má vẫn thương quý người con trai đó!

- Con hiểu má...

Bỗng một cái đùng Lệ Hoa đau sốt cảm nặng, mùa hè nhưng bà bị sốt phải vào viện nghỉ làm hãng hơn tuần nay. Tommy phải lấy vacation cùng Jinni ở nhà chăm sóc Lệ Hoa cả tuần.

Lệ Hoa ít đau bịnh lắm, không biết chứng gì mấy hôm nay lại đau nặng. May có người yêu Tommy giúp, Jinni đỡ vất vả. Không thì chắc nàng kêu ba về sớm hơn. Nhưng ngày giờ ba về Mỹ lại sắp tới rồi. Jinnni cũng nghĩ là, nàng cũng phải đối diện với thực tế....

Đưa má về nhà, hôm đó Lệ Hoa đã bớt hẳn và vui. Tommy đến thăm, khi anh ra phía phòng khách coi một chương trình bóng đá anh thích, và để cho hai mẹ con có chuyện riêng tư. Thì Jinni nói với má, nơi phòng bếp, nàng đang phụ má cất mấy nồi niêu, xoang chảo, nàng đã rửa sẵn chiều qua, phải úp để gọn hơn. Nàng bé còn sửa sang cắm các lọ hoa cho đẹp ở các góc bàn bếp:

- Thưa má. Con yêu anh Tommy nhiều. Ba sắp về rồi má, con định trong ngày ba về con sẽ cho ảnh đi đón ba. Má ở nhà vì má mới qua bịnh. Má thấy được không má yêu?

- Không nên, vội quá con, coi chừng hỏng hết. Má lo...

- Con nghĩ đó là cơ hội tốt má à, tiện lợi nhất. Ba mới về Việt Nam qua ba vui, sẽ có thể chứ?

- Má chỉ lo sợ không ổn thôi. Khổ cho hai đứa hãy từ từ. Má phải đi tốt hơn.

- Má cứ ở nhà. Má mới bớt bịnh để con cùng ảnh đi rước. Không sao đâu? Con mong vậy. Con, hoặc má sẽ nói cho Tommy biết hôm nay nha.

- Không được Jinni. Để má đi. Có gì má nói với ba?

- Má à con cũng muốn má đi, mà mấy hôm nay má bị cảm sốt nằm viện mới ra. Đến với airport lạnh lắm, tuy cuối mùa hè nhưng không oai bức đâu. Thời tiết năm nay, lúc này thất thường đó má, để con và ảnh đi thôi. Má yên tâm...

- Nhưng...

- Mới năm giờ sáng sớm lạnh lắm. Má biết không? Con nghĩ má nên ở nhà nghỉ cho khỏe. Chuyện gì rồi vẫn có số mà! Nàng nói và lại cười tươi hơn là buồn.

Nụ cười Jinni như đánh tan phần nghi ngờ. Lệ Hoa vẫn dè dặt:

- Thôi sao cũng được. Mọi chuyện có trời. Má chỉ mong con vui, toại nguyện chứ biết làm sao khi con đã thật yêu.

Nàng và mẹ như hiểu nhau, cả hai mẹ con tiến dần đến phòng khách như họ đã dự định. Bà Lệ Hoa nói với người con trai đang ngồi:

- Cô muốn nói với con chuyện này Tommy!

Tommy ngước mắt nhìn Lệ Hoa mà rằng:

- Dạ thưa cô. Chuyện gì hở cô?

- Đố anh cho anh ngạc nhiên? Jinni mỉm cười bọc lộ nói hết.

- Anh chịu thua không biết thiệt tình đó.

- Thông minh mà chậm nha!

- Là chuyện gì vậy em? Chàng tỏ ra nôn nóng hơn.

Jinni nhìn mẹ như muốn mẹ nói giùm. Lệ Hoa hiểu, liền cất lời:

- Thế này nè. Jinni muốn đưa con đi đón ba nó từ xứ Việt về đó. Con thấy thế nào?

- Tưởng là chuyện gì, chuyện đó là con vui lắm chứ. Con thật sự vui mừng khi nghe tin...

- Không vui sao được khi một niềm vui quá là lớn vậy mà! Jinni nhìn vào mắt Tommy, cô cũng trả lời hớt ngọt.

- Em nói thì ngon quá. Mà anh vẫn còn sợ? Con thưa cô chỉ sợ chú không nhìn con là bạn của Jinni thôi.

- Đừng nói xui xẻo anh ơi? Ba em rất thương em mà! Và mình cứ đi như đi đón một người thân bình thường. Jinni ung dung cố bảo.

- Cô Lệ Hoa muốn đi rước chung. Nhưng mới bịnh, nên

Jinni không muốn cô xuất hiện. Vậy con đi với nó nha. Ý của Jinni. Mà cô vẫn vui đồng ý rồi...

- Dạ được con sẽ cùng với Jinni đến rước chú. Con cám ơn cô Lệ Hoa thương...

- Thật ra cô ngại nhưng nói vậy không sao đâu. Hy vọng ba Jinni, thương Jinni rồi sẽ thương con. Hơn nữa tình yêu đã có, cha mẹ nào cũng muốn con cái hạnh phúc. Sang hèn chức tước, không là thiết yếu trong tình yêu đâu. Mà tấm lòng hy sinh cho nhau là tối cần trong tình yêu! Con yêu Jinni thì cứ để nó tiếp tục học. Cô hy vọng, ba nó sẽ hài lòng.

- Dạ con xin cám ơn cô Lệ Hoa. Con không cản em Jinni nghỉ học đâu.

- Với cô một tấm lòng, một hiếu thảo với cha mẹ, và một hết lòng thương người mình thương, trước sau như một là đủ... Cô chỉ cần mấy điều thế thôi.

- Dạ con hiểu... Thanks cô.

Chỉ có một tuần nữa ông Hoàng Trương, cha của Jinni về lại Mỹ. Từ khi Jinni quyết định cho mình đi đón, mà sao Tommy thấy như chờ đợi dài hơn ba năm. Còn hơn nữa là ba thế kỷ luôn! Phải chăng mình hồi hộp, phải chăng mình lo âu? Nên tự cảm giác, tự kéo thời gian dài ra như thế chăng? Lẽ ra mừng chứ sao mình cảm thấy lo hơn là mừng nhỉ? Gặp Jinni thì vui, không gặp Jinni thì đầu óc mình nặng trĩu. Tommy ít khi nghe nhạc mà từ hồi quen Jinni đến giờ, chàng thấy âm nhạc là niềm vui, cùng nỗi buồn của chàng. Chàng mở nghe liên tục... Tommy xin nghỉ vacation từ khi mẹ Jinni đổ bịnh, đến giờ đã ba tuần chưa vô company. Ngày nào chàng cứ gọi vô xin gia hạn phép nghỉ. May mà hãng chấp nhận, dù chỉ còn một tuần vacation nữa là chàng hết sạch. Và ai lại không biết, Tommy ở nhà cùng Jinni chăm sóc cho Lệ Hoa, mẹ ruột của Jinni đang ngã bịnh đấy chứ?

Đã chuẩn bị ngày đón ba từ Việt Nam trở lại Mỹ. Nàng bé Jinni muốn "mang" Tommy đi đón ba, không cần má đi. Cho ba một sự ngạc nhiên để rồi nàng thừa thắng xông lên.

Jinni vẫn nghĩ là "Ba yêu con gái ba, thì ba không khó với người bạn trai của con gái ba chứ..."

Tommy có vẻ không tin tưởng lắm, nhưng Jinni thích thì anh vẫn vui. Hơn nữa đó chính là một niềm hân hạnh được Jinni yêu thương, cô chấp nhận cho anh đi chung rước ba Hoàng Trương, từ quê hương đất mẹ trở về Mỹ quốc...

Rồi ngày về của ba Jinni đã đến. Anh lái xe đưa Jinni đến Airport Atlanta. Hai đứa ngồi chờ trước cửa cổng đón. Hôm đó Tommy mặc bộ đồ khá đẹp, áo sơ mi trắng quần tây cam, áo đóng thùng gọn gàng. Jinni nhìn anh rất bảnh trai, phong độ hơn cả mọi khi, và cô cũng thích ngắm anh đó chứ! Còn Jinni mặc chiếc váy đầm dài xanh nhạt, vải thật mềm như lụa Thượng Hải. Nàng và anh lái xe đến đó cho xe vào parking, rồi đi ngồi chờ. Hai bạn vui vui trong khi chờ đợi ba Hoàng Trương. Cả hai cứ vây lấy cái iPhone nhìn những tấm hình đã chụp chung ở company hãng, ở con suối, ở bịnh viện chăm sóc má, lúc đi chơi nhà hàng... Hoặc khu vườn phía sau con suối v.v...

Tấm nào cũng đẹp, cũng tươi, cũng ấn tượng.

Thời gian trôi qua hơn hai mươi lăm phút... Jinni có vẻ sốt ruột. Cô ngắm Tommy và nhìn đồng hồ đeo tay mình. Cô bé biết máy bay đến hồi hạ cánh... Đèn điện sáng trưng khắp nơi mọi ngóc ngách, với thời gian của 5 giờ sáng... (Mà thực ra đèn điện ở đây 24/ 24. Chỉ có điều Jinni nôn nóng nên nghĩ nhầm và xa xôi như thế thôi...) Bây giờ chắc ba đi ra cổng. Thời lượng cũng lẹ thật, Jinni gọi cho ba, thì ra ông Trương báo ở phần nhắn tin. "Ba đang dần dà ra cổng, ngay cổng mang số number one ở hướng Đông."

Nàng dắt tay Tommy đi nhìn ba. Tommy đi theo nàng nở nụ cười tươi quá. Vậy mà thỉnh thoảng anh cũng có chút buồn, vì những lo ngại sợ sệt, và cộng chung nơi chàng trai đang biết yêu say đắm...

Ba nàng, ông Trương phát hiện ra hai đứa. Ông ra phía Jinni có Tommy đang đứng bên cạnh.

Cô bé vội thấy, nắm tay ba liền mừng sốt sắng la lên:

- Ôi ba con về! Sao nội khỏe chưa ba?

- Cũng tạm.

- À ba đây là bạn của con. Anh ấy tên là Tommy làm từ company, hãng má. Con vào làm gặp...

- Vậy à. Ông Trương mím môi nhìn, bắt tay Tommy.

Tommy vui vẻ nói tiếng Việt:

- Xin hân hạnh con vui khi gặp chú. Chuyến bay dài chắc chú mệt. Chú ngồi nghỉ năm, bảy phút. Rồi con và Jinni sẽ đưa về.

- Nhưng má con đâu, không đón ba con gái? Ông Trương ngạc nhiên.

- Má đau cả tuần nay mới bớt nên thôi... Con để má ở nhà. Con, anh Tommy đi đón ba...

- Con có thấy con vụng tính không? Má đau bớt rồi, mà sao đi đón ba không được chứ?

Một tý ông trấn tỉnh lại:

- Mà thôi, tôi vẫn cám ơn cậu, chúng ta lên xe về đi. Tôi không mệt lắm đâu, không cần ở đây thêm.

- Dạ con biết, cho con phụ xách hành lý. Tommy mau mắn nói.

Ông Trương làm thinh không trả lời, chỉ gật đầu.

- Để em xách một cái. Jinni nói và xách cái xách tay của ba. Cô ôm ba Trương như muốn nũng nịu sâu kín một điều gì với ba. Hoặc có thể lâu ngày vì nhớ ba...

- Đưa anh xách hết cho. Tommy bảo thế nhìn Jinni. Nàng đã nghe nhường qua tay chàng...

Tommy lẹ nhanh xách hết cả hai tay, tìm xe và bỏ vào phần sau của xe chứa. Tánh ông Trương đi đâu không ưa mang đồ nhiều, valise trông ra nhẹ hẫng! Chỉ có một ít quà bà nội bảo ba Trương mua cho Jinni, và cho má Lệ Hoa làm quà tượng trưng, hình ảnh quê hương đặc sản thôi.

Họ đã tìm xe nhanh và đi lên xe, Tommy lái. Ông nhìn con gái ông mà thôi. Jinni nhìn ông, cô cười như nịnh điều gì ngây thơ quá. Ông hiểu ý nó vui và không nói gì. Ông chỉ cố nhìn kỹ đứa con gái, ông Trương cười lắc đầu như chế chọc Jinni điều chi mới lạ? Thật ra ba Jinni vẫn là thể dạng một đàn ông cởi mở, lịch lãm, chân thành, và không quá nóng nảy, để phán đoán cái gì vẫn chưa rành rọt đối với ông. Ông Trương ít cho quyền của ông, để đi xa phán đoán vu vơ...

Tommy thì vẫn không cho xe chạy với tốc độ mau lắm, nhưng không lâu họ đã tới nhà.

Má của Jinni Lệ Hoa ra đón mừng vui vẻ:

- Anh đã về Anh Trương.

- Sao em không đi đón anh nhỉ?

- Em bịnh mới bớt xong...

- Bịnh gì vậy em?

- Bịnh xoàng nhưng mà nặng.

- Mà thôi em khỏe rồi chứ? Vậy sao không điện báo cho anh hay. Trời ơi em...

- Em và con lo được. Em không muốn anh nhọc lòng.

- Thôi được rồi. Ông Trương quay sang chờ nói với Tommy. Khi về đến nhà ông. (Tommy đã nhanh lẹ mang hành lý ông Trương vào nhà cất tươm tất.)

Ông Trương nói với Tommy:

- Thank you. Tôi biết ơn Tommy phụ cho tôi, cùng Jinni đón tôi. Mong có dịp gặp lại.

Như một điều tối thiểu với nghi thức tôn trọng con người, và là bạn của con gái. Còn chuyện Jinni yêu và lấy người này đối với ông lại là chuyện khác. Ông chỉ để tâm nhẹ trong lòng, mà chưa phải nói vào lúc này.

Tommy ra về với cái bắt tay rất mạnh, còn móc ngoéo lại nơi Jinni nữa. Cùng với mẹ nàng, ba nàng. Cậu nói lời từ biệt:

- Dạ con xin về khi dịp khác sẽ đến. Con mong chú Trương nghỉ khỏe. Mong cả nhà vui.

Nói rồi anh ra xe lái về nhà, về với Apartment. Trời như mỗi lúc một sáng hơn... Ông bạn già đi làm đêm chưa về. Thường là tới 7h sáng ông mới về. Nằm lại trên giường mình, Tommy giờ mới thở một cái quá mạnh, như cơn gió đông ào lạnh buốt, lăn tròn qua lòng mình đột xuất. Dù là mùa hè gió sớm mát lạnh tươi mươi, và chỉ hiền hòa kia.

Nhưng Tommy cảm giác như quá lo sợ điều chi bất ổn...

Anh nhớ đôi mắt lịch sự hiền lành song đủ nghiêm nghị của ông Trương, như cảnh báo anh điều chi lúc chia tay. Nhưng thôi, Tommy vội đưa bàn tay tròng qua vai, qua đầu để gối nó, để suy nghĩ. Anh cố tự nói một câu, như an ủi mình hơn "any way..." Rồi tự mỉm cười gượng. Anh hơi mệt khi nghĩ nếu như ba Jinni không chịu cho anh yêu cô nàng, thì đời anh có nhiều lối rẽ, "chiếc thuyền như vỡ đôi..." Tình yêu ơi hỡi là tình...Tommy ván vái " Cho tình yêu anh và Jinni đừng bị chia cắt, đừng bị ai chặt phá..."

Nhưng dẫu sao vẫn còn đó. Bây giờ anh phải đi tắm, để phải tìm giấc ngủ. Hôm nay vẫn còn chủ nhật. Thứ hai này anh phải vào company chứ, hết phép rồi cơ mà?

PHẦN 2 - CHƯƠNG 4

Lại một bước ngoặc lớn. Ba của Jinni không chấp thuận cho tình yêu của hai đứa.

Jinni và Tommy bỏ nhà ra đi. Cô không thiết việc học, cô đi theo tiếng gọi ái tình của Tommy, sang tận vùng đất Mexico để sống. Trước đó thì có cuộc xung đột dữ dội giữa nàng, ba nàng, má nàng trong một buổi đêm. Ba Trương bảo:

- Bà nghĩ sao mà cho nó quen với thằng đó khi mình làm mẹ...

- Tôi nghĩ tình cảm thương yêu Jinni, với Tommy không có gì xấu, nó cần được tình thương của chúng ta chia sẻ.

- Chia sẻ là chia sẻ như thế nào? Bà nói thế thì thảo nào? Bà đi tôn vinh cái sai lầm. Nên con nó mê muội là phải...

Ông quay sang Jinni hậm hực tiếp:

- Con nghĩ sao? Mà con yêu một người ít học, thất học giữa thời buổi hôm nay. Khi tương lai con sẽ có, đầy triển vọng ở một luật sư, một chính khách, một nhà lãnh đạo mà ba mơ ước, ba mong tìm kiếm chứ?

- Con vẫn học mà?

- Không được, con chấm dứt ngay nó.

- Con đã yêu. Vì anh đó khác hơn những người, lòng anh thơm thảo, tính nhân từ, cuộc đời lại kém may mắn mà ba? Nhưng ảnh biết làm con vui mọi khi, mọi lúc?

- Trời ơi là trời. Con gái nhìn sai hết ở đam mê ngu muội. Cảm xúc tầm thường chen lấn hủy hoại một tìm năng. Một vĩ đại của tri thức con gái con từng có? Ôi ba không thể tưởng con đã mất hết rồi... Mất hết rồi, nếu nói về tình yêu: thì tài trí nó không có, sắc diện cũng không, mà ba không hiểu con mê cái gì?

- Tất cả đều đứng sau tâm hồn nhân nghĩa tình cảm. Những ngày má bịnh, ảnh nghỉ việc hết lòng cùng con, chăm lo cho má.

- Con gái lại lầm lẫn ơn nghĩa với tình yêu. Đó không phải tình yêu con hiểu không? Trời ơi...

- Con đã yêu thưa ba.

- Ông Trương nghe, thêm gắt mạnh:

- Đã yêu? Thưa ba? Như vậy con chọn một là ba, hay một là nó. Nói đi... Nói đi ba nghe nào trời ơi.

- Con chọn cả hai.

- Không thể được thà ba mất con gái. Chứ ba không chấp nhận nó. Ba nói thẳng với con như vậy.

- Trời ơi ba.

- Ba mới là người kêu trời đây. Không kêu ba biếc gì hết. Còn kêu ba, là phải nghe ba.

Ông Trương nói và bỏ đi, làm một việc gì riêng mình. Hay đi tìm yên nghỉ, mưu tính cái gì đó. Riêng Jinni tình yêu như hụt hẫng tại nơi đây, ba nàng đã không chịu. Cô bé cũng muốn vò đầu ôm trán mình, để thở trong làn hơi gấp gãy...

Sau lần nói chuyện với ba đó. Một đêm khác Jinni email cho Tommy. Hai đứa chat message, và talk qua phone:

- Buồn quá hôm qua anh cạo đầu, bỏ company. Khi nghe em báo, ba em không đồng ý.

- Trời ơi anh... Vậy làm sao sinh sống? Anh hãy vui đi. Từ từ em tính, có gì mà thê thảm chứ anh?

- Anh muốn xa xứ sở này, qua Mexico mình sống. Em

có đi theo anh không?

- Tại sao mình phải đi xa như vậy anh?

- Anh có một người dì ruột lấy chồng Mễ rồi về bển. Có một nhà hàng bên đó, làm ăn cũng khá giả lắm. Nên anh muốn dẫn em qua bên lánh nạn, ta có việc làm sinh sống. Anh nuôi em. Anh khỏe mạnh mà.

- Em tiếp tục đi học?

- Ừa, em cứ tiếp tục đi học chứ.

- Rồi sao nữa anh?

- Rồi khi nào sẽ về lại Mỹ. Chừng nào có cơ hội em à.

- Buồn quá khi ba không cho phép chúng ta.

- Anh nghĩ sẽ không xa. Vậy em đi với anh không? Nếu em không đi, một mình anh cũng đi. Anh buồn lắm, anh không ở đây được.

- Em chưa biết?

- Nếu đi với anh, anh hứa sẽ không làm em tổn thương, anh bảo bọc em. Làm cho em vui khi sống bên nhau. Sẽ không có ngày buồn cho em.

Jinni làm thinh xúc động. Tommy giục:

- Được không? Em yêu?

Jinni làm thinh tự động tắt phone nằm quấn mền suy nghĩ. Sau một hồi lâu. Nàng email text message lại.

- Thôi em sẽ theo anh, hứa với em nghen. Cho em đi học và anh yêu em, không phụ lòng em nha.

- Hứa mà.

Trong lúc đó má Jinni gõ cửa nói gởi vào:

- Ngủ khuya rồi, sáng mai má muốn nói chuyện với con.

- Dạ. Jinni dạ một tiếng nhưng cô không ngủ được. Vì nghĩ đến ra đi theo Tommy, bỏ mẹ cha ở lại Jinni nhớ thương lắm. Nhưng nếu không đi thì lỗi hẹn với Tommy mà nàng chịu hứa theo anh.

Lúc này Tommy cũng nằm co một góc, ôm một nỗi nhớ mênh mông về Jinni như gác lên vai mình nặng trĩu, với những kỷ niệm...

Nơi Jinni thì cô đang cặm cụi viết lá thơ để sẵn:

Con tạm thời xa ba má con sang Mexico cùng anh

Tommy, con vẫn đi học. Con nghĩ con cố gắng cho tình yêu anh Tommy, nhưng sẽ không phụ lòng ba má đâu. Có ngày con sẽ về, để ba má khỏi trông đợi. Con: Jinni

Viết xong Jinni nằm lại trằn trọc. "Tình yêu vốn làm cho con người luôn hạnh phúc và phải nuốt nhiều trái đắng." Một danh ngôn mà Jinni vẫn cho là đúng nghĩa. Giờ này nàng hiểu nó hơn ai hết.

Sau cuộc ra đi trốn nhà của nàng, ba của Jinni đã làm đơn li dị mẹ Lệ Hoa.

Lệ Hoa cũng không biết nhiều, bởi vì đùng một cái Jinni vắng nhà để lại lá thư. Vô hãng thì Lệ Hoa không thấy Tommy còn làm việc ở đó nữa. Và bà không biết hiện giờ hai đứa trốn ở chốn nào? Bà chỉ biết trước khi đi Tommy có nói với Khải, một thợ công nhân chạy máy kết nghĩa, làm chú "thúc" của Tommy. Khải cho biết hai đứa sẽ sống làm việc tại một nhà hàng, có thể trên rẻo đất Mexico...

Lệ Hoa biết tới đó. Nhưng với chồng Trương thì đâu thông cảm được gì. Ông hạ quyết như lửa đốt vào da thịt, vào tim đau Lệ Hoa.

- Nếu em chấp nhận nó, dung dưỡng tình yêu đó. Đến mức này tôi không thể ở với em. Em nghĩ em còn xứng đáng là vợ tôi không chứ?

Má Jinni- Lệ Hoa khóc rất nhiều. Nhưng ba Trương lòng như sắt đá không chuyển lay. Ông vẫn khẳng định:

- Coi như tôi không sinh ra nó. Dù là độc nhất một đứa con gái, hư vẫn phải hư. Tôi không chấp nhận, tôi không ngờ con. Thật không thể ngờ được chuyện này có thể xảy đến...

Ông Trương tỏ ra nóng nảy, bực dọc hết mức. Ông như đánh hết mất một nửa tính điềm đạm của ông từ hồi xưa giờ.

- Anh khó quá, mình mất con. Đến hôm nay tôi mất anh.

- Em muốn thế mà. Em phải ngăn cản ngay từ đầu chứ. Bây giờ nó ở đâu, đi đâu? Sống chết thế nào, em cũng không biết? Tôi thua em luôn.

- Thì nó chắc đến ở Mexico.

- Mexico, Mexicac. Hừm. Nói nói thế thôi. Làm sao mà tin được, khi nó bị xỏ mũi làm con thiêu thân. Tôi ở với em làm chi? Một người vợ, một người mẹ làm con đi lệch hướng thế kia chứ?

- Tại anh gắt quá. Chứ thằng Tommy con mình có lấy làm chồng vẫn OK thôi mà. Nó chịu cho Jinni tiếp tục học.

- Đó, nói vậy mà em nói được? Học đâu không thấy, giờ bỏ nhà đi rồi, đừng nói dong dài nữa, tôi làm đơn li dị đêm qua rồi. Ngày mai tôi với em ra tòa coi như xong. Tôi không có một người vợ như em, không biết dạy con. Và tôi không có đứa con như nó. Thế là đủ rồi...

Làm sao có thể nói khác hơn, những gì mà ông Trương muốn, ba của Jinni đã cố tạo ra như một áp lực cho vợ. Lệ Hoa đành gạt nước mắt, sẽ đến tòa một cách làm chứng gắng gượng. Vì chồng ép, không còn tình thương với mình nữa. Ông không thông cảm cho con trẻ? Thời đại mới, thế hệ mới, nhưng bao cảnh tang thương, giữa gia đình bố mẹ và con cái họ. Đối tượng vẫn là tình yêu mãi hụt hẫng, đa chiều. Chuyện cứ tiếp tục xảy ra, mà chính gia đình Lệ Hoa mắc phải. Lệ Hoa càng thêm ngậm ngùi với một cuộc chia tay của chồng buộc tội có văn từ: "Là không còn hạp ở tư cách sinh hoạt vợ chồng, nên li dị.." Thật quá ngậm ngùi, quá tàn ác với cá nhân bà! Lệ Hoa ngậm khóc, ngậm cười, ngậm đau khổ như nuốt trăm ngàn viên bồ hòn vào ruột gan vậy!

**

Chiếc máy bay vội vàng đưa Jinni cùng Tommy qua địa phận ranh giới nước Mỹ, đến bên Mexico, mà Tommy nhờ người dì mua cho vé để được đi mau, bởi vì thời gian gấp rút. Tuyên mua tặng cho hai cháu Tommy, Jinni. Với mẹ của Tommy thì dì Tuyên cực giận, cực ghét. Trái lại với Tommy là một đứa cháu Tuyên cực thích, cực thương. Nhân dịp này, Tommy mới chịu sang phụ giúp cho người dì. Có tiền thì mướn ai chẳng được, nhưng làm sao bằng người nhà! Một người cháu tốt, lại có một người yêu hảo tâm, rộng lòng, xinh đẹp như Jinni. Nên Tuyên trông mấy ngày, mà như đỏ cả hai con mắt.

Tuyên lái xe đến Airport Mexico- Cancun. đứng lặng người, chuẩn bị đón Tommy cùng Jinni tại sân bay này. Cô mặc chiếc áo vàng cam đậm, kiểu cổ khá rộng, chiều dài nhiều như gần phủ mông. Còn cái quần tây trắng thì chật bo, bó sát, mỗi khi đi đón ai ở Airport. Song Tuyên thích những kiểu đồ như vậy, bởi nó sang, và lịch lắm... Nó như cân đối, làm cô phong độ thêm hơn, dù dáng người Tuyên cao to nhưng không thô thiển, hoặc nhìn phô cứng sáp!

Tommy, Jinni đến như bao hành khách trong chiếc máy bay từ Mỹ về Mexico-Cancun. Chuyến máy bay hạ cánh giờ giấc rất chính xác, Tuyên text message, Tommy cũng nhận được tín hiệu trả lời ngay:

- Tụi con đến, xuống ra exit cổng phía Đông sân bay.

Sau đó nói chuyện qua phone. Tiếng Tuyên thật nhẹ:

- Dì đang chờ ngoài cổng phía Đông số hai đây.

- Hai con sẽ ra tới ngay.

Quay qua Jinni, Tommy nói:

- Dì đến chờ tụi mình rồi em. Em mệt lắm không Jinni?

- Không anh.

- Dì sẽ thương em thôi, nhất định là như vậy rồi.

Tommy vừa nói thì nhìn dì Tuyên có mặt ngoài cánh cửa bên ngoài số hai.

Cả ba đi đến chào nhau đon đả:

- Chào dì. Tommy nói.

- Chào dì. Jinni bảo.

- Chào Jinni. Tuyên nói.

- Chào Tommy. Tuyên bảo.

Tuyên nói tiếng Việt rặt, dù Tuyên biết ba thứ tiếng, nên Jinni, Tommy cũng theo ý dì Tuyên. Chú trọng Jinni hơn, Tuyên bảo, khi Tuyên đưa mắt nhìn đôi uyên ương đứng đó:

- Có phước quá Tommy, cô bé này hết chỗ để dì khen đó nha. Tommy tuyệt hay, chúc mừng tụi con đến với dì.

- Dạ cám ơn dì có lời ngợi khen. Tommy trả lời với Tuyên mấy câu. Người yêu của anh thì làm thinh, cô như có gì mất thăng bằng, khi nghe Tuyên bảo thế. Chắc là cô bé xúc động...

Tuyên bảo tiếp:

- Thôi ta về nha. Lên xe đi nhà không xa lắm. Chừng nửa tiếng xe chạy mức độ trung bình sẽ tới nơi...

- Xa, gần không ngại chi dì. Có công việc con làm là OK hết.

- Sợ không đủ sức con làm đó. Chứ còn công việc thì cứ mênh mông.

Jinni cô bé vẫn chỉ lắng nghe. Vừa nói chuyện Tuyên nhắc nhở luôn:

- Seat belt dây qua người nhé. Không police sẽ lượm đẹp đó. Mới 10 giờ sáng - Ban ngày thì họ càng chú trọng lắm.

Bất luận ai lên xe Tuyên cũng nói như thế, như một thói quen, khi cho xe bắt đầu chuyển bánh. Ôi nó như một bản tình ca đẹp nhất luôn nhắc nhở, mà cô yêu thích phát ra bằng lời, từ nơi chiếc miệng mình mỗi khi đón người thân...

Trên xe Tuyên, mùi thơm của nước hoa Tuyên xức thoang thoảng. Và mùi thơm của xe đời mới còn phảng phất quyện nhau, cô gái tự hỏi mình có quá sức tưởng tượng không? Song Jinni như cứ muốn hít miết. Nàng biết thế giới cuộc sống của dì Tuyên xa hoa hơn má mình gấp mười, gấp trăm lần, cô chạnh lòng nghĩ thương má lắm... Ba thì lịch lãm sang trọng, riêng má sống cần lao, khép kín và tiết kiệm... Nhưng nàng bé chưa dám nghĩ nhiều. Dù sao nàng vì tiếng nói tình yêu, Jinni đã bất hiếu một nửa với mẹ mất rồi! Tuy vậy nàng ráng gượng sầu, để làm tươi đây...

Trên xe Tommy muốn hôn người yêu vì anh vui, anh đưa Jinni tới bến bờ Mexico như mong rồi, song Jinni chỉ lắc đầu vùng vằng làm anh cười lãng, phá đi một cảm hứng nơi mình...

Tuyên qua kính chiếu hậu nàng biết đó là cô gái trẻ kín đáo, Jinni bẽn lẽn hơn là mạnh dạn, táo bạo... Thế mà bỏ gia đình theo tiếng gọi tình yêu của cháu mình. Một người cháu đã nghèo không học thức cao, không đẹp trai, không gia sản, nghèo rớt mồng tơi kia chứ. Quả là một chuyện duyên số quá lớn. Tuyên suy nghĩ mơ hồ vẫn ngọt tay lái xe. Chẳng mấy chốc họ là đến nhà... Nhà Tuyên đi qua một khúc cua quẹo khá đẹp, hoa bát ngát bên đường trông rất thơ mộng và là lạ như ảo giác. Jinni đưa mắt nhìn nó, lòng cô xốn xao khó nói! Tommy thì cứ nhìn vào mắt Jinni kia. Đôi mắt nàng sáng long lanh, có chút buồn nơi hồn gợi cảm... Quả thật, nàng luôn đáng yêu trong chàng muôn thuở... Chàng mê nàng, và cứ đưa mắt nhìn nàng, chàng không cần thèm nhìn hoa lá hai bên đường như Jinni đâu!

Xe đã đến nơi nhà. Tuyên cho vào parking. Tắt máy bước xuống xe, Tuyên mỉm cười:

- Đây nhà dì đây. Tới rồi đó. Vào nhà đi.

Tommy Jinni theo sau nối gót Tuyên xách đồ vào. Tuyên mau lẹ chỉ chỗ cho hai đứa ở phòng nhà mình. Và trước mắt Tuyên bảo:

- Đi tắm đi ngủ một giấc dậy, dì đã đem đồ ăn sẵn từ nhà hàng về đãi hai cháu đó, cháo gà hầm rút xương, và cơm phần nhiều món... Tối chiều dượng về thì mới gặp. Mọi chuyện do dì sắp xếp, không lo chi ông chồng dì.

Hai đứa lắng nghe. Tommy gật đầu vui vẻ đáp lễ:

- Dạ con hiểu rồi. Sau đó cả hai vào phòng riêng.

Tuyên cũng theo vào. Jinni nãy giờ không nói chỉ để cho Tommy. Chàng để đồ đâu đó cho gọn gàng. Jimmy vẫn tiếp tục chia sẻ:

- Nhà đã nha dì Tuyên ơi? Ngắm đẹp lắm chứ.

Tuyên trả lời:

- Cũng thường thôi. Tuyên vẫn mỉm cười.

Tuyên nói tiếp:

- Thôi tôi hút bóng cho xong đi. Trả lại không gian "Cho đôi uyên ương nha" "Cho tình nồng muôn thuở." Cho tình yêu Tommy Jinni mãi đắm say đó nha...

Tuyên nói thật mà vui, lại mang nhiều hài hước, rồi mỉm cười lần cuối cùng, rời phòng hai đứa. Tuyên trở về phòng mình, chồng Tuyên thì còn ở nhà hàng L. River chưa về đâu. Tuyên đưa tay liếc mắt nhìn mặt đồng hồ của mình.

Và biết rằng giờ này vẫn còn thời gian sớm, cho đức lang quân nàng trở về bên nàng... Bởi vì chủ nhà hàng các khâu công việc được chia coi rồi, nhưng đâu phải sự vắng mặt của chàng, là ý nghĩa và hoàn toàn đúng? Mà sự có mặt, sự hiện diện của chàng ở một giờ giấc, luôn vẫn là điều cần thiết ảnh hưởng, lan tỏa. Tuyên thương chồng và hiểu chồng nhiều, dẫu rằng chàng ta là người Mễ. Nàng đang thả thân nằm suy nghĩ một chút...

Còn hai đứa, đôi giai nhân tân lang chưa cưới, song chung hình chung bóng đang nói chuyện. Tommy hỏi:

- Em đi tắm trước đi hay hai ta cùng tắm? Tommy liếc nhìn Jinni, anh cười tươi roi rói.

- Để em tắm trước đi.

Jinni trả lời ôn tồn, cô đã chuẩn bị đồ để đi tắm. Song cô cứ mãi mê ngắm, kiểu nhà dì Tuyên mà chưa muốn dời gót vào bathroom. Nhưng Jinni đâu thể nào chậm trễ, để chàng phải chờ kia chứ! Tuy nhiên nàng mãi ưa ngắm ngôi nhà đẹp làm sao! Lối kiến trúc có khác bên Mỹ một chút. Hơi xưa mà rất đẹp, nhà rộng, vườn thoáng vô cùng...Jinni thích và tự hít thở vào lòng ngực, bằng những không khí của miền Nam xứ Mexico mới mẻ mát lạ này! Vào một buổi sáng hôm nay, trời và quang cảnh rất trong lành, thánh thoát, ngay cả trong phòng này. Nàng không ngờ mình lại đến, nhưng thật sự là nàng chạm đất đến. Jinni nghĩ mông lung, rồi nàng phải dời gót hẳn vào bathroom, không dám chậm trễ nữa!

Tommy ngồi chờ đợi mà cũng ngắm. Có khác chi tâm trạng Jinni, họ đều cảm thấy nhà dì Tuyên lạ lẫm, thật đẹp!

Tắm xong cô gái ra thấy thoải mái vô cùng. Nàng ra khỏi phòng bathroom, nàng mang theo hương vị êm dịu thơm ngào ngạt của nước tắm thượng cấp BIOS, của dì Tuyên để dùng. Tommy lại vào, anh ôm hôn nàng một cái thật mạnh. Tommy cảm thấy nó như đã làm sao, hương thơm dìu dịu từ da thịt Jinni thật, và nước tắm hoa tẩm ngấm vào pha trộn thêm. Làm anh mê đắm, thích lắm, ngất ngây...

Còn Jinni làm bộ đánh tay vô mặt chàng một cái, nhưng

cảm thấy cũng trìu mến chàng làm sao đó! Cô phải tránh lẹ ra, cho Tommy vào phòng bathroom để shower như dự định chứ!

Tắm xong. Ngồi bỗng nhiên cô gái nhớ ba mẹ vô cùng, nhất là mẹ, nỗi nhớ đang xâm chiếm vào trái tim nàng. Nàng không dám nhớ vì sợ buồn. Jinni cắt ngang. Cô bé có một chút thấy thương thân mình tội nghiệp. Vì đâu nàng phải xa ba mẹ! Vì tình yêu nàng trót dại...

CHƯƠNG 5

Công việc phải đến, Jinni Tommy đều phụ giúp cho nhà hàng dì Tuyên, một nhà hàng Mễ như đã nói. Chồng cô là Mễ, hai người lấy nhau trên mười năm mà không có con. Tuyên theo ý chồng về Mễ, về Mexico trên bảy năm. Chồng dì vẫn khá rành tiếng Việt, ông giỏi luôn ba thứ tiếng; Mỹ, Mễ, và Việt. Công việc họ làm ăn êm xuôi đắt đỏ, chỉ họ không có con thôi, chưa có con thôi. Tuyên tạm thời cho Jinni làm waitress tiếp tân. Còn job của Tommy thì lung tung khi cần, lúc đi nhận lấy hàng tươi chở về, lúc phụ bếp, lúc phụ nấu, lúc phụ dọn dẹp, lúc dì Tuyên nhờ vả chi thêm bên ngoài nữa...

Nhưng một hôm chàng Tommy lại ghen quá đỗi, để trở thành vụ xô xát cãi lộn nơi nhà Tuyên xảy ra:

- Anh đưa em sang đây là làm vợ anh, chứ không phải làm vợ cho mấy thằng Mễ đó. Anh không chịu đâu.

- Anh sao xài xễ em như sớm thế? Nhà hàng thì em vui vẻ với khách tý thôi.

- Vui vẻ gì chứ? Em để nó thiếu điều hôn lên cái mặt em. Nó ngã lên mình em. Anh không chịu nổi đâu.

- Trời ơi hôn đâu mà hôn? Anh nói ẩu quá!

Trong phòng hai đứa lớn tiếng khiến Tuyên nghe lo âu. Và Tuyên đích thân đến hỏi cho mọi lẽ:

- Gì vậy nào? Gì vậy Tommy, Jinni.

- Ảnh nói con để người ta hôn. Mà con đâu có?

- Ý trời ơi, giờ này còn ghen quá vậy. Con lạc hậu mất đó cậu trai. Làm ăn vui vẻ một chút, cho tươi tắn có mất gì đâu. Nó là vợ con ở hằng đêm với con, mấy người đó được gì? Trời ơi là trời...

- Nhưng con không chịu. Thà con không thấy trước mắt con còn hơn.

- Vậy con tính sao? Dì không muốn hai con hục hặc, mất vui nha?

- Con không muốn Jinni làm ở đây. Thà nó ở nhà học con nuôi, chứ con thấy trước mắt. Con không chịu được.

- Nó làm có mấy tiếng hà, mà con ghen cỡ đó ai chịu nổi con? Thôi thì Jinni đừng làm chỗ dì nữa. Cho nó khỏi thấy, đó là thượng sách, dì thương con và chiều con lắm Tommy? Chứ có một Jinni, là nơi Tuyên có thêm phần khách phụ trội lắm.

Tuyên hỏi thêm.

- Vậy thì con tính sao, ý kiến con Jinni?

- Con sao cũng được, tùy dì quyết định. Nhưng con nghĩ là con rất trong sạch.

- Ai mà tin. Anh ghét những thứ trước mặt anh. Anh không chịu được thật đó.

- Ghen quá mất người yêu con Tommy? Ồ mà thôi, Tuyên cho nó đi làm một chỗ khác, phụ làm một tiệm tóc bạn của dì nha. Hoặc nơi em chồng dì cũng được.

Tommy làm thinh, Jinni nói tiếp sau lời Tuyên:

- OK cô, nhưng mà con đi theo ảnh. Tức là mong ảnh thương yêu bảo bọc, hiểu nhau và chăm sóc. Chứ không mong ghen quá làm khổ cho con. Jinni lúc kêu dì lúc kêu cô. Vì xứ má nàng Lệ Hoa, con của chị em gái vẫn được gọi là cô. Và có một số kêu dì. Vì họ thay đổi, họ muốn học theo các địa phương khác.

- Được từ từ cô sẽ nói với Tommy, cô biết tánh con mà Jinni. Vậy nay mai xa vợ rồi, đừng qua bên đó ghen nữa nha. Hãy nhớ lấy đó cậu trai...

Jinni hiền lành, thơ ngây nên nghe theo Tommy và "chiều chồng" hết mực. Tommy, Jinni đã làm lễ cưới chính thức trong nhà thờ Baptist được vợ chồng Tuyên khuyến khích hổ trợ, chỉ về sau đó độ mấy tháng, khi mà họ đến miền xứ đất Mexico này...

Qua bên tiệm tóc Jinni được đón nhận job phụ cạo râu, massage. Có mấy lần Tommy qua thăm, và về nhà lại la làng hơn nữa:

- Anh thấy còn tệ hơn. Mấy thằng đó cứ nhì nhằng với em. Trời ơi cạo râu gì sợ luôn... Nhì nhằng quá...

- Đâu có gì mà anh kêu nhì nhằng. Khâu em chỉ gội đầu massage, cạo râu cho họ, em chỉ làm phụ thôi. Nay mai em biết cắt tóc. Rồi làm lỡ họ sơ ý ngã người, anh cũng ghen chắc là chết!

- Thôi khỏi đi làm đi. Anh làm thôi, em ở nhà học đi.

- Bên Mexico giống như bên Mỹ vợ chồng đều đi làm mà, vợ biếng nhác không chịu làm là nuôi khổ? Vợ siêng sắng là mừng, nên cho Jinni đi làm Tommy ơi. Tuyên tham dự chứng kiến, có nghe cuộc ghen lần hai của Tommy. Tuyên bảo thế.

- Con không chịu đâu. Con chịu hết nổi rồi.

- Trời ơi là trời. Tối ngày cứ nói chịu hết nổi, chịu hết nổi. Vậy con tính sao đây nữa?

- Đổi đi vợ con về dì. Con qua tiệm tóc. Con làm quét dọn cũng được. Má con là nghề tóc, con có biết chút đỉnh. Hồi đó con không mê, nhưng bây giờ con phải làm và học làm nghề, may ra đâu đổi đời. Cháu trai của Tuyên, tức là chàng trai Tommy nói như thế.

- Ô, họ không nhận con cắt tóc liền đâu, tất cả làm lại từ đầu... Con nên biết. Dì Tuyên phân định nghề cho Tommy nghe.

- Vâng con hiểu. Tommy trả lời.

- Họ chưa mướn nơi đó một ngày tám tiếng đâu, làm sao con sống đủ?

- Con sẽ tìm thêm một job phụ nữa.

- Ừa thì thôi vậy đi, vậy Jinni về bên dì Tuyên nha. Đó là tiệm em chồng cô đó, nên Tuyên sẽ nói chuyện với họ. Song nhớ dì Tuyên không chiều con nhiều hơn nữa. Không có lần thứ ba xảy ra nghen Tommy!

- Dạ. Tommy đáp.

Tuyên nhìn Jinni và bảo luôn:

- Con về bên cô lại cũng được nha. Tuyên lúc xưng dì, lúc xưng cô. Bởi ảnh hưởng từ nơi Jinni kêu nói.

- Dạ con cám ơn cô. Jinni gật đầu mừng rỡ thân thiện.

**

Tommy bắt đầu đi làm clean up, cho Beauty New Hair, chỗ của em gái thứ ba chồng Tuyên. Và anh phụ thêm rửa xe gần tại một body shop, vẫn là nơi em trai chồng Tuyên nữa. Tuyên phải đích thân dẫn đến để xin job, cho đủ số tiền lo cuộc sống Tommy cần. Như vậy coi như ổn. Còn Jinni trở về nhà hàng L. River nơi dì Tuyên, nhận việc tiếp tục với danh chức là waitress.

Tommy thi hành công việc rất đắc lực, mau chóng, gọn gàng. Cả hai nơi, hai job em chồng Tuyên đều rất hài lòng.

Một hôm nằm, Jinni ngồi chổm dậy nói với Tommy khi hai đứa kề cận chung trên chiếc giường.

- Anh à, hay anh học lại hết đi, rồi thi lấy bằng ta mở tiệm tóc làm. Chúng mình phải về nhìn ba mẹ nữa. Em nghỉ học và làm tóc cùng anh há. Không cần học chữ nữa vẫn OK mà. Không cần đại học, bỏ ngang đại học con người cũng thành tài, thành công giàu có kia mà anh? Chúng ta thử đi? Vào hàng ngũ đó đi anh.

- Hay đó nghen, phải lắm em Jinni. Cả khối người tài, họ bỏ lỡ đại học... Tommy có vẻ vui đồng ý với vợ.

- Vậy thì em cho anh học tóc, và tranh thủ nhé. Em bỏ học chữ làm full time nhà hàng nha, để có tiền cho anh học nghề nè. Jinni phân minh tới cùng với Tommy. Cô liếc nhìn một cụm hoa cúc giả nhưng rất đẹp ở nơi bàn nhỏ gần chốn họ, bên một chiếc đèn ngủ cũng nho nhỏ khá xinh, khá dễ thương kia.

- Không. Em chỉ làm part time, nhà hàng dì Tuyên hoặc thêm một tý giờ thôi. Còn em vẫn có thể học tóc, để vợ chồng mình mau lập nghiệp riêng. Tommy trả lời.

- Phải rồi hay nghen anh. You have good idea. Honey! Tommy của em! Con mèo quý của em hi hi.

- Yes! Anh hứa từ nay không ghen với em nữa, tha thiết

yêu em hơn. Một ngày anh đưa em về lại Mỹ huy hoàng. Cho ba má em vui, nhất là ba khỏi khinh anh.

- Em hiểu anh, em yêu anh. Và em tin anh Tommy...

**

Tommy chàng vẫn đi làm như thường lệ, nhưng bắt đầu tranh thủ lật vào sách học và nghiên cứu về tóc, cấu trúc của tóc, biến thể của tóc, phương pháp học cách làm tóc đẹp. Rồi đến lớp để học. Chàng học cả hai: Lý thuyết học, thực hành học. Tommy một tuần vài chục giờ, phần thực hành thì chàng học ít hơn phân nửa lý thuyết. Vì Tommy cần đủ giờ nhanh để lấy bằng. Tommy nhận ra "Có thể anh sẽ thành công trong nghề này!" Anh đã cắt tóc mười cái đầu giả bằng mannequin chất nhựa cao cấp, và búi tóc dài thật đẹp. Năm kiểu đàn ông, năm kiểu phụ nữ được cô giáo chuyên môn đánh giá cao. Cách pha màu, làm màu, chọn màu, highlight, tẩy tóc của anh cũng quá ư là độc đáo. Cô chủ cho anh thực nghiệm nơi một số khách. Anh liên tục cắt những mái tóc khác nhau với sự đòi hỏi của các vị khách, Tommy đã làm cho họ bằng lòng, khách rất thỏa chí, khen ngợi, choáng váng cả yêu thích, cả ngạc nhiên luôn... Và cô giáo tin tưởng vào thực lực của anh. Sự đi lên của anh, Tommy sẽ mau chóng thạo nghề. Cô giáo ngỡ ngàng hơn ai hết, mà không thể chê vào đâu được ở bàn tay anh... Cô giáo hướng dẫn thực hành nói với anh rằng: "*Tommy có thể đi rất lẹ trong nghề này! Anh nắm bắt kiểu cách rất ư là nhanh chóng. Wow rất là tuyệt vời, và tuyệt vời...*"

Tommy cũng cho biết là má chàng từng có tiệm tóc ở Mỹ, chàng đến chơi coi các thợ làm nhiều lần, nhiều năm từ khi, lúc Tommy còn đi học chữ của cuối chương trình tiểu học, và đầu chương trình trung học. Có lẽ nghề này đã chín trong máu chàng lâu rồi, nên thành thử chàng đi rất dễ bén.

Hôm ấy chàng phải có một ý tưởng mới thử mái tóc cho vợ. Ngày đầu tiên chàng cắt mái tóc vợ Jinni. Tommy cắt tóc cho Jinni tại nhà để thể nghiệm, một mái tóc dài vừa đủ nhưng "curl" lượn sóng cầu kỳ và kiểu cách đường nét cao sang, có chút highlight ở mái. Chàng đưa nàng ra tiệm ai vẫn phải trầm trồ, thán phục. Nàng trở nên lỗng lẫy kiêu sa hơn, so với một mái tóc dài, thơ ngây hiền hậu của Jinni trước đây... Tommy chăm chú rồi trổ tài mau lẹ như "thần đồng" trong nghề tóc.

Mấy tháng sau chàng đậu license đã có trong tay. Hai vợ chồng mừng lắm. Bước thứ hai là Tommy bàn với Jinni chờ một dịp mới nhất, một cơ hội, họ muốn mua tiệm như họ từng nghĩ.

Công việc họ vẫn trôi theo ngày tháng. Hai vợ chồng Tommy, Jinni hưởng được hạnh phúc. Thỉnh thoảng rảnh thời gian, anh đi đến nhà thờ để tạ ơn, đi cùng với Jinni. Anh có một khuôn mặt hoàn toàn tin tưởng và mới lạ. Bên cạnh Jinni - Một cô gái, một người vợ đã có chiều sâu chín chắn, tự tin hơn năm xưa!

Thế là công việc clean up nơi làm tóc, nơi rửa xe, không bao lâu Tommy kết thúc khép lại hết. Chàng sang một tiệm tóc chủ họ đi về Paris, họ đã thông báo. Cơ hội đến nên Jinni Tommy chộp lấy ngay. Tuyên cũng tuyên bố ủng hộ cho hai cháu...

Tiệm lại tiếp tục hoạt động với lượng khách và mở rộng thêm phần massage body. Do Tuyên đầu tư để Jinni giám sát về khâu này. Còn Tommy trực tiếp chỉ đạo khách làm tóc. Những thợ vẫn giữ lại hết, vì chủ có lý do họ về Paris, về với dòng sông Seine, xa xôi thơ mộng kia của họ. Chứ thợ đâu có đi về đâu? Họ vẫn còn ở đó...

Nhanh hơn giấc mộng Tommy đưa tay nghề lên cao không thể tưởng, chàng luôn luôn cắt những kiểu tóc thật tuyệt mỹ, đẹp và diễm kiều như mơ, khách ưng ý hơn thợ năm xưa rất nhiều. Khách mới cộng dòng khách cũ làm tiệm thêm đông đảo. Jinni biết quản lý, nàng thích ứng vô cùng với công việc, điều hành tốt... Thành ra tiệm trở nên trật tự, khang trang, vui nhộn, hiệu quả chưa từng thấy... Như trời cho tặng không bằng! Sức non trẻ và hoạt động mạnh mẽ nơi Jinni cùng Tommy, làm cho tiệm khởi sắc tươi đẹp, lạ thường. Từ chủ, đến thợ, khách, mỗi gương mặt là một mùa xuân. Một mùa xuân như nở rộ...

Hương thơm tỏa rộng, các tài tử giai nhân, họ tiếng tăm đều muốn thử qua bàn tay phù thủy biến hóa tóc của Tommy, và sự massage từng trải của thợ, cộng với sự chỉ đạo làm mới của cô chủ trẻ Jinni. Ông chủ Tommy luôn nhận sự tán thưởng hậu tiền ưu ái. Làm việc về nhà luôn được nghe tiếng đàn violin Jinni móc kéo và lướt nhẹ thật tuyệt ý, bao lâu nay khổ cực Jinni để đó, nó chỉ treo bỏ như chiếc bóng mờ đứng một góc tội nghiệp. Giờ có dịp cây đàn cũng muốn cùng bàn tay ai đó, lăn xả cuộc đời mình, tô điểm cuộc sống mới của họ... Thỉnh thoảng cô chơi các loại nhạc cụ khác như piano, organ, guitar, tranh, nhị v.v... (vì lúc còn học sinh tiểu học, ba mẹ Jinni cho cô vào nhà thờ học tất cả các ngón đàn như cô thích...) Là niềm vui giải trí cho cuộc đời cô. Đây giờ cũng là thời gian hạnh phúc xanh nhất của Jinni, và Tommy hưởng thụ. Trong ba năm thì anh mua được nhà riêng, xe hơi đẹp riêng, cái gì trong tay anh cũng có. Cái mừng nhất Jinni đã sinh cho anh một đứa con gái kháu khỉnh dễ thương, có phần giống mẹ pha một chút ba. Tên bé được đặt là T.J.Amy.

T.J.Amy đã ra đời trong những ngày tháng thật tuyệt vời, của đôi bạn trai tài gái sắc...

CHƯƠNG 6

Nhưng khi hạnh phúc nằm trong tay, đôi khi người ta lại hững hờ nó, coi thường nó. Để dấn thân vào những ham mê mới, con người vẫn thường thay trắng đổi đen. Có thể tồn tại những đam mê bất chợt xấu xa, mà vẫn khó lòng nhìn ra. Mờ ảo, vật ảo mà cứ như là cơ hội tốt đến với mình, nên chồm lên, để lấy thương yêu bảo bọc, và săn đón. Cái khổ ở đời là thế, đúng vậy. Nhân tình thế thái cũng lạ kỳ, luôn truy đuổi, chuyển hướng, hoặc chọn điểm để đi, để tới, rất nỗi niềm về sự ấm lạnh, của tình yêu. Chuyện khôn, chuyện xấu ai nhường cho ai trong thế giới này mà.

Thật tội nghiệp. Khi có tiền Tommy lại thích la cà, đi chơi, nhậu nhẹt, club, bar, tửu trà, điếm đúm. Anh lắm bạn, nhiều bè, lắm kiểu chơi, có cả gái gung, em út, ca sĩ loại thường, loại xịn thượng hạng có đủ... Gái trong bar, những cô nàng bốc lửa, hiện nhảy đẹp nhất, chân dài, cười lớn, thở gấp, chịu chơi, phóng khoáng v.v... Anh quan hệ rất mở rộng...

Tommy đèo bồng quen hết. Rồi mê một ca sĩ trứ danh, vui chơi bên cô thâu đêm suốt sáng, ít khi về nhà. Cái may là anh chưa nhập vào những băng đảng hút cần sa hay á phiện đang mời gọi. Tuy nhiên ham vui chơi, song về tiệm tóc anh vẫn làm việc hăng hái. Thu nhập không sút giảm. Đó là một niềm hay riêng của anh, còn tồn tại còn bảo trọng, và tuyệt vời ở đó! Nhưng tuy vậy Jinni lại rơi vào buồn bã của những đêm với con. Rồi Jinni lại thích làm thơ chơi đàn một mình. Nàng buồn nên cũng muốn làm gì đó cho quên đi, cho giải tỏa tâm trạng. (Jinni thường làm thơ về biển, một lúc nàng có thể ra năm bài biển một hơi. Vì nàng yêu thơ, yêu biển giống ba nàng. Mặc dầu ông Trương ba Jinni lại có chất rắn rỏi ngoài đời, mà Jinni lại yếu mềm bi lụy, giống tánh khí mẹ.) Jinni không làm thơ bằng cảm xúc, mà làm thơ bằng tâm thức. Cô nàng làm bằng những gì đã đi qua ghi nhận lại, hoặc liên tưởng sự kiện nào đó một thời... Mặc cho nàng mới bước vào tuổi trên hai mươi không xa... Nên thơ Jinni đôi khi vui nhẹ nhàng êm ái, đôi khi bốc lửa mãnh lực, khi thì buồn tênh, buồn như khi nước mùa đông lạnh ngắt! Buồn tình đau đáu quá, Jinni viết một bài thơ *"Thẩn thờ"*

Thẩn thờ với mái tóc xanh
Ngày xưa êm ái ngọt lành có nhau
Tiếng ru sóng dội niềm đau
Tiếng ru sóng vỗ hôn nhau vỡ rồi...
Tình yêu mấy bước thảnh thơi?
Nắm trong ảo mộng vỡ thời chiêm bao...

Nàng viết ra ý hai thứ tiếng English, Việt Nam bằng mảnh giấy dán cứng lên mặt bằng vỏ đàn violin của mình.

Chính năng khiếu đa cảm của Jinni, ba nàng ông Hoàng Trương rất sợ khi còn nhỏ, mà Jinni vẫn không tránh khỏi.

Nàng nhớ tiếng ba nàng nói bên mẹ, khi nàng ngồi chơi đàn: - "Con Jinni tính ưa chuộng ướt át, lãng mạn. Sau này không kỹ, sẽ khổ thân đó em Hoa?"

"- Anh đừng nói như vậy. Tội cho con mình... Nó rất khôn lanh sáng suốt anh à."

"- Làm sao mà biết được chuyện mai hậu của nó em?"

Nàng không tin ba từng nói với mẹ là mình như vậy, và mẹ trả lời. Bây giờ thì nàng đang chạm tới cửa nó. Jinni như thấy lại câu chuyện đó. Tay nàng như tê lại. Tim nàng như nhói lên một chút...

Hôm tối đến chờ chồng về. Jinni bảo Tommy:

- Em không chịu nổi anh đâu. Đi chơi gì mà anh quên em, quên con. Đi cho cố, đi quên luôn đường về.

- Anh có đi đâu. Ngồi trong một quán bar để bàn với một số bạn mình mở thêm tiệm ở New York.

- Thôi đủ rồi mình sống đã ổn.

- Anh muốn mình có tiệm bên đó nữa, bên này em coi, rồi dần hồi mình về lại Mỹ mà Jinni!

- Nhưng em chỉ muốn một nơi có vợ, có chồng.

- Thì anh chỉ đang tính mà?

- Em thấy anh gần ba tháng nay hư lắm đó nha. Em không chịu đâu. Em thấy anh mỗi ngày một khác hư.

- Ở với em gần bốn năm, hư ba tháng có nghĩa gì đâu? *"Có nghĩa gì đâu một buổi chiều. Nó chiếm hồn ta bằng nắng nhạt"* Hi hi.

- Anh đừng lạm dụng phá thơ người ta nổi tiếng.

- Anh đùa giỡn cho em vui lại mà.

- Em không muốn anh hư một ngày. Nàng cố bảo.

- Anh nói đùa thôi, vợ yêu. Con đâu rồi em?

- Nó ngủ rồi, em nghe người ta nói anh có quen cô ca sĩ nổi danh người Mễ gốc Việt nên đâu cần em? Nàng đang khoanh tay vào lồng ngực nói một cách dễ thương.

- Vợ là vợ, cô ấy đâu thèm anh. Chỉ vui thôi mà.

- Đến khi thèm anh. Là anh vứt bỏ em và con như một cái vỏ quýt, phải không anh?

- Làm gì có vụ đó. Đừng càu nhàu là cái mặt em mất hết

đẹp và dễ thương nha.

- Thôi đủ rồi đừng phá em nữa mà. Làm ơn cho em.

- OK. Mà làm sao anh dám vứt em và con như vỏ quýt chứ? So sánh ẩu nữa em yêu, để anh đi tắm rồi ngủ bên em.

- Hứm. Anh đừng có là như thế. Tôi bỏ anh về lại với má tôi đó. Tôi không cần đâu, cho anh hay nha.

- Sorry! Đừng nóng vội quá, nóng ẩu nhiều em yêu! Anh vẫn có yêu em mà.Tommy đưa tay vịn nhẹ vai nàng.

- Jinni nhìn Tommy, cô giận bung tay ra liền. Trái tim nơi lồng ngực như còn đập mạnh. Jinni còn tức nói thêm:

- Nóng ẩu nóng vội, chắc là em không có tâm trạng đó. Em rất nghiêm trang để nói.

- Ô em nghiêm trang cũng được. Anh đi tắm nha.

Tommy nói rồi lẹ làng đi tắm nhanh. Xong anh lên giường nằm với vợ. Anh hôn Jinni không đầy năm giây. Anh lại ngủ say.

Jinni lắc đầu bực tức không nguôi. Cô sang bên phòng con bé Amy. Ôm con vào lòng gác tay lên trán suy nghĩ. Con bé Amy thơ ngây vẫn ngủ say sưa... Đâu có biết mẹ Jinni có trạng thái giận gì ba nó?

Mấy ngày sau Jinni nói bịnh không đến shop tiệm. Nàng xin nghỉ và dĩ nhiên là Tommy cùng một trợ lý điều hành, dẫn công việc vẫn được tốt.

Những ngày Tommy đi làm, ở nhà Jinni tính. Với nàng khi yêu thì say đắm. Nhưng khi giận lên nàng lại biến thành con người lạnh lùng, cao ngạo. Jinni tự động, khẩn khoản quyết định trở về với ba mẹ, dù có bé T.J.Amy. Cuộc sống với Tommy không còn làm nàng yêu thích nữa, Tommy có tiền, hờ hững với nàng. Cô gái Jinni đã nóng lòng quyết định về Mỹ để đi học lại. Chuyện này nàng không cần nói với ai, kể cả dì Tuyên. Vì nàng biết không ai trách nhiệm cuộc sống nơi mình bằng mình! Và không ai có thể điều khiển trái tim mình bằng mình! Ý thức về nó, sự nhận lãnh về nó, không ai thay thế được mình. Không một người nào khác hiểu mình hơn mình? Mình là sỡ hữu tất cả, những thiệt, hư, thắng, bại, chua chát, đắng cay của đời mình.

Đúng như vậy! Chỉ có ta mới thấy ta như trong chiếc gương thôi! Jinni tự nghĩ sẽ hành động thôi. Nàng chuẩn bị về lại Mỹ...

Nàng cùng con Amy ra đi. Nàng mua ticket máy bay trở về Atlanta sớm nhất như ý muốn...

Đùng một cái Tommy đi làm về thấy một lá thư viết bỏ trên đầu giường. Một bài thơ tiếng Việt và tiếng English song hành. *Trả lại anh*

Trả lại anh một vùng xưa yêu dấu.
Trả lại anh những năm tháng, thôi mặn nồng...
Trả lại anh như trả những dòng sông...
Nước ta nắm, chứ có bao giờ giữ được...?
Xa anh. JN

Nàng chỉ viết bấy nhiêu. Lạ chưa, chẳng lẽ là lớn chuyện. Tommy hốt hoảng kêu lên:

- Jinni, Jinni em đâu, em đâu? Nhớ em nè... T.J.Amy, T.J.Amy con đâu rồi? Tommy như yếu đuối trở về với chính mình. Anh gọi thất thanh, như thấy chuyện không hay chẳng lành rồi. Chuyện gì đang tung hoành, và xảy ra trong con người Jinni chăng?

Chàng không nghe tiếng đáp trả của vợ con. Chỉ nghe tiếng đáp trả bằng chính hơi thở mình. Căn phòng yên tĩnh, lại thêm yên tĩnh hơn.

Tommy ngồi một mình ên gục đầu suy nghĩ như có vẻ hối hận điều chi. Chàng định sang dì Tuyên hỏi về Jinni. Nhưng Tommy lại quay vào nhà, ngồi một mình thêm, chống cằm suy nghĩ. Thì Tuyên lại đến:

- Sao Jinni đã bồng con bay đi rồi hã?

- Bồng con bay đi rồi. Tommy nói nhắc lại. Rồi đưa lá thư dưới gối cho dì Tuyên đọc, chàng xuôi tay ngồi chống cằm buồn tiếp, như người sầu mộng của mấy kiếp. Chàng không buồn nhìn Dì Tuyên đang đứng kia...

Tuyên cầm nhìn dòng chữ lướt qua mắt, sau Tuyên bảo:

- Nó làm thơ hay nhỉ. Mà con có nhiều cái sai với nó quá thì làm sao chứ? Jinni một phụ nữ nhạy bén nhưng tâm hồn trong sạch. Con ghen nó mà con làm ăn như vậy. Sao nó chịu nổi?

- Đâu có gì? Sau giờ làm việc con đi bar cho vui đó mà.

- Bar chỉ dành riêng cho những ai buồn phiền, mắc nợ tình ái, chán đời, hoặc tình yêu đổ vỡ, họ tìm đến đó ôm ấp làm vui, mua vui. Họ giết thì giờ cho giải trí quên đi... Con vợ đẹp, con xinh ở nhà chờ đợi, cậu trai tìm đến đó làm gì?

- Thì bạn bè.

- Dì nghe phong phanh người ta nói. Chưa hỏi tụi con. Giờ hai đứa tan đàn rẽ nghé hai nơi. Hay con muốn đổi vợ?

- Không có đâu dì, chỉ vui chơi thôi. Vợ là trăm năm con thương Jinni dì biết mà.

- Có vợ đẹp như Hằng Nga không biết giữ mất ráng chịu. Dì thật sự không biết nói gì nữa hết!

Tuyên nói lòng tê đau. Tuyên ngơ ngác nhìn trần nhà.

- Từ từ con tính. Tommy trả lời nửa van lơn nửa trong hối hận.

- Thôi dì chỉ nói bấy nhiêu. Máu lãng tử con có, thì dì không thể nào chuyển dời khác hơn.

- Con không phải là người như vậy. Xin dì hiểu cho.

- Hứm. Thói đời nhiều chuyện, nhiều biến cố. Dì không hiểu nổi luôn.

- Không có đâu dì, cam đoan luôn đó. Con hứa mà dì Tuyên! Tommy nói và cố nhìn vào mắt dì Tuyên.

- Nhưng con vắng nhà. Để nó chờ nhiều lần vậy không nên? Hạnh phúc tầm tay mình. Mình không biết cầm lấy, để vụt khỏi thì phải chịu thôi. Hơn nữa con dẫn nó đi, mà không bảo vệ được. Lỗi đó, là do con gánh lấy trách nhiệm Tommy.

- Dạ con biết. Con đang hối hận. Chàng bóp trán mình nữa, và trả lời.

- Dì chỉ thăm con, chia sẻ bấy nhiêu. Tùy con định liệu tương lai Tommy à. Cái gì mất rồi khó tìm lại. Rất khó đó, dì nói lại cho con biết, remember nhé! Tuyên lắc đầu nhẹ nhàng nhưng thẩm định.

- Dạ con hiểu. Con...

- Dì bận, không thể thảo luận với con nhiều hơn. Tự con

chuốc lấy bài học đi! Cái giá trả cho con không đắt lắm đâu.

Tuyên nói một đoạn và phủi tay ra về.

Tommy loay hoay đứng ngồi. Chàng coi lại dấu vết Jinni có để gì lại hay không? Chàng tìm bài thơ đọc thêm rồi mím môi... Thật Jinni không mang nhiều thứ đi. Nàng chỉ mang theo valise nhỏ, ít bộ đồ với đứa con duy nhất. Ngay cả chiếc đàn violin và organ kỷ vật nàng yêu dấu nhất kia, Jinni vẫn để lại đó. Tất cả dụng cụ đàn nàng để lại đó hết. Tommy nhìn nó thêm ngậm ngùi, nhưng từng nốt đàn, phím nhạc đâu đó ngân lên trách móc chàng từ xa. Vật thể luôn có tiếng nói hữu tình cho người biết cảm nhận... Lòng chàng giờ thêm ngổn ngang tâm sự, chàng không biết phải phân xử làm sao đây? Gió từ bên ngoài vô tình lọt vào gian phòng thêm lạnh lẽo. Cậu tự ôm cánh tay để tìm hơi ấm cho chính mình, khi vợ con đã ra đi. – "Jinni Jinni ơi! Nàng tiên bé bỏng của anh ơi! Bởi vì đâu em? Vợ anh, sao em nỡ bồng con ra đi?" Tommy thầm gọi tên nàng và than thở, từ nơi máu tim anh, như cay đắng cho chính mình!

CHƯƠNG 7

Jinni lại về Mỹ, nàng chàng giờ hai khung trời cách trở. Lời chàng trở nên vô hiệu chăng? Nàng có bao giờ nghe lấy?

Jinni đem con bé Amy về với gia đình cô ở đất Mỹ. Và mấy hôm nay ông Hoàng Trương, ba nàng đã về nơi nhà ông, bên cạnh con cháu gái, và bà vợ ông. Ông Trương thương đứa cháu ngoại xinh xắn đó, như hồi Jinni thuở lên ba, lên bốn, có đôi mắt tròn xoe, hai má phúng phính, chân tay lanh lẹ hoạt động, y như lúc Jinni vào tuổi đó hệt.

Từ ngày giận Jinni bỏ đi, ba Jinni - Ông Trương về với mấy cô em gái ở bên đó. Giận Jinni giận cả vợ, nên ông buộc vợ ký tờ giấy ly dị. Ông cho khác tính cách vợ chồng trong đời sống, nên không ở chung được. Nay vì Jinni về, ông hăm hở trở lại gia đình.

Ông Trương chăm sóc cháu không cần nhắc tới chuyện cũ. Jinni đi học lại và đi làm thêm. Mẹ của nàng nghỉ làm ba năm nay. Vì buồn Lệ Hoa vô hãng thì khóc không làm được, bởi nhớ Jinni, nhớ Tommy. Bà hưởng trợ cấp nơi người mất sức lao động, không còn tính năng trong lao động. Ở nhà thỉnh thoảng Lệ Hoa theo các hội đoàn nấu nướng làm từ thiện, cho nhà thờ, cho những cuộc liên hoan hội hè v.v...

Đứa con gái về gia đình vui như xưa, như không có chuyện xảy ra. Có cháu, Lệ Hoa chăm cháu, để Jinni đi học. Cô gái quay lại đèn sách một cách chăm chỉ vì hối hận. Nên cô siêng năng, chu đáo hơn... Cô nựng nịu vui với đứa con chỉ một tý thôi, rồi cô quay vào học. Hoặc phải đến trường để rời con...

Thông thường là như vậy. Về nhà Jinni cũng sách vở nghiên cứu cô ít gần con. Amy chỉ ở gần ông bà ngoại nhiều hơn. Còn nữa, ông Trương luôn thích thổi kèn harmonica, mà bé Amy rất lắng tai nghe, không khác chi Jinni lúc nhỏ.

Phần Jinni chẳng mấy chốc, hơn một năm Jinni đã đậu MT, để chuẩn bị làm luận án (làm bài check điểm) vào trường luật, nhưng trước mắt Jinni được nhận vào những lớp dạy học trường Interactive quốc tế, chuyên về dạy English cho các thí sinh du học. Nàng cảm thấy vui vẻ, hớn hở, yêu đời lại. Không ai biết nàng có con và trải qua một lần tình ái cay đắng, Jinni vẫn xinh đẹp, mặn mòi hơn cả trước...

Một hôm đi chơi với một bạn đồng nghiệp tên là Sarah. Người bạn đồng nghiệp có tên là Sarah, cha là một người Mễ, mẹ Việt nhưng cô lại rành tiếng Việt như chính quốc. Vì cô có học language Việt. Cũng giống như Jinni biết được ba thứ tiếng, Mỹ, Mễ, Việt Nam. Jinni kể với Sarah:

- Jinni có con gần bốn tuổi rồi. Mình ngộ nhận ra tình yêu, nhưng Jinni không buồn lắm. Dù mọi thứ Jinni có thể còn thời gian làm lại được, chỉ trừ một điều.

Thấy Jinni nói tới đó ngưng. Sarah hỏi:

- Một điều gì nhỉ?

- Người chồng tương lai sẽ không còn yêu mình. Vì có thể cho mình đã hư hỏng.

Sarah cười phá lên và nói rất tươi duyên:

- Ôi ái chà chà. Là không có đâu. Jinni phải nghĩ thoáng hơn chứ. Tại sao như tự ám sát mình như thế.

- Mình có cảm giác thế. Đâu ai muốn tự ám sát mình? Nhưng hoàn cảnh thì phải nói thôi.

- Ha ha. Jinni là mẫu người giàu tình thương, phải có người độ lượng, cảm thông chứ. Trái tim Jinni thật tuyệt vời mà... Đẹp lắm nha!

- Thời đại văn minh, song con người vẫn tồn tại sự ích kỷ. Nhất là tình yêu. Jinni nghĩ là...

Sarah lại nắm chặt tay Jinni, cô cười rạng rỡ mới hơn:

- Có thể sau này Jinni sẽ gặp người yêu Jinni hơn Jinni tưởng nữa. Này cô gái ơi cứ hy vọng đi chứ. Sarah vẫn hy vọng bạn như thế.

Jinni cười nhạt kêu:

- Lạy chúa... O my god.

- Chúa sẽ đem phước lành. Chúa rồi cho bạn tất cả...?

- Không có hoa ở đây... Jinni xin tặng Sarah một loài hoa đẹp trong tưởng tượng nhé...

- OK ha. Nàng quả là sáng tạo ra câu nói hay. Sarah nói và nở cười thật tươi thêm, như nắng đẹp ban mai. Cô nhìn người bạn Jinni vừa có ý tưởng đẹp kia, cho kỹ thêm lần nữa.

**

Thân với nhau ngoài lúc làm việc, Sarah hay đưa Jinni đi chơi golf, đó là một môn thể thao mà Sarah yêu thích bậc nhất. Sau lần đi đánh golf, Sarah Jinni đi ăn một nhà hàng Nhật, không ngờ gặp anh họ của Sarah. Cô vui vẻ giới thiệu:

- Xin hân hạnh đây là Jinni, bạn của em. She từ Mexico, đất nước của biểu tượng niềm đau và hạnh phúc về đây anh ơi. Đúng không anh? She là teacher mới vào trường em đó.

Quay sang Jinni, Sarah giới thiệu tiếp:

- Hân hạnh đây anh trai cousin. Tên anh là Wayne. Anh ta đang học luật sư trên ba năm rồi.

Hai bên chào nhau:

- Hi Jinni nice to meet you.

- Hi Wayne nice to meet you too!

Trong chừng mực nào đó người anh họ ngạc nhiên muốn dán mắt vào Jinni. Anh nhìn từng đôi môi, đến khóe mắt Jinni. Anh thấy cô gái Việt này xinh như mộng. Đặc biệt đôi mắt tròn to hút hồn sâu đậm ở Jinni. Một đoạn sau Wayne nói chuyện riêng với Sarah mấy câu gì, anh rời khỏi nhà hàng. Anh đi ăn vội một mình, phải về gấp chi đó...

Còn Sarah, Jinni mới vô nhà hàng, nên ở lại. Họ đang đón chào những món ăn nơi menu họ thích. Jinni, Sarah vừa ăn vừa nói một hai câu về nghiệp vụ họ. Sarah luôn cười giòn, khi nghĩ tới những cô cậu học sinh, qua những chuyện nhỏ vui hài hước lạ của họ, làm Jinni phải cười theo. Jinni cảm giác vui lây quá. Nàng thay đổi một con người khác hơn. Với Jinni, nhiều tình yêu mấy tháng nay cứ đến, nhưng nàng không yêu. Và quyết không yêu. Jinni cô gái trẻ ấy vững chãi, không đón nhận dễ dàng nữa! Nàng như con chim biết sợ cành cong!

Và rồi lần gặp gỡ đó chỉ ba ngày sau, Wayne lại gọi cho Sarah liền, anh không ngoài ca tụng vẻ đẹp Jinni - Sự mỹ miều, sự chín chắn ngọt ngào nào đó của cô gái. Anh như thấy bức tranh nàng...

Sarah talk phone, kể với anh trai mình nghe. Họ đang nói chuyện với nhau khi từ Wayne rời office tổ hợp luật sư. (Anh thường đến nơi này để giúp việc học hỏi, thực nghiệm nghề nghiệp ở tương lai.) Đến khi anh lái xe về nhà riêng. Anh vừa tháo chiếc cà vạt đỏ, mà hồn thì đắm chìm trong cuộc nói chuyện với em gái Sarah. Anh nghe Sarah từ bên kia phone:

- Cô ấy đi qua một tình yêu ngã đổ, có đứa con gái lên bốn tuổi rồi. Sarah như cố thông báo một sự thật nghiêm chỉnh.

- Không đặt thành vấn đề. Anh muốn đến với cô ta tình yêu, get marry với cô ấy.

- Rất ngạc nhiên. Sao gấp vậy anh Wayne? Ô gặp phải tiếng sét ái tình chăng?Ha ha.

- Không biết nữa nhưng anh quá thích cô ta! Làm sao mà định nghĩa tình yêu cho hết. Thiên tài văn chương vẫn không thể diễn tả nổi được... Còn anh chỉ biết. Anh đã mơ mộng nhiều. I love her, I loved Jinni a lot trong tim. That's true, in the my heart.

- Sarah cao hứng nói:

- Sure? Tôi có thể give số phone Jinni cho anh, nhưng anh hãy chờ ý kiến từ phía Jinni một tý nha. Làm ơn anh đợi tý nha Wayne. Muốn yêu thì phải chờ!

- All right, That's good! I can wait! Wayne đáp thế.

Sarah lại gọi đến, hỏi Jinni. Thì ra cô ta cười và đồng ý. Sarah lại trở tay, bấm với số phone người đẹp Jinni đến trong message Wayne, sau mấy phút anh chờ đợi đó...

Được nhận tin nhắn mới mẻ nhất. Wayne mừng rỡ thanks em gái nhỏ Sarah. Anh nhìn số vui và nở nụ cười như hoa. Nụ cười anh khiêm nhã, vẫn không thể kém đẹp trai như một diễn viên nổi tiếng tên là Tom Cruise, ở Hollywood mà ai cũng thích và khen ngợi. Mọi người vẫn thấy nụ cười Wayne lạ như thế.

Rồi một ngày. Anh gọi cho Jinni.

- Hi Jinni. Wayne rất hân hạnh được làm quen với cô.

- Dạ không có chi. Jinni vẫn hân hạnh biết anh đấy.

Và họ text cho nhau rất nhiều. Cả hai bên như đi vào: "Trang đầu của tình yêu!"

Wayne rành ba, bốn ngoại ngữ, tiếng Việt anh gần như, nhuyễn thành cháo luôn.

Hai người nói chuyện hoặc text lúc Việt lúc English. Mọi lúc mọi nơi. Chàng phải lòng Jinni lắm rồi, Wayne muốn cuộc gặp gỡ. Chàng đã gọi nàng hẹn hò. Nể lời Sarah, và nhận lời mời Wayne chân thành quá, nên Jinni bước đến cuộc...

Nàng đến hôm đó, như một nàng tiên bé bỏng trong đêm, một chiếc áo kiểu xanh lơ, điểm ký vài hạt kim tuyến giả óng ánh, và chiếc quần sọt màu hồng nhạt, trông thật dễ thương, đầy quyến rũ, và háo hức. Nàng thêm ấn tượng cho Wayne. Ở một quán coffee kem Mỹ về đêm đèn màu tím loãng thật thơ mộng... Wayne chân thành nhiệt huyết:

- Tôi nghe và hiểu về Jinni. Jinni một cô gái dũng cảm tuyệt. Tôi rất hân hạnh được quen biết, tôi ngưỡng mộ cô.

Jinni nói:

- Jinni nghĩ Jinni một cô gái nghèo hèn, nhút nhát, thiếu thận trọng thì đúng hơn. Jinni phát âm giọng buồn hơn tươi.

- No, không bao giờ Jinni là người như thế. Tôi không nghĩ cô người thế đâu. Ngưng một giây Wayne nói thêm:

- Tôi yêu Jinni và muốn get marry với Jinni. Cô có chấp nhận tình cảm tôi không?

- Không. Sorry, Jinni chỉ muốn được coi anh như bạn tốt. Nàng có vẻ trịnh trọng, nghiêm túc.

Nàng nói, đôi mi cong đẹp Jinni có khép xuống làm cho đôi mắt nàng thêm linh động ngầm, duyên dáng hết mức.

- Không thể nào em, anh yêu em thật sự. I love you for ever! We are to get marry. I hope so! Anh muốn chúng ta cưới nhau. Wayne lúc nói tiếng Việt, lúc nói English pha.

- Em không dám, thanks.

- Nhận đi hay là em chê tôi.

- Không không no, no. Làm sao em có thể chê Wayne. Em có thể tạm nhận Wayne là bạn thôi. Sau này hãy tính. Jinni nói và đưa hai bàn tay với cử điệu rất phong cách.

- OK! Wayne nhìn nàng và trả lời ngắn gọn.

Thế là hai mùa trăng khuyết lại đầy. Qua hai mùa trăng Wayne thổn thức về Jinni, tình yêu về nàng anh như đong đầy...

Thì một chiều Wayne hân hạnh mời được đưa Jinni đến một rạp xiếc. Anh muốn xem xiếc có cùng Jinni sẽ vui bất tận chứ? Cô đồng ý nhận lời đến rạp hai người coi. Họ sẽ enjoy, đó một môn vừa giải trí, vừa thể thao vừa nghệ thuật Wayne rất yêu chuộng. Là bạn với nhau vẫn có thể đi chung, để chia sẻ niềm vui. Lòng Jinni trong sạch như gương nghĩ vậy. Cô chẳng nghĩ gì sâu xa, hề hấn chi sai quấy. Jinni đã không thất hẹn với chàng! Niềm vui ấy cả hai được chia sẻ thỏa mãn, các nơi của điểm hẹn. Người ngoài đi xem đứng bên cạnh họ, tưởng chừng hai người Jinni và Wayne là đối tượng của tình yêu rất xứng đôi, mê nhau thích nhau. Nhưng không phải, họ chỉ có dừng lại nơi tình bạn thôi. Và họ cùng chung nguồn cảm hứng, sảng khoái rất nhiều, với những tiết mục xiếc đẹp của dân Mexico trên đất Mỹ nơi đó...

CHƯƠNG 8

Trong lúc này Tommy buồn bực, cô ca sĩ Yến Nhung. Người Mễ gốc Việt (cô hay hát trong các bar, các nhà hàng,) tới nhà anh đột xuất. Anh ra mở cửa. Tommy lên giọng một tiếng:

- Chào.

- Ơi nhà đẹp quá anh Tommy, sao lại ở một mình uổng phí thế nhỉ? Em vẫn yêu anh đây...

- Ca sĩ ơi đừng đùa. Trái tim tôi đang bị vết thương cắt đau đớn quá, đang cào nứt nè.

Nàng chợt nghe, bâng quơ nhìn thấy chiếc đàn Yến Nhung cười:

- Làm gì có vết thương nhỉ? Làm gì có cào nứt ta? Rồi nàng xoay sang chuyển đề.

- Jinni biết chơi đàn sao? Cô ấy có nhiều tài quá chứ. Anh cho em thử tý, ngón đàn này nghen.

Ca sĩ Yến Nhung vừa nói ngồi vào bàn, đàn xuống tay:

- Thưởng thức nhé.

Ca sĩ Yến Nhung cô chơi hai bản liền ở cây organ, nhưng Tommy không để ý lắm. Mặc dù tiếng đàn, tay của Yến Nhung chạm đến không tồi.

Thấy Tommy bất động cô hỏi:

- Lại nhớ vợ cũ lâu thế?

Cô nói và lại hôn môi Tommy. Tommy lẳng lặng cho hôn như người mất trí. Sau như chợt tỉnh:

- Chúng ta nên dừng lại. Trong trái tim tôi, tôi chỉ có hình bóng Jinni trọn vẹn. Xin sorry ca sĩ hiểu cho.

- Ha ha ha. Lại chung tình sắc son, kiếm khó đó. Tôi thích. Tôi vẫn là gốc Việt mà!

- Nhưng hãy buông tôi. Đừng làm khổ tôi, mà hãy là bạn bè đi. Ca sĩ ơi. Làm ơn đi, please!

- Nhưng tôi yêu anh nhiều. Yến Nhung can đảm thẳng thắn.

- Tôi... Tôi không thể sai lầm hơn nữa, lần thứ hai. Ôi vợ tôi giận bỏ đi. Tôi đã như mất đứa con ngoan.

- Cô bỏ đi là sẽ thiết lập một mối quan hệ mới. Cô ta sẽ lấy chồng mà. Anh đừng ngồi đó chờ cô quay lại... Hừm! Chúng ta hãy sống với trí khôn đi!

- Trí khôn? Trí khôn? Cô đừng nói nữa có được không? Làm ơn giùm, dừng cho tôi, đó là trí khôn!

- Hum. Muốn câm thì câm thôi, dễ mà.

Tommy như điên dại ở giấc mơ chỉ nghĩ cho mình:

- Không, không Jinni, Jinni vợ anh. Chỉ có em là vợ anh, đừng bỏ anh đi biền biệt, đừng bỏ anh... hừ hừ. Hãy quay về với anh Jinni. T.J.Amy ơi ba nhớ con. Con biết không?

Tommy nói như thả hồn vào hoang tưởng, rồi gục đầu trong nức nở. Anh không còn biết ai có mặt nữa. Anh sầu tư đau đớn đến tận tủy. Ca sĩ Yến Nhung nghe thế, cô rời khỏi phòng. Vì lòng tự ái hơn bao giờ hết, cô thấy Tommy đang thổn thức xúc động mạnh. Tommy như quên đi thế giới thực tại. Cô nghĩ muốn trả lại cho anh tự do. Yến Nhung đã muốn đi, rời khỏi nhà chàng là đúng hơn.

Ngoài vườn hoa của chàng. Mây kia vẫn còn thắp nắng đẹp lung linh, nhưng chàng chẳng ngó ngàng nhìn tới thế giới bên ngoài nổi nữa. Chàng đang phủ lấy nỗi đau nơi chính mình, trong căn nhà, chàng ngồi đơn độc như con sâu cuốn lá mấy bận này...

**

Nhiều lúc Jinni suy nghĩ mãi về cuộc đời mình. Nàng vẫn còn nhớ đến Tommy đó chứ. Nhưng nàng trốn tránh, tìm cách lãng quên. Rồi tình yêu Wayne, một thanh niên cha Mễ mẹ Việt sinh anh tại Mỹ, anh khá rành ngôn ngữ Việt vì anh học nhiều thứ tiếng. Trong lần gặp nhau lần thứ ba ở trên điểm Park Stone Mountain. Họ đi leo núi, một cách đi phượt riêng của hai người, anh kể cho nàng nghe tất cả, anh yêu nàng đến nỗi nào. Jinni vẫn thật lòng kể hết cho Wayne nghe về mình, về chồng Tommy đã có con với nàng.

Wayne nghe mà cảm động. Jinni nắm tay anh Wayne đi chơi. Chàng thì khác, anh đang yêu và đã yêu nàng tha thiết. Riêng nàng, nàng cảm giác như chàng nắm tay một em gái hơn là tình nhân. Jinni cứ chia sẻ những ngọt bùi của đời mình nơi chuyến dã ngoạn đó. Anh từng hái một cành hoa dại nơi hốc đá tặng cho nàng, Jinni cầm lấy mỉm cười hôn lên hít lấy hương hoa. Wayne có cảm giác anh không thể, không bao giờ anh quên gương mặt nàng tuyệt đẹp như thiên thần, và nụ cười hồn nhiên, hiền hậu của nàng trong khoảnh khắc ấy...

Ba má nàng vui chịu cho Jinni tái lập gia đình với Wayne. Chàng trai Mễ lai Việt này, đã đến nhà thăm ba mẹ Jinni, anh từng bồng bé Amy hôn lên đôi má bé thơ ngây. Anh yêu thương bé Amy như chính con của anh...

Jinni nàng nói chuyện với ba má khi Wayne viếng thăm gia đình một hôm. Sau khi anh về nhà rồi. Khi ba mẹ đề cập, thì Jinni cứ thẳng thắn bảo:

- Con nghĩ chưa muốn lập gia đình lại? Chỉ bạn thôi.

- Trời ơi còn gì nữa con? Hay là con cứ yêu thằng Tommy trong khi nó không ra gì? Lúc chưa có gì thì đeo đuổi con. Khi có tiền bạc lại ăn chơi phù phiếm. Một người như thế, có đáng cho con nghĩ đến, và quan tâm nữa không chứ? Bài học đó đối với con quá đắt Jinni?

Ba nói xong, má chen vào:

- Ba nói nghe đi con. Tommy không còn như ngày nào, con yêu nó để làm gì nữa? Con nên khinh bỉ nó thì đúng hơn.

- Con đã hết yêu anh Tommy rồi. Nhưng con. Jinni đứng im, khó trả lời thêm.

- Quá đủ tốt cho Tommy rồi. Hãy quên đi, làm lại cuộc đời. Con không nên lỡ dại lần thứ hai. Lần rồi má có phần thương con, mà hại con đó Jinni. Con biết không? Tình yêu luôn cao quý, đâu thể nào rẻ mạt như Tommy vậy con?

- Con cám ơn má, nhưng còn sớm quá, con sợ lỡ như…

- Họ cha Mễ mẹ Việt chứ đâu phải Việt Nam mình hoàn toàn hết. Con không thể bắt họ chờ đợi lâu? Lần này nghe lời ba đi con, thay đổi cuộc đời cho con. Con nên biết tuổi trẻ tình yêu ở đây không chờ lâu chứ? Cơ hội lại không bao giờ đến nhiều lần chứ!

Jinni vẫn im. Mẹ Lệ Hoa giục:

- Cơ hội không đến nhiều, cơ hội sẽ đi qua đó như dòng nước phiêu du con nên nhớ. Hãy nghe lời ba má ý thức, cuộc sống thay đổi hơn, tốt đẹp hơn con. Má van xin con nghĩ để đúng...

- Con chỉ sợ là...

- Sợ gì?

- Con sợ nhầm lẫn tình yêu làm con khổ thêm lần nữa. Nên con…

- Một điều kiện quá tốt. Con không nên chần chừ. Con ngu dại, con nông nỗi đến thế ư? Má không biết tư tưởng con thế nào mà dao động. Thứ gì đã đánh cắp, hoặc phủ lấy sự khôn ngoan nơi con chứ?

Jinni vẫn im như hến. Mẹ nàng tiếp trầm giọng hơn.

- Má thật khổ tâm vì con từ chối một đám vẫn có chút lai lịch nòi giống Việt. Má thật sự thấy đau tim từ nơi con, Jinni à! Con có nghe được lời má nói chứ?

Thời gian như ngưng đọng, thời gian như định đoạt một điều gì. Suy nghĩ phân tâm một hồi lâu. Jinni buông tiếng:

- Thôi được, thương má Jinni xin nghe theo lời ba má. Nhưng sao, con nhìn Amy, nó lại giống ba nó; giống nhiều Tommy. Jinni nhắm mắt lại và cố quên hình bóng Tommy lởn vởn ở não bộ cô. Cô cố mà trả lời với ba mẹ như thế.

- Ôi nó có giống ba nó là một chuyện không thể làm khác hơn. Nhưng chuyện con lấy chồng là một chuyện phải làm khác hơn thôi.

- Vâng con hiểu.

Thời gian trôi qua... Thì Jinni thấm thoát mấy mùa trăng khuyết lại đầy nữa, như chuyện sông chẳng chuyển thành núi, núi chẳng biến hóa thành sông đó sao? Vũ trụ luôn biến thiên, sao nàng cứ tọa một điểm lầm mà sai thế nhỉ? Rồi nàng đồng ý nghe lời ba mẹ. Nàng quyết định lấy Wayne làm chồng, chẳng lẽ nào nàng còn chờ đợi ai nữa sao?

CHƯƠNG 9

Họ cưới nhau. Jinni trong một hôn lễ của giáo hội Mexico. Cô làm lễ thành hôn với Wayne. Ngày lễ kết hôn truyền thống của Mexico, thật long trọng và đặc biệt diễn ra tại một vườn hoa G.L. Nơi có dòng sông nhỏ nước trôi nhẹ nhàng lững lờ, đẹp nổi tiếng ở thành phố này. Họ rất là hạnh phúc và lãng mạn, biết bao người tham dự chứng kiến. Wayne đặt cho nàng một nụ hôn trên môi, trao nhẫn cưới cho nàng, nàng mỉm cười nhẹ. Ai nấy theo dõi bồn chồn với lễ nghi, rồi họ vỗ tay. Một hình thức đánh thức chúc tụng ca ngợi lễ cưới của người Mexico là như vậy... Hai người nhìn nhau âu yếm, một hạnh phúc tưởng như vô song, khi cha xứ làm lễ...

Nhưng bỗng nhiên Jinni lại thấy lạ điều chi. Nàng thấy tâm trạng biến chuyển khác đi hơn. Nàng lộ ra vẻ dại khờ ngờ nghịch, lúng túng đến hoang mang... Cô khựng lại, rồi buồn gì đâu đến, cô chảy nước mắt kỳ lạ. Cái buồn đau đớn từ đâu chảy nước mắt, chứ không phải một hạnh phúc để mà chảy nước mắt. Nước mắt là dòng lệ vẫn mang nhiều hình thức, và dấu hiệu riêng biệt. (Người Việt có những thứ hạnh phúc lớn quá, vẫn làm cho họ vui mừng phải chảy nước mắt ra, ý là vậy...) Mọi người đang lầm tưởng chăng? Nàng cảm giác ra điều đó. Wayne chợt nhận điều chi anh hỏi nàng:

- Sao vậy em Jinni? Wayne lo lắng như muốn run tay.

- Không có gì. Em sorry. Em sorry. Em thành thật sorry. Jinni trả lời và lắc đầu, quệt nước mắt...

Nàng không muốn mà bỗng nó xuất hiện. Nàng không xua đuổi được nó cứ tiến tới, cứ hình thành đó là: Hình bóng Tommy lấn tới nơi trái tim nàng. Tommy cõng nàng nơi giấc mơ xưa hiện về, tại sao nàng lại nhớ đến như vậy? Tommy hôn nàng trên một con suối nhỏ sau nhà, Tommy và nàng đi đón ba Trương, Tommy ghen nàng ở nhà dì Tuyên. Nàng vẫn yêu, những hình ảnh Tommy chiếm lấy hồn nàng! Jinni nhắm nghiền đôi mắt của sự hình dung. Nàng như đụng vào giấc mơ xa xưa linh thiêng. Jinni đứng im không nói được. Giữa lúc tim nàng đầy xao động...

Wayne cầm tay nàng, bóp nhẹ tay nàng và hỏi thêm:

- Chuyện gì xảy ra? Vậy em Jinni. Anh muốn biết em?

Nàng đưa tay lên miệng trờ lại với nỗi đau. Chiếc váy dài phồng đẹp thướt tha kia, như cũng lắng nghe ôm mộng của Jinni... Lời nàng đang tê buốt:

- Em có lỗi với honey. Tommy vẫn còn tồn tại trong em. Em chợt nhớ, chúng ta cưới nhau còn sớm quá anh Wayne? Wayne ạ? Nàng lắc đầu nói tiếp:

- Rất tiếc, và rất tiếc em không làm anh hạnh phúc. Còn sớm quá! Em thật sự nhận lỗi. Em, Jinni... Apologize. Hình như em đang không làm chủ được mình... Em muốn nói sự thật cho anh biết.

Và nàng đẩy nhẹ vòng tay của Wayne đang đặt trong tay mình, phải ra khỏi tay nàng nhẹ nhàng... Rồi nàng lầm lũi chạy nhanh, chạy như gió bão, chạy trốn một sự thật. Jinni nâng phần váy cho cao lên mà chạy. Cô chạy ra đường cố vẫy tay kêu một taxi về nhà. Taxi thì đứng khắp, chỉ chờ làm ý khách kêu gọi, và đi vì khách trả tiền mà thôi. Chiếc taxi đã làm tròn mộng ý cô, nó đến và dừng lại chở cô đi. Cô chia tay xe taxi nhanh khi đến nơi, để Jinni bước vào nhà mình. Vô nhà Jinni vẫn còn thở hồng hộc. Bước lên nằm trên giường cô khóc trong niệm ấm chăn êm. Mà cô không biết niệm ấm chăn êm như đang chia sẻ hay cười cợt, thách đố bảo cô điều chi?

Với Jinni bây giờ mọi sự trở nên đảo lộn, vô nghĩa, và kỳ cục. Nàng cảm thấy chưa dứt chân được mối tình ở Tommy. Nàng còn đứng chỗ nơi lỗi lầm, ám ảnh hình bóng người xưa. Nàng sống thật... Jinni cảm thấy có lỗi với Wayne trắng trợn, trong một cuộc hôn nhân đi đến vội quá chăng? Nàng bận tâm, suy nghĩ, ưu tư, ngờ nghệch lo lắng...

Đương lúc Tommy nghe Jinni đám cưới với chồng mới.

Lòng anh tan nát như ai cắt, bên kia xứ sở Mexico. Anh ôm đàn hát hỏng những bản tình sầu muôn thuở, nơi căn nhà hoang vắng một mình, anh ngắm trăng non của đêm suông đến, và lọt vô cửa sổ mà buồn đến da diết... Nhưng sự thật ban ngày chỉ mới tối. Trăng non kia chỉ là ảo giác nơi tâm hồn anh mơ màng thôi.

Ba má Jinni không biết chuyện gì xảy ra làm tổn thương con gái họ. Khi họ nhìn thấy con họ hành động kỳ quái. Nàng đã tự nguyện ưng lấy Wayne chứ cha mẹ nào đâu ép uổng? Và hình như chúng từng yêu nhau, từng đi chơi, chúng từng hò hẹn mà? Hà cớ chi con gái họ giờ bỏ thăm, rút lui cuộc hôn nhân? Thật sự Jinni đã bỏ chạy. Trời ơi. Ba mẹ Jinni ông bà Trương đang ngậm ngùi, điếng hồn vì cô...

Riêng Jinni đang dâng lên nỗi niềm tang thương. Như nghe quanh đây được lòng mình, đang ru lên một nhạc bản mà cô yêu thích. Một nhạc phẩm tình ca Hungary hay Ý Đại Lợi gì đó. Hay lời nhạc một nước nào đó, nàng khó nhớ chính xác ở tình huống lúc này. Tuy nhiên được dịch sang Việt nàng rất mê với ngôn từ: "*Hãy Để Sóng...*"

"*Hãy để sóng ngàn năm ngủ quên, cho tình ta ấm nồng. Hãy để tình ta chết đi, cho qua môi... đi qua những nhọc nhằn. Hãy để... lòng người như hương cho nhau, thương nhớ mãi âm thầm. Và hãy để cho nhau... xóa hết niềm đau... qua đi lỗi lầm, qua đi lỗi lầm.*

Tiếng ai như mưa thu rơi rơi... Tiếng ai cho lòng ta tả tơi... Thuyền ai có vượt khỏi trùng khơi. Thu ơi từng lời yêu xa xôi.

Tàu ơi có về bến xưa nơi... Ngỡ ngàng ai khóc trên môi tươi, Trùng quang cho ai về có đôi.

Nhịp nhàng cho ai không xa xôi... Cho tình đừng lỡ làng chơi vơi. Duyên ai còn xuân son... ngậm cười ngày vui lên ngôi....

Chỉ có âm nhạc, lời thơ làm nàng đỡ khổ hơn. Nàng vẫn thầm mong ngày mai cho đời nàng sáng tươi hơn bây giờ...

HDT. Viết: 2013------------------

SÓNG TÌNH YÊU...

Xin hân hạnh giới thiệu truyện "Sóng Tình Yêu"

- Đọc để biết một tình bạn cao cả.
- Một tình yêu lắm xót xa.
- Một phẩm hạnh Lan Anh đáng yêu hay ghét?

Mời các bạn yêu thích văn chương và mỗi số phận cuộc đời, ghé mắt theo dõi:

Trân trọng. NDM

Thôi còn chi nữa mà mong...
Em đã theo chồng nơi ấy phương xa
Anh về bước xuống vườn cà
Tầm xuân xanh biếc đau mà tim anh
Yêu nhau mấy thuở dỗ dành
Người ơi giờ đã tan tành khói sương
Em về chải lược soi gương
Bóng anh thấp thoáng đang mường tượng theo...

(Trích thơ - Em đã theo chồng cùng tác giả.)

CHƯƠNG 1

Lan Anh đang ngủ đã tỉnh giấc. Nàng uốn mình theo một cách dễ thương rồi đi tắm, gội đầu thay đồ và lau mặt. Lan Anh làm chi cũng gọn gàng, sắc sảo mau lẹ. Nàng đứng trước gương của bathroom - phòng tắm. Thì nghe tiếng reo từ iPhone. Lan Anh như nở nụ cười rất tươi vì thấy số phone của người yêu mình. Nàng bảo lại rằng:

- Anh gọi em hã? Em mới ngủ dậy.
- Ngủ dữ em yêu! Anh không phiền em chứ?
- Em dậy trên mười lăm phút rồi. Nàng thản nhiên đáp.
- Anh nhắc lại em phải đi dự birthday Nguyễn Tùng nha.
- Không! Em không muốn đi. Anh từng bảo em, anh chẳng thích cho em ra ngoài tiếp xúc nhiều mà?
- Nhưng Nguyễn Tùng là bác sĩ, một người bạn anh. Anh quen trong bang này coi như rất thân. Em không thể vắng mặt, anh có nói về em là người yêu của anh.

- Hừm...

- Anh ta rất hân hạnh khi em đến dự. Không sao đâu? Cuộc họp mặt rồi em sẽ biết nha. Nơi nhà hàng Viễn Hương và sau đó có dạ vũ em à.

- Dạ vũ, anh không thích em nhảy đầm sao hôm nay anh lại thế. Lan Anh tỏ ra khó hiểu. Cô thơ ngây đi cùng câu hỏi.

Chu Vinh cười, nụ cười hiền lành của một người đàn ông sau hơn mười năm mất vợ, bây giờ có một tình yêu đang sinh sôi.

- Em đừng ngại, anh không thể xuất hiện thiếu em. Anh nghĩ em là bông hoa đẹp nhất của đêm đó.

- Anh từng nói, không thích em đẹp trong đôi mắt, đôi môi người đàn ông thứ hai. Mà bây giờ anh lạ thật? Nàng tỏ ra chân thành, hơi thắc mắc. Lan Anh nhăn cáu một tý, nhưng nhìn qua gương vẫn dễ thương...

- Anh xin lỗi tánh đa nghi, bởi anh quá yêu em. Bây giờ anh chỉ nói, anh Vinh mời em đi gặp bạn bè, vì hai tháng sau chúng ta đám cưới. Anh Vinh không thể giấu em như người ở hầm mãi, không cho ai biết sao? Thế thôi em à.

- Em chẳng biết nữa chán anh ghê, anh yêu ơi...

- Anh không phải bắt buộc em. Nhưng anh muốn cơ hội anh vui bên em.

- Hừm... Không bắt buộc vậy còn gì?

- Đã nói anh vui bên em. Mọi người cùng thấy em vui...

Người yêu của Lan Anh là Chu Vinh, một nhiếp ảnh gia lúc xưa. Trước 1975 anh thành danh rất sớm tại xứ Việt. Hiện sống ở Mỹ, thì anh mở thêm một tờ báo được mang tên "Nguồn Tin Yêu." tại tiểu bang Virginia. Anh là chủ bút vừa là chủ nhiệm.

Cuộc đời Chu Vinh sống gắn liền với nghệ thuật. Yêu thẩm mỹ, làm nghệ thuật. Anh từng có vợ lúc anh hai mươi bốn tuổi, vợ anh vừa tròn mười tám. Nàng đẹp lắm. Nhưng nghề nhiếp ảnh Chu Vinh có nhiều đào mê, vợ anh ghen và anh hay đi xa. Có một lần Chu Vinh xách máy ra đi. Cô cản không được vì ghen, cô uống thuốc tự vẫn mà chết.

Chu Vinh không hay, sau mới biết. Từ đó anh nghĩ thấy xót lòng, thương vợ lắm. Mãi đến hôm nay Chu Vinh vẫn đẹp trai, cuốn hút phụ nữ số một, song anh mãi chịu câm lặng. Nhưng bây giờ anh mới nghĩ "Nên yêu một lần nữa, cũng nên lấy vợ lần nữa..." Người anh tìm nửa còn lại không ai khác hơn là Lan Anh!

Lan Anh, hai mươi ba tuổi, rất được nhiều chàng ái mộ, riêng nàng không dành lấy tình yêu cho ai, từ khi gặp Chu Vinh. Nàng biết chàng đã trải qua một đời vợ chết bất đắc kỳ tử, còn lớn hơn nàng mười bốn tuổi. Nhưng nàng yêu chàng tha thiết. Không phải là những bức ảnh giàu chất mỹ thuật, hoặc mê chàng sắc sảo bên văn chương. Mà chính là nàng mê chàng, vì muốn sưởi ấm trái tim của chàng bị băng giá, trông chàng khờ khạo tội nghiệp theo năm tháng? Chỉ có thể, có phải nàng đã sa vào tình cảnh...

Người ta nói: "Phụ nữ cảm rồi mới yêu. Người phụ nữ yêu con người trước rồi mới đến yêu ái tình. Đàn ông thì ngược lại" Có đúng vậy không? Nàng thề non hẹn biển là lấy Chu Vinh làm chồng. Nàng sẽ chuẩn bị tâm trạng ra mắt ba mẹ, bạn bè trong một nhà hàng sắp đến. Lan Anh vốn là người ở một tiểu bang khác, từ California qua tiểu bang Virginia đã hai năm. Cha nàng là một chánh án trước 1975, mẹ nàng là một luật sư khá nổi tiếng, sau này về phụ tá cho ba. Hai ông bà chỉ còn có mỗi mình Lan Anh duy nhất. Một người con trai, anh ruột của Lan Anh đi lính hải quân chết trong một trận chiến với hải tặc. Ước mơ của ông bà mong cô trở thành một bác sĩ. Song niềm đam mê nơi cô không nằm bên kiến thức khoa học, mà lại là bên xã hội học - về tâm lý con người. Cô tốt nghiệp cử nhân văn chương biện chứng. Công tác tại một trường dạy cho chủ đề: giáo dục tuổi trẻ thành công. Cô đang học thêm lớp thiết kế thời trang mà cô yêu thích nữa. Cô rất nhớ người anh của cô tên Chấn Hưng khi còn thơ ấu hay tập cho cô nghề hội họa. Lan Anh rất là đam mê và thích môn mỹ thuật này. Hai anh em cứ mê tay vẽ mà quên cả việc ăn cơm, bị ba mẹ kêu mãi ở những lần chờ đợi...

Và đến hôm nay. Cô được quen biết Chu Vinh nhân vật, nhân ở một cuộc triển lãm tranh của anh "Tiềm kiếm thể thức nhiếp ảnh" Do các nước Á Châu tổ chức. Cô mua bức tranh sơn dầu của anh với giá hai chục ngàn usd, anh giảm giá discount cho cô chỉ còn năm ngàn. Cô không muốn, nhưng anh không bán nếu cô không chấp nhận giảm giá. Và anh xin chụp cô tấm hình, để lên báo một bài văn chương đầy hứng cảm "Nguồn Tin Yêu." Vô tình tên tuổi cô rộ nổi từ đó... Thật ra ít ai thấy cô xuất hiện ở nơi công chúng...

Kiến thức Lan Anh chưa làm ra tiền nhiều, nhưng nàng có một gia tài cha mẹ ký thác cho. Bởi khi từ xứ Việt sang Mỹ ông bà có mang một số vàng tương đối lớn. Lan Anh, cha mẹ sống một cuộc sống đơn giản, song những đóng góp từ thiện họ luôn có mặt. Tôn chỉ của family họ là như vậy.

Cha mẹ nàng đang sống ở vùng Apartment bình thường, mà lại rất an ninh, sạch sẽ. Ông bà lại không ham nhà house. Lan Anh đi làm ở riêng một Apartment khác. Chỉ cuối tuần nàng mới đến thăm ba mẹ. Không phải nàng bạc bẽo không ở chung, mà hoàn toàn ba mẹ lại thích nàng ở cách riêng họ. Họ còn khỏe tự làm được việc. Họ chỉ mong con cái đến thăm, chăm nom săn sóc họ lúc cần thôi! Vả lại ở Mỹ có những chế độ bác sĩ chu đáo, có cả nếu cần y tá chăm sóc tận nhà rồi. Lan Anh bao lần dọn về với ba mẹ. Song ông bà cứ đuổi cô đi và bảo cô "tự lập, tự lập." Cuộc sống ở Mỹ già thích ở với già. Họ không thích ở với trẻ dù là con ruột họ. Lan Anh không còn chọn được cách khác hơn, nên đành chịu như thế thôi.

Nàng đành có một giang sơn cá nhân. Chuyện này không biết chúng ta coi văn minh hay lạc hậu đây. Hoặc đúng hay sai đây? Trong giang sơn riêng. Nàng đang nói chuyện với chàng, lời chối từ đi birthday nơi bạn người yêu, mà không được. Chàng tha thiết hết sức để mời nàng. Và coi như chàng đã thắng, Lan Anh sẽ nghe lời chàng. Như chàng cố ý muốn đề nghị...

CHƯƠNG 2

Nhân ngày birthday của Bác Sĩ Nguyễn Tùng cuộc đãi đằng rất lớn tại trung tâm phố xá. Thành phần tham dự đầy đủ: bạn hữu thân tín, thương gia, nghiệp chủ, bác sĩ, nha sĩ, nhà văn, nhà báo, các chủ các công ty, và thành viên nhà hàng, các chuyên viên địa ốc, thân hào, nhân sĩ v.v... Có ca sĩ địa phương, ca sĩ liên bang cùng tham dự...

Lan Anh sánh vai với Chu Vinh bước vào ai nấy ngạc nhiên vì ít khi thấy anh đi chung với ai. Hôm nay có một cô gái là lạ. Số là nàng từ một tiểu bang khác cùng cha mẹ mới sang đây? Ồ thiệt ra gia đình nàng đến Virginia ở hai năm rồi, nhưng ít ai thấy nàng đi chung với nhà nhiếp ảnh kiêm hội họa cục bộ này! Thật ra có một nhóm người biết mặt cô, khi cô mua bức hình đấu giá của anh ta. Và thật chàng biết và yêu Lan Anh, cũng chỉ mới non hơn một năm qua!

Tại sao người ta đặt Chu Vinh anh là nhà nhiếp ảnh cục bộ? Vì rằng anh là nhà nhiếp ảnh, song anh không thích phụ nữ nói nhiều. Phụ nữ nói nhiều trong mắt anh đẹp cũng thành xấu. Anh thường nói đùa "Lời hay càng ngắn, càng hàm súc. Anh sợ nhất là đàn bà lắm lời, dù thông minh." Thái độ anh là như vậy. Ai chả biết anh mồ côi vợ, hơn mười năm từ hồi một nhiếp ảnh gia ở Việt Nam. Sau này anh sang Hoa Kỳ mà vẫn không thay đổi, bởi tính khó chẳn ăn của anh.

Nhiều người thắc mắc làm văn nghệ sao Chu Vinh không phóng khoáng, dễ dãi hơn. Anh cứ bảo "tật tôi là như vậy." Nhưng anh lấy lòng Lan Anh một cách nhanh chóng, hiệu quả mới đáng nể nơi anh chứ!

Bao nhiêu người đến dự trố mắt nhìn Lan Anh hơn là nhìn anh. Bởi cô ta đẹp kỳ lạ. Đúng là Chu Vinh hân hạnh quá. Họ như tự động tách anh ra, để dán mắt vào Lan Anh. Người ta bảo đàn bà hay con gái đẹp, là vũ khí giết chết đàn ông thì ra là như thế. Cả phụ nữ còn ngạc nhiên khi thấy cô ta, chứ đừng nói đàn ông sao không mê mệt được? Nàng như đóa hoa đầy hương sắc đứng đó...

Lan Anh cảm thấy rụt rè hơn, e thẹn hơn. Mặc dù nàng

cố gắng lắm để mạnh dạn bên Chu Vinh. Nàng được Chu Vinh lôi nhẹ đi trước bao cặp mắt thiên hạ đổ dồn. Đến nơi một bàn, Nguyễn Tùng đứng lên chào Chu Vinh, nghe Chu Vinh giới thiệu ngon lành:

- Hân hạnh giới thiệu đây là Lan Anh người yêu sắp cưới của mình.

- Tôi Nguyễn Tùng, là bác sĩ là bạn thân của Chu Vinh. Rất hân hạnh sự hiện diện nơi hai bạn.

Hai bên Chu Vinh Nguyễn Tùng tay bắt mặt mừng, chỉ Lan Anh chào với cái gật đầu nhè nhẹ.

Sau đó Chu Vinh tìm đến một cái bàn, ngồi chung với hai người cặp tình nhân họ. (Nguyễn Tùng chỉ đặt bàn, những chiếc bàn nhỏ bốn đến năm người thôi. Kiểu chơi của anh là như vậy.)

Ánh mắt Nguyễn Tùng không thể không ngó theo họ.

Cuộc họp mặt của birthday Nguyễn Tùng không nhỏ chút nào. Chương trình có ca sĩ hát vui vẻ. Các bạn nói chuyện huyên thuyên, rồi lần lượt dạ vũ. Họ vui chơi thật là sống động, kiểu cách mới lạ. Những người ăn mặc nơi đây đều lịch duyệt, thời trang, sang đẹp cả, tính luôn Lan Anh và Chu Vinh.

Lan Anh rất là thích khi bài hát được cô ca sĩ mang đến lời ca, lời văn thật đậm đà dễ thương. "*Anh ơi đôi lúc nghe lòng buồn, trên sườn đồi thông xanh, sương phủ đầy vai anh, trăng tàn như mở cánh./ Long lanh sao rớt vương đầy trời, dòng thác trắng bao la. Chờ sáng đến chim ca cho đường dài cũng không xa. Người yêu ơi biết chăng anh về. Người yêu ơi nhớ chăng lời thề. Anh say sưa nhịp bước trên hè. Anh nâng niu nụ hoa vừa hé. Đôi môi xinh người yêu nhỏ bé mộng mơ.*

Mùa xuân ơi biết tôi yêu đời. Mùa Xuân ơi nói sao nên lời. Em ơi em dù nhớ vơi đầy. Bao lâu nay đợi nhau là mấy. Anh không ngờ, bến bờ hạnh phúc là đây.../ Anh ơi xuân đến bên thềm rồi, rót rượu hồng vơi đi/ Cho hết rồi mùa chia ly, cho tình xuân vừa ý..."

Cô gái hát hết bản nhạc, cô lập lại từ nơi điệp khúc một

lần nữa. Rồi bài hát tiếp theo được một nữ MC giới thiệu:

- Một ca khúc rất khá nổi tiếng của họ Trịnh bài hát được mang tên "Biển Nhớ" qua điệu slow rock khác, được nam danh ca Minh Thiện thể hiện nắm chắc là đầy nhiệt tình, tính cách... Ha ha. Mời các bạn ra sàn nhảy để hưởng ứng, cuộc vui. Và xin cho một tràn pháo tay lấy hên trước hết...

Mọi người vỗ tay như pháo nổ giòn rần rần... chào đón.

Lan Anh rất hạnh phúc vì nàng nhìn vào đôi mắt Chu Vinh trông chàng vui tươi, hãnh diện nhiều. Chu Vinh, Lan Anh đang nhấm nháp chút bia rượu Champagne Cognac như bao người. Đoạn Tùng đến. Anh lịch sự tươi tấn bảo Vinh:

- Có thể cho mình nhảy với cô ấy một bản chứ? Bản ni.

- Sẵn sàng mà, chỗ bạn bè mà. Chu Vinh đáp.

Lan Anh ngần ngại cau mặt. Nhưng Chu Vinh mở lời tiếp: (nhạc sân khấu đã dạo):

- Em nhảy cho vui, bạn bè tiệc birthday em đừng ngại.

- Nhưng em không rành nhảy đầm. Mặc dầu em ở Mỹ khá lâu, mười ba năm.

- Không sao tôi dìu cô. Xin mời một vài chút cho vui thôi. Tùng khuyến khích.

- Em đi đi. Bác sĩ chờ, dù một phút cũng được em ơi.

Nàng vẫn lắc đầu. Chu Vinh lại xòe tay như dấu hiệu lịch sự cho người yêu mình thử cứ vui chơi... Anh nhìn nàng...

Miễn cưỡng lắm, chiều ý người yêu, Lan Anh mới bước ra. Lúc ấy sàn diễn đã nhiều cặp đứng. Nàng đón bàn tay Tùng đang chờ đợi. Thấy Lan Anh nở nụ cười không được tươi mấy. Tùng vẫn cảm thấy thật tuyệt, và dễ chịu.

Nguyễn Tùng nhìn Lan Anh, cô trong nụ cười buồn cách mấy của Lan Anh, chàng vẫn cho là đẹp, là thần diệu. Bởi người đẹp biểu hiện hình thức nào, coi vẫn đẹp, cả khi họ khóc vẫn thích ngắm đó chứ! Người đẹp thì luôn có nhiều ưu điểm, anh vẫn cứ rung cảm lạ lùng, anh thầm nghĩ thế...

Vài phút sau hai người có vẻ tự nhiên hơn, bác sĩ Nguyễn Tùng ôm nàng nhẹ hờ nơi vòng lưng eo, nhạc điệu slow rock đang thay đổi cung cách rất chậm. Lan Anh nhảy không nghề lắm, tay cô lừng khừng, lúng túng nắm lấy tay Nguyễn Tùng kia, dù thân thể cô dịu dàng nhưng lại có gì cứng khựng, khó khăn, có thể nói là cô ít chịu linh động trong vũ điệu, hay một lý do nào đó chặn nàng, và hình như cô đang phân tán tư tưởng. Đôi mắt Lan Anh thì buồn nhìn xa xôi, chỉ một chút mơ hồ ở trong lời nhạc...

Song Nguyễn Tùng trông đôi mắt ấy, có vẻ hiền lành, dịu ngọt, dễ thương lắm. Cô có một chút lạnh lùng đấy mà quyến rũ làm sao, như chụp cả hồn anh, làm Nguyễn Tùng thầm thán phục và biết ơn...

Các cặp nào ai ưa nhảy, những người thích thì họ tìm nhau dìu nhau trong tiếng nhạc êm đềm, giọng ca du dương trầm ấm. Tiếng nói của họ rì rào rì rào, hoặc im lặng, hoặc thì thì thầm thầm, chút đỉnh mơ hồ...

Nguyễn Tùng xin phép chọn Lan Anh, để thả hồn mình mộng tưởng của mấy phút...

Chu Vinh nhìn họ, anh vui sướng như nơi lòng khuyến khích. "Hãy vui đi anh không hề ghen, em đừng sợ." Anh nở nụ cười tươi, không nghĩ gì khác hơn, lòng Chu Vinh thật trong sáng chia sẻ, vô tư hết mức cùng với bè bạn.

Tích tắc Lan Anh xin phép nói:

- Thôi đủ rồi. Em xin trở về chỗ Chu Vinh đang chờ.

- Không sao được rồi. Cô có đôi mắt tuyệt thật. Cám ơn cô đã cho tôi mấy phút nhé...

Lan Anh rời tay Nguyễn Tùng quay lại bên Chu Vinh. Mặt cô bí xị. Chu Vinh nhìn nàng cảm thông, thêm yêu nàng nhiều, nhiều lắm.

Và họ, Chu Vinh Lan Anh ngồi bên nhau thưởng thức đêm chung vui. Mừng birthday ba mươi bốn tuổi của bác sĩ Nguyễn Tùng, vẫn còn là một bác sĩ độc thân!

Còn MC - Một nữ MC là nha sĩ mới ra trường tác nghiệp, ăn nói không thiếu phần lưu loát, đẹp cực kỳ sang trọng, đang hướng về bác sĩ 34 tuổi độc thân Nguyễn Tùng này. Nhưng chàng không có niềm rung cảm từ cô gái đó. Nguyễn Tùng đến hôm nay. Ai biết rằng chàng lại để ý đến Lan Anh cô gái - Bạn tình của một bạn trai mình. Thật rắc rối, rắc rối cho trái tim chàng! Trong khi các cô gái khác đang chờ tình yêu từ phía trái tim chàng, thì chàng vẫn cứ dửng dưng. Chàng chẳng cảm giác gì, Nguyễn Tùng này tệ hơn nước lạnh với họ. Cuộc đời vẫn có những nghịch lý lạ lùng, ai đâu xui khiến...

Cuộc vui chơi nhảy nhót, cắt bánh ca hát nhộn nhịp. Các ca sĩ hát những bản nhạc tình lãng mạn bậc nhất, để yêu thương bậc nhất, để chia sẻ nhất. Họ ăn uống thưởng thức mê say. Những lời phát biểu của Nguyễn Tùng, lòng biết ơn chân thành cho birthday mình, chuyển đến thân hữu niềm chia vui sâu sắc... Mọi người đến đó, đã có mặt dự họ cả thảy vỗ tay tôn vinh náo nhiệt...

Party birthday Tùng vừa vui vẻ, mới mẻ, vừa lạ lẫm long trọng! Đôi lúc họ ngưng hát, không cần ca sĩ hát mà chỉ cần biết bài hát, nhạc công đệm theo lời nhạc du dương, lên cao xuống thấp, cho khách dancing cứ dancing, họ ôm nhau nhảy, nhảy thật là cuồng nhiệt, lãng mạn, và họ có những người như nhảy "cháy" hết mình...

Rồi cuộc tiệc nào cũng cạn, và đi đến thưa dần. Chu Vinh, Lan Anh. Một số bạn bè thiệt lòng muốn về trước.

Nguyễn Tùng đưa họ ra cổng nhà hàng hẹn gặp lại. (Đây một nhà hàng đẹp cực kỳ, lộng lẫy kiêu sa nhất ở vùng này.) Những người ham thích dạ vũ tiếp tục vui trên sàn diễn, tay trong tay dìu nhau, nhịp bước ảo huyền theo nhạc công. Nguyễn Tùng tự cảm thấy không hiểu sao, anh không cố tình nhìn cô gái Lan Anh này, nhưng mắt anh cứ muốn dán lên nàng không chán! Không phải quần áo nơi cô ta đẹp sang lỗng lẫy, hoặc dịu dàng tha thướt kia, mà chính là vóc dáng trời cho với khuôn mặt đặc biệt nàng, mắt mũi nàng thật quá ấn tượng! Anh tự vò đầu bấu cổ bối rối. Sự xuất hiện của Lan Anh làm cho Nguyễn Tùng thích thú, anh đột ngột thay đổi kỳ lạ, người anh nóng ran ran tâm huyết... Nguyễn Tùng cứ hướng về cô, lòng bần thần một điều gì đó, anh rất khó hiểu, tựa là bản nhạc "tình ca nào" nhè nhè trôi đi, trôi đi xa xôi mơ tưởng, trôi trong miên man đến huyền hoặc... Như có gì lạ lắm đang xâm nhập vào lòng anh. Có lẽ birthday Nguyễn Tùng là những hương hoa tình cảm mọi người đang dành cho anh. Nhưng riêng Nguyễn Tùng, hương hoa tình cảm anh như đang gởi tận đâu đâu, anh chẳng biết...

CHƯƠNG 3

Bữa tiệc birthday Nguyễn Tùng đó không biết như áng mây hồng hay áng mây đen? Cứ làm Tùng ám ảnh không thôi. Thật không hiểu sao chàng lại ám ảnh Lan Anh? Tùng cảm thấy mình vô duyên khi nghĩ đến Lan Anh. Song sự thật không thể che giấu sự thật. Vâng, Tùng thích cô ta hơn bất cứ cô gái nào. Anh đặt câu hỏi ở đâu mà Vinh may mắn quá? Thật ra anh so sánh, Vinh không hơn anh? Vậy mà chàng hết sức được hên, gặp cô gái đẹp như thiên thần, lại hiền nhu đoan chính khi yêu, kiếm đâu cho ra? Tự nhiên Tùng có ý tưởng ham muốn kỳ lạ, anh thích được yêu cô ta, anh muốn hoán đổi với Vinh. Nguyễn Tùng muốn cô gái Lan Anh này là của anh, thuộc về anh. Anh muốn được cưới cô ta là một hạnh phúc lớn trong đời. Hình ảnh cuộc gặp gỡ đầu tiên, mấy bước nhảy slow rock chậm với nàng, mà sao cứ xoáy tròn lộng vào tim Tùng... Anh quyết định mau lẹ, nghĩa là " Có thể anh đánh đổi tất cả để được Lan Anh này. Thậm chí dù ai chê anh, cướp giật, hay tranh giành tình yêu của bạn, Tùng vẫn xin cam lòng. Miễn anh có Lan Anh là đủ. Có Lan Anh, Tùng mới thấy giá trị cuộc sống đáng yêu. Còn không thì ngược lại, cuộc đời anh coi như vứt đi, và nguồn sống cạn kiệt... Tùng sẽ không còn thấy ý nghĩa là gì, nếu như ước mơ anh bị chôn vùi, hoặc không được thực hiện..." Tùng bao lần tự hỏi. Tại sao, tại sao mình lại đi yêu nàng ấy, nhưng trời ơi làm sao anh có thể trả lời cho chuẩn nơi lòng ...

Ngẫm nghĩ như rơi vào bến mộng đâu đâu. Rồi một hôm anh táo bạo gọi cho Chu Vinh để đi vào dự định... Trước hết

Nguyễn Tùng vui vẻ:

- Hello bạn hiền anh có khỏe không Chu Vinh?

- Tôi khỏe Tùng ơi. Chu Vinh bắt máy trả lời.

- Tôi muốn nói với anh một chuyện Chu Vinh.

- Vâng cám ơn Tùng, tôi vẫn khỏe anh muốn nói gì?

- Báo chí lúc này ra sao, quảng cáo được như ý không?

- Làm cho vui thôi Tùng ơi, thua người ta chạy bồi bàn nữa. Nhưng mình mang nghiệp vào thân rồi. Thời gian còn lại mình vẽ tranh và siêu tập lại bộ ảnh. Dự định năm tới mình về đất Việt triển lãm tranh, trình bày nghệ thuật nhiếp ảnh mới của mình luôn. Song rất còn đòi hỏi kinh phí bỏ ra.

- Anh cứ thực hiện, hao hụt tôi giúp anh?

- Mình không muốn phiền bạn nhiều đâu.

- Bạn bè nhau. Giúp nhau có gì phiền?

- Cứ để kế hoạch đó ngủ yên đã bạn ơi. Thanks bạn nha!

Rồi Nguyễn Tùng bảo, như hỏi tiếp:

- Có gì đâu. Mà anh có định dừng lại nơi nào cưới vợ chưa?

- Thì Lan Anh mình từng giới thiệu với bạn đã biết.

- Nhưng Chu Vinh ơi mình có việc khó nói đây.

- Chuyện gì? Chu Vinh tỏ ra mong đợi, anh óng sáng cả hai con mắt.

- Thật khó nói vô cùng. Nguyễn Tùng mím môi.

- Tùng cứ nói, có gì không ngoài giới hạn mình sẽ giúp. Chúng ta coi như là bạn thân. Chu Vinh nôn nóng hỏi nữa.

- Anh sẵng sàng tha thứ cho tôi không? Rất nghiêm trọng đó. Nguyễn Tùng dè dặt đặt vấn đề.

- Trên đời này không có gì nghiêm trọng cả. Khi ta hóa giải được.

- Dễ dàng như thế sao? Tôi không tin, nhưng hy vọng. Tùng liếm môi thêm, nhìn ra ngoài trời tý.

- Tùng nói thế nghĩa là gì? Vinh chợt vẻ băn khoăn.

- Một rắc rối bậc nhất. Giải tích, đạo hàm cũng không khó hơn khi mình còn đi học ở trung học? Trời ơi thiệt...

- Cái gì nào, anh lòng dòng thế.

- Ừa đó. Khi anh yêu một người, mà người khác vẫn yêu người anh yêu. Thì anh nghĩ thế nào? Tôi tỉ dụ...

- Điều đó không có nghĩa. Khi tình yêu cần trong hai.

- Thì đó là vấn đề.

- Vấn đề gì?

- Thật sự tôi yêu...

- Yêu ai?

- Tôi yêu Lan Anh kể từ khi gặp. Xin lỗi bạn!

- Tùng đừng nói giỡn nha.

- Như sự thật khó nói. Tôi đã bảo. Tình yêu luôn có lý lẽ riêng của nó. Tôi thích Lan Anh, và tôi yêu nàng. Tôi không thể nào cưỡng được trái tim. Tôi thật tình không hiểu sao. Chu Vinh có thể giúp tôi, tôi có thể mất tất cả... Trong mắt tôi. Tôi còn yêu cô ấy hơn anh? Anh có thể nhường cho tôi. Thành thật xin lỗi anh điều này. Tôi tôi...

- Chu Vinh vẫn yêu cô ấy nhiều đó chứ, không được đâu. Tùng ơi bạn sai rồi.

- Làm ơn đi, hãy nhường cô ấy lại cho mình đi.

- Nhưng trời ơi. Làm sao mà được? Chu Vinh nói tiếp cố giữ vẻ thản nhiên:

- Cô ta không yêu Tùng đâu? Mình biết cô ta.

- Đừng lo lắng về chuyện, mình cùng bạn sẽ có phương cách. Chỉ cần bạn chấp nhận nhường cho vậy. Trong tình bạn Tùng thành thật xin bạn ý tưởng này, nhường cho mình!

- Trời ơi. Chu Vinh tự lắc đầu, rồi sờ đầu, sờ tóc cho chính anh. Anh như khó giải quyết việc đây. Chu Vinh nhắm mắt lại một tý như nghiền ngẫm.

- Dễ mà, người phụ nữ khi yêu đều rất ghen. Khi ghen sẽ bỏ và quên được. Các phụ nữ bản năng tự trọng cao, không tha thứ cho người mình yêu, khi họ thấy sự phản bội.

- Nghĩa là sao? Tùng ơi...

- Nè thí dụ anh đi với một cô đào trẻ hơn chẳng hạn. Nàng tận thấy và khi tức giận, tôi cầu hôn nàng sẽ ưng tôi ngay. Sau đó yêu tôi bằng bổn phận. Có thể yêu tha thiết.

Trái tim phụ nữ xoay chuyển, khó biết lắm. Ai mà gan dạ hiểu được trái tim phụ nữ chính xác chứ...

- Hừm. Nói gì nói. Tôi mất người yêu tôi đau lắm.

- Anh nghệ sĩ lãng mạn hơn. Anh sẽ quên cô ấy nhanh.

- Chưa hẳn.

- Anh thử đi, không chừng anh yêu hơn với cô gái khác. Anh từng yêu vợ, rồi anh đi với người khác, vợ anh buồn nói anh không nghe. Cô ta phải tự tử? Bây giờ anh yêu Lan Anh, có một ngày dòng máu anh còn bay bướm thêm tội cho cô. Tôi không dám xúc phạm anh, nhưng tôi nói thật...

- Chu Vinh không nghĩ là Chu Vinh yêu ai hơn cô, phần còn lại trong đời. Và Chu Vinh không thể mất cô ấy được.

- Mà vì tình bạn Tùng đã nhanh chóng giúp gọi, để chữa cho anh hết bịnh. Tùng năn nỉ anh, bởi Tùng có thấy cô ấy, là phần nửa của mình.

Chu Vinh làm thinh, Nguyễn Tùng giục:

- Đã nói hết rồi thử đi, nhường Lan Anh lại cho mình. Bằng mọi cách mình mang ơn bạn lại. Mình không cố đánh chiếm, mình chỉ mong bạn nhường thôi.

Vinh làm thinh lâu. Tùng không nghe nói gì. Thì bảo:

- Sao? Thế nào cứu mình đi mà, năn nỉ mà...

- Tôi không ngờ tình thế như vầy. Vinh nói nhìn phone.

- Thì đó. Nhưng biết sự thật thì dễ giải quyết hơn!

- Thật khổ cho chúng ta. Cho tôi.

- Tùng thấy mất hết ý nghĩa trong cuộc sống. Nếu như Tùng không được niềm mong đợi này!

Chu Vinh vẫn làm thinh. Nguyễn Tùng tiếp tục bảo:

- Sao Chu Vinh? Tùng mong tiếng nói từ bạn cho mình an lòng! Hãy vì mình, mình năn nỉ rớt hết lời mà. Tùng nặng lòng yêu Lan Anh mất rồi, không biết vì sao nữa?

- Trời ơi.

- Trời cái gì?

- Khó xử cho Chu Vinh quá đấy.

- Nói hết rồi. Tình bạn bè. Anh mang ơn tôi sự sống, bây giờ anh cho tôi một chút tình cảm con tim tôi. Coi như tôi mang ơn anh lại tình cảm. Một tình cảm đặc biệt lớn lao.

Cả đời trước khi chết tôi vẫn phải nhớ lấy…

- Anh đừng nói câu cuối như vậy. Ôi chao ơi nước cờ này. Thôi đành chịu mang ơn anh, nhường người yêu cho anh. Chứ không phải Vinh không nặng lòng nơi cô ấy. Anh làm sao hiểu hết trái tim tôi đang ấp ủ.

Im lặng nuốt nước miếng ở cổ. Chu Vinh nói tiếp:

- Nếu không có anh tôi chết mất từ lâu, tình bạn chúng ta có từ đó. Hiểu anh, tôi hứa sẽ giúp. Thôi được tôi phải giúp cho Tùng vui không còn cách nào khác hơn. Hai chữ bằng hữu đã lớn trong Vinh. Và tôi vì anh lắm.

- Tôi rất mừng khi anh đồng ý. Này nhé Chu Vinh?

Nguyễn Tùng nói tới đó sững lại im. Chu Vinh liền hỏi:

- Chuyện gì?

- Anh làm ơn hãy diễn ra một cuộc đi chơi với một người con gái trẻ khác. Tôi sẽ tìm cách làm cho cô ấy quên anh nhanh... Tôi biết anh còn nhiều cô trẻ đẹp, lạ khác, chịu đi chơi với anh, yêu anh mà!

- Đồng ý, Tùng cứ tiến hành như ý muốn đi. Vinh chọn rồi đó. Vinh nói chớp chớp đôi mắt có vẻ thở dài. Qua phone không thấy mặt, Tùng chẳng hề cài chế độ cho thấy nhau.

- Đừng gọi cho cô ấy nhiều nữa nha. Cô sẽ tự ái điểm khởi đầu. Coi như anh và tôi mở màn một chiến dịch. Anh đã vì tôi. Nguyễn Tùng sốt sắng căn dặn.

- Có thể tôi dại dột, nhưng nghĩa trọng nghìn cân. Chu Vinh này hàm ơn anh và không thể từ chối. "Thôi thế là thôi…" Tôi mong mọi việc chóng qua, an lành.

- Nếu được Lan Anh thương chịu kết hôn Tùng. Anh muốn tiền bạc bao nhiêu tôi vẫn bù. Tôi nói thật anh đừng giận.

- Chu Vinh này nghèo, song cuộc sống không thiếu lắm. Anh đừng bận tâm. Xin cám ơn anh.

Sau cuộc nói chuyện qua phone đó, Vinh thở dài thêm. Bởi một oan nghiệt, anh không thể chọn khác hơn. Phải chăng anh sống quá trọng tình nghĩa, tình bạn chăng? Chính lần anh sém chết bởi nghẹt tim, không có bác sĩ Tùng tài ba nhanh nhẹn đưa vô bịnh viện cấp cứu ngay, thì anh giã biệt cuộc đời, cách đây mấy năm lâu rồi còn gì? Như người thường nói "Mộ lên cỏ xanh, là hóa nhanh thiên cổ rồi." Nhưng anh còn sống đến hôm nay, là nhờ Tùng. Anh vì tình bạn chứ không phải vì một cô gái nào trẻ hơn mà anh xa Lan Anh? Vinh không biết mình cao cả, hay ngu muội xử lấy sự kiện này...

CHƯƠNG 4

Một ngày tình yêu February/14 rất gần, những ngày vui birthday Nguyễn Tùng trôi qua, anh không gọi cho nàng, không hỏi thăm. Sau lần birthday của Nguyễn Tùng đó, anh gọi hai lần rồi im bặt. Lan Anh không biết chuyện gì xảy ra. Cô gọi hỏi anh, thì Chu Vinh trả lời:

- Anh bận lắm, anh không nghi ngờ gì tấm lòng Lan... Mà anh xin lỗi không có thời gian như xưa. Anh đang chuẩn bị cho cuộc triển lãm sắp tới.

Đại khái là như thế. Khi Lan Anh hỏi.

- Em không quan trọng trong anh sao?

Chu Vinh trả lời:

- Sợ em buồn, nhưng hãy tha thứ cho lời thề non hẹn biển ngày ấy. Anh còn lo nhiều việc lắm.

Lan Anh thắc mắc:

- Chuyện cưới hỏi chúng mình tính như thế nào anh?

Chu Vinh ỡm ờ:

- Hãy như một giấc mơ, đừng nghĩ tới. Sorry em...

Bất cứ câu hỏi nào Lan Anh đưa ra Chu Vinh trả lời mờ nhạt như nhát gừng, gạt đi cho qua loa lẹ.

Lan Anh đâm ra buồn ngớ ngẩn, dần dà nàng tự ái tìm đọc những đống sách triết lý về tình yêu. Nàng cảm giác tất cả đều vô nghĩa, xảo trá với nàng. Nàng từng giận vứt những quyển sách nổi tiếng, về tình yêu lòng thủy chung, về đức hạnh hy sinh trong tình yêu, sự nhẫn nại trong cam go của tình yêu v.v... Nàng đã ném hết thảy đi vô thùng trash hết. Nàng đang coi sách đó như rác cả! Và nàng như mất hết thăng bằng!

Thế bây giờ Lan Anh mới hiểu vì sao vợ Chu Vinh đã

tự vẫn? Nhưng với nàng thì khác. Nàng không thể chết đi. Nàng cũng muốn chết đó chứ, nhưng thế thì hèn lắm, ô nhục lắm. Lý trí lèo lái cho trái tim non nàng phải nhận ra sự sống. Đâu là lý tưởng sống cho xứng đáng, cho một phụ nữ ngày mới?

Đến một ngày nọ Tùng cố gắng bậm gan, xúc tiến ước mơ. Chàng muốn gọi cho nàng. Nàng nhìn tiếp phone, chàng liền bảo:

- Hello! Lan Anh rất hân hạnh được biết em. Hôm nay office anh không bận lắm. Anh cảm thấy mến và nhớ Lan Anh. Anh gọi cho đỡ buồn. Em khỏe không em?

- Dạ! Lan Anh xin chào anh, em OK.

- Lan Anh nè. Chu Vinh may mắn quá, anh chúc mừng cho hai bạn. Lâu quá không được gặp nhau, ước gì birthday của anh nữa. Chu Vinh sẽ đưa em đến. Gần một năm nữa, chắc lúc ấy em có tay bồng tay mang. Đúng không nè?

- Anh Nguyễn Tùng cám ơn anh gọi cho em, song anh nói gì tay bồng tay mang em không hiểu? Lan Anh u buồn hỏi vặn lại Nguyễn Tùng.

- Thì em, Chu Vinh cưới nhau rồi. Em lẽ nào sẽ không có em bé. Có con thì tay bồng tay mang, đơn giản vậy thôi. Trời ơi có gì mà không hiểu em?

Nàng cười buồn chính mình, gương mặt vẫn tươi bảo:

- Làm gì có vụ đó? Còn lâu lắm, cám ơn anh quan tâm.

- Tình yêu hai người vun bồi cho nhau chứ. Chắc Vinh đối xử làm em hạnh phúc lắm. Anh xin chúc mừng vạn phúc.

Lan Anh nghe Nguyễn Tùng nói mà lòng cô trở nên đau tê tái quá. Cô tiết lộ:

- Anh ơi chúng em không như anh tưởng? Anh ấy phụ em rồi không gọi phone cho em, không bắt phone em gọi.

- Hừm, tệ vậy sao? Có lẽ nào?

- Dạ, tình yêu của em đang tệ lắm. Buồn thật.

- Lễ tình yêu sắp đến không có kế hoạch gì sao?

- Kế hoạch gì? Anh ấy còn nhiều cô trẻ đẹp. Đàn ông các anh thấy bóng hồng khác, thì quên bóng hồng hôm qua.

- Vậy sao em? Anh chẳng hiểu, mỗi con người, mỗi tâm lý, rất phức tạp khác nhau. Em có muốn anh gọi điện cho Chu Vinh để giúp gì cho em hôn? Em trẻ trung, xinh đẹp đáng được Vinh nâng niu chứ?

- Mà em không được nâng niu mới là điều buồn đáng nói chứ. Không, em không cần đâu. Em vẫn sống được. Thiệt ra em là cô gái sợ: "Em phụ người ta, chứ em không sợ người ta phụ em!" Em vẫn quan niệm như thế.

- Anh không thể ngờ, song em hãy vui lên sống. Nếu nói vậy Lan Anh là cô gái tốt, cô gái duy thức mới. Anh chúc em hãy may mắn, đừng buồn dù nghịch cảnh nào. Dù gì anh vẫn đứng bên cạnh làm bạn với em. Được không?

- Được chứ anh. Vâng! Em cố gắng sửa đổi cách suy nghĩ, làm việc nơi niềm vui của tình yêu bao người. Lan Anh trả lời mặt vẫn buồn xo lại.

- Nếu như có lúc, cũng cần tinh thần như thế em à? Nguyễn Tùng như chia sẻ cùng nàng.

- Dạ. Cám ơn anh gọi em. Nếu khi em không vui có anh. Em vẫn thấy có nguồn an ủi tình người nha anh.

- OK. Anh sẽ gọi Vinh dù em không cho. Anh sẽ báo sau em biết. Anh rất thân với Vinh, hắn không thể giấu anh. Và khi em cần gì? Anh sẽ giúp đỡ, học hỏi, tham luận hướng tới nghiệp vụ. Nguyễn Tùng này không giỏi về mỹ thuật, nghệ thuật. Song tiền bạc, xu hướng đầu tư cho em cái gì, Nguyễn Tùng có thể viện trợ tinh thần, cả vật chất cho em.

- Em không cần gì đâu, chỉ là anh em. Tình người là đủ.

- Thôi nhé mai anh gọi lại. Anh sẽ liên lạc hỏi ngay Chu Vinh bây giờ, rồi nói cho em rõ.

- Được anh Tùng. Cám ơn anh quan tâm em nhiều. Mà em thấy... Anh Tùng không nên gọi cho ảnh làm chi?

- Hừ! Phải gọi để... chứ em!

- Tùy anh, nhưng Lan Anh nhìn tình yêu giữa em và ảnh hình như đã chết. Và nó không cần thiết đối với em đâu?

- Gọi cho em để vui... mà em nói chuyện này. Thì anh cũng buồn không biết làm sao?

- OK anh. Anh gọi cho Lan Anh những lúc buồn như thế

này là OK rồi. Chuyện gì rồi sẽ qua mà anh Nguyễn Tùng!

- Ừa anh sẽ coi thử. Bye em.

- Thanks anh Tùng quan tâm em. Bye anh!

Lần thứ hai đi làm ở sở về, Lan Anh dắt con chó đi dạo theo thông lệ, nàng tập thể dục walk, đi bộ chung quanh, khuôn viên Apartment để ngắm những cánh hoa công cộng, để hít thở khí trời bên ngoài thiên nhiên, ngắm nhìn phong cảnh con người ở nơi đây, thì nàng nghe Nguyễn Tùng gọi lại bảo:

- Em nói đúng rồi Chu Vinh đã có bóng hồng lạ. Chu Vinh đang say mê con nhỏ ca sĩ vùng liên bang. Hình như hẹn hò, cưới nhau hay dắt về đất Việt chi đó.

- Họ quen nhau trong trường hợp nào anh biết không?

- Cô đó là một ca sĩ tương đối có tiếng. Sắc đẹp loại B nhưng còn trẻ hơn em vài tuổi, hai mươi, hai mốt gì đó. Trời ơi anh không ngờ Vinh khi yêu lại chọn cái mới hơn. Bằng chứng là không gọi phone cho em rồi đó, còn gì nữa. Hình như họ gặp nhau một đêm nhạc thính phòng nào em à.

- Thật sao, thảo nào? Vậy còn thề thốt với em làm chi?

Rồi cô bỗng hỏi:

- Anh Tùng được nghe từ đâu hả anh?

- Chính anh ta bảo anh, nhiều người khác thấy nữa.

- Em khinh lối yêu như vậy. Em hứa em quên ảnh ngay.

- Có thể quên đi em. Sự việc phũ phàng quá Lan Anh.

- Okay anh. Tưởng sao, chứ lòng dạ như vậy em không tiếc đâu. Em sẽ đi lấy chồng trong nay mai. Em chẳng cần liên lạc. Tại em ngu. Chứ ảnh từng làm vợ buồn chết khi họ còn vợ chồng với nhau mà...

- Thôi nhé, Lan Anh chớ làm điều đáng tiếc nhé.

- Đương nhiên. Em không uổng phí một đời. Em nghĩ.

- Đừng làm điều vô giá trị em nghen.

- Em hiểu! Thanks anh.

- Anh bye. Anh sẽ gọi lại. Bảo trọng lấy thân nha em.

- OK anh. Cám ơn anh lần nữa.

Nàng đã cắt cell phone nơi tay. Lan Anh đi dần vào lối

mở cổng vô nhà, cô nghe Tùng bảo cho biết bí mật nơi Chu Vinh, tự nhiên chân nàng như bị yếu đi rão xuống, mà nàng cố bước mạnh, nàng đi nhanh về nhà, để con chó vào vị trí riêng của nó. Lan Anh ôm đầu suy nghĩ, nhắm nghiền đôi mắt, và đôi môi run lên. Sau đó nàng đến giường nằm úp mặt xuống gối, nàng như muốn khóc bởi vì đâu? Các vật dụng trong nhà nhìn nàng thương xót mà như chưa có dịp an ủi... Ngoài trời thiên nhiên như sắp đi vào một buổi tối êm đềm, mà Lan Anh cảm giác đất trời này như đang bày xuống một màu xám xịt, tan tóc thê lương...

CHƯƠNG 5

Qua lần nói chuyện với Nguyễn Tùng đó, Lan Anh buồn vô tận. Nàng muốn đi chơi cho phai lãng chuyện tình nàng. Lan Anh gọi, rồi hẹn Nguyễn Tùng đi ăn.

Trong lần đi ăn đó, Nguyễn Tùng lại mời cô đi coi phim ở rạp. Lan Anh vui vẻ nhận lời.

Chàng lái, bác sĩ Nguyễn Tùng lái. Hai người đồng ý lái xe đi ăn rất xa vùng nàng đang sống. Và sẽ coi phim cũng rất xa vùng nàng đang ở luôn. Lan Anh lên kế hoạch. Nàng không sợ ai? Song trái tim Lan Anh, không muốn bắt gặp hình ảnh ngày nào - Nàng cùng Chu Vinh từng sánh đôi bên nhau. Chu Vinh ôm Lan Anh của vòng tay thật là âu yếm, hoặc trên những lối xưa, hoặc ngồi xe chung bên nhau... Hôm nay trên lối xe chạy này, nàng bảo Nguyễn Tùng:

- Em muốn đi xa cho em và anh vừa ngắm cảnh ngoài trung tâm thành phố. Em không sợ Vinh. Nhưng em sợ miệng đời mỉa mai. Khi chúng ta vào các quán Việt quen thuộc. Khi chúng ta chưa là gì? Khi em và anh chỉ như bạn bè anh à.

- Anh hiểu. Nguyễn Tùng trả lời.

- Anh an ủi em những lúc sa ngã chán đời. Em vui lắm. Anh là một chiếc phao cho em. Một chiếc phao đủ lớn.

Giọng của Lan Anh thật thơ ngây cảm động. Anh nghe còn mến thương hơn. Tùng vẫn lái xe ngọt tay. Anh bày tỏ tấm lòng mình:

- Anh hiểu tâm trạng em hiện giờ. Hãy vui đi em đừng sầu gì đâu? Dù gì vẫn còn anh bên cạnh. Hãy nhìn cách sống mới mẻ hơn đi em.

- Em thật cám ơn anh. Im một tý Lan Anh nói thêm:

- Đương nhiên là em có khác hơn, các cô gái si tình ngày xưa. Em nghĩ vậy được không?

- Được. Tốt chứ, hãy chọn vui tích cực để sống em à!

Lan Anh gật đầu nhìn Nguyễn Tùng. Cô như muốn gởi một ánh mắt thiêng liêng với anh.

Họ lái xe đã đến nơi một nhà hàng Mỹ trước tiên để ăn lunch. Chàng kêu nhiều món, nhưng Lan Anh có lẽ buồn nên không dùng nhiều. Nàng chỉ dùng mấy miếng xúc xích và vài đoạn cá hồi, cùng ít chút rau xanh salad rồi uống cocacola là đủ. Tùng thì cố gắng săn sóc Lan Anh cũng không cần ăn mấy. Và chính Nguyễn Tùng thích ngắm nàng ăn hơn là mình ăn. Họ vô nhà hàng giống như một cái thông lệ của nhân tình ở cuộc đi chơi. Rồi họ lại đi theo kế hoạch lịch trình thứ hai; là đi xem phim. Tùng đang lái tìm bãi đậu xe. Họ xuống xe, đi lấy vé vào rạp như hàng chục các cặp đôi khác. Tại một rạp vùng ngoại ô xa trung tâm thành phố. Rạp tên X Hope. Thế nhưng khách vào rạp không phải là ít. Từ mọi lứa tuổi, dồn về vì họ ưa rạp này. Cũng rất đông rộn ràng, vui vẻ và khí thế lắm... Hình như đa số vào rạp này là tình nhân thì nhiều hơn.

Cả hai đón xem chương trình bộ phim khá ướt át. Tùng đưa tay nắm lấy tay Lan Anh bóp nhẹ trong tay mình, anh hôn lên tóc nàng như cảnh ở phim quảng cáo nơi đồng cỏ. Phim tác động anh...! Không hiểu sao Lan Anh ngã vô lòng Tùng, hai hàng nước mắt cô chẻ đôi ứa ra. Trông nàng có vẻ xúc động. Tùng ngắm nàng... Không nói không rằng, Tùng lau nhẹ những giọt lệ đau thương cho nàng. Cảm xúc hơi mờ nhạt tý, nhưng Lan Anh có dành cho anh. Nàng đã nằm gọn nơi lòng chàng coi hết bộ phim "Cuộc chiến thành Troy"- Phim chính thức. Giống như những cặp đôi tình nhân bên cạnh vẫn âu yếm bên nhau. Thỉnh thoảng anh hôn Lan...! Cảnh trong phim họ hôn nhau thật nóng, riêng anh hôn nàng ở tâm tư Lan Anh hơi bị nguội. Song dẫu sao, là những nụ hôn đầu tiên anh hôn nàng...

Rồi cuối cùng họ cũng ra về như các đôi tình nhân bên cạnh kia. Chỉ trong lòng Lan Anh đầy màu sắc buồn hơn là vui. Cái khác của Lan Anh với họ là chỗ đó. Tuy nhiên Nguyễn Tùng luôn muốn che chở, như một cú sốc còn rất mới nơi nàng. Bằng con tim chân thành. Anh yêu Lan Anh thật sự...

Một hôm sau đó vài ngày. Lan Anh vẫn đi học, đi làm bình thường, nàng muốn dửng dưng với tình cảm chẳng đoái hoài nhớ nhung ai trong dạ nữa. Rồi nàng được Tùng mời dẫn nàng đi coi nhảy - vũ sexy ở một club nữa. Lan Anh vẫn đồng ý đi cùng chàng một chỗ ăn chơi mới mẻ hơn. Lan Anh không biết mình nên buồn hay vui khi đi với Nguyễn Tùng lần này nữa. Song nàng lại thấy khá thích thú, thì đúng hơn...

Anh và nàng ngồi trên xe bãi đậu parking, họ còn chần chờ chưa vô, thì lại thấy Chu Vinh và người tình ca sĩ Hải Loan, hai người đang đi vào club tên "Happy 100%..." Nhân ngày lễ tình yêu. Một club rất lớn ở trung tâm thành phố. Đủ loại người từ các quốc gia khác tới đây enjoy. Tùng và Lan Anh nhìn Vinh đi bên cạnh cô gái đó. Họ đang sóng sánh bước vào cổng chính. Lan không tin vào mắt mình, nhưng sự thật bao giờ cũng sự thật. Cô gái từng được yêu bỗng dưng thấy đau đớn vô cùng. Cô kinh tởm một sự dối trá của người tình Chu Vinh đối với nàng đến cực điểm...

Nỗi ân hận Lan Anh yêu Chu Vinh. Nàng đã lầm mê, buồn bã làm giá buốt tâm can người con gái trẻ. Nàng đập nhẹ lưng Nguyễn Tùng để bảo:

- Ô mình đi về anh. Em thấy Chu Vinh quá trắng trợn, bỉ ổi. Nếu chúng ta muốn coi thì nhiều chỗ lắm, không cần chỗ này đâu anh Tùng ơi.

- Ừa em. Anh nghe từ một người bạn cô ca sĩ nói. Cô ta từ tiểu bang khác tới. Họ đi club nhiều lắm em ơi.

- Ừa họ tình tứ quá nếu anh không chê em. Anh không có người yêu, anh muốn cưới em, em chịu anh. Nguyễn

Tùng ơi? Anh đồng ý hôn anh?

Không hiểu sao má nàng ửng hồng, đôi mắt long lanh khi hỏi Tùng những câu. Trông nàng thật tuyệt đẹp và tội nghiệp.

- Anh đang mong muốn, đón nhận câu nói đó sao lại không? Nếu như em có ý nghĩ thương anh. Tùng nói và nhìn nàng, anh có vẻ thô ráp, cứng cỏi phần nào. Nhưng trong anh chứa một linh hồn đầy vẻ chân thật, ấm áp lắm...

Lan Anh nhìn Tùng cô đánh giá như vậy. Cô bảo tiếp:

- Vậy em muốn, mình cưới nhau càng sớm càng tốt. Em hứa là vợ tốt của anh. Em sẽ dành tình yêu cho anh rất nhiều. Em vứt bỏ những gì nơi hình thức, của ngày tháng vừa qua, em lầm lỡ sa ngã. Anh có tha thứ cho em hôn? Phải em người con gái ngu xuẩn nhất, trên hành tinh hôn anh Tùng?

- Đừng hỏi anh Tùng những câu hỏi ngớ ngẩn và dư như thế em. Đôi mắt Tùng nhìn Lan Anh càng thêm thắm thiết.

- ... Anh Tùng ơi! Nàng gọi nhỏ.

- Anh yêu em, đừng buồn em.

- Đáng buồn cho em quá anh Tùng ơi.

- Em không nên buồn, như em đã nói với anh mà.

- Dạ em nghe lời anh, cám ơn anh. Và em sẽ yêu anh.

**

Mấy tháng sau Lan Anh, Nguyễn Tùng cưới nhau, nàng không muốn tổ chức linh đình. Mặc dù Chu Vinh cho nàng phản bội nhanh hơn, nàng vẫn cảm thấy hãnh diện vì nàng có chồng trước. Lan Anh không bao giờ muốn nhìn lại cái mặt Chu Vinh mà một thời nàng yêu say đắm? Nàng tưởng không có gì chia cắt nàng được? Đúng là trên đời này không có gì tồn tại, cái đẹp nhất là cái dễ tan vỡ nhất, dễ hư mất nhất. Đau thương lắm nhưng Lan Anh quyết sống cho cuộc đời. Sự tổn thương đó, nhưng rồi nàng thấy vô cùng hạnh phúc. Ngày marry của nàng sẽ đến.

Đám cưới họ tổ chức tại nhà thờ trung tâm thành phố tên Thiên Ân 201. Cha xứ làm lễ. Ba mẹ Lan Anh mời những khách toàn là lớn tuổi phần nhiều. Tùng đeo nhẫn cho nàng, cả hai đều hứa những lời sâu sắc...

Ngày đó Vinh được Tùng mời. Chàng vui vẻ với cô bạn gái ca sĩ Hải Loan đến từ xuyên bang, uống rượu mừng cho Lan Anh. Khi cô và Tùng đến từng bàn cảm ơn. Lan Anh nhìn Vinh trong cặp mắt bất nhẫn để khinh bỉ, bên cô gái hớn hở lẳng lơ kia. Sau đó nàng chuyển sang lòng đầy kiêu hãnh, tự tin bước đi qua bàn khác. Như nàng muốn dẫm qua xác chết của Vinh vậy? Dù sao nàng vẫn là kẻ thắng cuộc, là vợ của bác sĩ danh giá... Lan Anh thầm nghĩ Chu Vinh phàm tục, tầm thường, thấp hèn, đáng khinh lắm. Nàng muốn nguyền rủa... Nàng cao ngạo không cần nhìn họ chi nhiều. Song ngày hôn lễ ấy, sắc thần nàng vẫn cứ đẹp mê hồn, kiều diễm, và thỏa thích...

CHƯƠNG 6

Một ngày sau đám cưới, Lan Anh đâu có biết Chu Vinh khóc một mình trong giá vẽ. Bức chân dung nàng và chiếc nhẫn chàng từng phác họa, chàng ngắm rồi buồn bã quẳng đi, đập nát, bóp nghẹt rồi ngồi lại khóc... Một người đàn ông chàng khóc cho cuộc tình mình dang dở, khóc cho tình ái phải chia ly, mà chàng cũng không biết vì đâu?

Chàng không thể sống nổi ở tiểu bang Virginia. Chu Vinh khăn gói phải đi xa tiểu bang, ra đi vì bao lần khó ngủ. Đoạn tuyệt với chính mình, đoạn tuyệt nghề nghiệp ở nơi đây. Đoạn tuyệt một mối tình mà người con gái đã mang cho chàng nỗi đau. Chàng muốn đi xa. Cho hình bóng Lan Anh tan mỏng, dễ xóa nhòa hơn...

Lan Anh không hề biết. Sự thật nóng nguội nơi chàng!

Cuộc sống chàng, giờ là vác máy đi làm một nghệ sĩ nhiếp ảnh chuyên nghiệp, hay là một nhiếp ảnh gia "bất đắc dĩ." Vinh cũng không biết câu chữ nào đúng hơn. Song anh chỉ biết niềm vui còn lại là lang bạt dạn dày với gió sương, chẳng ngại ngùng với bão tuyết... Mặc dù Vinh không to cao lắm, nhưng sức chịu đựng gian khó nơi anh không phải là loại thường. Với thiên nhiên, Vinh cứ như thế, những lúc buồn vui, anh ghi nhật ký, anh viết sách. Thỉnh thoảng

Vinh design trang bìa: Đặc san các đơn vị đặt hàng, các tác gia ái mộ anh v.v... Anh không còn làm báo nữa. Rồi đến một lúc, Chu Vinh không còn đi quay phim cho những cuộc đám cưới nữa. Anh quay đám cưới người ta vui vẻ làm chi, rồi tối về anh ngồi khóc một mình tủi thân? Nên Chu Vinh từ chối, anh bảo "anh bận rộn, phải bỏ nghề." Cuộc sống anh không giàu, nhưng không thiếu. Chu Vinh sống đơn thuần trong ý nghĩa tâm linh anh chọn. Trong khái niệm của riêng anh, về cuộc sống biết thế nào là đủ...?

Lan Anh thì coi như cuộc đời đã an bài. Không phải cô lấy Nguyễn Tùng là một bác sĩ đẹp trai giàu có, mà cô lấy chỉ vì thức tỉnh tình yêu. Nàng không thể lấy người mình yêu có nhiều cơ hội phản bội. Tất cả cũng trở về thực tế... Nàng có chồng, sẽ có con, rồi cuộc đời êm ả... Nàng thay đổi quan niệm để kết hôn với Tùng. Thật sự nàng có hạnh phúc nơi tình yêu Tùng. Chàng không mèo mỡ gà đồng, không trai gái vọng tưởng, không làm nàng phải căng thẳng đầu óc. Cô lặng lẽ sống với trách nhiệm, Lan Anh rất mực yêu chồng. Rồi hạ sinh sau đó, một năm ngày cưới hai trai song sinh...

Có một điều khiến nàng buồn còn lại, là con nàng không giống Nguyễn Tùng, mà hao hao giống Chu Vinh. Từ diện mạo, đến mặt mày, cặp mắt, đến sóng mũi, kể cả cái chân mày. Lúc đầu Lan Anh cứ cho mình là tưởng tượng, nhưng ngày càng lớn phóng to, sắc nét càng rõ ràng. Nàng càng thấy giống Chu Vinh lạ thường. Điều đó không làm cho người mẹ mừng mà cứ làm người mẹ, làm nàng thoi thóp, nhói đau mỗi khi nhìn thấy chúng. Lan Anh chẳng hề chung đụng với chàng sau đó. Và nàng không bao giờ yêu Chu Vinh nữa. Tại sao nàng sinh con không giống nàng hoặc chồng, mà lại giống Chu Vinh? Chuyện nghe rất lạ nhưng là sự thật. Nguyễn Tùng dần dà cũng thấy hai con mình không giống mình mà giống Chu Vinh. Chàng không buồn nhưng có ai con mình, vợ sanh ra lại không muốn giống mình, lại đi giống người khác kia chứ? Mặc dầu Vinh đối với Tùng là ân nhân, chứ không phải một đối thủ nơi thù oán! Chàng dặn lòng đừng hỏi, không thắc mắc. Song nó vẫn đi "vòng quanh thế giới" trong tim chàng, để hun đúc rồi đưa lên cảm nghĩ. Dù chàng hiểu Lan Anh. Và chàng rất thoáng, chàng chưa bao giờ ích kỷ, hoặc nghĩ đến sai việc.

Hai con lớn lên Tùng đặt tên đứa Tân, một đứa Lang. Đứa anh là Tân, đứa em là Lang. Lai lai như sự tích trầu cau xứ Việt. Hai anh em giống nhau như tạc. Nhìn kỹ mấy vẫn không biết. Nàng và Tùng mua hai sợi dây chuyền hiệu mặt đeo khác nhau, để thầy cô, gia đình, bạn bè dễ nhận diện chúng.

Cả hai học giỏi, bàn bè thích và không nghịch ngợm. Lễ phép ở xứ Mỹ vậy là khó lắm. Nhưng Tân, Lang làm được, vui lòng ba mẹ lắm. Thỉnh thoảng đi nhà thờ với bố, ai vẫn thích nhìn hai con sinh đôi của chàng. Tuần nào bố cũng dẫn đi, Lan Anh thì lâu lắm mới đi một lần. Tùng không buộc vợ. Cha mẹ nàng gốc Phật Tử, nhưng nàng theo công giáo Tùng từ hồi mới cưới nhau. Đến giờ này nàng vẫn là người vợ rất ngoan đạo, luôn chuẩn bị cho con hằng tuần để đi với bố. Thuộc về tâm linh Tùng không ép, nhưng niềm tin, ơn trên nàng có. Lan Anh nàng luôn luôn giáo huấn cho con học thánh kinh sớm, cả bằng những truyện tích kể, tranh vẽ, trò chơi thiếu nhi v.v... Lan Anh là một mẫu của người vợ thương chồng, yêu con và chăm con hết sức chu đáo...

CHƯƠNG 7

Thấm thoát thời gian chín năm cuộc đời như thế bình lặng, êm ả trôi...

Sau khi cộng đồng chủ tịch Virginia hợp nhất và đăng quang ban chấp hành mới. Phó chủ tịch là Nguyên Sinh, cô chủ tịch là Bích Hạnh trúng lại sau tám năm. Chu Vinh trở về vì chàng ở tận New York. Chính đặc san xuân này anh design cho sách xuân cộng đồng người Việt ở Virginia. Sách được mang tên "Hãy vui xuân trong mọi người."

Thật lâu chàng chưa ghé lại tiểu bang này. Thì như một dịp Chu Vinh nhận lời, giống như mình đi du lịch hay trở về mái nhà xưa, đằng nào vẫn là một khái niệm…

Chu Vinh đến Virginia. Anh đến dự hội xuân vui với ban chấp hành mới cắt băng đăng quang. Bạn bè ở Virginia tay bắt mặt mừng với anh khi thấy anh về dự. Vinh được gặp lại Tùng cùng hai con chơi xuân, họ mừng chào hỏi nhau rất quý mến! Cả ba cha con Tùng mặt mày sáng rỡ. Và Vinh biết sự tài trợ đã đọc lên của bác sĩ Tùng, tới mười lăm ngàn usd. Vinh hơi quan tâm, anh đảo mắt nhìn mà không thấy Lan Anh đi cùng. Có thể cô ta bận? Vinh thầm nghĩ không dám hỏi. Anh nhìn hai đứa con vẻ song sinh của Tùng thì ngờ ngợ một điều gì. Anh không dám nghĩ ra. Sau đó đang chơi xuân nơi cộng đồng tổ chức. Tùng mời Vinh đi uống coffee, bởi bạn bè trên chín năm gặp lại. Chàng để con chơi riêng với đám bạn choai choai nó. Nguyễn Tùng, Chu Vinh đi vào quán coffee Happy Cup gần đó. Câu đầu tiên Nguyễn Tùng hỏi khi ngồi vào shop tiệm:

- Chu Vinh. Anh thấy tiểu bang thay đổi nhiều không?

- Có thể nói. Nhưng tôi không dám nghĩ nói chuẩn lắm.

- Thay đổi nhiều đó chứ. Rồi Tùng ân cần hỏi thêm:

- Sao? Anh lấy vợ chưa Chu Vinh?

Chu Vinh mỉm cười, nụ cười đầy bí mật, song phóng khoáng. Chàng đáp:

- Thật chưa tìm được người như ý tưởng.

- Cô bé hồi đó trông cũng khá xinh.

- Vinh muốn đi đến với cô. Chỉ vì tánh tình cô, mình không hạp lắm.

- Chu Vinh có thể kể rõ hơn. Được không bạn?

- Gì mà không được. Chỉ cô Tây quá, và ưa lăng nhăng.

- Sự thật cô yêu anh. Anh có thể bảo cô dẹp bỏ hết.

- Cô không làm điều đó mới khó chứ.

- Rồi bây giờ cô ta đâu rồi?

- Cô ấy lấy chồng một nhiếp ảnh gia người Việt ở Pháp, và hình như chia tay rồi. Cô có về Mỹ gọi phone cho mình mấy lần, riêng mình không muốn gặp.

- Thì ra anh truân chuyên đường tình cảm quá.

- Mỗi người đều có số phận. Anh hạnh phúc chứ! Lan

Anh vẫn ngoan và tốt?

- Cô ấy đẹp cả nhan sắc và đức hạnh. Song có một điều tôi muốn bọc bạch với anh sẵn đây.

- Chuyện gì nhỉ?

- Anh thấy con tôi rồi chứ?

- Vâng.

- Thật sự tôi. Nó không giống tôi, nó hao hao giống anh.

Tùng đưa tay như ra hiệu một cái gì đó rồi nói luôn:

- Tôi không buồn. Chỉ Lan Anh có vẻ buồn trong đôi mắt cô, mỗi khi chăm sóc chúng.

Im lặng tý Nguyễn Tùng tiếp tục bày tỏ thái độ:

- Tôi bác sĩ tôi không nghĩ ra điều này. Con tôi sao không giống tôi. Tuy nhiên tôi không bao giờ ghét, hoặc căm giận Vinh. Tôi luôn luôn trọng Vinh, vì anh đã hy sinh tình bạn cho tôi có Lan Anh. Tôi vẫn tin chắc Lan Anh không có quan hệ anh, sau khi làm vợ tôi. Là một điều hoàn toàn thật.

Coffee được bưng đến lúc này. Chỉ duy quán này pha chế theo kiểu Việt, khách đến chờ nói chuyện dăm ba phút. Sau mới thưởng thức hương vị coffee từ dưới mang lên. Đã chờ chảy giọt rất chậm. Cả hai dùng từng ngụm thư thới.

Chu Vinh lắng nghe như thế ngạc nhiên, đoạn anh bảo:

- Cám ơn Tùng với tấm lòng hào hiệp, không làm khó cho Lan Anh. Nhưng tôi nghĩ hai cháu có thể giống mẹ nó thôi?

- Không không, anh đừng ngại khi điều sự thật. Nó giống anh, càng lớn càng giống anh.

Chu Vinh mỉm cười. Chàng đắm người nhìn ly coffee không nói một phút.

Nguyễn Tùng lại dè dặt mà lên tiếng:

- Tôi chỉ nói cho anh nghe vậy. Không có gì đâu nha? Anh có thể ghé thăm Lan Anh một chút.

- Tôi rất ngại. Song Tùng mời tôi hân hạnh.

- Không sao anh tốt nhiều lắm. Tôi có bao giờ quên anh. Bây giờ chúng mình là bạn rồi mà!

- Tôi muốn hỏi hai cháu học có ngoan không?

- Rất giỏi, vâng lời. Rất yêu hội họa. Tôi nghĩ rằng mẹ nó yêu hội họa nên thành thử chúng... Tôi không nói vì có thể sở thích, giống mẹ.

- Các môn vẫn đồng bộ giỏi hết?

- Xuất sắc lắm, vẫn giỏi toán như Tùng hồi nhỏ.

- Vậy thì anh hạnh phúc rồi.

- Vâng, chúng nghe lời Tùng dạy bảo, nói đi là đi, đứng là đứng. Chúng còn thương tôi hơn Lan Anh. Đêm nào mỗi đứa cũng sang hôn tôi trên mười cái trước khi ngủ. Nguyễn Tùng nói tới đây và cười với hạnh phúc rạng rỡ.

- Anh có cuộc sống hạnh phúc tôi mừng. Nghề nghiệp thế nào? Chu Vinh vui lây trong cái riêng buồn. Chu Vinh chụp hỏi tiếp Nguyễn Tùng như thế đấy.

- Tôi đã mướn thêm bác sĩ mới ra trường. Thân chủ vẫn đông. Thỉnh thoảng tôi được điều hợp mướn từ các bịnh viện lớn, tuy nhiều lần tôi từ chối. Một năm được trên dưới bốn trăm ngàn đô tiền thu được. Nguyễn Tùng trả lời.

- Anh đã có cuộc sống giàu cho Lan Anh tôi rất vui mừng. Giọng Vinh thật trầm ấm, chân tình và cảm động.

- Còn anh? Nguyễn Tùng nhìn bạn hỏi thêm.

- Đủ sống. Chu Vinh đáp lẹ.

- Tôi biếu anh. Nếu anh cần tiền bao nhiêu tôi sẵn sàng.

- Thanks! Không, anh nên chăm sóc cho Lan Anh và các con, làm từ thiện v.v... Tôi cuộc sống đơn giản. Chu Vinh không cần nhiều tiền đâu. Xin cám ơn anh.

- Vậy nha, chỗ bạn bè đừng khách sáo. Tôi xin nói thật.

- Không đâu, thiệt ra tôi ít cần tiền. Vì coi như đủ sống.

- Tôi trước khi nhắm mắt vẫn không quên ơn Chu Vinh.

- Chu Vinh hiểu tâm hồn Nguyễn Tùng. Anh yên tâm...

Hai người lại dùng coffee như những người bạn chung quanh ngồi. Tuy nhiên Tùng đã chọn một chỗ trong góc kín đáo hơn, để họ tâm tư trò chuyện.

- Thôi nhé ta vui chuyện sơ qua, giờ vào cộng đồng xem sao hĩ? Nguyễn Tùng nói và nhìn đồng hồ đeo tay.

Họ uống cho hết giọt coffee cuối cùng. Dùng trà cúc tráng thơm miệng cho phải cách. Xong, Tùng đến cashier tính tiền. Rồi họ đi vào cộng đồng xem tổ chức xuân cho người Việt nơi này, với những phần còn lại.

Như hẹn một ngày Vinh đến thăm gia đình bác sĩ Tùng vào một dịp tết đã qua, song xuân vẫn còn. Anh thăm lại người xưa, nửa muốn đi, nửa không. Nhưng anh nể lời. Mà thật sự đâu phải chàng không nhớ đến Lan Anh? Người con gái ngoại trừ khi nhắm mắt xuôi tay Vinh mới có thể quên, sau vợ anh. Vinh lưỡng lự không muốn đến, chỉ vì chàng ngần ngại. Chỉ vì chàng mơ màng một điều chi xã xắt không rõ rệt...

Trên đường lái xe từ một khách sạn ra đi. Anh suy nghĩ như thế. Từ khi lần gặp gỡ với Nguyễn Tùng nơi coffee đó, anh như giấc mơ xưa hiện về lòng ngổn ngang, cảm tưởng...

Phần Nguyễn Tùng, anh đã báo với vợ Lan Anh biết. Cô nghe thì lặng thinh không phản ứng gì nhiều.

Bên Chu Vinh anh phân định chín năm... Ôi chín năm bây giờ nàng ra sao? Giàu có chắc nàng xinh đẹp và sung mãn lắm! Còn mình lãng tử hải hồ, già nua đi nhiều, song vẫn không sao? Chàng chấp nhận sự già nua hay già cỗi của mình, không than vãn. Nhưng Vinh lo sợ những gì xảy ra ngoài ý muốn, bí mật của phụ nữ cũng rất là kỳ lạ. Nàng lại sinh con giống mình. Vậy nàng yêu thương mình hay thù ghét? Anh có nghe ông bà già xưa kể; khi phụ nữ yêu ai, nghĩ đến người đó, sanh con vẫn giống người đó hệt. Khi thù ghét ai nghĩ tới người ấy thì sanh con vẫn phải giống người ghét đó. Khoa học vẫn không thể giải thích hết nổi, không biết mình ở trong trường hợp nào? Cô ta yêu thương hay thù oán mình. Hay đủ cả hai... Suy nghĩ lái xe đã đến lối rẽ vào nhà. Vinh cắt đứt dòng suy tưởng ám ảnh. Đúng hẹn nên Tùng chờ sẵn trước sân, đi qua đi lại ngắm đồng hồ đeo tay, ngắm cảnh vật chung quanh. Vinh đến, anh cho xe đậu vào parking rồi xuống xe nhanh lẹ. Tùng bước tới bắt tay bạn:

- Ô hay quá. Mình chỉ sợ bạn không đến.

- Mình hứa đâu dám lèo. Tánh xấu nhất là hứa lèo mà!

Vinh mỉm cười chào Tùng với những câu nói trả lời như

vậy. Rồi Vinh theo chủ nhân Tùng đi vào nhà.

Chu Vinh được mời. Anh ngồi xuống ghế nhẹ nhàng đối diện với Tùng. Bộ bàn ghế bóng loáng vì gỗ trắc hương thượng hạng. Anh cảm thấy nhà Tùng cao sang quá, so với mình cuộc sống khác hơn, một trời một vực. Anh hồi hộp trong lòng thì Tùng đã chuẩn bị đủ thứ:

- Có nhiều loại rượu mạnh, có rượu Champagne nhẹ... có trà Bắc Thái, có coffee Trung Nguyên Việt thượng hạng, có cả coffee Pháp, Tây Ban nha, Thụy Điển, Italy, coffee Trung Mỹ v.v... Chu Vinh thích dùng gì cứ tự nhiên. Nếu mà uống rượu mạnh là không nên về đó nha. Ha ha.

- Tiên chủ hậu khách. Vinh nói và nhìn Tùng thân mật.

- Nhưng trường hợp này khác, mình ưu tiên cho khách.

- Nói đùa thôi hai ta cứ coi như bạn có chi là.

- Đúng vậy. Ta không nên khách sáo mất tình cảm. Tùng chỉ hai ly coffee pha sẵn để riêng ra trên bàn, gần bộ bình trà tách và chai rượu XO cognac, rồi anh bảo thêm:

- Nói đùa vài câu cho vui thôi. Hai ta dùng coffee nha, coffee Trung Nguyên VN đó, mình mới chế rồi đó.

- Được cám ơn bạn. Nhà bạn sắm tết không khác chi Việt Nam.

- Lan Anh làm cho không khí tết.

- Xin chúc mừng anh thật hạnh phúc.

- Thanks bạn hiền.

Tùng nói và nếm môi coffee. Chu Vinh cũng nếm theo.

Coffee đậm đà hương vị. Cả hai không nói, chỉ cảm.

Đoạn Nguyễn Tùng bảo:

- Thời gian đi qua nhanh quá Chu Vinh ơi.

- Đúng, nhưng bạn có tất cả.

- Cũng thường, chỉ có Lan Anh là vốn quý trong đời tôi.

- Vinh chúc mừng Tùng lần nữa, mong Tùng mãi mãi...

Tùng lắng nghe, anh không nhìn đồng hồ đổ chuông reo, mà nhìn đồng hồ đeo ở tay mình rồi Tùng nói:

- Anh chờ tôi chút, tôi sẽ quay lại.

Vinh như chưa hiểu ra điều. Vinh chưa kịp trả lời, Tùng ngụm thêm tý coffee, rồi tiến sâu vào thang lầu. Còn một mình Vinh có dịp ngắm nơi phòng khách, cách chưng bày tết của gia đình Tùng, Lan Anh ăn tết lớn quá, sắm sửa hệt như tết ở xứ Việt. Có hoa mai, vạn thọ, hoa cúc, hoa thược dược, hoa ngọc lan, hoa anh đào. Bàn thờ bố trí đèn nhang thơm phức. Các rim, mứt, táo, nho, hoa quả chưng đủ đầy. Lan Anh thật khéo tay và hiền mực. Có cả bánh chưng, bánh dày, bánh tét, bánh tổ nữa. Tùng muốn thứ gì chả có? Huống chi ba ngày tết. Ba ngày tết Việt Nam anh càng thể hiện phong cách gia đình. Tùng có cha mẹ, dòng tộc, anh em ở đây khá nhiều, không lẽ nào anh làm qua loa, hay đơn giản. Họ viếng thăm, sẽ chê một bác sĩ lôi thôi thì làm sao? Sợ nhất là thời gian, tiền bạc, có người khéo tay. Mà ba cái đó Tùng coi như không thiếu. Thì làm sao anh không trình bày cho một gia đình người Việt: Ăn tết chỉn chu, chính tông được chứ! Bác sĩ giỏi giang mà mất hết truyền thống, thì không hay đối với cộng đồng? Vinh lòng chợt nghĩ gần, nghĩ xa xôi như thế.

Trong khoảnh khắc Tùng nói chuyện xong với Lan Anh, Nguyễn Tùng bước xuống:

- Lan Anh không muốn gặp anh. Nhưng tôi bảo phải gặp vì chỗ bạn bè.

- Không sao cô ấy không muốn gặp. Anh đừng ép. Chu Vinh nhìn bạn trả lời.

- Tôi nghĩ cô ấy sẽ xuống. Mình có nói từ trước, chỉ là nhắc lại thôi. Anh nói chuyện đi, ta chờ.

- Hai cháu đâu rồi hôm nay saturday? Chu Vinh hỏi.

- Chúng theo cô về bên nội chơi bóng rổ, hoặc bơi lội. Sunday thì dành riêng cho mình dẫn đi nhà thờ thôi.

- Lại giỏi thể thao nữa.

- Các cô chú nó cứ xách đi hoài. Còn nhỏ chơi đủ thứ cho vui, cho khỏe mạnh mà.

Hai người Vinh, Tùng đang nói chuyện. Thì Lan Anh bước xuống, nàng chiều theo ý chồng. Song nàng ăn mặc như thường ngày nàng ở với chồng, (Đầm dài màu vàng mơ có hoa cúc trắng.) Nàng chỉ trang điểm nhẹ. Lan Anh chỉ soi lại mái tóc. Mái tóc mà một thời Chu Vinh từng yêu không biết chán...

Từ đầu thang lầu nhìn xuống hai người. Như đã gây cho cô nỗi bâng khuâng hồi hộp.

Lan Anh nhẹ nhàng đi xuống, bước gần đứng bên chồng mình Nguyễn Tùng. Nàng khẽ gật đầu:

- Xin chào anh Chu Vinh. Lâu quá mới thấy anh đến thăm gia đình chúng tôi.

- Tôi bận lắm, hầu như chín năm, tôi mới trở lại bang này. Nhân tân hội đồng Virginia nhậm chức mời. Tôi về thăm. Sẵn tôi được Tùng mời thăm gia đình trong dịp xuân...

Ngưng một chút Chu Vinh nói tiếp:

- Hân hạnh được gặp lại Lan Anh. Lan Anh vẫn quyến rũ như ngày nào. Thảo nào vợ một bác sĩ tuyệt sắc giai nhân! Đúng là tuyệt sắc giai nhân...

Lan Anh đứng giận, nghiêm mặt bảo:

- Tôi không thích đùa với những câu nói như vậy. Giọng nàng thật buồn hơi lạnh và chùng xuống.

Nguyễn Tùng tiếp ứng:

- Không sao em. Anh ấy là nhà mỹ học, mỹ thuật nói thế không có gì đâu em?

Chu Vinh vội vàng:

- Nếu Lan Anh bắt lỗi, tôi chân thành nhận lỗi. Giọng chàng càng buồn hơn.

Bỗng khoảnh khắc phone Tùng reo. Anh phả tay như xin lỗi hai người, để lên lầu nói chuyện cuộc điện mới choang.

Tùng đi rồi. Lan Anh nhìn qua ánh mắt như tia chớp của Vinh. Như làm cô không giữ nổi bình tĩnh, thân hình cô bỗng run lên lạ lùng, cơn run một cách nhẹ nhàng, huyền bí. Lan Anh cố kiềm chế nhưng không được. Chu Vinh cũng thế... Thời gian như ngưng đọng. Cả hai trạng thái lạ thường, áy náy tâm tư. Chu Vinh cố ráng lấy bình tĩnh hỏi:

- Em vẫn khỏe chứ?

- Em vẫn mạnh chín năm trời xa em. Là chín ngàn năm em cách anh. Em khổ vì thỉnh thoảng, em nhớ anh. Nhưng em vẫn là người vợ tốt...

- Biết nói thế nào cho em hiểu.

Ngập ngừng giây lát, anh hỏi thêm khi nhìn Lan Anh.

- Em hạnh phúc chứ?

- Em hạnh phúc. Có điều em hối hận, em sanh con...

- Anh thấy, anh gặp con em. Anh không ngờ. Chu Vinh thật sự xúc động không nói được nhiều.

- Nó giống anh, mặc dầu nó là con của...

- Em có biết anh đau khổ lắm không? Chu Vinh chớp mắt nhanh rèm mi anh khép nhẹ.

- Anh phản bội. Em mới lấy chồng. Anh sao đau khổ?

- Không phải thế. Anh vì tình bạn với Tùng. Anh phải xa em, nhường em. Nhưng chuyện dĩ vãng nói làm chi. Em hạnh phúc anh mừng. Anh khổ đau, anh ôm gánh chịu!

- Anh nói gì em chưa được hiểu.

- Anh yêu em. Nhưng trong lúc Nguyễn Tùng lại đem lòng yêu em say đắm hơn nữa. Và anh phải nhường cho bạn. Vì người bạn đã từng cứu sống anh.

Lan Anh, Chu Vinh đang nói chuyện chưa đi vào đâu. thì Tùng bỗng chạy nhanh xuống lầu cho hay:

- Mình có chuyện riêng tư đi gấp, Vinh cứ ở nhà nói chuyện cùng Lan Anh độ nửa giờ mình về. Vì có ca cấp cứu điều mình với ý tưởng phối hợp, mình không nỡ từ chối.

- Thôi được, mình thăm như vậy OK rồi. Chu Vinh bảo.

Tùng phải lái xe chạy nhanh. Anh chỉ kịp hôn vội Lan Anh, rồi tất ta tất tưởi bước đi. Trông Tùng thật tội nghiệp. Nghề nghiệp chi như bắt cóc bỏ đĩa, làm cho anh luống cuống lúc này. Lan Anh nhìn chồng thương anh thật nhiều... Còn Chu Vinh cũng vội vàng ra đi khỏi cửa, Chu Vinh hươ tay chào tạm biệt Lan Anh, người con gái anh từng đã yêu một thời. Anh cho xe từ từ chạy ra ngoài lộ. Nơi chiếc xe Tùng phóng phượt ra trước xa lộ lớn hơn, để đi nhanh rồi.

Chu Vinh thì tự nhiên lại suy nghĩ Lan Anh hơi nhiều, chàng cho xe vào lộ đường trong, tức là đường nhỏ để đi được chậm hơn, an toàn hơn! Chu Vinh định trở về một khách sạn loại rẻ tiền chàng đã thuê suốt tuần qua, "đóng đô" ở đó và đi thăm bạn hữu. (Cần nói thêm là chàng về nơi này, Chu Vinh cũng thuê xe mà đi thôi.)

Xe đang chạy vậy mà lòng Vinh không chạy, nghĩ đâu đâu, sao bỗng dưng anh cảm giác thấy yêu Lan Anh kinh khủng. Hình như không lúc nào bằng lúc này, hình bóng nàng đập mạnh vô trái tim anh, như muốn làm vỡ mạch máu anh, từ khi phút giây gặp lại. Anh không thể về nhanh. Anh muốn quay lại để nói là "Anh yêu em Lan Anh. Vinh yêu em nhất trên đời."

Chu Vinh buồn tủi, không muốn giấu sự thật. Dầu Chu Vinh có chết anh cũng phải nói. Anh - Nhà họa sĩ bất đắc dĩ này, không thể chịu khổ bởi hàm oan này, Chu Vinh không tranh giành với Tùng một thời. Giờ này ván coi như đóng thuyền, tuy nhiên anh nhất định không để oan tình nữa. Chàng phải nói rõ ràng ra cho nàng hiểu? Dẫu rằng vị trí ngăn cách, nàng như ở núi cao muôn trượng, chàng như nơi vực sâu xa xăm đi chăng nữa? Nếu không nói hết ý, thì Chu Vinh chết, chàng không thể nhắm mắt được? Suy đi nghĩ tới, Chu Vinh cho xe đảo ngược chiều và lái nhanh về đến nhà nàng. Xuống xe. Chu Vinh lật đật bước vội vào cửa, chàng bấm chuông mạnh mẽ. Lan Anh bước xuống lầu, và bước ra mở cửa ngạc nhiên:

- Chu Vinh quay lại chi?

- Anh không thể quay về nếu như anh không nói được bao điều chất chứa nơi lòng là. Anh yêu em, anh yêu em nhất trên thế gian này. Em có biết, anh từng chịu đau khổ...

- Tại sao anh không nói như ngày xưa em gọi phone cho anh. Bây giờ anh nói để làm gì? Thanh minh làm chi nữa?

- Rất nhiều điều khó nói lắm. Em biết anh không vợ chỉ vì yêu em không lấy được vợ. Anh có thể chết chứ không thể xa em được nữa?

- Anh đừng xạo với em như thế nha.

- Là sự thật.

Chu Vinh nói đã quỳ xuống rồi tiến tới ôm Lan Anh đứng đó vào lòng, anh ghì hôn tới tấp như mưa bão nơi nàng. Lan Anh không cưỡng được. Nàng thực sự mềm ra như bún dẻo, trong tận sâu xa nàng còn yêu Chu Vinh ư?

Lan Anh khó mà trả lời cho sự thật. Đâu là con tim thật sự nàng đang sống. Nàng đang đứng giữa hai bờ, thực hư của tâm thức, của sóng cuồn, của ngọn lửa yêu đương... Nhưng tích tắc nàng định thần nàng là ai? Nàng chạy lên lầu, như chợt tỉnh cơn mê. Lan Anh vẫn khóc như bão:

- Em nghĩ là.... Thôi anh về đi chúng ta không có lối đi chung. Nếu chồng về, con về em xấu hổ lắm. Em van anh hãy đi, hãy đi đi anh.

Chu Vinh xúc động mạnh nói:

- Anh không đi. Anh chết ở đây anh vẫn thấy hạnh phúc.

- Đừng mà anh, chuyện gì từ từ giải quyết. Bây giờ trước mắt anh đi đi, không thì em khổ lắm...

Nàng nói rất đau thương. Lan Anh đi xuống lầu, Chu Vinh thương quá phải ôm nàng, hai hàng nước mắt nàng chảy ra trên má, vệt dài như hai nhánh sông trên cánh đồng, trên khuôn mặt trái xoan nhưng đầy đặn của nàng. Chàng yêu biết mấy khuôn mặt đẹp, và hiền thục này nói sao cho hết lời được. Song Lan Anh cố đẩy Chu Vinh ra khỏi cửa. Nàng khóa chốt và bưng mặt khóc một mình nữa. Sau đó quay vào, Lan Anh gục đầu dưới thanh nấc cuối cùng cầu thang. Nàng không bước nổi lên lầu được.

Chu Vinh bước ra càng thiểu não, bước đi về lối xe đậu. Một mình anh thẩn thờ gọi tên mình "Chu Vinh ơi sao mày dại thế, để bây giờ nhận lấy đau khổ trong mày. Chu Vinh ơi, là Chu Vinh ơi. Sao mày ngu thế. Sao mày dại thế. Chu Vinh ơi! Là Chu Vinh ơi! Một thái độ khùng điên bất chợt của Chu Vinh. Chưa có rượu nhưng chàng đã như say khướt. Cái say của tình ái nơi chàng đang bốc lửa đây chăng...?

CHƯƠNG 8 - CHƯƠNG KẾT

Bác sĩ Nguyễn Tùng một người hết lòng thương yêu vợ con. Anh khỏe mạnh, năng nổ làm việc. Song không hiểu sao anh mang chứng bịnh ngặt nghèo đột xuất sau đó. Anh bị lao não và phải đi giải phẩu. Ca phẩu thuật thành công, anh vẫn sống bình thường giống như người khỏe mạnh.

Nhưng bác sĩ chuyên môn cho anh hay: "Tình trạng anh như thế không sống được lâu. Anh phải thật bình tĩnh, không nên nói vợ con biết sớm quá sẽ buồn, khi đường đột..."

Những ngày chồng bạo bịnh ở bịnh viện, Lan Anh dẫn đưa con đến mừng bố qua cơn mổ thoát nạn. Hai con Tân Lang yêu bố, cứ sờ vào mân mê tấm băng bịt của Tùng, được dán cột chưa tháo ra trên đầu phủ gần tới mắt. "Bố ơi bố con yêu bố. Bố ơi bố con yêu bố." Hai con sinh đôi của Nguyễn Tùng thì thầm nói như thế. Ôi đôi mắt trong veo của tuổi thơ. Chúng vẫn biết nói với bố mẹ, một vài câu tiếng Việt đơn giản...

Bố con gặp nhau ôm nhau hôn hít, nói những câu nói Lan Anh thấy hạnh phúc vô cùng. Cô khuyên con tránh xa mấy phút, để cô đỡ đần anh bước đi...

Hai bàn tay cô dìu anh đi, thoáng chút quanh quẩn cho anh đỡ túng bấn đôi chân, vì ở một chỗ. Những ngày chàng ở viện, Lan Anh cảm thấy yêu chồng hơn bao giờ hết. Cô nghĩ từ đáy lòng, từ nay cô không dám làm gì để có lỗi với chàng nữa cả. Nàng phải cố gắng làm người vợ hiền của chàng! Dù một chút nhẹ lòng hay sơ hở? Nàng cũng quyết tránh, phải biết hổ thẹn nếu như mình làm sai với chồng chứ! Nàng thương chồng quá, nhưng chẳng lẽ chồng Tùng nàng sẽ chết đi, chàng không thể sống trên cõi đời này nữa hay sao? Lan Anh đang cầu nguyện cho Tùng; chồng nàng thoát qua cơn ngặt nghèo nguy hiểm này... Lan Anh như không tin vào những bác sĩ chuyên môn bảo lén với nàng ở chiều qua. Nhưng sự thật kiếp người, mỗi người là một con tàu, mỗi người là một định mệnh. Làm sao ai dễ cãi được mệnh trời. Ai nào có thể hoán vị được kiếp nhân sinh...!

Bác sĩ Nguyễn Tùng là một bác sĩ tài ba khoa mổ, chuẩn đoán tim mạch loại ưu, tài trí giỏi bậc nhất. Thế mà anh không thể cứu nổi anh được. Dù anh một thiên tài bác sĩ, vẫn không thể lội ngược qua dòng nước, để cứu lấy những bịnh trạng ngặt ngoèo nhất của chính anh. Thật là thê thảm đưa đến vận mệnh cho Nguyễn Tùng!

Rồi đến ngày xuất viện, hai con đi học. Một mình Lan Anh đến đưa anh về. Về đến nhà anh đứng ôm vợ vào lòng, thỏ thẻ như muốn nói hết sự thật:

- Anh chắc sống không bao lâu, những gì anh muốn chuẩn bị cho em cùng hai con. Nghĩa là anh ra đi biến thành người thiên cổ. Em vẫn còn trẻ lắm, con thì nhỏ dại. Có thể em bước một bước nữa, không sai đâu. Anh có thể nghĩ là Vinh. Vinh vẫn chưa vợ, có thể lo cho em và con trong đời, của thời gian còn lại. Anh không giận đâu. Vinh sẽ đùm bọc mẹ con em.

Lan Anh phản công, tức khắc bụm miệng Tùng:

- Anh không chết. Anh mãi mãi ở bên em và con. Em không thể lấy Vinh. Em không còn yêu ai bằng anh. Em thề anh Tùng ơi...

- Anh hiểu em. Song định mệnh không cho phép chúng ta đi xa hơn. Định mệnh như muốn chia cắt chúng ta... Em!

- Em đau khổ lắm. Nếu như mất anh.

Tùng chảy nước mắt, ứ đọng tại tròng bào. Anh bảo:

- Ngày xưa anh yêu em lắm. Anh đã cướp đi của Chu Vinh. Nhưng bây giờ trời bắt anh trả lại cho anh ấy.

- Anh đừng nói thế. Em mãi mãi là vợ anh. Anh không cướp em. Em tự nguyện... Em là của anh. Em không còn yêu Chu Vinh đâu.

- Nghe anh đừng bướng. Vinh người tốt, không tệ đâu.

- Hãy nói chuyện chúng ta yêu nhau đi. Chúng ta và con có những ngày đi vacation chơi xa. Chúng ta sẽ đi anh nhé. Bầu trời kia vẫn xanh, mây vẫn trắng bay, gió vẫn hát đón đợi, ca ngợi gia đình chúng ta. Chúng ta luôn hạnh phúc anh à... Anh Tùng ơi...

- Em thương anh nói. Sợ chúng ta không còn thời gian.

- Đừng nói thế em buồn. Thay đổi không khí cho anh, cho gia đình chúng ta. Anh, em, hai con mãi mãi bên nhau...

- Anh biết. Nhưng có thể không còn. Anh như bỏ chuyến tàu để xa em. Anh vĩnh viễn xa. Và đã trễ rồi Lan Anh. Anh không cứu nổi được anh.

Bỗng dưng Lan Anh bảo:

- Con nó hao hao giống Chu Vinh, mà nhưng em chẳng bao giờ nghĩ tới anh ấy. Anh có giận em không?

- Không, anh không giận chuyện đó. Ngoài sức tưởng tượng chúng ta. Có thể lỗi của anh. Khi anh quan hệ với em lúc, anh khẳng định anh yêu em mà. Đừng lo em, từ khi làm vợ anh, em rất xứng đáng. Em là viên ngọc trong suốt, có lẽ tại anh. Anh nghĩ đến Chu Vinh nhiều, thành thử anh ám ảnh chuyển qua em, anh không kiềm chế được tư tưởng.

- Anh yêu em, thông cảm em nhiều. Em thấy mình càng yêu anh hơn. Em mãi mãi là của anh, em hứa. Nguyễn Tùng ơi! Em yêu anh biết ngần nào... Em là Lan Anh của anh thôi.

Nguyễn Tùng đã nắm lấy bàn tay vợ, anh nhìn khuôn mặt nàng như bao lời tâm sự nói mãi không dứt. Một gương mặt thiện cảm, thánh quý. Sau đó anh đặt nhẹ nụ hôn vào trán nàng. Nụ hôn mà anh muốn nó như bất tận và bất diệt. Như dòng suối bất tận biến thiên, trong vũ trụ cây xanh, như ngàn tia nắng không bị án mây nào che khuất. Anh thèm khát đến muôn đời, muôn trùng ánh mắt và khuôn mặt nàng...

Lan Anh nắm lấy tay chàng bóp qua từng ngón tay. Nàng yêu thương chia sẻ không hết được...

Không bao lâu Nguyễn Tùng ra đi, bước vào người thiên cổ. Những cuộc hẹn hò đi chơi với vợ con chưa thực hiện, đã khép lại nỗi đau. Ông trời sao nỡ ngang trái cho Nguyễn Tùng. Và cay đắng cho cuộc đời anh. Phần còn lại, để cho Lan Anh một nỗi buồn không dứt...

Đất trời tràn ngập niềm đau. Cùng hai đứa con trai, hoặc không có dịp con trai đi, nàng vẫn luôn luôn thăm viếng mộ chồng ở một nghĩa địa mới. Lan Anh khóc thương, quanh quẩn bia mộ chàng, nàng âu yếm với tên chàng Nguyễn Tùng như không muốn rời. Nàng đã chạm vào trái tim đau buồn ê ẩm nhất, Lan Anh nghĩ đời nàng một thảm kịch. Lan Anh khóc cho hồn nàng thấm, vì biết bao nỗi buồn đau của cuộc tử biệt sinh ly này...!

Và như được tin, trước khi mất, Tùng có gọi cho Vinh.

"Hãy lo cho cô ấy phần còn lại, và hai con. Tôi luôn quý trọng anh, ngưỡng mộ anh. Tôi rất mong anh sẽ là người đàn ông tốt cho hai con. Và nhất là phải tốt nhiều với Lan Anh.."

Nên Chu Vinh đã biết sự tình của Nguyễn Tùng, trở nên không cầm lại được. Tùng sẽ ra đi từ giã cuộc đời và bỏ lại hai con thơ và người vợ còn son trẻ quá... Thật một cảnh tượng đau lòng đã xảy ra. Thành thử sau đó anh gọi điện thoại cho Lan Anh, để nhờ Lan Anh đưa đi thăm viếng mộ Tùng.

Tùng, một người bạn cố tri lớn. Nên Vinh hy sinh cho chàng, ai ngờ rồi ông trời đã cướp đi tất cả bên cạnh Tùng.

Lan Anh đem hoa huệ cắm lên trên mộ cho chồng, thường mỗi ngày. Còn Chu Vinh thắp cho bạn mấy nén nhang, lòng ngậm ngùi cho phần số Nguyễn Tùng. Lẽ ra Nguyễn Tùng phải được hưởng hạnh phúc nhiều hơn. Chu Vinh trong tận cùng sâu thẳm tâm hồn, anh cảm giác tiếc nuối điều đó.

Thăm mộ xong, hai người ra về cứ trong nỗi niềm riêng. Họ ít nói chuyện với nhau, hình như gió rét đã cuốn lấy hai người, như cố xóa nhòa những tư tưởng. Song nỗi cô đơn chia nhau mỗi thân, với niềm xa xôi dĩ vãng, u hoài...

Thời gian sau đó Vinh hay gọi phone cho Lan Anh. Anh muốn đến thăm nàng và hai con, nhưng Lan Anh nhất định không cho phép. Vì nàng muốn giữ danh tiết của một thiếu phụ Đông Phương và hãy còn mới mẻ. Vành khăn tang còn đó, bịt trên đầu lẽ nào nàng để bị sớm hoen ố? Mặt khác nàng không muốn cha mẹ chồng, em chồng, cả con nàng nghĩ sai về mình khi chồng mới mất, nàng lẽ nào muốn tự do và dễ dãi quá sao, coi nhẹ bản thân mình quá sao? Chính bản thân Lan Anh tự hứa! Nàng trả lời với Chu Vinh thẳng thắn:

- " Có thể đi với nhau một này nào đó. Em có thể đi với anh ở ngoài một tý, cho tâm hồn thơi thả, quên đi bao mệt mỏi. Giống như tìm lại một tâm hồn tri kỷ. Anh không thể đến nhà Lan... Nhất định chúng ta không phải tình yêu đôi lứa nữa. Anh nên biết cho."

Và chuyện đã xảy ra. Vì lâu lắm rồi nàng cũng muốn đi dạo trước biển cho tâm hồn thanh thản một chút. Bởi những hơi nước trùng dương có thể làm tan đi sóng biển, tan đi nỗi sầu, tan đi một niềm ước vọng bám lấy. Hoặc gội xối cho lòng nàng nhẹ xuống hơn, dịu đi hơn. Nàng cảm giác trừu tượng như thế. Song sự thật là như thế...

Hai người sánh bước trên bãi cát trước biển. Nàng nói:

- Chúng ta nên xem nhau như bạn thôi. Anh đừng tìm kiếm lại tình yêu chúng ta.

- Anh vì Tùng mà mất em. Bây giờ anh yêu em, không làm tác hại linh hồn cho Tùng mà! Em phải hiểu điều đó.

- Em suy nghĩ khác. Nếu anh yêu em thật sự, yêu em nồng nàn. Những ngày ấy, anh phải tranh giành. Phải sống chết với tình yêu em. Anh không thể để ai tước đoạt chứ?

Nàng tiếp tục lập luận:

- Trong tình yêu không có sự hy sinh cho bất cứ ai. Anh phải hiểu điều này. Tình yêu luôn luôn ích kỷ và giữ lại cho chính mình. Riêng chỉ cho chính mình mà thôi! Anh phải hiểu mặt thật của sóng tình yêu!

Nàng nói nhìn xoáy vào người Chu Vinh như buộc tội chàng. Hai người tiếp tục đi, sánh bước đi. Chu Vinh mong manh trong niềm ước vọng. Chu Vinh trả lời:

- Nhưng anh vì tình bạn hy sinh.   Anh đã vì...

- Em không tin anh. Và nàng lắc đầu thong thả nói tiếp:

- Dù anh có biện cãi. Em vẫn không ghét chồng em. Em vẫn yêu anh ấy hơn bất cứ người nào hiện giờ. Và mãi mãi.

Cảnh biển như không chứng minh những gì Chu Vinh ước muốn, mà như chỉ chứng minh được những gì nàng tâm sự. Hoàng hôn càng tô đậm đôi mắt Lan Anh tình tứ lãng mạn, nhưng trong nàng thật cứng rắn thanh khiết. Tóc nàng vẫn đẹp, thiết tha trong gió, song đã không dành riêng cho Chu Vinh sở hữu... Môi nàng quyến rũ cao ngạo nhưng chỉ dành cho mây xanh. Chứ không dành cho ánh mắt chàng ngưỡng mộ. Chu Vinh thật sự buồn bã, cảm thấy mất hết tự tin. Trông anh tổn thương chất ngất...

Hai người rồi tiếp tục bước vô một cảnh rừng, như để cởi mở thêm niềm tâm sự. Họ dễ thương như đôi bạn, họ vẫn tiếp tục nói chuyện, song vẫn ranh giới một sự, của tỷ lệ tình yêu...

Lan Anh ngồi trên một tảng đá gần dòng thác nước nho nhỏ, nước chảy róc rách gần cận dưới chân. Nàng nhìn nước chảy ung dung và nói:

- Thật khó tưởng tượng khi anh bảo: anh yêu em, mà phải xa em? Không phải là lý do để anh mất em?

- Nếu anh không tốt với bạn. Làm sao trước khi mất Tùng lại muốn chúng ta kết hợp. Tùng từng bảo em, từng khuyên anh như thế. Điều đó thật chứ không phải anh cố đặt chuyện. Em đồng ý chứ? Em nên khai phóng tầm nhìn Lan? Chu Vinh tay níu cành cây xanh trước mặt thố lộ như vậy.

Lan Anh một mực trả lời:

- Em còn hai con bảo bọc chúng là nhiệm vụ. Em coi anh như người anh. Em không thể chọn con đường nào khác hơn đâu anh Chu Vinh.

Chu Vinh nhìn nàng chỉ còn biết khổ đau và im lặng trong lúc này.

Hai người lại đi vào lối một khu rừng khác. Họ đi, cho vơi thêm những nỗi nhọc nhằn. Họ sánh đôi vào mãng hoa rừng đang nở rộ, họ từng nghe nổi tiếng ở đây. Dừng lại ngắm hoa, Chu Vinh mơ hồ nhìn cảnh vật chung quanh mà rằng:

- Hoa này rất đẹp. Ắt phải có người ngắm, hoa mới có giá trị, em có biết không?

- Nhưng hoa vẫn có giá trị thực sự dưới đất trời, khi chúng được sinh ra. Lan Anh nói như từ cõi mộng. Và nàng cúi đầu bước đi bên Chu Vinh.

Lan Anh Chu Vinh tiếp tục trò chuyện, đi chung quanh mãng hoa. Chu Vinh cố bảo:

- Nếu anh không có em bên đời còn lại. Thì mọi việc đối

với anh đều lạt lẽo, vô vị. Anh không thể làm một bài thơ hoặc một nhà nhiếp ảnh, hoặc làm một cái gì, gì nữa. Tất cả sẽ lụi tàn nơi anh.

- Anh đừng bi quan. Không có em, anh từng sống gần chín năm?

Chu Vinh tiếp lời:

- Không hiểu sao trái tim em lại băng giá. Khi chúng ta có một tình yêu trước kia rất say đắm. Cả hai ta từng nặng lòng. Em từng sanh con lại giống anh...

- Vì lòng lo lắng của Nguyễn Tùng. Nên ảnh ám thị. Em thật sự không có ý định phản bội chồng, dù là tư tưởng.

- Nếu thiệt là em có nhớ anh. Anh cũng cám ơn. Bởi nơi sâu thẳm của tâm hồn, của tình yêu...

- Thật sự em chưa bao giờ nghĩ tới. Vì anh phản bội em?

- Anh nói với em bao lần rồi. Tất cả, anh vì tình bạn làm như thế. Hoàn toàn anh không yêu ai ngoài em. Em có biết?

- Bây giờ em biết, những sự thật đó cũng vô ích. Em không hiểu tại sao anh yêu em, lại đi làm một việc khó tin như vậy? Chính mắt em nhìn thấy anh yêu và đi chơi kia mà.

- Anh đi cái xác, hồn gởi bên em. Tình bè bạn anh đã hy sinh...

- Mà thôi sao ta nói nhiều chuyện này. Lan Anh cảm thấy trở nên vô ích và không hay anh Vinh.

- Em phải biết sự thật anh sống cho một tình bạn. Tâm lý cao cả của anh. Chỉ tại em không chịu hiểu thôi?

- Vô nghĩa thật. Chừ mọi thứ đã an bài. Anh phải biết.

- Vẫn còn cho cơ hội. Chúng ta nối lại tình đi em.

- Nhất định là em không. Em khẳng định. Lan Anh coi anh như người bạn.

- Nếu em quyết định như thế. Thì anh xin từ bỏ tất cả cõi trần này để quay vào chùa tu hành, gõ mõ...

- Em không thể chọn. Bởi chúng ta đều quá muộn anh.

**

Sau lần nói chuyện với biển và nơi rừng, đi với Lan Anh.

Và sau bao lần dự định đi tu nhưng vẫn chưa thực hiện nổi. Lần này coi như Chu Vinh đã thành đạt. Anh xuống tóc ở chùa, bang Virgina, anh có dự định tám năm trời bây giờ mới đủ duyên…

Chuyện hồng trần, nhiếp ảnh gia, nhiếp ảnh giáo. Anh không cần nghĩ đến. Văn chương như áng mây tan biến trên bầu trời. Tình yêu có có, không không, vô lường, lầm lạc. Hay vì Chu Vinh yêu Lan Anh không được như lòng muốn. Anh chán hết thảy, nên anh chọn chỗ chôn vùi theo cửa Phật. Nơi một tiếng gọi chân lý, dù não nề, khôn tưởng...

Về Lan Anh. Nàng có chồng, bên gia đình chồng là tín ngưỡng công giáo. Hai con nàng theo ba chúng cùng các cô đi nhà thờ để đọc thánh kinh. Nàng không cấm, lại mong cầu phát huy. Riêng Lan Anh là một nguồn gốc con nhà tâm Phật Tử từ lâu. Sau này nàng vẫn thường dẫn con về chùa tìm sự thiêng liêng an ủi.

Những mùa lễ lớn Phật Đản, Vu Lan, Lễ mẹ, Lễ cha, nàng thường dẫn con đi chùa, gặp cả Chu Vinh trong chùa…

Chu Vinh thường lấy tay xoa đầu những em bé, như một nguồn vui lớn của anh. Mỗi lần xoa đầu Tân Lang anh nghe phiêu linh rất lạ, vì chúng không phải con anh, con của Nguyễn Tùng mà giống anh như đúc.

Anh cảm nhận mà rằng anh mong: Ước gì chúng không biết chuyện này, chuyện tình anh, mẹ nó, ba nó. Chu Vinh không mong chúng biết, khi tuổi thơ chúng như một bầu trời không dờn gợn chút mây đen. Để tuổi thơ thanh bình ấm êm, mãi mãi trong sạch ở tâm hồn trẻ. Nhưng kỳ lạ, mỗi lần Lan Anh dẫn hai đứa đến là lòng Chu Vinh khua trọn niềm vui. Anh không hiểu từ đâu, ví như bắt được hũ vàng ở đời thường vậy, sung sướng vô biên. Anh cũng không hiểu vì sao và tại vì sao? Chu Vinh cố tình trốn đi một cảm giác để quên, song nó vẫn luôn diễn ra, như cháy bỏng, sống động. Cứ dâng đầy lòng anh…!

Lan Anh! Lan Anh! Chu Vinh thầm gọi tên nàng trong con tim chàng tha thiết, thổn thức, và nồng nàn. Anh biết điều ấy không trở lại. Lan Anh không còn yêu anh nữa.

Nhưng biết nói sao hơn, khi duyên kiếp anh bẽ bàng với Lan... Anh thấy lòng nhói đau! Mặc dầu chiếc áo cà sa đã khoác lên, mà nỗi đau tình Chu Vinh còn nặng trĩu...

Chu Vinh cảm giác Lan Anh một phụ nữ rất lạ, nàng đẹp từ tâm hồn đến thể xác, ý nghĩ và tâm tư, như hương hoa xứ vườn chuối buổi sáng, tinh khiết, chuẩn mực... Nàng như những chùm sao sóng sánh nơi Bắc đẩu xa xôi. Mặc dầu không đáp trả tình anh, mà tại sao anh vẫn thầm phục rất lạ!

Chu Vinh vui khi Lan Anh dẫn hai con lạy Phật mỗi kỳ. Song nàng về rồi anh chợt thấy có cái gì đó nhói đau lắm. Khi Chu Vinh nhìn Lan Anh, chạm đến đôi mắt cô ấy. Không lẽ trái tim anh còn cứ mãi yêu nàng?

Anh nghĩ chắc một ngày anh phải rời xa chùa này để anh về gốc của ngôi chùa chánh lớn T.V ở California. Nếu không đi ở đây, anh sẽ bị đứng tim một ngày...

Chu Vinh vẫn còn mong ước. Với ngày tháng kinh kệ sẽ làm cho chàng quên đi một Lan Anh. Và ngộ ra những điều vô thường của thế gian.

Anh hy vọng và vẫn còn hy vọng. Một điều có thể, hoặc không có thể...

HDT.Viết năm:2012*/* ________

CÂU CHUYỆN VỀ MỘT ĐẠO DIỄN...

(Truyện tình cảm xã hội.)

Sơ lược chính.

Khi Hồng Sơn đã trở thành một đạo diễn trẻ nổi tiếng ở VN và nhiều thành công. Anh luôn nhớ đến một Lệ Hằng xinh đẹp thơ ngây, đã giúp anh trong thời gian du học khoa đạo diễn ở Mỹ tại GA-Atlanta. Nhưng sau đó cô bé lại mất tích. Với ngôn ngữ văn chương và tình tiết. Một Lệ Hằng đã đi đâu. Họ có trở thành đôi tân lang, tân giai nhân hay không? Đó là chủ đích của tác giả lột tả qua truyện. Xin giới thiệu cùng các bạn đọc:

Tôi yêu đôi mắt của nàng
Mắt nàng là cả thế gian trữ tình...

(Trích bài thơ *đôi mắt* cùng tác giả.) HDT.

CHƯƠNG 1

Khi trở thành một đạo diễn có tiếng tăm và tên tuổi, Hồng Sơn vẫn cứ phải buồn vì anh luôn nhớ một người con gái mà anh yêu thương tên là Lệ Hằng. Lệ Hằng một cô gái giúp anh rất nhiều, trong những ngày đầu tiên anh du học sang Mỹ - Học làm khoa đạo diễn ở xứ sở phồn thịnh này. Với những thước phim, kịch bản cô giúp anh. Cô có còn sống ở trần gian này không? Hay cô bé ra đi, cô hóa là người thiên cổ rồi chăng? Anh luôn luôn đặt ra câu hỏi. Tại sao cô bị mất hút, mà anh không biết lý do gì? Tuy nhiên hình bóng cô như ấn sâu trong não bộ anh, không cách gì anh quên hoặc tẩy xóa được.

Hôm nay mẹ nói chuyện với anh về một chuyện giống như thường ngày:

- Con nên lập gia đình đi Sơn, hổng lẽ má ở đời với con hoài. Sự nghiệp công danh có rồi phải có vợ chứ Sơn?

- Dạ con cám ơn má lo cho con! Nhưng...

- Nhưng gì con? Má không hiểu con mơ mộng bóng hồng nào. Có lúc con thẫn thờ như người mất hồn?

- Dạ con suy nghĩ số phận nhân vật kịch bản thôi má. Vợ chồng là chuyện trăm năm nên con đắn đo, để chọn lựa.

- Chẳng lẽ con không tìm ra một ngôi sao là cho vợ. Lúc ngôi sao diễn viên con tìm ra mà Hồng Sơn? Trời ơi con...

Hồng Sơn nở nụ cười buồn:

- Dạ khó đó má. Diễn viên là một skill con nhìn được. Họ có nhiều kinh nghiệm xử lý kịch bản, họ có tài. Nhưng vợ lại khác, con cần có một tấm lòng trung hậu hơn.

- Con nói vậy không có một cô gái nào để cho con đánh giá là có một tấm lòng trung hậu sao?

- Có chứ, có nhiều lắm. Tuy nhiên con vẫn thấy thua.

Chàng lắc đầu, chà đôi bàn tay mình với nhau nói tiếp:

- Vì con thương một người nhất mà mãi tìm kiếm không ra. Con muốn cưới người đó thôi.

- Ai vậy con?

- Người đó và con chưa một lần nói tiếng yêu. Song hình bóng họ con không nhòa nơi tim. Là cô gái bỗng mất tích trong đời con. Cô gái có bức hình duy nhất được treo ở phòng con. Chung với một vài bức hình nổi tiếng đó má.

- Mèn ơi... Biết đâu cô ta đã có chồng?

- Có thể lắm. Nhưng dẫu gì con muốn cùng người đó, một lần gặp lại nhau. Dù cô ta có chồng, con vẫn vui.

- Con lại lãng mạn nghề nghiệp.

- Con không lãng mạn bằng nghề nghiệp với cô gái này. Mà là trái tim đã yêu. Với người này thì đúng hơn. Con khẳng định là như thế má à!

- Má hơi khó hiểu ý con?

- Không có gì đâu má. Ý con nói là lúc mình chưa nên sự nghiệp, chưa thành danh, người nào đó quý mình, thương mình, nó lớn gấp mười nghìn lần khi mình có sự nghiệp trên tay. Sự thành thật yêu thương giúp thuở còn hàn vi, là điều đáng nể ở tâm tư con người. Nên con yêu cô ta có thể...

- Ừa con nói chuyện hay, trưởng thành lắm, chỉ là má

mong hãy mau mau tìm ra một đối tượng cô dâu, chứ không thể hoài cổ hoài nhé. Má không muốn lo lắng cho con dài hạn nữa đâu.

- Vâng con hiểu, con biết là một trách nhiệm bản thân. Nhưng sự dằn vặt này, con mong kết thúc sớm hơn để cho má vui. Và cuộc đời con đổi khác đi một tý chứ?

- Phải cố gắng nha con. Cô dâu, cô dâu má nhắc lại.

- Dạ từ từ, từ từ một chút mà má!

- Má không thể từ từ nữa. Lâu lắm rồi con nên biết. Má sẽ già đi mất. Con cũng thế. Con có thể già mất.

Hồng Sơn nở nụ cười cho má vui, và nói:

- Cám ơn má đã chia sẻ.

- Cơm má làm sẵn, con lấy ăn đi.

- Má đi nghỉ đi, cám ơn má. Con tự lo được. Má cứ đói là ăn trước, khi nào có dịp thì con ăn chung cùng má.

- Ừa, má chàng đáp. Rồi bà vào phòng riêng đọc sách. Nhưng bà không đọc. Bà sành sạn mấy bộ đồ treo đem cất theo ý mình. Bà lên giường nằm nghỉ lưng.

Riêng chàng nghe mẹ nói không buồn lo mình già, mà lại thấy vui vui khi người mẹ nghĩ ra thế.

Theo thói quen mẹ Hồng Sơn làm cơm đơn giản anh ăn. Còn khi nào thích món gì, anh tự mua hoặc đến tiệm ăn thôi. Có khi anh mua về cho mẹ (má) ăn luôn. Má anh lớn tuổi, anh không thể bắt má nấu nhiều món, nhiều thứ đâu. Hơn nữa lối ăn của Hồng Sơn cũng dễ dãi bình dân. Có khi một đĩa rau muống, vài cái cà pháo, một hũ mắm nêm, anh vẫn ăn ngon xong bữa. Song hôm nay má anh nấu khổ qua hầm thịt heo nạc có nấm mèo và cộng, ít cộng miếng được nhồi, má gia vị gì đó thơm phức. Còn có cá lóc kho tộ, hương cũng bốc hơi, có cả một dĩa rau sống trộn giá, xà lách dưa leo, ngò ôm, rau thơm, kinh giới... Anh ăn rất là thích. Anh cảm thấy như bữa tiệc nhẹ vừa đủ, mà chỉ một mình mình ngồi ăn. Anh vẫn ăn ngon thật!

Cơm nước rồi. Anh dọn dẹp đâu vào đó. Xong, Hồng Sơn tìm một quyển sách đọc thói quen anh là vậy.

Anh tìm coi quyển những đạo diễn tên tuổi. Anh đang

đọc mấy câu thì Phương Thanh gọi lại.

Hồng Sơn nhấc máy hỏi:

- Có gì không em Phương Thanh.

Bên kia Phương Thanh bảo:

- Anh đấy à đang làm gì vậy?

- Ừa anh đang đọc quyển tìm hiểu "Những đạo diễn thành công trên thế giới ấy mà."

- Anh còn đọc nối gì? Khi là đạo diễn thành danh, có tên tuổi nổi như cồn rồi.

- Hum. Em nói cho giữ! Anh còn phải học chứ em, nghề gì vẫn không ngừng học hỏi. Anh cũng mới mà.

- Phải hôn nè ta?

- Chứ sao em gái?

- Um... Hừm!

- Thì em nghĩ đi! Một ca sĩ hay vẫn phải tập luyện. Họa sĩ thiên tài vẫn phải học mãi, cho nét bút, cây cọ mình điêu luyện mà tự nhiên, nhà ảo thuật cũng phải linh lợi trau dồi, làm mới, hoặc nắm bắt thị hiếu khán giả. Còn làm đạo diễn như anh không học, không quan tâm nghiệp vụ, không đam mê sẽ thụt lùi. Chết như chơi. Nên anh Sơn muốn mình nổ lực hơn.

- Anh lúc nào cũng giàu lý luận. Anh nhớ coi lại giùm những thước phim em đóng đó đi nhé? Và cho ý kiến nghen.

- Ừa được anh sẽ coi, cứ sợ anh quên phải không?

- Đúng rồi. Sợ chứ!

- Làm sao quên việc em giao. Vậy để anh coi nha? One, two, three, four, five bắt đầu đây.

- Thank you so much!

- Giữ hôn?

- Vậy chứ. Anh hứa thì coi liền đi nha.

- Chắc chắn với em gái mà.

- Sure nha? Vậy thì... Thank you so much, lần nữa vậy.

- Đủ rồi. Anh có bao giờ hứa sai với em đâu?

- Very good. OK. Bye bye...

- Bye em. Chúc vui.

- Bye anh. Chúc anh cũng vậy.

Hồng Sơn đôi lúc rất buồn, về mối tình thương nhớ hơi viễn vông nơi anh. Nhưng anh lúc nào vẫn gượng vui nơi nghề nghiệp. Lấy công việc làm hứng thú. Anh thoát ly cái buồn. Để làm việc trong ý tứ sứ mệnh của mình. Đó là cái ưu điểm, cái tốt, anh cứ duy trì phấn đấu. Hơn nữa vì anh là đạo diễn rất nhiều đam mê, nên anh bận rộn, và chính bận rộn nó đốt cháy hết những đau buồn trong anh... Hồng Sơn rất quý thời gian. Anh làm việc, chú trọng tính cả bằng giây phút, chứ không phải bằng ngày giờ... Anh sợ thời gian trôi qua lãng phí lắm...

Hồng Sơn đang coi đi coi lại hình phim quảng cáo của Phương Thanh trong video. Anh nhìn chăm chú, suy nghĩ để trả lời cho Phương Thanh chính xác. Song anh chưa gọi đến. Thì Phương Thanh cô gọi lại cho anh:

- Sao anh? Em đóng những thước phim quảng cáo đó được không?

- Nôn giữ vậy em? Để anh gọi lại chứ. Ồ, chỉ tạm thôi. Anh nghĩ chưa xuất sắc lắm! Hồng Sơn nói đưa đồng hồ đeo tay mình lên nhìn thấy chưa quá năm phút. Và đó là thói quen khi anh hẹn ai? Anh chưa kịp gọi trả lời, mà bạn hay khách cứ nóng nảy vội gọi lại.

- Ý trời ơi chỉ tạm, là thua rồi sao anh? Phương Thanh nghe anh bảo, làm như cô xìu xệ, thất vọng ở bên kia đầu phone. Tuy giọng cô vẫn mạnh mẽ nhừa nhựa kéo dài.

Im lặng một giây Phương Thanh nói tiếp giọng như đi nhanh hơn:

- Thôi được bàn sau. Em có chuyện cần gặp anh nghen!

- Chuyện chi thế em?

- Em muốn mời anh Sơn đi ngắm cảnh, xả stress tý, anh đi không? Có chuyện này em muốn nói với anh. Rất cần thiết, rất cần thiết, em nhắc cho anh nha.

- Chuyện gì mà cần thế. Anh Sơn bận lắm. Lúc này sức khỏe không tốt nữa.

- Dĩ nhiên chuyện cần chứ. Có gì đâu anh ngại. Đó anh nên đi ra ngoài tý. Anh em mà. Em mời anh đi... Please!

- Thật khó từ chối với em, nhưng...

- Nhưng cái gì, không nhưng, không nhị gì cả. Anh đi chơi cho vui, thư giãn đi. Em cần gặp Vũng Tàu nhé. Lâu lắm rồi em không được đi Vũng Tàu ở các bãi biển. Em hơi nhớ ghê nha. Năn nỉ mà anh Sơn.

- Nhưng.

- Nhưng gì, ngại hã.

- Hừm!

-Vậy thì sao nè? Nói chứ anh em đi chơi là thường, có gì ngại anh Sơn.

- Anh hiểu. Nhưng...

- Nhưng hoài. Em thật em không muốn nghe chữ nhưng nữa. Em chỉ muốn đi chơi vui với anh. Không nhưng nhị gì cả. Em đã bảo... Vậy nhé. That is it.

- Phương Thanh ơi. Anh...

- Vậy nhé. Không đi anh mà từ chối, thì sẽ hết anh em luôn, tuyên bố như hiệp nghị...!

- Thiệt tình cô em gái này. Anh... Anh...

Sơn cầm phone nhìn Phương Thanh đã cắt. Anh lắc đầu ngắm phone. Vì cô em gái cắt ngang, cô phản phúc thiệt! Anh chưa trả lời mà, chưa nói gì với cô thêm được? Hồng Sơn đành nghĩ trả lời cho chính mình. Chắc là "Có thể lại không từ chối được rồi, ôi là mệt thiệt. Thôi đành thế, thế thôi..." Anh mỉm cười gượng gạo, anh ôm đầu một tý, như để nhòa đi sự rắc rối...

Mẹ Hồng Sơn thì nằm nơi giường coi tivi, không thích nữa, bà đã chuyển sang đọc một tạp chí "Duyên Dáng Phụ Nữ Việt Nam." Bà ngừng lại rất lâu nhìn mãi cái hình cô gái miền Ê Đê mà đoạt vương miện hoa hậu nơi một tỉnh thành. Hồng Sơn quay lại nhìn mẹ. Phòng mẹ cách phòng đọc sách anh một cái bàn, đi tới để mấy lọ hoa chưng, anh đang thả cửa phòng không đóng. Anh cứ tưởng, tưởng mẹ nghe cuộc nói chuyện của mình. Nhưng không, mẹ anh đang chú ý vào tạp chí, trang hình ảnh, bà đang cố tình săm soi ảnh bắt mắt... Mặc dầu mẹ có nghe Hồng Sơn lí nhí đang nói chuyện với ai, song hình người đẹp ở báo, ở tạp chí, đang dí trước mắt bà. Làm bà Thúy quên tất cả, để nhìn hình, mẹ như giảm đi mối quan tâm với cậu con trai khi nó, mặc dù cho cô gái nào đó đang trên "talk phone" mùi mẫn đi chăng nữa...?

CHƯƠNG 2

Hai người dạo biển Vũng Tàu.

- Lâu lâu mình đi ngắm biển anh lại từ chối. Nhìn biển đẹp kìa, không tình yêu, tình bạn, tình anh em ta đi cũng được vậy anh Sơn.

- Anh có nói sao đâu. Anh vẫn nhìn thoáng xưa nay mà. Chỉ vì anh hơi bận.

- Không cần bận chi cả, muốn đi là hất tung qua một bên công việc, cứ đi cho thoải mái đã.

- Ừa em thiệt tình. Anh thua.

- Thôi anh cắt nghĩa về mỹ học, mỹ thuật em nghe đi anh Sơn.

Hồng Sơn cắt nghĩa:

- Thế giới mỹ thuật mỹ học bao la. Em có biết biển đẹp theo biển, rừng đẹp theo rừng, ruộng đồng đẹp theo ruộng đồng, đô thị đẹp theo đô thị. Làng quê đẹp theo làng quê, nắng đẹp theo nắng, mưa đẹp theo mưa, sông đẹp theo sông, hồ đẹp theo hồ... Người nghệ sĩ mình cần thể hiện tinh tế nhất khi nhận cảm. Anh có thể tỷ dụ một vầng trăng đâu nói gì, nhưng khi ta cảm nó, nó như nói với ta trăm lời trong yên ắng. Mà ta vốn muốn lắng nghe. Một ngôi sao xa tít, cũng cho ta cảm thức yêu thương, ta muốn tâm tư, muốn nhìn nó gởi gắm điều tâm sự v.v... Bằng ngược lại những tiếng động quanh ta. Nhiều khi náo nhiệt, đến phức tạp ta chán ngán, ta muốn nó stop dừng, không cần nghe, vì nó chẳng có gì thi vị, khô khốc đó chứ. Tuy nhiên cuộc sống nó luôn xuất hiện gần gũi, tranh hơn tranh thua với ta...

- Anh nói chuyện suy tư nhiều nha.

- Anh quan niệm tình yêu cũng thế, đôi lúc chưa được nói mà đã cảm. Đôi lúc nói nhiều vẫn thấy dư mà không cảm. Có phải nhận xét anh già nua không em?

- Không, anh lại có chiều sâu và rất riêng biệt. Ừa... Em đưa anh đi hôm nay là để vui chơi. Cũng là ý định chị Diễn Trân nhờ em.

- Chuyện gì?

- Trước phong cảnh hữu tình. Chị muốn nhờ em đưa hỏi nhắn anh: Chị không xứng với anh hay sao anh trốn chị hoài.

- Anh thấy mình không có tình yêu, gặp nhau không thi vị thế thôi. Còn là em gái thì nó khác hơn. Khi đối tượng rắc rối lắm em. Anh tránh nhọc óc cho cả 2...

- Vậy sao?

- Thì vậy đó mà.

- Chị Diễn Trân nói anh có yêu một người con gái nào đó, khi sang học ở Hoa Kỳ đúng không?

- Vâng! Anh có yêu cô đó sau khi cô mất tích, vào một góc riêng kỳ lạ. Chuyện có dịp nào anh kể cho em nghe. Bây giờ anh em ta nói đề tài khác đi.

- Thôi kể người đó em nghe đi. Chuyện tình bao giờ vẫn hấp dẫn và luôn ly kỳ?

- Đoán sai hết rồi cô nương. Thôi để khi nào. Diễn viên mà lấn lướt đạo diễn hã? Giờ nào việc ấy là nguyên tắc thôi.

- Anh Sơn nói chuyện vui ghê.

- Anh buồn nhiều nên phải ráng vui để cân bằng cuộc sống đó chứ.

- Anh Sơn thiệt tình là...

- Vậy đề tài gì đây em muốn đây? Chuyện tình anh thì gác lại đã? Hồng Sơn nói thế.

- Đề tài gì cho hấp dẫn nha. Phương Thanh vui vẻ hưởng ứng. Cô nhìn ánh mắt Hồng Sơn. Cô nói luôn thêm:

- Thì đề tài anh nhìn em đóng qua các phim chẳng hạn, hi hi...

- Bữa nay đưa anh đi chơi chất vấn anh nhiều nha, được.

- Đúng rồi.

- Muốn nói về em. Khi anh coi em đóng các phim há?

- Yes sir.

- Em đóng về quảng cáo như thế thành công, ổn lắm.

Nhưng qua đóng phim truyện nội tâm còn khác xa lắm. Phim quảng cáo cần đẹp sáng sủa, thông minh, gương mặt vóc dáng là đủ. Phim tụi anh là phải đặt mình vào nhân vật, thể hiện cái riêng nhất của mình. Để biểu cảm chiều sâu kịch bản gởi, phải tận lực phát huy thế mạnh, thế ưu việt nhất nơi mình. Anh xin nhấn mạnh điểm này. Và làm sao để tạo dấu ấn khác biệt, giữa các diễn viên nhà nghề chẳng hạn.

Phương Thanh lắng tai. Hồng Sơn tiếp tục cắt nghĩa:

- Anh tỉ dụ như Diễn Trân đóng khá hay nhưng chưa có nét riêng, chưa có nét đặc thù lắm. Thể hiện còn cứng, áp đặt, vẻ công thức chung chung. Những thứ đó chưa đủ để gọi một minh tinh màn bạc, hay siêu màn bạc, hoặc cỡ giá trị. Phải là nhập hồn thật sâu mà tự nhiên, đóng mới nhuần nhuyễn, mới thành đạt? Một ngôi sao điện ảnh đòi hỏi khó, nhiều thứ lắm.

- Wow. Ô vậy sao anh?

- Vì sao em biết không?

- Em không rành, anh thử giải thích nữa đi.

- Em quảng cáo chỉ thể hiện bề mặt, hoặc nó một kịch bản gọn không mâu thuẫn nhiều. Nhưng phim truyện thì đòi hỏi giàu nội tâm, tính cách tâm lý luôn biến hóa. Phim hay thì nhân vật nội tâm phải biến đổi khôn lường. Tiến triển không ngừng, nhưng nét trụ, là linh hồn cột vẫn phải có. Và ắt nội tâm cá nhân phải chịu ảnh hưởng toàn bộ có từ trong một tâm linh tư tưởng tác phẩm... Sườn của tác phẩm, chủ lực của diễn xuất. Sắc đẹp là điều kiện bề ngoài. Của cái hương ẩn dấu bên trong, để thể hiện mới là cái chính!

- Anh học và giải thích hay quá.

- Làm đạo diễn giống như ngọn hải đăng kìa. Mình phải tìm ra phương hướng chính xác, mỗi con tàu là diễn viên trong đó.

Hai người tiếp tục bước. Hồng Sơn thổ lộ:

- Đêm nhìn về biển Vũng Tàu không khí mát dịu trong lành làm anh càng nhớ cô gái Lệ Hằng kia. Cô ta đẹp hiền lành, non nớt, hồn nhiên lắm Phương Thanh ơi, cô hết lòng giúp anh... Sao cô ta lại bỗng biến mất, cứ như để lại lòng anh, niềm sóng cuộn vô bờ...

- Em chưa biết cô gái đó. Nhưng nghe anh kể một chút thật cảm động. Ước gì em tìm được cho anh hỉ? Em còn thao thức kỳ lạ khi nghe anh kể sơ. Huống hồ chi anh?

- Em không tìm được, mà anh nghe em nói thế là đủ chia vui rồi. Còn Diễn Trân anh chưa thấy anh rung cảm nơi cô ấy. Anh thật tình xin lỗi.

- Tình yêu luôn mầu nhiệm rắc rối mà!

- Anh chả biết nữa. Song nó là như vậy.

- Anh biết anh đấy chứ. Em sẽ nói lại với chị ấy. Vì em biết trái tim anh khó lay chuyển nha. Một dòng máu đỏ dành cho tình yêu trong anh bất diệt, xin ngưỡng mộ huynh huynh, anh anh nha!

Hồng Sơn cười buồn mà rằng:

- Ừa phải chịu thôi em. Anh không muốn... nhưng định mệnh như bắt anh thao thức. Hồng Sơn nói cúi đầu nhìn vào mũi giày mình đang chuyển bước đi bên cạnh Phương Thanh. Đôi lúc anh đứng lại để suy nghĩ cái gì. Phương Thanh vẫn dừng bước theo anh.

Phương Thanh lắng nghe, nhìn về hướng biển cả. Bãi Trước của Vũng Tàu. Một đoạn đi bên nhau. Hồng Sơn tự nhiên bảo:

- À em Phương Thanh, em có người yêu chưa? Anh muốn giới thiệu một người.

- Chưa có người vừa ý lắm, người nào anh định giới thiệu cho muội vậy huynh?

- Từ từ em sẽ biết.

- Thiệt hôn anh Sơn?

- Có bao giờ anh Sơn xạo em chuyện gì đâu.

- Anh giới thiệu vài nét sơ qua về người đó đi. Em nghe thử anh Sơn?

- Không đâu nói sớm mất linh. Nhưng anh Sơn tin chắc em hài lòng lắm, ưng ý lắm. Nghĩa là em không chê được.

- Giữ hôn? Ai mà cao giá vậy ta?

- Đừng có hỏi dò nữa. Hôm nay anh Sơn chỉ nói sơ vài ý thôi, anh biết em gái Phương Thanh chưa có mảnh tình vắt vai sâu nặng là OK rồi.

Hồng Sơn tâm sự khi nhìn biển sóng cuộn, anh thấy dào dạt niềm yêu trổi dậy miên man, có vẻ như sóng ngầm, huyền bí gọi anh đâu đó... Hồng Sơn đang đi với Phương Thanh và nói chuyện mà đôi lúc anh như quên lãng. Thỉnh thoảng, anh cứ mãi đắm chìm với nội tâm riêng mình... Tuy vậy, Phương Thanh hiểu được tâm trạng Hồng Sơn. Cô không đòi hỏi, không phá phách anh nhiều. Cô cứ để anh đắm mình của những giây phút riêng tư... Trùng dương kia vỗ về ấp ủ, nụ yêu tình trong anh tương tư, nhưng anh đành im lặng ít nói hơn, và biết nói làm sao bây giờ cho thỏa thuê lòng dạ... Có lẽ Hồng Sơn mãi nhớ về cô gái, một cái tên Lệ Hằng đáng nhớ mà thôi... Dẫu rằng cá tính em gái Phương Thanh luôn sôi nổi hiếu động, chờ cơ hội để làm mỏng ra nỗi nhớ trong Hồng Sơn...

Rồi đoạn hai anh em đi mãi, đi nhiều như gởi dấu chân đến miền cát trắng này... Họ cũng đã đi đến phía Bãi Sau Vũng Tàu rồi. Đi đến một nơi có lều bán đồ biển về đêm. Hai anh em lại muốn ngồi ăn nhâm nhi cho vui. Bên cạnh một góc không xa nơi ấy, những nhà biểu diễn, các nhạc công ưa tự do, thích biểu hiện ở bên lộ ngoài thiên nhiên... Họ đang cảm hứng khá tốt với đất trời thiên nhiên, một vùng trời, vùng mây, vùng biển, vùng sao nhấp nháy này. Sao của trời nhấp nháy phương xa tít ấy, có cả sao bằng điện đường, những dòng điện cảm ứng nhấp nháy nữa... Và biết bao nhiêu khán giả tới đây ngóng nghe, họ như mở cửa, bao dung, cho những tâm hồn mát mẻ, xao xuyến, bay bổng lên... Thế giới âm nhạc vẫn mênh mông, nhiều kiểu với những góc đời đáng yêu của nó... Hai anh em đã chứng minh được một đêm nghe nhạc ngoài trời như thế. Và chứng minh được những con người cùng cảnh vật một đêm ở đây vui chơi lạ lắm như thế...

CHƯƠNG 3

Đi Vũng Tàu cùng em gái Phương Thanh rong chơi về khoảng trên hai tuần. Hồng Sơn lại đổ ra bịnh. Không phải bịnh liệt giường, liệt chiếu. Nhưng có thể nói là bịnh hơi nặng. Tuy nhiên Sơn nằm vẫn nghĩ đến cô gái tên Lệ Hằng. Ngày đó như bộ phim hiện về trước mắt anh. Ngày anh đến Mỹ, tiểu bang Georgia-Atlanta, một tiểu bang miền Đông Nam nước Mỹ để rèn luyện, tập hợp tác, học lớp làm đạo diễn phim ảnh mở tại Georgia mà chàng yêu thích.

Georgia Atlanta, thành phố của thế vận hội 1996. Thành phố của nhà văn Margaret Mitchell. Mà thế giới, nhiều người ngưỡng mộ văn nghiệp bà. Thành phố của tiểu bang, có biểu tượng CocaCola thuộc loại lớn nhất nước Mỹ- United States. Và cuối cùng là một thành phố khá đẹp. Ở đây đường sá sạch sẽ như nhìn thấy bóng người in. Con người đa phần cũng hiền hòa, dù họ nhiều dân tộc tập trung, nhiều quốc gia đến gộp...Vào một sáng nọ vô tình anh đi ăn và tìm thấy Lệ Hằng trong một nhà hàng China đẩy điểm sấm. Anh vội làm quen khi anh mua giùm cái bánh bò trên xe cô đẩy ra. Anh hỏi:

- Này cô em. Chào em buổi sáng. Em là Việt Nam hã?

- Vâng. Chào anh. Bé trả lời.

- Em biết tiếng Việt Nam không? Sơn hỏi lẹ hơn.

- Em biết chứ! Em qua Mỹ lúc em lên tám tuổi. Rồi má em bảo em phải ráng học nhớ tiếng Việt để má em thích mà.

- Ô hay quá. Vậy em có thể giúp anh đóng một vài bộ phim ngắn. Em thích không? Em chịu không?

- Đóng phim? Em thích chứ. Có thể em giúp nếu được.

- À cho anh xin lỗi em, em nay bao nhiêu tuổi? Tên gì?

- Em mười sáu. Em tên Lệ Hằng.

- Tuổi thì được nhưng tên sao nghe buồn quá em.

- Ba má em đặt tên vậy mà. Bé nói và cười.

- Ừa OK rồi nhé. Anh tên Hồng Sơn. Vậy nhé Sunday tới, em giúp Hồng Sơn ngay được không? Anh cần lắm...

- Sunday em làm ở đây rồi.

- Chiều thôi. Còn buổi sáng em làm ở đây chứ gì?

- Vâng, dạ.

- Em cho anh số phone đi? Được không em? Sơn như bắt gặp một tình huống anh cần. Nên anh sôi nổi hỏi thăm.

- Ô, nhưng anh phải lại nhà em được không? Nói với má em một tiếng nha. Để má em vui hơn cho em đi nha anh.

- Được. Anh sẽ làm điều đó.

Hồng Sơn lại hỏi thêm:

- Nhà em có gần đây, nơi này không Lệ Hằng?

- Ở phía sau nhà hàng này vài lốc, vài dãy thôi.

- Vậy à.

Chàng nhớ từng giai đoạn. Chàng có đến đó gặp má của Lệ Hằng, xin nhờ cho Lệ Hằng đóng những thước phim anh học làm. Lúc đó Hằng đang chơi bóng rổ một mình nơi trước nhà.(Tuy nhà nghèo nhưng Hằng mê thể thao, bóng rổ lắm. Mua một cái bóng rổ vẫn không khó tiền mà...) Hằng đang tập dợt thong nhảy cao lên, để bỏ banh vô rổ, và có cả động tác chạy nhồi lượm banh rơi, để cũng bỏ qua rổ nữa. Bé thấy anh và bắt gặp anh, bé mời anh vô nhà thưa với mẹ... Mẹ của Hằng vui vẻ đồng ý cho Lệ Hằng giúp Hồng Sơn. Hồng Sơn vẫn nhớ hình ảnh mẹ Lệ Hằng ưa nhìn anh đội chiếc mũ lưỡi trai nghịch chiều lúc đó! Vì bà thấy anh đội kiểu gì là lạ chắc...

Và rồi Hằng đã đóng phim cho anh. Cùng người bạn trai của anh tên Kỳ Nam, qua vài ba bộ phim ngắn. Hồng Sơn muốn tập tay nghề đạo diễn:

"Quà cho em trong sinh nhật" "Em đâu có thề?" " Đi biển bên anh." Đóng thôi, nhập vai như diễn kịch, minh họa vài tiểu tiết cảnh quay, chứ không có nhạc họa chi cả. Lúc đó Hồng Sơn lo học là chủ yếu thôi, lấy tiền đâu mà ra, kinh phí đâu có ra... Để làm những thứ khác hơn, đòi hỏi hơn chứ?

Chàng nhớ lại sau khi đóng phim mời Hằng đi ăn chung với Kỳ Nam - Một nam "diễn viên" tâm đắc Hồng Sơn mời tham gia. Ba người đang vui vừa hoàn thành xong một tiểu phẩm, tác phẩm mới. Hồng Sơn hớn hở hỏi chuyện:

- Ô nè... Anh Sơn muốn hỏi Hằng nè nha.

- Hỏi chi anh. Lệ Hằng nhoẻn miệng cười tươi.

- Em học lớn lên. Mai mốt thích làm nghề gì nào? Nói nghe thử em?

- Em đó hả? Thích nhiều nghề lắm, thích dạy học nè, thích vẽ nè, thích làm luật sư nè, thích làm nhà ngoại giao nè. Thích ai mời đóng phim nữa nè, thích nấu nướng nè. Hi hi.

- Thích quá nhiều, tham quá nhiều đó cô bé Lệ Hằng. Kỳ Nam chen ngang chọc phá Hằng.

- Vậy cho anh hỏi một câu. Nếu chồng em thì em chọn như thế nào cho anh ý tưởng. Nghe cho vui đi nha Hằng? Kỳ Nam từ từ sẽ bị đặt câu hỏi sau, đừng phá cuộc mà. Cho vui đi, giải trí một tý há… Hồng Sơn đĩnh đạt bảo thế. Nhìn hai diễn viên của anh.

- Chỉ thích thương em thôi. Bất luận nghề nào cũng OK hết. Kỹ sư, bác sĩ, hay đạo diễn cũng OK, thường dân, công nhân quèn cũng được thôi.

Cả ba nói chuyện thân nhau như từ nhiều năm. Mà thật sự họ mới quen nhau trên hai tuần.

Kỳ Nam, diễn viên giúp đóng chung với Hằng. Anh chọc Hằng tiếp:

- Lại mơ cả đạo diễn nữa, anh Hồng Sơn ơi nha! Ha ha.

- Em giỡn thôi mà. Hằng nói cười vui vẻ. Ba anh em thể hiện quá thân tình. Dầu họ mới chỉ biết nhau qua mấy lần tham gia đóng phim, nhận nhân vật do Hồng Sơn mượn đây thôi.

- Còn Kỳ Nam thế nào cho ý kiến về mình đi, câu hỏi dành cho Nam đây. Đừng vội nói hớt cho người ta. Hồng Sơn nhìn Kỳ Nam vẫn vui tươi bảo thế.

- Mình thì không thể tính, duyên nợ thôi, ông tơ bà nguyệt xe thôi.

- Anh khôn quá trời nha anh Kỳ Nam. Hằng chọc lại.

- Còn me. (Còn tôi.) Mình chưa nghĩ tới hơ hơ… Nhưng sẽ yêu một người hiền hậu nè. Hồng Sơn vui vẻ lúc đó lắm.

- Hiền hậu hay Hoàng Hậu cha nội?

- Hiền hậu thôi làm gì có Hoàng Hậu? Kỳ Nam thích chi

nói rối lắm thế?

- Hoàng Hậu nghĩa là đẹp đó, chứ không phải Hoàng Hậu thiệt. Thưa ngài H. Sơn ơi. Hi hi...

- Biết mà... Hồng Sơn đáp.

Cả ba anh em nhìn nhau cười. Nhưng ba nụ cười mang ý nghĩa khác nhau.

Hồng Sơn mở ra xem đi xem lại, ba đoạn phim anh làm lúc đó. Và chàng cảm thấy nhớ đoạn đi ăn kem trong một quán vô cùng. Cảm giác khó nguôi như mới hôm nào đây, giờ chỉ còn lại dư âm...

Chàng nhắm mắt nhớ lại mơ màng đủ thứ. Nhớ câu chuyện tiếp theo, một cuộc đi ăn Sushi nhà hàng Japan với Hằng, cùng với người bạn trai thân tên Kỳ Nam, diễn viên phái mạnh, vai chính mà anh mượn đóng ấy.

Hằng nói với Hồng Sơn và Kỳ Nam:

- Ba em không cho em đi đóng phim nữa, tuy ba em không ở với em và má. Song cuối tuần ba về bảo má, ngăn cấm em để đi học. Không cho đóng phim! Trời ơi chán ông ba quá luôn.

Hồng Sơn nhớ lại tình tiết lời Hằng kể. Câu chuyện giữa ba má, với Hằng.

Ba của Hằng lên tiếng phản đối vợ:

- Sao em cho Hằng đi đóng phim có tiền chi đâu? Phải lo đi làm, đi học thôi... Em làm mẹ mà như thế à? Thật là con hư, do tại mẹ thôi.

Ba Hằng thịnh nộ la cả má thật nhiều. Hằng nói thêm và khóc:

- Em tức ba em cái gì cũng ưa tự do cho mình. Mà cái gì cũng cấm cản má và em. Hu hu.

- Nín đi em, đừng xúc động. Mai sau anh không quên em đâu. Anh rất thương Hằng đó.

Kỳ Nam lại chọc tới luôn:

- Thương có yêu không Hồng Sơn? Hi hi.

- Kỳ Nam đừng chọc, Hằng đang buồn khóc kìa.

Hằng còn lau quệt nước mắt, ri rỉ dưới lằn con ngươi đó. Hồng Sơn nói tiếp:

- Ồ chắc anh đi xa tiểu bang khoảng ba, hay bốn tháng, nhiều nhất là sáu tháng, anh trở lại sẽ thăm em. Mai sau ra trường có kịch bản lớn, anh Sơn sẽ mời em đóng một vai chính trong phim nếu em chịu nhận.

- Em thích đóng phim rất thú vị mà. Ba em nói kệ, cuối tuần em vẫn giúp anh. Em vui lắm. Em không làm anh khó xử đâu, em nhất định giúp anh! Em hứa, em thề. Hằng ôn tồn mà nhanh nhảu bảo thế.

- Đừng thề em, nghĩ gì chỉ để trong lòng thôi. Sơn nói và cầm tay Hằng như an ủi cô bé.

Và đấy là lần cuối cùng, khi chàng qua một tiểu bang khác kéo dài sáu tháng. Hồng Sơn trở lại tìm căn nhà Hằng ở ngày xưa, thì gia đình cô dời đi đâu hết rồi? Nhà giờ đã đổi chủ, thay tên mất rồi... Anh nào biết Hằng đã về chốn nơi nao...

Hồng Sơn buồn tênh, bần thần không biết gia đình Hằng dời chuyển bến mô. Anh dọ hỏi thật kỹ, nhưng chủ mới vẫn chỉ báo tin trước sau một lời. - Họ đi lâu rồi, và chúng tôi không biết nhiều về họ...

Trở về với hiện thực. Mẹ Hồng Sơn biết tâm sự chàng hay buồn nên nói.

- Con phải vui lên chứ con trai.

- Con vì việc thôi má, không buồn gì đâu.

- Con phải vô viện khám, má lo ngại sức khỏe con.

- Không cần đâu, mấy hôm con khỏe ra mà. Chàng vẫn ôm máy bên mình thổn thức suy nghĩ. Đạo diễn Hồng Sơn thì có vẻ mảnh dẻ xưa nay, anh hay đau ốm. Mẹ anh thêm ngại ngần:

- Đừng làm việc quá mức. Má già rồi, con chưa vợ. Ai lo cho con Sơn?

- Công việc thôi mà má, rồi đâu sẽ vào đó. Con cảm xoàng thôi, má lo cho con nhiều. Con chưa được lo gì cho má. Con áy náy vô cùng má ạ.

- Nước mắt chảy xuống mà con trai.

- Con biết.

Rồi mẹ anh nói thêm:

- Hơn nữa mấy năm nay hai chị con làm ăn được, khấm khá thong thả rồi. Chúng nó hay gọi hỏi thăm má. Hoặc thỉnh thoảng về thăm má. Hoặc đi đâu, chị con cũng thường ghé tạt qua nhà mình luôn đó chứ…

- Vậy mà công việc con ít gặp nha. Mấy chị có nói gì con không má?

- Có chứ. Về đây là nói mong con lấy vợ thôi.

- Vợ thì trước sau gì vẫn lấy mà, khổ ghê. Hồng Sơn nói và cười, anh đi thay áo, đeo cà vạt xanh mặc áo sơ mi trắng, quần tây màu hồng nhạt đến xưởng phim. Mẹ anh không đồng ý, vì anh còn sốt cảm. Nhưng Hồng Sơn đã phóng xe, cho công việc, theo dự trù của mình. Đôi lúc anh nghĩ đau bịnh sơ, anh nên cần ra đường một tý. Để anh lấy không khí thoáng hơn, và tạo một năng lượng mới mẻ hơn.

Mẹ anh đứng ngóng anh phóng xe đi, bà Thúy thấy thương hơn là trách. Giàn hoa giấy trước nhà đổ dài bóng, giàn hoa cứ lắc lư trong một cơn gió nhẹ thoảng, khiến bà bâng khuâng một điều chi, hơi lạ nơi người con trai bà…

CHƯƠNG 4

Tình hình mất tích của Hằng là như thế rồi. Song Hồng Sơn và Kỳ Nam vẫn thân nhau. Nam là kỹ sư ở Mỹ. Hiện giờ làm việc ăn lương năm. Nam vẫn liên lạc vẫn thân với Hồng Sơn. Hai người vẫn thỉnh thoảng gọi cho nhau, quan tâm về nghề nghiệp, bạn gái, cao trào phim ảnh, ca nhạc v.v… Nam vẫn chưa có bạn gái. Gần đây Hồng Sơn có giới thiệu Phương Thanh cho Kỳ Nam qua phone. Kể ra hai người Phương Thanh, Kỳ Nam họ coi như đã quen nhau. Tâm đầu ý hợp rồi. Và họ chỉ chờ, có dịp để thấy mặt nhau ở ngoài đời...

Thì một hôm, hôm nay đây Hồng Sơn mở máy ipad check mail, thỉnh thoảng hằng ngày anh hay check mail trước khi đến sở, hoặc đến công ty, hay hẹn hò một đối tác làm ăn nào đó, anh vừa lật ngửa đồng hồ đeo nơi tay giờ giấc theo thói quen. Anh lại nhận được tin bình bầu đạo diễn hay và triển vọng nhất… Là có chọn anh, cùng một số người khác. Một chủ hãng phim đưa tin qua email. Hồng Sơn bấm nhanh trên mạng qua mục điện ảnh diễn đàn, về tin tức cập nhật vào hộp thư thông báo. Và chính ngay bây giờ, anh có nhận được thư gởi của chủ tịch hội điện ảnh HCM-VN thông cáo: "*Cá nhân Đạo diễn Hồng Sơn sẽ ra Hà Nội dự liên hoan phim. Chính đạo diễn phải tự tìm ra tác phẩm phim của mình để dự thi. Ngày... tháng ...năm...*"

Hồng Sơn nhanh nhảu không nói với mẹ nhiều. Anh mừng lắm khi đọc tin. Tiếp đến anh lái xe mô tô ra tại hội điện ảnh HCM– VN, để hội ý với chủ tịch hội, anh sẽ chuẩn bị đưa phim tham gia theo ý anh... Một chuyện lớn đây chứ...

Hồng Sơn vào ngay một office của anh làm việc. Anh gọi cho vài người bạn thân. Chàng sẽ báo cáo về sự vinh dự của mình. Sau cùng chàng quay số phone gọi cho Kỳ Nam nhân dịp này, trước hết Hồng Sơn ưu tiên cho Nam ở xa đây.

- Gì vậy? Nhà đạo diễn tài năng trẻ tuổi của tôi... Bên kia iPhone Nam nhận tiếng phone reo, và hỏi vô tư thế.

- Ô hay mình được cử vào danh sách tuyển chọn bình bầu đạo diễn hay và triển vọng. Được cử đi dự liên hoan phim ở Hà Nội, dự thi tác phẩm phim.

- Thì biết ngay có ngày mà? Mừng cho Hồng Sơn đó.

- Hạnh phúc này muốn bạn về nước vui được không?

- Để nghĩ. "Nghĩ để..." Mà chắc là được thôi.

- Và nhân dịp kết hợp gặp người thương Nam nhé.

- Chính xác. Mình sẽ về luôn là vậy tốt quá...

Nam đã nhận lời về nước. Hồng Sơn lại bảo:

- Chúc mừng cho bạn, cho chúng ta, sẽ gặp nhau tại Hà Nội giảm Sài Gòn nghen.

Nam nhận tin trả lời. Nam thay bằng câu hỏi với Sơn:

- Tại sao lại giảm ở Sài Gòn thế Hồng Sơn?

- Không phải giảm hẳn. Nhưng chúng ta ai cũng bận bịu cho đến ngày đó mà. Sài Gòn gặp sau sẽ tốt hơn. Cơ hội sẽ có nhiều vui hơn. Hồng Sơn giải thích.

- Thì ra là vậy hã? Ha ha. Nam như ngớ người để hỏi nữa.

- Ừa, đúng rồi Anh Ba. Hồng Sơn không từ chối chọc Nam với cái nick tên "Anh Ba"

- Hi hi. Vậy Nam sẽ gặp Phương Thanh riêng ở đâu trước? Nam vẫn còn thắc mắc.

- Có thể Nam tính đi. Tìm cách thuận lợi nhất nha. Hồng Sơn luôn chia sẻ nói thật.

- Ồ tụi này sẽ có cách. Mình sẽ gọi với cô ấy tính nha. Mình nghĩ là gặp ở Hà Nội trước. Vì sợ chúng ta không đủ thời gian cho Sài Gòn trước đâu. Để khi xong liên hoan phim Hà Nội, thì vui riêng ở Sài Gòn sẽ thoải mái hơn. Dư thời gian hơn. Đúng không nào?

- Kỹ sư mà? Đường vẽ và hạch toán phải sít sao chứ?

- Không dám thưa bạn. Ý nhà đạo diễn hẳn phải hay hơn nha! Anh Hai. (Nickname Nam gọi cho Sơn là "Anh Hai")

- Hi hi. Hồng Sơn lại cười buồn thêm mà rằng:

- Đạo diễn thất vọng vì tình thì có. Sầu thiệt.... Nhưng thôi chúng ta gặp tại đất Hà nhé... Vâng mình không rảnh tiếp bạn. Từ nay cho đến đó nhiều việc, mình phải làm lắm.

- Không sao bạn cứ làm việc. Nam cũng không rảnh đi sớm đâu. Chỉ sẽ cố gắng thu xếp xong để về chứ?

- OK. Chuyến này gặp được "Đưa em lên động hoa vàng ý quên"! "Đưa em ra Hà Nội cùng chàng" thì Nam vui lắm đó. Chỉ có mình vẫn phải buồn như con ốc sên thôi.

- Chuyện gì đến sẽ đến. Hồng Sơn đừng quá bi quan.

- Mình hiểu...

- Cứ ngỡ là còn lâu, nửa năm sau mới về thăm Phương Thanh. Ai không ngờ lại về sớm hơn. Về dịp này thì quá đã...

- Tốt cho bạn mà.

- Phương Thanh ở ngoài có hiền không?

- Hiền như sư tử Hà Đông.

- Cha cha... Hồng Sơn nói ghê quá.

- Nói đùa thôi. Cô ta hiền lắm. Nam gặp sẽ biết mà.

- Ừa còn phải hỏi làm chi, hy vọng chứ. Đừng như sư tử Hà Đông là ngộ xỉu sớm.

- Ha ha! Không có đâu. Ông kỹ sư quá may mắn hơn.

- Biết đâu một ngày Hồng Sơn cũng sẽ may mắn bội phần hơn nữa!

- Khó quá.

- Bye nha. Cứ tin đi. Nuôi hy vọng nhiều khi thất bại, nhưng đa phần cũng tròn ý vọng, nghiệp vui. Nam bảo.

- Mong lời của Nam như thần đi. Xin cho tôi tròn ý vọng. Hi hi. Bye bye, hẹn gặp nha. Hồng Sơn gút câu nói.

- Ừa... Yes sir! Nam trả lời.

Niềm vui đó Hồng Sơn anh đem chia sẻ thêm với chủ tịch hội ĐA-HCM một vài ly coffee để nói chuyện. Và anh lại bươn bả quay về nhà báo cho mẹ biết chính thức, anh ra Hà Nội. Mấy hôm nay Hồng Sơn khỏe mạnh lại mẹ anh mừng lắm.

Mẹ anh nghe tin con trai báo thì vui vẻ ra mặt:

- Ô là... Má chúc con đi may mắn! Nhưng Sơn ơi phải cố giữ gìn sức khỏe.

Vừa lúc hai mẹ con nói chuyện. Phương Thanh gọi lại:

- Hồng Sơn anh được đăng quang tuyển chọn. Những đạo diễn trẻ trong liên hoan phim lần này anh hay chưa?

- Anh đã biết rồi vui quá, vừa báo cho Nam xong. Anh vừa ở hội, sở, chưa dám gặp ai nhiều, vì anh bận quá, phải quay về nhà có nhiều chuyện... Phần Nam về chuyến này, và sẽ có mặt tại đất Hà với em đó. Nam có gọi lại em chưa?

- Chưa nơi?

- Chắc sẽ gọi em đấy. Vì anh mới gọi cho Nam đây. Chúc mừng em hạnh phúc. "Gặp Hoàng Tử dưới Mưa To Nha." Ý quên gặp Hoàng Tử Của Em Nha. Chắc em hồi hộp lắm phải không?

- Vâng cứ như trống ngực sẽ đánh liên hồi nè, hi hi.

- Biết chắc là như vậy mà.

- Em cũng mong ước, anh có gặp một người mới nào, hạp ý để thương để đánh trống ngực khi gặp.

- Chắc khó quá. Nhưng mà thôi cứ nghe lời em đi, cứ hy vọng đi. Tô điểm cho niềm hy vọng...

- Đời sống là hy vọng chứ anh Sơn? Đúng không?

- Với em, chứ anh Sơn thì khó lắm.

- Tin tưởng đi. Thôi em bye anh. Lúc này chúng ta ai cũng bận rộn. Không dám lấy thời gian nhau nhiều. À anh... Anh Sơn ơi?

- Gì nữa đó?

- Hì hì. Anh Sơn đang làm gì vậy?

- Nói chuyện với má anh nè.

- Ừa nói tiếp đi con trai cưng của má đó nghen! Nói là con muốn vợ mà người con yêu mãi xa xôi tìm chưa ra ha ha

- Khổ quá em cứ chọc anh hoài.

- Chọc cho anh vui, bye-bye. Hết nói đây nè, hi hi.

- Bye. OK. Chàng như muốn lắc đầu với Phương Thanh.

Hai mẹ con lại tiếp tục nói chuyện. Hồng Sơn thì muốn chạy trốn việc hôn nhân, mẹ anh cứ thúc giục. Mà bà Thúy lúc nào cũng ưa đề cập đến, những khi bà thấy có dịp...

CHƯƠNG 5

Ra Hà Nội "muôn hồng nghìn tía, vạn niềm vui của mùa thu hội ngộ Liên Hoan Phim." Tay bắt mặt mừng rộn rã nơi ngày hội LHP điện ảnh. Từ phim tài liệu đến phim quảng cáo. Từ quảng cáo đến phim truyện. Từ phim người lớn đến phim trẻ em. Ba ngày háo hức từ đạo diễn đến diễn viên. Từ nhà quay phim, đến nhà viết kịch bản, từ khán giả ái mộ đến những chủ hãng phim. Khắp nơi tụ về đông nghẹt. Hồng Sơn đã tham gia phim "Tiếng Hát Xưa Một Ngày." Khi xong việc anh ra Hồ Hoàn Kiếm ngắm cảnh, với những con đường đẹp của Hà Nội. Song Hồng Sơn chỉ đi một mình. Anh để thời gian cho đôi bạn anh. Kỳ Nam, Phương Thanh chung hình chung bóng kia...

Lần này Hồng Sơn mời Nam chấp nhận về dự liên hoan phim có Hồng Sơn làm, tham gia. Chính Hồng Sơn giới thiệu cho Phương Thanh, Kỳ Nam quen nhau. Khi hai người yêu nhau trên iPhone, trên mạng facebook, trên chat, trên text message v.v... Nhưng ông trời khiến hôm nay họ gặp bằng xương, bằng thịt, đi chơi chung. Riêng giữa lòng thành phố đất Hà đã có cả hai bên nhau, vì chiêu mộ, vì ngưỡng dụ họ, tán dương họ. Họ yêu nhau, gặp gỡ, tương phùng. Thì vui nào bằng!

- Hà Nội có nhiều hoa sữa phải không em? Hà Nội có nhiều thứ đứng đầu. Hà Nội là một thành phố có nhiều bài ca nhất. Kỳ Nam bảo thế khi đi chung với Phương Thanh.

- Em biết điều đó. Phương Thanh đáp.

- Em thích bài hát nào về thành phố thủ đô này? Có thể nói cho anh nghe được hôn?

- Em thích rất nhiều về bài hát dành cho Hà Nội. Nhưng đi bên anh hôm nay tự nhiên em thích bài: "Hà Nội Mùa Này Vắng Những Cơn Mưa."

- Ô bài đó anh cũng thích lắm em?

- Ồ đừng có nói theo em nghen.

- Em đâu có trả tiền cho anh mà anh phải bắt chước em chứ. Đúng không cưng nè?

- Anh cũng biết nói đùa vui quá chứ.

- Hi hi. Mừng vui bên em nên ảnh hưởng, nói gì cũng lanh trí thôi.

- Vậy sao?

- Thiệt chứ. Em có biết không? Tình yêu là một cái gì đó hết sức duyên nợ. Anh từ lâu ở Mỹ và đi học ra trường. Anh làm một nghề kỷ sư computer. Mà anh lại thầm yêu âm nhạc, kịch nghệ, phim ảnh. Bạn bè anh không nhiều lắm. Khi Hồng Sơn giới thiệu về em. Anh đã yêu em. Và anh yêu em ngay từ đầu.

- Vì em nổi tiếng. Phương Thanh đùa. Đôi mắt nàng mở to lên, nổi bật long lanh.

- Chưa hẳn nhé. Nhiều người nổi tiếng nhưng khó làm đẹp ý trung nhân, đang tỉ lệ chiếm không nhỏ nha cưng?

Nam nói lắc đầu, anh muốn giỡn lại với Phương Thanh cho vui. Anh đắm mình trong đôi mắt đó. Hai người cứ bước đi song đôi trên thành phố. Cây lá hai bên đón chào, cây như vẫn còn xanh, nhành lá kia như bay lượn trong gió, như kéo về mơ mộng xa xôi, như thả nổi bao nỗi niềm mừng rơn hơn, của con người yêu thương cảnh vật. Đường phố cũng trổi lên màu sắc chất men của xuân, dù là đầu của tiết đương thu, mới chỉ chớm thu hơi se lạnh, nhưng ôi hương tình dậy sóng của mùa xuân tràn ngập. Nàng cảm giác bao điều kỳ lạ...

Phương Thanh mặc chiếc váy đầm dài, thân hình cô thêm yếu đuối mảnh khảnh đáng yêu. (Người ta có thể thấy Phương Thanh giống Ái Vân một thời vàng son, ở vóc dáng và gương mặc cùng cử chỉ.) Còn riêng Nam một chàng trai ở Mỹ Quốc về mặc áo thun cổ tròn, quần tây màu xám tro anh thích. Chàng ngắm Phương Thanh, Và nàng cũng ngắm chàng nơi tầm mắt mình, anh phong độ quá.

Rồi nàng giải thích:

- Em hiểu lời anh vừa nói, anh Nam ơi. Example như anh Hồng Sơn đó. Chưa có Giáng Hoa nào làm đẹp lòng ảnh chọn. Chưa ai làm người ảnh yêu? Thật khổ cho ảnh.

- Quy cho cùng, mỗi người có một duyên nợ và số phận, dịp này ra đất Bắc Hà đi chơi với em một chuyến thật thú vị. Mà anh cứ ngỡ như mơ, cũng không thể có để xảy ra.

- Nói chi ghê vậy. Mình sẽ gặp chứ, nhưng lâu hơn hoặc một dịp khác thôi.

- Anh cường điệu một chút cho vui, mà là thật chứ, rất là ngạc nhiên quá đỗi. Quá bất ngờ em? Phương Thanh ơi.

- Em hiểu! Em có khác chi anh Nam. Mong sao tình yêu mình gắn bó.

- Anh vẫn hằng mong như vậy. Nói gì thêm cho anh Nam nghe đi. Hỡi người yêu dấu của anh?

- Hừm. Anh Nam biết không? Em đi làm một y tá đó chứ, song em thích đóng phim và hoạt động trên lĩnh vực văn hóa nghệ thuật.

- Tốt mà em.

- Thiệt hôn?

- Sao lại không thiệt nhỉ? Ồ mà này nếu yêu anh, nghĩ đến tình yêu chúng ta. Anh sẽ làm giấy bảo lãnh em sang Mỹ làm vợ anh nha em. Em có thích không hã em?

Phương Thanh gật đầu lắng nghe. Hai người tiếp tục đi đến khu đặc biệt Hồ Hoàn Kiếm rồi. Họ dừng lại ngồi ở đó. Phương Thanh biết lân cận khu vực Hồ Hoàn Kiếm này có nhiều đền thờ và tượng đài như Lê Thái Tổ, Lý Thái Tông đẹp rất nổi tiếng, trang nghiêm cổ kính, mang hồn dân tộc linh thiêng... Nàng nghe thiên hạ đồn thổi điều đó nhưng nàng chưa có thời gian đưa chàng đi hết cho biết. Thôi thì để khi nào, giờ thì chỉ cần bên anh, ở bên người tình yêu dấu nơi đây thôi, nơi trước mặt hồ này cũng hạnh phúc rồi...

- Em sẽ làm gì bên đó chứ anh? Trên một ghế đá hoa vân đẹp của khu Hoàn Kiếm. Phương Thanh ngồi trước và kéo Nam ngồi theo hỏi chàng.

- Thì làm vợ đủ rồi. Nam trả lời. Và anh đưa mắt nhìn chéo xa xa góc kia cầu Thê Húc. Một chiếc cầu bắt qua hồ nước đẹp và duyên dáng lắm, đủ để nhìn thi vị... (Đó là chiếc cầu dẫn đến đền thờ Ngọc Sơn.)

- Hừm... Thanh nhìn anh muốn làm nũng điệu bộ.

- Anh nói đùa đó, chứ một đất nước Mỹ công nghệ phát triển. Thường vợ chồng vẫn đi làm khi còn trẻ, nếu em thích. Anh Nam có thể cho em đi học thêm, sẽ ra trường y sĩ bên đó cũng OK lắm. Hay muốn về xứ Việt đóng phim, hay đi hát bỏ anh. Anh cũng chịu thôi, bó tay thôi, a còng chấm com thôi. @ hờ hờ...

Biết Nam đùa. Phương Thanh béo nhẹ bắp đùi anh và cô cứ như tỉnh bơ.

- Ui da da đau nghen. Nam la lên và làm bộ méo mặt.

Nàng nói thêm:

- Đau để nhớ.

- Coi chừng đau để quên hi hi.

- Anh nói chuyện tếu dễ ghét ghê nha.

Nam cười nhìn Phương Thanh lòng thêm phấn khởi.

Nàng nhìn chàng như thôi thúc đam mê:

- À anh. Em muốn nói chuyện này?

- Gì em?

- Nếu anh yêu em và cưới em. Em sẽ học rồi đi làm há, khi là vợ anh. Ca hát đóng phim chỉ một thời thôi. Em sẽ khép lại. Em không thích đuổi theo nghệ thuật lâu đâu. Dễ bị trượt dốc lắm... hi hi.

- Cái đó thì chưa biết. Nếu khả năng mình có. Cứ cho đi chứ em. Làm đẹp cho đời có sao đâu?

- Anh nói hay quá hà! Ngõ nào nói vẫn xong! Ừa mà bên đó rồi về. Thấy em như thế nào?

- Xấu hơn hình, tệ hơn anh nghĩ.

- Ui dza thiệt sao?

- Anh đùa đó, chứ em đẹp hơn trong hình nhiều lắm. Vì anh được nghe hơi thở và giọng nói gần nhất của em. Em đáng yêu lắm! Kỳ Nam nói, anh lẹ làng hôn lên trán Phương Thanh một cái rất kêu. Nàng e lệ nhưng tìm câu nói thi vị cho chàng:

- Anh Nam văn chương lắm nha. Đáng yêu thật anh ơi...

- Thiệt hôn? Anh nghĩ văn chương anh tạm tạm thôi, để cân bằng với người tối ngày làm việc máy tính, khô khan hơn lá rũ kia mà!

- Anh nói chuyện văn vẻ ghê đa. Nhất hạng trên đời...

- Nói thiệt nghĩ sao nói vậy có gì văn vẻ em! Còn nhìn anh, em nghĩ sao cho anh biết?

- Tuyệt lắm, anh đẹp trai phong độ, lại hiền lành.

- Cảm ơn em. Kỳ Nam nhìn vào gương mặt nàng, rồi đưa mắt nhìn ra mặt hồ lung linh đẹp. Anh hỏi tiếp nàng:

- Ừa em có biết lịch sử Hồ Hoàn Kiếm này không? Kể cho anh nghe đi. Anh thích được nghe giọng em kể. Hồ đang trước mặt. Làm hướng dẫn viên coi. Hi hi.

- Anh Nam mới sang Mỹ mười năm, chắc anh còn nhớ truyện tích này chứ.

- Anh nhớ chứ! Nhưng anh muốn người yêu anh kể thôi! Vì không lời nào hay hơn, mộng hơn, nồng hơn, ngọt hơn lời người yêu mình. Đúng không em Thanh?

- Trời ơi nói nghe mê luôn!

- Cám ơn em. Vậy thì kể cho anh nghe đi, nhớ không?

- Sao mà không nhớ. Dữ dội há, thử kiến thức văn học sử của em há. Em kể đây nghen.

- Ừa go ahead! My lover!

- Nghe đây! Ngày xửa, ngày xưa có một lúc giặc Minh xâm lược nước ta. Cuộc sống dân ta phải sa vào cảnh lầm than, bần hàn, khổ cực, đói rét. Có người anh hùng Lê Lợi tài ba khởi binh chống trả quân cướp nước hung hãn. Được Long Vương hỗ trợ cho mượn Thanh Bảo Kiếm, để đánh thắng giặc Phương Bắc hung tần kia mà dựng lại cơ đồ mình... Ông xây dựng lại một đất nước công chính thanh bình, an lạc hoan ca... Cuộc sống nhân dân, hồi sức yên ổn độc lập, và dân ta được thoát khỏi bao cảnh lầm than bạc đãi. Thì một ngày Long Vương mượn Rùa Vàng ngoi lên đòi Thanh Bảo Kiếm. Lê Lợi trong chuyến đi chơi du xuân ngắm cảnh đất nước thanh bình ấy... Vua nghe được. Vua bèn đã trả Thanh Bảo kiếm về, và nhờ Rùa Vàng mang đến cho tận Long Vương... Chuyện hơi dài hơn nhưng em gọt kể, tóm tắt là thế. Nên lưu truyền mới được gọi như tích Hồ Hoàn Kiếm này đây. Ha ha.

Nam đưa tay lên. Nam vỗ tay rốp rốp:

- Em kể chuyện hay lắm, súc tích gọn gàng, mà cả xúc động nữa.

Nam nhìn bàn tay búp măng của Phương Thanh thay thảy mừng. Anh hỏi tiếp:

- Và một truyện tích nữa. Em có nhớ truyện tích mà Rùa Vàng đứng lên chỉ giặc sau lưng một người để tỉnh ngộ ra. Đó là ai không?

An Dương Vương. Lúc An Dương Vương mất Nỏ thần thật của mình, An Dương Vương không thể chống được quân giặc Triệu Đà nổi. An Dương Vương tháo thành bỏ chạy. Ông cùng My Châu chạy trốn chứ còn ai? Và chính My Châu đúng là giặc đó. Rùa vàng ám chỉ thế.

- My Châu thật đáng thương. Nam nhận xét.

- Phụ nữ Việt thường tin chồng, thương chồng, biết ơn, nhưng lại nhẹ dạ. Em ghét Trọng Thủy đã phụ tình vợ hiền.

- Trọng Thủy cũng có cái khó xử trong đó chớ em? Song cuối cùng vẫn tìm về My Châu và họ mới thức tỉnh về nhau. Suy ra câu chuyện cuối cùng là gởi nhiều ý tưởng...

- Ý tưởng gì? Cũng là mất vợ rồi tội nghiệp My Châu. Hứm anh binh vực đàn ông gian ác?

- Không có đâu, nhưng thôi nè. Hoan hô em nhớ truyền

thuyết lịch sử giỏi quá. You are number one in the world! Anh thưởng cho em cái check ký mười ngàn đô đây. Nam lấy trong ví của anh ra hào hứng giễu cợt...

Phương Thanh biết anh đùa nhưng cô vẫn vui bảo:

- Em yêu anh thôi, tiền khoan hãy nói tính sau.

- Bây giờ không tính, sau là anh đổi ý nha. Ha ha.

- Ok anh. Hi hi. Nàng tươi cười bảo thêm rằng:

- Nói chứ em có gì mà đáng khen, anh Nam ở xứ ngoài về, khi đi còn là cậu bé mười bốn tuổi, mà về thuộc tích như thế mới đáng nể hơn em chứ.

- Thanks em khuyến khích anh!

- Ba má em là giáo viên dạy văn sử, ít ra em cũng phải ảnh hưởng tý chứ. Không thì thiên hạ bảo "Cha làm thầy con đốt sách mất sao anh?" Phải không anh Nam của em!

- Vâng rất cảm động, anh hãnh diện về em. Thôi chúng ta đi dạo thêm vòng vòng nhé, ngồi một chỗ thì sẽ nhàm chán và uổng phí thời gian lắm em Thanh.

Đúng vậy! Anh yêu của em!

Phương Thanh nói và cười thêm tươi sáng, đứng lên nắm tay Nam tung tăng. Họ đã trên hai mươi tuổi, hăm mấy hết rồi. Mà niềm vui cứ làm họ như trẻ thơ. Cứ như tuổi teen không bằng đó nhỉ!

- Em không hiểu tại sao chúng mình lại yêu nhau đến thế này. Phương Thanh nhìn người tình và nói.

- Duyên nợ ông tơ bà nguyệt xe rồi em ơi. Nam hồ hởi trả lời.

Phương Thanh gật đầu nắm tay Nam chặt hơn bước đi tiếp. Họ đã chụp những loạt hình để kỷ niệm cho nhau. Nàng chụp cho chàng, và chàng chụp cho "nàng thơ" của mình. Phương Thanh cũng mượn khách du lịch bấm cho nàng và chàng vài bô để sóng sa sóng sánh... Rồi họ lần chân tìm đến những con đường hoa sữa nổi tiếng của Nguyễn Du một thời, và qua những con đường phố cổ của Hà Nội... (Có lẽ vui mừng quá, hai người đã đi bộ hơi nhiều mà chưa thấy mỏi chân.)

Nam vui vẻ hơn mà rằng:

- Đúng là Hà Nội có nhiều hồ nhất trong thành phố. Phải không em. Anh nghĩ vậy. Hồ Hoàn Kiếm, Hồ Thiền Quang, Hồ Linh Đàm, Hồ Tây. Hồ Thủ Lệ. Hồ Cánh Nhạn. Quá sá là hồ há Thanh?

- Ừa đặc điểm ưu tiên của Hà Nội mà anh.

- Rất mừng và hãnh diện lắm, khi anh được đi bên em.

- Em cũng thế. Phương Thanh nói và xúc động nhìn đôi mắt chàng. Như muốn tận hưởng tất cả những gì của chàng có, đang đứng gần bên cô. Và chàng cũng thế...

Riêng Hồng Sơn vẫn thích ngồi một mình. Lòng như tan vỡ khi nghĩ đến những bài hát về Hà Nội tha thiết. Mà mình không có người yêu kế bên. Với ca khúc "Có Phải Em Là Mùa Thu Hà Nội."

Tháng tám mùa thu lá rơi vàng chưa nhỉ? Từ độ người đi thương nhớ âm thầm/ Có phải em là mùa thu Hà Nội/ Tuổi phong sương ta cũng gắng đi tìm... Có phải em mùa thu xưa/

Có bóng mùa thu thức ta lòng son muộn/ Một ngày về xuôi chân ghé Thăng Long buồn/ Có phải em là mùa thu Hà Nội/ Ngày sang thu anh lót lá em nằm/ Bên trời xa sương tóc bay/ Thôi thì có em đời ta hy vọng/ Thôi thì có em sương khói môi mềm/ Có phải em là mùa thu Hà Nội/ Có chắc mùa thu lá rơi vàng tiếng gọi/ Lệ mừng gặp nhau xôn xao phím dương cầm/ Có phải em là mùa thu Hà Nội/ Nghìn năm sau ta níu bóng quay về/ Ơi mùa thu của ước mơ...

Về Hà Nội anh thích nhất bản này. Anh lòng nghe trống vắng mà lại nhớ đến khúc ca này da diết. Bài hát làm những ai say đắm, như chắn sóng nơi lòng anh... Bởi Hồng Sơn có nhiều kỷ niệm về nó, ngày nào trên thảm cỏ xanh sau khi diễn tập, anh cùng Nam ngồi hát. Nam đàn anh hát, một cây đàn guitar đơn giản, Nam dạy anh ca. Hồng Sơn ca chỉ cốt yếu cho vui, anh ca không được như chuyên nghiệp đâu. Nhưng có Hằng ngồi đó, há hốc miệng nghe vô tư, mỉm cười ngây thơ... Nàng thích bài ca đó, nụ cười Hằng muôn thuở anh không quên được! Làm sao anh quên được nàng lúc đó! Nụ cười hiền lành tỏa rộng tình yêu, một chút chạm, một chút xíu gì gợi ra; Cứ làm Hồng Sơn nhớ về có Hằng bên cạnh. Nỗi nhớ chìm sâu ám ảnh, như muốn trải rộng biên độ vào tim Sơn... Nó như không ngừng để chia sẻ, để an ủi vô tận, khi lòng anh nhớ cô bé!

Phương Thanh, Kỳ Nam quan tâm nhìn Hồng Sơn qua các lối đường, như thỉnh thoảng để muốn tìm bóng dáng chàng trai si tình này. Tuy nhiên Hồng Sơn lang thang xong, về khách sạn một mình sớm hơn rồi.

Thiên hạ vui, muôn người vui, nhưng anh lại buồn, anh không được vui trọn vẹn lắm. Hồng Sơn cảm nghĩ. Anh rất nóng lòng cho chuyến đi Mỹ trong một lời mời sắp tới, do nhóm LTNK group, của liên hoan phim Việt Mỹ một tổ chức mới. Hồng Sơn tham gia, anh đã dự định những đoạn phim về Lệ Hằng. Với những thực nghiệm lúc đi học. Có điểm, không điểm anh không cần. Miễn là Hồng Sơn muốn đưa khán giả Việt Mỹ thấy một điểm son, coi lại những ngày anh đến tại Mỹ, làm việc như thế nào ở chốn một mình, giữa xứ sở cờ hoa xa lạ này? Anh và Nam gặp nhau ở đâu? Sự quan tâm của Lệ Hằng lúc đó với Hồng Sơn ra sao? Một tác phẩm thật gần, giá trị như phim tư liệu đầu tiên của anh ấy mà, thế thôi! Lòng Hồng Sơn khao khát qua Mỹ lần này không khác chi người nông dân mong mỏi mùa lúa chín tới. Như con thuyền bao ngày đợi gặp bến từng thương mong. Như người đi đường cầu ước tới bến dừng chân tưởng niệm. Như rừng xa kia nhớ núi lá ban chiều, v.v... Anh mong ước lắm, khao khát đến vô vàn...

Về Sài Gòn, Phương Thanh đưa Nam ra mắt gặp ba má mình cùng ít bè bạn. Họ chia sẻ niềm vui bất ngờ, và coi như họ được hạnh phúc giữa trần gian này, là một điều mê tận...!

Còn Hồng Sơn về thăm mẹ với thường nhật. Anh đọc kịch bản để chọn lựa làm phim. Làm một bộ phim có giá trị nên hồn, nên ra thể thống, thì không thể coi nhẹ, nhìn phóng lược kịch bản sơ qua. Mà đạo diễn phải đọc kỹ kịch bản, đọc thật nhiều lần để hiểu. Để thẩm thấu bố cục, diễn biến, tình tiết và ý tưởng của tác giả gởi gắm. Hồng Sơn không thể lơ là việc đọc này được. Anh đang cảm nghĩ, đang đọc một kịch bản như thế.

Mẹ anh, bà Thúy hỏi:

- Hà Nội không có cô nào làm vừa lòng sao? Mà về vẫn không nói gì với má?

- Bình thường thôi má à.

-Vậy là cả Bắc và Nam chưa có nơi nào mà con tìm ra ý trung nhân? Chưa có ngôi sao vợ hã con?

- Dạ chưa má ơi. Câu hỏi má khiến Hồng Sơn phải phì cười, anh làm vui trả lời. Và anh nhìn ra bên ngoài của một sáng, trời trong mây đẹp, của một ngày thanh bình, có gió như hòa điệu bốn phương...

- Kén quá, ế đó con. Mẹ anh nói và cười mặn mà trên khuôn mặt phúc hậu của bà.

- Ế ẩm đành chịu mà má. Hồng Sơn trả lời bằng ánh mắt cùng khuôn mặt anh vẫn gượng vui.

- Má thấy hình cô diễn viên Diễn Trân đó. Và coi phim cô đó cũng khá. Cô đang ở Sài Gòn. Nhiều điều kiện cho con thân với cô đó mà? Bà đến gần hơn để nói nhìn Hồng Sơn.

- Má ơi người xưa có câu:

"*Hữu duyên thiên lý năng tương ngộ*

Vô duyên đối diện bất tương phùng" Là như vậy đó má.

- Tổ cha mày lúc nào cũng đối chữ, suy luận quá. Má chỉ mong con mau thành gia thất thôi.

- Hãy từ từ má.

- Các chị con vẫn mong như thế hết. Lúc nào cũng bảo từ từ hết là sao Sơn?

- Con hiểu nhưng đợi cho con tý thời gian nữa. Không thì sợ kết quả úa mau, không như mình mong muốn đâu má?

- Úa mau là sao?

- Úa là mau tàn, không xanh tốt đó má. Con xài từ lạ lạ, thuật ngữ, mới mới chút mà.

- Thiệt tình con trai má. À mà thôi được. Hồng Sơn

cũng giống tánh ba mày. Làm nhà báo mà tâm hồn như cột đóng, trung hậu. Vậy mà ba con không sống với má lâu.

Nói đến đây mẹ Thúy có vẻ buồn lắm.

Đúng vậy chồng bà, Hồng Quế ba của Hồng Sơn đã mang bịnh đau tim chết sớm. Khi bà mới sinh Hồng Sơn vừa hai tuổi. Một mình bà Thúy lặn lội nuôi con, bán cháo vịt vỉa hè SG trên đường Trương Minh Giảng. Bà nuôi mấy chị em Hồng Sơn. Đến ngày hai chị Hồng Mận và Hồng Hạnh lấy được chồng. Bà mới thong thả. Cuộc sống bà tạm ổn từ đó...

Mẹ Hồng Sơn nói đến đây lại xúc động, Hồng Sơn biết. Nên anh cố ngăn dòng nước mắt mẹ. Anh nở bằng nụ cười tươi, hồn nhiên hơn nữa:

- Má yên chí! Con sẽ tìm được vợ trong nay mai để má khỏi lo buồn. Nhất định hứa với má mà...

- Ừa nhé. Hai chị mày vẫn cứ điện hỏi thăm hoài đó. Má trả lời mãi như không đủ hơi luôn.

Chàng vẫn cười hồn nhiên nhưng lắc đầu:

- Thiệt tình vậy hã má?

- Chứ còn gì nữa. Không hỏi con trực tiếp mà cứ gạn tra tôi hoài.

- Tại hai chị biết con bận nên thông cảm mà.

- Không biết nữa. Vì nó nghĩ má thuyết phục được con. Ai dè...

- Từ từ con hứa mà. Không để má và hai chị buồn lâu hơn đâu.

Hai chị của Hồng Sơn có hai vựa trái cây ở Chợ Lớn, và mới làm ăn được những năm gần đây thôi. Anh nghĩ hôm nào sẽ qua mấy chị một bữa cho phải đạo thằng em chứ...

CHƯƠNG 6

Đúng như dự định sau cuộc liên hoan phim tại Hà Nội. Hồng Sơn, Kỳ Nam, Phương Thanh đi qua Mỹ bằng hãng hàng không America Airline V-A. Và họ đã làm xong những việc mong muốn. Khi một phần đến với đất Mỹ...

Xong công việc. Hồng Sơn lui về hotel để có kế hoạch

họ đi thăm một nhà thờ lớn ở quốc gia này. Anh có quen với ông cha xứ này khá lâu. Nay anh mới có dịp gặp lại. Anh và Nam đi cùng Phương Thanh. Nam, Phương Thanh đang lúi húi chào tạm biệt chia tay với cha xứ đi về trước rồi. Sau khi họ bàn thảo một vài sự việc có liên quan đến sự kết hôn của Nam và Phương Thanh. Vì họ định đi đến hôn nhân cho chương trình diện thủ tục hóa để nhanh hơn. Nơi nhà thờ đây sẽ đứng ra vinh danh cho họ trao nhẫn cưới. Một hạnh phúc mau lẹ, đến rất gần nơi tầm tay của Kỳ Nam, Phương Thanh. Cả hai sung sướng lái xe về khách sạn nghỉ, sau khi bàn tính kỹ với cha xứ, về tương lai đến rất gần, hai vị sẽ là vợ chồng với nhau! Kỳ Nam có gia đình cha mẹ. Song anh vẫn xin ba mẹ cho những ngày vui nhất ở riêng cùng Phương Thanh. Chàng vẫn muốn dành thời gian không gian, cho vị "hôn thê" ở khách sạn thú vị hơn, tự do hơn, và lãng mạn hơn.

Hồng Sơn còn lại đang nói chuyện với cha xứ. Về sự thành công của mình:

- Dạ con đang bước đi, vì yêu nghề. Yêu trách nhiệm một đạo diễn đó thưa cha.

Hồng Sơn đang say chuyện với cha xứ Đức Thuần thì nhìn được một người mặc áo soeur là lạ bước. Anh bần thần trong người hỏi:

- Ai vậy thưa cha?

- Coi như sẽ soeur đó.

- Cô ấy tên gì?

- Lệ Hằng?

- Có thật không thưa cha Thuần?

- Đúng tên cô thế đấy. Có gì mà con hốt hoảng Sơn?

- Người con gái ngày xưa, con quen. Và cô ta từng đóng phim tập dợt cho con.

- Có nhầm không đó?

- Chắc chắn là không lầm. Thưa cha.

Lệ Hằng không khác chi Hồng Sơn. Cô đã thấy anh, trước khi đi vào lối bắt gặp anh. Hằng đứng một góc nhà thờ thấy bóng dáng chàng Hồng Sơn, cô giật mình. Cô nhìn và hốt hoảng muốn kiểm chứng có thể mình lầm không? Nhưng cô không lầm, một Hồng Sơn đứng đó. Cô vội lúng túng đi trốn. Rồi cuối cùng bước ra, anh thấy nàng thì gọi:

- Ô Lệ Hằng. Lệ Hằng, anh là Hồng Sơn đây nè.

Tiếng kêu từ lòng bật ra, nghe thảng thốt. Hằng vẫn không quay lại. Cô đi luôn về nhà hôm đó. Đêm đến tự nhiên Lệ Hằng nằm nghĩ, lòng cô chợt nhớ lại kỷ niệm xưa. Cô muốn quên nó, song cô vẫn cứ nhớ lại những thước phim nơi ấy, cô từng giúp anh với tư cách anh làm đạo diễn. Thế rồi tai nạn xảy ra trước, và sau khi cô ra lái xe.

Lúc ba Lệ Hằng la mắng nàng nơi nhà:

- Ba nói bao nhiêu lần rồi. Con phải chấm dứt đi đóng phim, dứt giúp phụ cho người ta. Không tiền không bạc, tốn thời gian. Ở xứ Mỹ là money là trên hết. Thà con đi dũa một cặp móng tay. Rửa một bộ chân có tiền. Thực tế hẳn hơn! Ba nghĩ điều này con phải biết...

- Nhưng con thích, cho vui vài tuần thôi. Có thể khi con đi học bận lại là thôi. Giúp người ta ba? Ảnh không kiếm ra người. Giúp khó cho ảnh, làm phước mà.

- Có con mới dư công làm thôi. Ai mà giúp khơi khơi?

- Người ta đi du học kiếm khó ra người. Con mình giúp tý thôi anh. Mẹ Lệ Hằng nói đỡ lời.

- Có em mới để cho nó đi vậy thôi. Nát việc không ra gì cả. Hứ... Em nói như người điên. Ba Lệ Hằng quát mạnh vào mặt mẹ.

Lệ Hằng nghe, đỡ lời cho mẹ và cả mình. Cô hơi giận ba. Cô đã nóng lòng nghe, nên bảo rằng:

- Sao ba nói vậy? Đi giúp người một việc, có gì đâu xấu.

- Nhưng mà không phải là việc của con. Con gái của ba thì nên nghe lời ba. Nếu không thì, con không phải là con của ba. Bởi nói con gái chẳng nghe lời, còn ráng cãi lại, lý luận sai, ý thức xoàng nữa là sao hã? Ba quyết định như thế đó thôi.

- Trời ơi thiệt là ba ơi.

- Không trời đất gì hết, vô công rồi nghề. Không phải là ý thích của ba. Chẳng lợi ích gì đâu, ba tức lắm không nhìn con đâu. Ba báo cho con biết. Con nghĩ đó mà làm... Đừng ở đó muốn gì làm nấy. Hừm... Má con phải biết mà ngăn cản chứ? Lại thả con vô vùng tự do như thả bong bóng bay cao?

- Hằng năn nỉ ba. Ba nên hiểu con kỹ hơn.

- Ba không cần Hằng năn nỉ ba? Lại nói ba nên hiểu con kỹ hơn? Hứm? Nếu con không chịu nghe lời ba. Ba tuyên bố con không phải con gái ba. Vì con chẳng xứng đáng. Con làm việc rồi nghề không ra đâu? Tổ xử ngu muội, ngu muội Hằng ơi...

- Con thiệt tình con tức ba... Ba như không phải là ba của con. Ba mới không phải là ba của Hằng, để thông cảm cho Hằng? Ba không hiểu được niềm vui con, trái tim con?

- Niềm vui. Trái tim con? Đừng đặt ra những danh từ mỹ miều. Hừm... Con đừng cãi đôi với ba thêm nữa. Đừng ở đó mà muốn gì làm nấy. Cút đi, cút đi cho tao nhờ. Thứ đòi mơ viễn vông vô ích...

- Con thật không thể ngờ ba lại lạnh lùng và ham tiền.

- Đời không ham tiền còn ham gì?

- Nhưng tiền không phải là tất cả.

- Ba cho tiền là hầu như tất cả... Dù câu nói ba chưa phải hoàn toàn đúng hết.

Mẹ nàng thì cứ làm thinh, không mở lời thêm được.

Lệ Hằng đối lại câu nói chan chát với ba như búa gõ đinh. Và cô bé bỏ ba mẹ ra đi cho hả dạ. Lệ Hằng ra lái xe rời khỏi nhà, vì tức ba mình lắm. Ba như sống ích kỷ không hiểu gì cho mình cả. Lại thích rào cản những gì cô thích, cô đam mê tý đỉnh của nghệ thuật, có gì to tát đâu... Ông còn bảo mình ngu nữa. Thế là cô lái chạy ở cơn hờn giận, giống như mắc nghẹn bao điều từ trong cổ, mà Hằng chưa nói được cùng ba. Rồi xe đang chạy, mắc toi gì xe tự nhiên mà nghẹn theo, máy nổ không êm? Như có vẻ trục trặc ngoi ngóp, khác hẳn kỳ lạ, Hằng vẫn cố chạy, chạy lên một cái hồ kia. Cô định xuống xe sẽ đi hóng mát nơi đó cho đỡ tức ông ba. Sao kỳ cục, bỗng xe chết máy đứng trên lộ đường, như hết cả power...

Lệ Hằng thấy chán và bực mình quá sức. Nhưng trước mắt cô phải đi mở cốp xe, lịnh xịnh kiểm tra coi tìm nguyên nhân? Thì chiếc xe khác cùng chiều, cùng line đang thế chạy nhanh, (đoạn đường đó chỉ có hai line đối nhau, nhưng hai chiếc xe này chạy cùng chiều.) Nó chạy vô tình vướng víu, nên xe đã húc chân Lệ Hằng ngã lăn. Chiếc xe họ cũng kịp thắng lại... Thì ra một cô gái trẻ, gốc Mỹ đen, tóc ả bung như lông nhím không hề hấn gì? Nhưng Hằng vực xuống và bất tỉnh từ đó...

Nàng được đưa vào bịnh viện để cấp cứu. Xe được câu đi, và người lái xe hít đụng cô đã được police lập report. Nhưng lỗi do Hằng bị sai. (Vì đường nơi đây không thể dừng xe tùy tiện?) Hằng quên lặt vặt về luật pháp chạy xe mất rồi. Có lẽ đầu óc Hằng rối bù nên đã mất sáng suốt...

Tuy hai người thì police cho đi trong hợp lẽ, riêng Hằng họ thi hành xe cấp cứu nhanh chóng. Song kết quả tỉnh nhưng mặt mày đã sầy sướt khá nặng. Trên vầng trán của Lệ Hằng, một vết như chàm nở bung to tướng, màu đen trầy trụa xám xịt lan ra. Đôi má trắng hồng kia cũng xám xịt luôn... Trông cô trở nên thảm thiết khác thường, không còn như ngày nào. Trong phút chốc khuôn mặt Lệ Hằng đã thay đổi hình dạng đáng buồn, máu mê, tái nhợt, và cứng đơ... mất hết hồn vía.

Bác sĩ tại bịnh viện gần nhất, cho tin hay cô không bị gì hư hoại ở các cơ quan, hoặc tay chân vẫn OK an toàn hết. Rất may hơn một điều không bị chết, song mặt mày bị sạt phá sẽ không thể như xưa được. Mẹ Tâm khóc như mưa khi thấy nàng thoi thóp thở và bác sĩ báo cáo vậy. Rồi hơn nửa tiếng đồng hồ Lệ Hằng mở mắt nhìn mẹ:

- Con hư bất cẩn nên nông nỗi này má tha thứ cho con!

- Con không có lỗi, má thương con...

Hai má con ôm nhau không nói được lời. Vì biết tình hình thật đau lòng. Đoạn bác sĩ đi tới kết luận báo tin cuối:

- Tình trạng cô ấy có thể giải phẩu sau này. Nhưng tệ hay tốt chúng tôi chưa biết, vì nơi khuôn mặt là khó giải phẩu, bởi nhiều cơ và nguy hiểm. Nếu tiền nhiều lắm, có thể gặp được bác sĩ tài ba sẽ như ý hơn...

- Dạ con muốn để vậy má. Con sẽ có cách đi cho cuộc đời con. Hằng vội vàng nói hớt với mẹ Tâm.

Khi mọi chức năng ổn định hơn, nàng rời bịnh viện và về lại nhà, Lệ Hằng nói với mẹ Tâm một cái nhìn mới:

- Má ơi con muốn đổi đi xa tiểu bang này. Má vì con hãy đi xa với con nha má. Má con mình sống một nơi xa lạ hơn... Con thích. Và con chuẩn bị một tương lai con.

- Con chuẩn bị gì? Sao phải đi xa vậy?

- Con sẽ nói với má sau.

Rồi một ngày mùa đông nhưng hai mẹ con rời tiểu bang Georgia - Miền Đông Nam Hoa Kỳ và lên tận Massachusetts sống, để sinh hoạt nơi đây.

Một hôm Lệ Hằng đã xin mẹ:

- Cuộc đời này làm gì vẫn quý. Bằng tấm lòng và lương tâm con muốn theo dòng soeur để học. Và sau này phụng sự cho bên giáo hội. Con không nghĩ là con lập gia đình.

- Không được, con phải lập gia đình?

- Mặt mày con giờ này xấu như Chung Vô làm sao con dám lấy ai? Lệ Hằng được sinh sau đẻ muộn nhưng vẫn biết Chung Vô Diệm là ai rồi. Nên Hằng đem ra so sánh...

- Chỉ đen xám chút. Con nhìn còn duyên không đến nỗi.

- Thôi mà. Má đừng an ủi con. Con không còn một chút nào như xưa. Hằng nói và có lẽ tận cõi lòng cô đau buốt lắm!

- Nếu con muốn. Má sẽ cho con đi thẩm mỹ lại.

- Nhà mình nghèo tiền đâu thẩm mỹ? Với con muốn để vậy, con dễ làm soeur, làm từ thiện. Không ai ngó ngàng phá con. Con sẽ vào nhà thờ giúp việc. Nếu không được làm soeur, sẽ được nhiều việc linh tinh để giúp, họ rất cần. Họ cần con nơi. Nhà thờ bao giờ họ vẫn đón nhận người giúp việc má à!

- Má không biết tính sao. Tại sao con muốn thế? Con thích làm việc hy sinh chăng? Trong lúc má có một mình con. Xa con má sẽ rất buồn.

- Thứ gì rồi cũng có thể quen dần. Vả lại con vẫn có thể

về thăm má chứ? Là do ý Chúa thôi má. Má yên tâm và giữ lòng thanh thản mà sống.

- Má khó vui với ý tưởng con.

- Con đã bắt đầu sống cho người khác hơn là sống cho mình. Hằng xin má cho con theo ý con nguyện! Nếu ở ngoài đời con vẫn phải lấy chồng, phải đi xa má vậy thôi?

Sau đó không bao lâu Lệ Hằng xin vào trường dòng và học, ước muốn của cô làm một soeur giỏi.

Mãi đến hôm nay cô đang thực tập những công việc, thì cơ trời đã khiến họ gặp nhau, trong một hoàn cảnh lạ kỳ...

Và Hồng Sơn có khác chi? Trong đêm nay ở tại khách sạn, anh không còn dành đầu óc nghiên cứu gì cả. Thường thì anh nghiên cứu một đề tài nào đó, qua một quyển sách dày trước khi ngủ, theo lệ thường. Nhưng hôm nay hình ảnh Lệ Hằng choáng ngợp lòng anh. Một cô bé Lệ Hằng bán điểm sấm vui vẻ nhận lời đóng phim, giúp anh những ngày nghèo khó, lúc nguy khổ, gian nan nhất... Cô đã mở ra một bức tranh thật về mình. Sáng nay anh trông thấy... Âu đó cũng là ý định của thiên tư.

Và Hồng Sơn được sự gặp gỡ, nhờ nơi cha xứ Đức Thuần giúp cho anh gặp Lệ Hằng như ý anh thầm mong mỏi. Chàng không phải Romeo, nàng cũng không phải là Juliet. Nhưng cái giống là nhờ cha xứ hỗ trợ, giúp đỡ cho họ gặp gỡ lại nhau, sau bao tháng năm xa cách... Họ không biết về nhau ra sao, từ độ ấy đến chừ? Cha xứ chỉ hứa sẽ giúp anh trong sự gặp gỡ đơn giản và sự giới hạn đó.

Thế là Hồng Sơn được tương ngộ lại Lệ Hằng trong một quán nước trái cây đẹp, ngon, và nổi tiếng tên Change World... anh thích nơi đây, để nói chuyện như một người bạn bình thường lâu ngày chưa có dịp gặp. Hồng Sơn nghe cô kể:

- Ngày đó ba của Hằng la quá, đầu óc Hằng lái xe mà trong lòng cứ phải nghĩ lung tung, nên em bị khủng hoảng. Em có bị accident và trầy hết mặt mày. Sau đó buồn quá không chịu được. Gia đình em và má chuyển qua tiểu bang này. Em xin vào tu viện học để làm soeur, hoặc làm gì linh tinh trong nhà thờ cũng được, và đến hôm nay...

- Anh đã yêu em Hằng ơi! Em nhớ ngày đó Hồng Sơn nói khi thành danh anh không quên em. Nghĩa là người anh muốn lấy làm vợ đó là em. Trong suốt chiều dài, ngày dài, tháng dài mấy năm nay dài đang đẳng, anh luôn suy nghĩ mà không biết em ở đâu, nếu em bằng lòng. Gặp lại nhau mừng và quý quá. Cho anh Sơn xin lỗi, vì anh nói vội và sự thật.

- Nhưng bây giờ em xấu đâu bằng như xưa.

- Nghệ thuật là để cho số đông nhìn ngắm. Riêng anh, em vẫn là người đẹp nhất cuộc đời, nơi lòng anh. Mong em đừng nghĩ gì khác hơn. Dù em có mù lòa hay tàn phế đi chăng nữa Hằng ơi? Em vẫn là Hằng của anh. Anh mãi yêu em, không thể làm một sự thay đổi khác Hằng ơi.

Lời của Hồng Sơn đem đến cho Lệ Hằng xúc động. Nhưng Hằng cố bảo:

- Không, em không thể. Có lẽ đẹp như xưa, em lấy anh. Em hãnh diện. Còn bây giờ em lấy anh. Anh sẽ bị coi thường. Vì khuôn mặt em thương tích, em dị tướng rồi.

- Không cần, anh không nghĩ gì ngoài tâm hồn em, và anh nghĩ anh sẽ có cách sửa chữa, chấn chỉnh. Nếu em muốn khuôn mặt em đẹp như xưa.

- Cám ơn anh nhưng em không thể. Em giờ đã có một hướng đi khác. Hằng tránh anh, tránh bạn bè tiểu bang miền Đông Nam Georgia Atlanta là như thế đó. Mục kích em làm việc hôm nay, và tương lai là ở nơi nhà thờ, phụng sự giáo hội thôi. Nể lời anh Sơn mời quá, cha Thuần đưa tin em chỉ gặp anh thế cũng đủ rồi.

- Đừng có như vậy anh van em. Nhiều người khác làm được soeur! Nhiều người khác có thể phụ nhà thờ với những việc mà! Anh yêu em từ lâu và chờ đợi em mà Hằng ơi.

- Thank anh, nhưng mỗi người là một hướng đi. Hãy coi như bạn bè đi anh Sơn. Chia tay anh khi nào gặp lại nha. Thời gian trôi qua quá nhiều rồi anh. Em bận công việc, anh thông cảm nha. Chúc anh sức khỏe và thành công, công việc...

Lệ Hằng nói và đứng lên nhìn vào đồng hồ đeo tay, qua ba mươi phút ngót nghét. Hằng bye-bye Hồng Sơn để đi, trở lại phụ việc tại nhà thờ, cô nghĩ còn cả khối việc đang chờ cô làm! Nể lời người xưa mời, nàng chỉ mong gặp bấy nhiêu...

Sơn còn đứng ngơ ngác trông theo lớp y Lệ Hằng đang mặc như một soeur thành thục, mà tự lòng anh thấy nhói đau vì trong anh yêu Hằng nhiều lắm lắm. Sau đó Sơn kêu giật ngược:

- Anh còn chuyện này để hỏi em.

- Chuyện gì?

- Anh muốn địa chỉ và số phone của má em. Anh đến thăm được không Hằng?

- Được. OK thôi anh Sơn.

Nàng ghi address nhà và số phone của mẹ đưa cho Sơn.

Anh cầm lấy. Hồng Sơn không muốn rời xa đôi bàn tay, đầy yêu thương anh dành cho nàng. Nhưng Hằng đã rời anh, cô lẹ bước ung dung, thanh thản. Cô không nghĩ gì khác hơn khi đang tập sự một soeur ở tâm trí. Cô phải về thi hành công sự, linh tinh trong nhà thờ trông đợi, thách thức cô rất nhiều.

Một đoạn Hồng Sơn suy nghĩ vừa ngạc nhiên vừa mừng thầm. Anh gọi ngay cho Nam kể lại cuộc gặp gỡ này, đương lúc Nam đang đi chơi với người tình Phương Thanh từ Việt sang. Nam lấy phone nghe. Hồng Sơn nói:

- Nam này bạn đang ở đâu?

- Bãi tắm biển gió hồng? Pink Wind.

- Trời ơi làm gì có bãi tắm tên lạ vậy.

- Nói đùa thôi. Cho lãng mạn. Bãi tắm hôm trước ba đứa mình đi đó.

- Vậy à. Mình có chuyện này nói cho Kỳ Nam nghe nè.

- Gì đó Hồng Sơn?

- Tớ đã vô tình gặp lại Lệ Hằng chuyện như mơ.

- Thật không? Ở đâu? Có không?

- Thiệt chứ. Trong nhà thờ Tân Cảnh 1535 Pleasant Hill Rd. Ở tiểu bang này nè. Sơn bắt gặp thấy cô ta nơi đó.

Rồi đến khi được ngồi đối diện nhau nơi một quán nhờ cha Thuần nối kết cho sự gặp gỡ...

- Trời ơi là trời, có thật không? Đừng giỡn chơi nha, nhà đạo diễn trẻ tuổi tài năng? Anh Hai. (Nickname của Sơn.)

- Làm sao mà dám nói dóc tin này chứ! Anh Ba. (Nickname của Nam.)

Nghe Nam reo lên:

- Trời ơi là trời. Nam nhảy cững lên, tóc mái trước anh bay nhô theo. Thình lình Thanh nhìn thấy cũng ngạc nhiên:

- Vì vậy anh yêu ơi?

- Hồng Sơn Anh Hai đã gặp. Đã tìm được Lệ Hằng năm xưa em à!

- Thật không? Trời không phụ Hồng Sơn rồi chứ. Còn hơn chiêm bao? Phần thưởng cho người cao số. Phương Thanh chêm vào câu nói, như ca ngợi lời chúc tụng.

Nam và Phương Thanh lắng nghe Hồng Sơn bảo tiếp:

- Nhưng Lệ Hằng không còn như năm xưa, đã sắp thành là một tu nữ, học làm một soeur gì đó đó. Sơn chưa rành ngôi vị cô lắm. Chuyện dài lắm chỉ báo cho hai bạn biết thế thôi. Mình sẽ đi thăm má cô đó, và sẽ gặp kể sau dài lắm. Hồng Sơn chỉ cắt nghĩa vị trí Lệ Hằng sơ qua như vậy.

- Tới đâu sẽ tới mà bạn! Ê, cho bọn này về đi thăm với. Má Lệ Hằng từng biết Nam mà?

- Má Lệ Hằng biết Nam lúc nào ta?

Lúc Đạo diễn bận việc chi đó. Đạo diễn Anh Hai có lần nhờ mình đến nhà đi chở Lệ Hằng đến một khuôn viên bãi cỏ để tập đó. Rồi sau chúng ta ngồi đánh đàn hát đó.

- Ồ nhớ ra rồi. Tự nhiên sao mình lãng trí vậy há? OK. Vậy khi về khách sạn "Hope and Hope" gần nhà thờ Tân Cảnh, chúng ta hãy tính nha.

Nam, Phương Thanh chụp thêm mấy kiểu hình nữa rồi cũng nhổ neo, rời ghế nằm. Họ phải giã từ...

Sóng biển xanh, miền cát trắng kia, như vẫn tình tự hát yêu thương trên môi hai người, như mời gọi họ ở lại. Nhưng cả hai Nam và Phương Thanh nhìn nó như muốn gởi lời khi chia tay, lời tạm biệt với biển. Trong lòng họ giờ như nghe nhạc sóng du dương, đưa tiễn họ...

Họ dời chân đi, ở một biến cố mới mẻ. Phương Thanh cất lên tiếng nói:

- Biết thế nào đành chịu biển ơi. Tôi xa biển nhưng tôi không xa người yêu dấu! Tôi xa biển nhưng tôi không xa người yêu dấu! Đúng không biển? Thanh bảo hai lần thế.

- Biển ơi, chào mi, hẹn mi dịp khác nhé. Chúng tôi có chuyện gấp. Chúng tôi có chuyện gấp. Nam lẹ làng nói theo câu đó. Anh nhìn biển trời xúc động, rồi nhìn Phương Thanh.

- Tạm biệt biển dấu yêu! Tạm biệt biển dấu yêu! Câu nói của Phương Thanh cuối cùng vẫy tay, khi họ rời bến...

Sóng vẫn tình, nước từ xa cứ nhấp nhô nhè nhẹ, êm ả, và rồi cũng có bọt tung trắng xóa cao ngất, như mời gọi... Như cố giữ mãi một niềm luyến lưu, bên nhịp sóng tim họ...

Còn đạo diễn Hồng Sơn đã không uống hết ly nước mà anh thích, vẫn còn để đó, nó song đôi với ly của Lệ Hằng anh ngắm nhìn tý, lòng anh như đang suy nghĩ một cái gì chưa ra, rồi anh gởi tiền để đi, cô bé Mễ kia nhìn anh như tọc mạch. Anh mỉm cười nhẹ không buồn nhìn lại cô bé, rồi bước ra đường, rời building một quán nước với cái tên - Name Change World, tuổi trẻ hay vào...

Sơn chợt nhìn đồng hồ như một thói quen, anh đến chỗ parking xe mình đậu rồi lái xe lúc nhanh, lúc chậm về phòng khách sạn, anh nằm suy nghĩ bao điều ở tâm tưởng...

**

Sơn chờ Nam và Phương Thanh về tại khách sạn hotel. Chờ có hơn một tiếng mấy đồng hồ, anh như tưởng ba thế kỷ không bằng. Anh hết đứng lại ngồi. Hết ngồi lại đi. Bao nhiêu sách vở lấy ra đọc, luyện cho nghề thêm xưa nay. Anh cầm lên phải xếp lại, như không thể làm gì trong lúc này.

Chờ cho Kỳ Nam, Phương Thanh về, để đi chung khi Nam ước muốn.

Thế là Sơn phải nhanh ra đổi mướn xe để lái đưa ba người cùng đi. Xe Nam có nhưng Sơn hay dùng xe mướn khi anh qua Mỹ theo lề lối quen, khi mình cần, cho khỏi làm phiền ai. (Chiếc xe Sơn đang dùng chỉ tiện nghi cho một người và chỉ có hai cửa. Khi đi một mình thì Hồng Sơn thích đi xe này.)

Nhưng Nam lái xe cùng Phương Thanh về đến nơi, Nam quyết định đi xe của Nam. Không cần Hồng Sơn phải thuê mướn xe nào cả. Và "Anh Hai" hãy trả lại cho company-dịch vụ này ngay tức khắc. Anh Hai đã phải nghe lời anh Ba. (Mọi thủ tục thuê và trả xe ở đây rất là may mắn. Chỉ cần ID, chữ ký, tiền và giao ước.)

Rồi họ ra đi theo ý. Đó là lần đến nhà thăm mẹ Lệ Hằng, một ngôi nhà nằm thuộc miền ngoại ô của khu phố khá yên tĩnh. Chắc có lẽ là nỗi đau sau khi Lệ Hằng gặp tai nạn. Nên mẹ Tâm, mẹ Lệ Hằng như không còn mặn mà vùng dân cư đông đúc nữa. Họ xa lánh cộng đồng đông người hơn chắc? Đúng như địa chỉ đường. Anh, Nam cùng Phương Thanh. Cả ba người lướt xe đi đến. Nam dành lái xe cho ổn. Hồng Sơn và Phương Thanh ngồi, họ mở hạ kiếng cửa xe xuống một phần nhỏ để hóng gió, ngắm nhìn những con đường chạy ngược chiều với xe rong... Cây bên đường vẫy gọi như mơ, gió vẫn miên man thổi nhẹ nhẹ như ca hát lời yêu, một buổi sáng như heo may về mùa thu gợi cảm... Phương Thanh thì chạnh lòng nhớ bài thơ thâm trầm của ai đó:

Thiếp đã yêu một lần, đã một khi,
Non xanh như mộng liễu ôm ghì.
Cỏ hoa lành lặn tình đồng điệu
Lại nỡ yêu rồi vứt xác đi?
Cũng nên Quân Vương lịnh y nàng,
Hồ chôn ý tưởng nhập quan san.
Ai hay chén ngọc kêu thân thiết.
Mới biết ngày qua chuyện lỡ làng?
(Bút ghi đừng lỡ)

Mỗi người những giây phút tự do riêng. Ý tưởng tung

hứng, rung cảm riêng... Để yêu thương và quyến luyến cho chính mình... Ba người ba cảm hứng khác nhau, liên tưởng khác nhau, nhưng vẫn chung trụ là yêu thương Lệ Hằng...

Rồi căn nhà của mẹ Lệ Hằng hiện ra đúng address 1470 Valley Club Rd, Lawrenceville đây rồi. Hồng Sơn, anh tử tế nhè nhẹ bấm chuông. Má Lệ Hằng ra mở cửa. Bà ngạc nhiên. Hồng Sơn lẹ miệng lễ phép thưa:

- Tụi con là bạn của Lệ Hằng năm xưa làm phim. Tụi con có gặp được Lệ Hằng, mong được viếng thăm cô. Lệ Hằng đã cho số nhà, cho phép...

- Lạy chúa! Sao mà hay quá. Chuyện như thần tiên. Mời vào nhà hết đi. Bà nói với tư cách rất mừng.

Căn nhà không lớn, mà không nhỏ lắm. Phía trước, sân sau mẹ Lệ Hằng trồng nhiều loại hoa. Hồng Sơn nhìn cảm nhận. Tuy nhiên anh thấy căn nhà hơi bị lạnh.

Cả bốn người ngồi vào bộ sofa phòng khách, đặt theo kiểu hình chữ L, vì kiểu sofa ấy.

- Uống nước trái cây đi... Xin mời... Má Lệ Hằng tỏ bày vui, nhưng dè dặt.

Hồng Sơn bảo:

- Dạ xin cám ơn. Cô còn nhớ con không? Người mà Lệ Hằng giúp, khi con đi học đạo diễn ở tiểu bang Georgia-Atlanta lúc. Hằng giúp con phần đời đầu tiên của khóa học làm đạo diễn nơi đó. Con có đến nhà một lần xin Lệ Hằng đóng hộ phim, con thực tập...

- Đã trải qua khá lâu tôi nhớ chứ, chuyện thật là khó nói. Vì sau đó Lệ Hằng bị một chuyện accident lớn. Khuôn mặt đẹp của nó bị hư xấu. Nó buồn và thất vọng chuyển hướng đi. Tôi đôi lúc ngậm ngùi...

Im lặng dằn cơn xúc động bà nói tiếp:

- Bây giờ Hằng đã vui hẳn, chuyện đã qua. Nghĩ lại tôi thương cho Hằng. Nhưng nó chọn con đường, nó không muốn giải phẩu. Hơn nữa tôi cũng nghèo chỉ đủ sống. Vì hơn nữa giải phẩu, lắm lúc nảy sinh tốn kém hơn dự định, hoặc nguy hiểm đến tính mạng.

- Dạ! Cô không lo, con sẽ lo cho Lệ Hằng, nếu như cô

chịu thuyết phục Lệ Hằng muốn giải phẩu. Dù có muốn ra đời hay đi tu trong giáo đường cũng nên cô ạ.

- Nó không muốn từ lâu. Tôi có hỏi rồi.

- Nhưng lần này dì cứ nói. Hồng Sơn đổi cách xưng hô nhưng thiệt ra dì hay cô cũng là một ý nghĩa khi anh dùng. Vì ba anh là người Nam kêu cô là thường, má anh thì gốc Huế chính tông nên hay kêu dì. Hồng Sơn tiếp tục nơi ý:

- Cháu nguyện sẽ hỗ trợ cho Lệ Hằng phần kinh phí dù bất cứ giá nào.

- Nếu như Lệ Hằng muốn cháu vẫn không nỡ, cháu sẽ hổ trợ thêm. Cháu là Kỳ Nam, bạn Lệ Hằng đóng phim cho Hồng Sơn này nè. Khi gia đình cháu còn ở tiểu bang Georgia-Atlanta.

- Cháu nói thật từ mấy năm nay mãi tìm kiếm Hằng mà không ra. Cháu yêu Hằng và cũng chưa lấy vợ. Nếu như dì nói Hằng chịu làm vợ, cháu xin sẽ cưới Hằng. Bởi sốt lòng bấy lâu nay, nên cháu đường đột. Xin dì cảm thông cho...

P. Thanh nãy giờ chỉ lắng tai giờ mới chịu thốt nên lời:

- Anh Hồng Sơn đã là một đạo diễn trẻ có tên tuổi. Nhiều bạn hữu thích mến. Nhưng anh cứ buồn và mãi muốn tìm lại Lệ Hằng đó dì. Hãy cho ảnh cơ hội đi dì.

- Dì Tâm xin cám ơn Sơn cùng các cháu nói. Nhưng cái đó còn tùy ở Lệ Hằng, dẫu rằng tôi vẫn mong. Mẹ Tâm im nhìn đồng hồ treo trên tường đổ chuông và bảo thêm:

- Xin mời uống miếng nước trái cây để tôi lấy niềm vui lấy hên. Bây giờ là đến giờ đi lễ. Thôi thì chúng ta cùng đi lễ hôm nay là sunday vậy. Chuyện gì hãy tính sau.

Cả ba đứa bưng ly nước apple nguyên chất naturally uống một lúc. Rồi để xuống.

Phương Thanh hí hửng reo lên:

- Nước trái cây thật tuyệt mấy anh? Em xin thay mặt cám ơn dì.

- Anh vẫn cảm ơn được vậy! Nam cười chọc phá Thanh.

Nàng hiểu và cười tình lại, lườm chàng Kỳ Nam.

- Me too! Sơn cũng ráng mà tiếu lâm, anh bảo.

- Ôi chao hôm nay. Em thích đó, chưa bao giờ em vui

như hôm nay. Em sẽ được thấy người chị Lệ Hằng nha. Let's go theo dì luôn nha! Phương Thanh ngập tràn trong lòng niềm vui, và phóng nhanh ra câu nói ngồ ngộ.

- Lệ Hằng hình như nhỏ hơn em một, hay hai tuổi gì đó. Hồng Sơn tiết lộ.

Lệ Hằng nhỏ tuổi hơn em, mặc kệ em không nghĩ. Miễn là anh là anh tinh thần của em. Thì người yêu, người vợ anh em muốn kêu bằng chị thôi.

- Câu nói của Thanh hay Hồng Sơn ơi. Nam vui vẻ theo.

- Yes miss Phương Thanh always is right. Hồng Sơn gật đầu và tán dương em gái Phương Thanh.

Nam nói gì nho nhỏ với Phương Thanh, anh cũng gật đầu ngoéo tay cùng nàng. Thanh cười vui hơn, thêm tình tứ lãng mạn với người yêu.

Bà Tâm nghe chỉ mỉm cười. Bà không nói. Cả bốn người đã đứng lên và ra đi theo bà Tâm. Má của Lệ Hằng không thể trễ giờ làm lễ, nơi nhà thờ Tân Cảnh bao giờ. Bởi bà còn phụ giúp công việc ở nhà thờ nhiều thứ.

Ba người kia đi cây xe họ. Vẫn là Kỳ Nam lái. Má Lệ Hằng - Bà Tâm lái xe riêng của bà, một chiếc xe hơi cũ kỹ, màu nâu nhạt, model về xưa thập kỷ năm nảo. Thì nhà Lệ Hằng nghèo từ hồi nào đến giờ mà! Cuộc sống mẹ con cô là như thế. Rồi cả bốn người đã đến làm lễ ở nhà thờ Tân Cảnh. Họ cầu nguyện cùng với bao người đi lễ, và họ nói lên lòng biết ơn của mình với đấng tối cao... Tay họ làm dấu thánh tin yêu, và thỉnh nguyện Amen xin lễ...

CHƯƠNG 7

Sau đó thì Lệ Hằng được vào giải phẩu bởi mẹ cô thuyết phục, cô trở lại một khuôn mặt đẹp như trăng rằm, trong sáng lành lẽ. Cô trở nên thân với Phương Thanh và hai người coi như chị em, họ thân thương mến nhau hết mực.

Lệ Hằng đã nhận lời cầu hôn của Hồng Sơn. Và kịch bản hồi ký "Câu chuyện tình yêu của một đạo diễn" Hồng Sơn đang viết. Anh muốn vợ anh, Lệ Hằng phải đóng vào vai chính. Anh suy tưởng và viết lên như vậy.

Hạnh phúc đã đến với họ sau bao năm tháng chưa nói tiếng yêu nhau, nhưng đã có từ trong tim, trong ký ức. Những tưởng lạc mất nhau, song giờ chót đã đền bù, đắp đổi xứng đáng. Nàng một lần nữa quay ngược hướng, để tìm lại tình yêu năm xưa. Nàng trở về với tình yêu đích thực của Hồng Sơn thiết tha, đằm ấm...

Dù làm gì Lệ Hằng vẫn có một trái tim thương người, rộng như biển cả. Cao như núi Phan xi Păng, hay đẹp như núi Everest hướng thiện... Như gió đại ngàn về trăm trận tạo dựng giấc mơ hoa...! Lệ Hằng mong rằng mọi người, và bề trên thương nàng, tha thứ cho nàng...

Hồng Sơn có cảm giác, niềm hạnh phúc mà bấy lâu mong đợi đã lọt hẳn vào tay anh. Anh sẽ đưa Lệ Hằng về xứ Việt thăm mẹ. Anh thầm mong một tình yêu anh, như một giấc mơ đẹp, huyền bí nơi thần quyền đã mở cánh cửa cuối cùng cho họ... Chắc mẹ anh vui lắm khi biết anh không còn buồn khổ nữa. Mẹ anh không còn buồn trách anh như xưa nữa. Hồng Sơn sẽ có vợ, anh sẽ là chồng của Lệ Hằng. Hai người sẽ mặc đồ cưới trong dịp giáng sinh ý nghĩa, và Hồng Sơn dự báo, trình với mẹ:

- Lệ Hằng người mà con yêu thích chờ đợi bao lâu nay! Nàng đã về đây mẹ ơi. Nàng sẽ là vợ hiền dâu thảo đây mẹ...

Hằng cũng có cảm giác như chàng, nàng sẽ vui vô cùng khi gặp lại mẹ anh - Người mẹ chồng. Để nàng thương yêu như chính mẹ ruột mình. Như Hồng Sơn từng mong mỏi trong tim...

HDT. Viết Cuối Thu Năm 2013

MỘT SỐ PHẬN BA CUỘC ĐỜI

CHƯƠNG 1

Bùi Danh hơn hai tuần nay, suốt đêm đốt thuốc hút để suy nghĩ về mình và cô bé học sinh lớp 10 mới vô, tên là Diễm Thúy. Thầy đã bắt gặp trong đợt tập quân sự đầu năm diễn hành. Cô bé đẹp như thiên thần chiếm lấy trái tim đa cảm, đa tình của thầy. Trên ba lần mơ thấy được hôn cô bé nữ sinh đó trong bàn tay khi ngủ. Thức giấc thầy giật mình không có, trống rỗng, lạnh ngắt. Sáng ra, đi dạy lớp 12 nhưng thầy phải ráng lên trên lầu, lướt qua lớp 10 A, để thầy thấy cô bé tên Diễm Thúy mới được. Trường cất hai tầng. Khối 10 và một nửa số 11, học trên lầu. Khối 12 hoàn toàn học dưới lầu! Diễm Thúy học trên lầu đó. Đó là một lớp học sinh với số điểm chuẩn cao nhất chứ không phải là ban A.B.C như trước kia. Năm này cũng là năm xóa ban. Yêu và không được yêu thì thôi. Tốt nhất ta không nên thấy mặt nhau. Thầy Bùi Danh suy nghĩ thế và muốn chuyển trường. Muốn xa lánh cô bé có cái tên Diễm Thúy này, như bóp nghẹt trái tim mình. Bùi Danh thảo đơn đem vào phòng hiệu trưởng. Sau ba ngày Bùi Danh trở lại. Thầy hiệu trưởng Hoàng Ân hỏi:

- Sao thầy Danh lại muốn đi xa chuyển trường gấp vậy?

- Định dịp hè nhưng mà loay hoay nên đành quên.

- Thầy người Huế sao không xin chuyển về Huế lại chuyển Pleiku.

- Đó là tư tưởng cá nhân tôi.

- Tôi nghĩ là không được.

- Tại sao lại không? Trong lúc chúng ta dư giáo viên mà? Thưa hiệu trưởng.

- Nhưng thầy là một nghiệp viên khá nhất môn văn. Chúng tôi không muốn mất.

- Cũng không hẳn tôi nhất đâu? Cho tôi đi đi, trên đó họ đang cần. Trường chúng ta thừa giáo viên. Nghe đâu có giáo viên văn xin về nữa mà.

- Anh giáo viên. Anh ép tôi hiệu trưởng quá, quá đó nha.

- Nhưng?

- Tôi họp ban hội đồng trường. Có nhiều ý kiến muốn giữ anh ở lại hơn là thả anh đi.

- Thì cứ thả tôi đi đi. *"Đi cho biết đó biết đây/ ở nhà một chỗ biết ngày mô khôn."* Bùi Danh nói đọc độ câu thành ngữ này, rồi cười gượng miệng méo xệch, nhưng rất duyên, thầy nhìn người hiệu trưởng.

Im lặng tý ông hiệu trưởng bảo:

- Thôi được, tôi ký cho anh đó. Nhớ không quên trường, khi nào rảnh ghé thăm trường nha.

- Tất nhiên chứ.

Bùi Danh nói cười nhìn tiếp hiệu trưởng Hoàng Ân, đồng thời vẫn là đồng nghiệp của mình, nhưng hiệu trưởng Hoàng Ân giàu tính cách nghiêm nghị chuẩn mực. Còn Bùi Danh thì khác nhiều, miệng thầy Bùi Danh đang cười tròn hơn rồi.

**

Những ngày gần đây ba tuần nay, cả trường cứ bàn tán xôn xao tin nóng bỏng về thầy Bùi Danh. Tại sao thầy chuyển trường? Các thầy cô giáo bàn tán đã đành. Các em học sinh vẫn sốt đưa ra nhiều ý kiến, dư luận, bình phẩm, xôn xao... Các em cứ tụm năm, tụm bảy. Nhất là học sinh nữ mỗi lần tan trường, cơ hội cho các em đứng lại, năm hay mười phút để thẩm định theo ý mình. Bạn bè cứ kháo nhau, cứ chia sẻ dưới tàng gốc phượng, hoặc cây dương liễu, hoặc nơi cây dừa nào đó làm cảnh v.v... Vì chúng cho là một cảnh đời nghiệt ngã. Có đứa đã lên tiếng:

- Tao nghĩ thầy đi có lý đó tụi bay ơi.

- Thầy chuyên môn yêu học sinh mới lên lớp 10.

- Nhưng thầy dạy đây bao năm rồi sao hổng đi. Năm nay lại đi, mầy nói thế trật lất?

- Thì hồi đó ổng yêu ít, bây giờ ổng yêu nhiều. Con nhỏ

Diễm Thúy đó. Nó mới lên đó!

- Ê ê nói xấu thầy Bùi Danh phải không? Một học sinh nữ chạy tới tụ lại thêm, trong đám đã ba nàng có mặt:

- Tao nghe nói ổng mê chị Thi học 12 mấy năm nay. Rồi còn con nhỏ nào nữa vậy?

- Còn khuya mày. Chị Thi là past rồi, là quá khứ rồi. Ổng đang ngày đêm mê con Diễm Thúy mới vô lớp 10 đó. Chuyện này mới là lớn chuyện hơn xưa chứ...

- Ê ê cũng có thể lắm. Mấy hôm nay tao thấy tối nào ổng đi lang thang trên lộ. Qua tận cầu ngoài, ngồi khơi khơi.

- Sao mày biết?

- Thì tao cũng đi chơi đêm hóng gió, gặp thôi. Ổng ngồi hút thuốc lá một mình. Ngoài thị trấn mình hai cái cầu gần nhau. Ổng ngồi nơi cầu ngoài đó. Hi hi.

- Hay là mầy mê ổng bám theo ổng? Ha ha.

- Làm gì tao có vụ đó. Hơn nữa ổng mê ai thì phải là hoa khôi của trường thôi mày ơi?

Những cô nàng này tên là Linh, Hoa, Mẫn, Liên... học thân nhau, cũng ở trọ gần trường chung quanh đây thôi, nên tha hồ mà tán dóc, chỉ đi nhanh bốn hoặc năm phút là tới đoạn chia tay về hướng nhà trọ. Nếu rẽ đi rồi thì làm gì tám vui nổi nữa? Vừa đi mấy nàng tranh thủ ngước nhìn trời xanh, mây trắng vừa nói chuyện qua quít, so le đủ thứ, để mấy nàng rời những tàng cây phượng xanh. Mấy nàng "người đẹp này" đủ biết những cây phượng mới vô mùa thu chả có hoa nào! chỉ một màu xanh ngắt, trơ gan hóng gió. Hổng biết phượng xanh có lắng nghe được những tin đồn, lời tám của các thiếu nữ "sém toàn hoa khôi" này hay không nữa? Ra tới cổng cả bốn đứa còn trụ lại, nói tiếp cho đủ:

- Thầy là một người tài dạy hay, vẽ đẹp, làm thơ tuyệt, nhưng yêu hơi bị nhiều. Và thầy đi trường mình mất nhân tài đấy chứ, mỗi năm thầy đều tổ chức làm bích báo, vui há. Hoa nói.

- Vậy là mày tiếc ổng hã? Mẫn trêu liếc bạn.

- Không! Tao chỉ nói vậy thôi. Đời nào tao học dở văn

tao tiếc ổng làm chi? Ổng hay để ý không soạn bài, là mệt với ổng đó mày. Hoa xoay nhìn Linh và Liên, như kiếm đồng minh để giải thích.

- He he. Cả bốn đứa cười nhìn mặt nhau rồi chia tay.

(Những chàng trai thì ít nhỏ to chuyện này hơn với tỷ lệ, các nàng vẫn biết điều ấy...)

Hai đứa rẽ về Phú Thiện và Phước Thọ, hai thôn thuộc về của Mỹ Hòa nhưng là những ngôi nhà gần giáp ranh sân sau trường, đó là Hoa và Mẫn. Hai đứa ra lộ Linh và Liên rồi cũng kẻ hướng Bắc người hướng Nam. Hai lối mộng của lộ đường thị trấn... Ô đó là bốn cô nàng khối 11 Hóa Sinh hay nhiều chuyện loại nhất! Thời sự đong đưa của trường cho vui miệng, luôn là những dự án, hay lịch trình nơi các nàng mà!

Vậy còn Linh một mình đi về lối ngoài chân huyện, hướng Bắc. Châu một nữ lớp 11 Hóa Sinh chạy tới la lên:

- Trời ơi chờ đi nói này nghe nè Linh.

- Gì vậy?

- Thầy Bùi Danh đi, mầy có hay không?

- Sao lại không hay cô nương Châu.

- Tin chắc tụi bay đã tám nhưng tao muốn hỏi thôi.

- Vậy mà cũng bày đặt hỏi cho có lệ.

- Hi hi. Nghe nói ổng yêu mày, mày không yêu ổng bỏ đi hã Linh?

Nhìn Châu, Linh há miệng cười vì biết:

- Làm gì có vụ đó, ổng yêu con Diễm Thúy mới vào trường cấp ba đó nàng.

- Chọc mầy thôi, ổng xấu người mà ham yêu tổ bố hả.

- Cũng đâu có xấu lắm, nhưng "có tài nên có tật thế thôi." Linh bảo nghe giòn tan.

- Mày nói có lý đó. Ổng vẽ đẹp lắm mày ơi, làm thơ cũng hay, nói chuyện cũng dễ mê nữa. Châu cười vẻ tán đồng.

- Ừa, nhưng ông mê đối tượng nào toàn đặc biệt không hà nàng ơi. Linh bảo.

- Ừa, vậy nên thất tình bỏ đi dài. Châu đáp.

- Chưa chắc, còn nhiều lý do bên trong làm sao mình

hiểu? Linh như chống chế lại ý Châu.

- Tin nóng quá hả mày? Tha hồ tụi mình tám. Châu nói nói, mở mắt tròn xoe nhìn Linh.

- Còn gì nữa, nóng như phỏng lửa luôn. Đề tài nổi cho những nàng nhất là mày. Hi hi. Linh cười.

- Chắc đúng vậy nha. Châu thừa nhận.

- Trăm phần trăm chứ chắc gì. Mầy sẽ tám miệng không để kéo da non đó nha!

- Hi hi. Con quỷ này nói ghê thiệt. Hồi nãy giờ bốn nàng tụ tập đâu có tao? Châu kiềng riềng Linh, làm cho miệng mình nhọn kiểu thêm.

- Thì tụi tao biết mày bận chi đó.

Tự nhiên Châu bấu vai Linh, và bất chợt nhìn la lên:

- Ồ, ồ tao nói chuyện với mày đã qua hai cái nhà. Con quỷ Linh này không nói mày. Châu thốt lời như trách.

Châu miệng nói và quay gót lại. Linh cười lắc đầu bảo:

- Tao không có để ý mà.

Linh nhìn dáng Châu thụt lại, vô nhà trọ cũng mặt tiền bên tay trái lối đi học về, nếu bước quay lại thì nó nằm bên tay phải thôi, thì vẫn là ở cùng dãy, chỉ cách Linh ba căn thôi, tại vì nó lo tám chuyện mà sơ ý, đáng đời cho nó. Linh cười vui một mình nàng bước đi vài bước nữa. Về tới nhà trọ vào phòng riêng mình, Linh thả cái cặp không nhẹ chút nào lên bàn, kêu một cái "thịch." Vì có mấy quyển sách nặng trình trịch ngán chết đó. Nàng mở dép sandal, và đi ra phía sau lại gặp ngay cô bé Diễm Thúy. Ôi điều thú vị... Thì ra cô bé ở trọ đây chăng?

Diễm Thúy chưa biết tên Linh chỉ gật đầu chào và lủi vào phòng. Diễm Thúy mới đến trọ sáng nay, nên vẫn không rành về bao nhiêu học sinh ở trọ nhà này. Linh muốn Diễm Thúy ra cô hỏi thăm một vài câu. Nhưng cô bé vào phòng chăm đầu học bài, hay làm gì đó. Linh phải thậm thụt nhìn rồi bỏ đi, cô không có cơ hội chờ nữa.

Sau một hồi Diễm Thúy bước ra, nàng nhẹ chào Linh còn đứng trờ nơi góc đi:

- Chào chị.

- Ủa em học sinh mới tới hã em? Linh hỏi và ngó Diễm Thúy. Linh giữ vẻ lịch sự nhã nhặn tối đa.

- Dạ em học ba tuần rồi, song về nhà xa quá. Ba em nói quen chủ nhà này, xin cho em ở đậu lại, để đi học.

- Ồ tất cả học sinh ở xa thì thích ở trọ đi học hơn. Ồ vậy đó mà. À em tên gì nhỉ em? Biết rồi nhưng Linh vẫn hỏi coi mình có lầm không.

- Dạ tên em Nguyễn Thị Diễm Thúy.

- Wow tên hay quá, người đẹp nữa.

- Dạ em hông dám đâu. Em quê mùa nông nghiệp đặc sệt, đẹp gì chị?

- Đâu phải cao sang thành phố là đẹp. Nét đẹp tự nhiên mới là đẹp, hai con mắt em, chị thích ghê nha.

Im một chút Linh giới thiệu:

- Chị tên Linh học trọ một năm rồi, năm nay chị học 11.

Vừa lúc có Tân chạy xe đạp, đứng ngoài lộ, gần cây trứng cá dừng xe lại Tân bảo:

- Ê chị Linh ơi, ra đây tôi nói chuyện này chị nghe. (Tân và Linh là hai chị em bà con xa xa phía ngoại của Linh. Linh và Tân quê xã Mỹ Thọ.)

Linh thấy Tân. Nàng rời chỗ Diễm Thúy, tiến ra lộ, thì miệng Tân khởi động máy môi rồi:

- Con nhỏ đó, thầy Bùi Danh yêu. Chị Thi ghen rồi thầy bỏ đi, muốn chuyển trường đó chị.

Tân tiếp tục phân minh:

- Ngày xưa ổng đeo chị Thi dữ lắm. Giờ con nhỏ này đẹp quá ổng ngẩn ngơ và muốn chuyển hàng.

- Thôi, con trai mầy nhiều chuyện.

- Bộ con trai không được nhiều chuyện sao chị?

- Hừm. Con trai ít ít chuyện thôi sẽ tốt hơn…

- Hừm trai gái có miệng, có lưỡi, có trái tim như nhau.

- Nhưng con trai đàn ông nhiều chuyện người ta cười.

- Hi hi. Ai cười kệ. "Mình không phải thằng lười là OK." Ôi chị ơi nè…

- Gì nữa?

- Tôi sẽ tán con nhỏ này nha chị Linh. Ở chung nhà với

nó làm mai cho tôi đi. Hi hi.

- Nói nhỏ thôi. Nói to nó nghe em. Nó mới đứng nói chuyện với chị đó.

- Nó nghe cũng được đâu có sao. Nói chứ em thấy nó đi vô phòng rồi. Chị bước ra đây là cô ả vô phòng rồi mà! Vậy nghen giúp em đi. Good nghen.

- Mệt quá, Tân lại đèo bồng em.

- Không mệt đâu chị ơi. Được yêu sướng chứ mệt chi chị? Vậy nha... Tân bye chị nha.

Tân nói ra hiệu và chạy xe đi lanh. Rồi, nhưng sao vòng lại liền, Tân dặn thêm:

- Nhớ nha. Em muốn đó, có thưởng đó, cố lên cho em nha. Em nói thiệt chứ không phải giỡn đâu!

- Biết rồi nhưng đừng chạy đua làm chi Tân?

- Rớt tốt nghiệp không cần, cần yêu con nhỏ đó đó.

- Xạo, rớt tốt nghiệp em sẽ khóc hơn mất người yêu. Thiệt ra chị Linh rất thương Tân. Và cũng ưa chọc Tân những chuyện như vậy.

- Nhưng chị nói vô cho em đi. Tân nói có vẻ muốn căn dặn thiện chí, bằng mắt hơn là lời.

- Tao sẽ liệu cho! Mà mày mê gái sớm tao mét cậu ba Tuấn về mày đa.

- Hi hi. Cho vui thôi mà. Nhưng thấy gái đẹp sao không mê hả chị? Em chưa phải thầy tu mà. Thầy tu còn mê gái đó nha! Tân vẫn còn như đọng lại trên mắt sự năn nỉ chị Linh...

- Biết rồi nói mãi he he.

- Vậy nha.

Giờ thì Tân mới chòm ngắt hai lá trứng cá, anh dùng một tay ngón cái và ngón trỏ vò lại với nhau như trò chơi vui ở tay anh. Rồi Tân mới chịu cho xe về nhà trọ mình thật sự, cũng gần đấy thôi. Chàng lại muốn huýt sáo để tỏ vẻ yêu đời, có một chút gì làm chàng bâng khuâng, giữa hai điều hư thật...

Linh lại vô nhà như trước. Đưa mắt nhìn dáng Tân chạy xe huýt sáo. Linh thầm cười lắc đầu với người em trai tên

Tân với những lời nói và ước vọng nó gởi cho mình…

Học sinh các nơi, các xã ở trọ học lúc này hơi nhiều. Và tập trung khu trước cổng trường, dãy lộ hai bên đường khá nhiều nhất. Tứ tản có một ít học sinh trọ xa hơn…

Thúy vào phòng không mấy để ý ai. Thúy cũng không có ghé mắt vào chuyện hai chị em Linh, Tân họ tán gẫu.

Còn thầy Bùi Danh nhổ neo và làm giấy chuyển trường. Cả trường phần lớn ai vẫn không được vui. Vì mất thầy là mất nhiều phong trào thi đua. Mất thêm một giáo viên chấm thi văn mỗi năm ở đề thi. Chỉ có giáo viên giỏi mới được gởi đi chấm thi, chứ không phải trường mô cũng được một đại biểu. Vả lại thầy dạy giỏi, học sinh hiểu bài, và thi tỉ lệ tốt nghiệp đậu cao. Người nào, giáo viên nào cũng chẳng muốn thầy Bùi Danh ra đi cả. Ấy mà thầy bỏ đi ngang, ai khuyên vẫn không… Không hiểu sao thầy trở nên kiên định ý tưởng. Thầy lại muốn rời xa ngôi trường thầy từng gắn bó bảy năm…

CHƯƠNG 2

Lên Pleiku thầy vẫn chưa thật sự thoải mái với sự nhớ nhung dập dồn dành cho Diễm Thúy. Bây giờ không còn ai trách trả, mối tình đơn phương này, thầy sẽ tự do cảm nhận tạo thi hứng, sau khi ở trường mới. Thầy dạy ở một trường LVT gần Biển Hồ, nên thầy không bỏ thói lãng mạn và làm thơ cho ai khi thầy yêu thương? Ngày xưa thầy có chút cảm tình với Thi, nhưng thầy bị khiển trách bởi thầy Hiền, cô Ngọc. Thầy Hiền là hiệu phó. Cô Ngọc là giáo viên cũng chuyên văn, đồng thời là trưởng ban thanh tra, và là cô dượng ruột của Thi. Mà trong lúc Thi đem lòng yêu thầy, chứ thầy chưa thật sự yêu Thi. Trong Thi không thể so sánh với Diễm Thúy mà Bùi Danh đang thích bậc nhất hôm nay. Đôi mắt của Thi chưa đốt cháy trái tim thầy bao giờ như Diễm Thúy? Đôi môi Thi chưa đủ sức quyến rũ thầy mất ngủ nơi chiêm bao. Tóc Thi chưa đủ làm thầy tưởng tượng bay trong gió chiều, để thầy ngồi ngắm bao giờ v.v… Với Diễm Thúy thì hoàn toàn khác. Một bước đi của

Diễm Thúy, Bùi Danh cảm thấy thắt gan yêu kiều, thắt dạ nhớ nhung. Thầy xao xuyến lạ thường. Nhất là đôi mắt của Diễm Thúy thật tha thiết, trong sáng! Đôi mắt nàng đẹp như mặt nước hồ thu, như mơ mơ loang loáng, đẹp hơn sương thu, thi cảm đến dợn người mê man...

Thầy biết mình có một điểm yếu là mê sắc diện phái nữ, nhất là trẻ, như cô bé này. Nhưng làm sao thầy dừng lại khi con tim lên tiếng chứ? Xa được trường PM là xa một định ý của Bùi Danh. Cái mình bắt gặp mỗi ngày để phải lòng, con tim giá buốt đến cuốn hút... Bùi Danh mong hãy lãng quên... Thầy cố gắng để không tạo ra tội lỗi. Thế mà trên hai tuần nay, Bùi Danh thêm khắc khoải bóng hình.

Đằng nào thầy cũng nên nói ra, mong rằng Diễm Thúy biết được sự việc này, được quá đi chứ? Thầy hình dung, không phải tìm ở Diễm Thúy sự đánh giá cao thượng về thầy. Càng tuyệt đối, thầy không cần lòng biết ơn của Diễm Thúy. Mà chủ yếu Bùi Danh cho Thúy biết sự thật. Bùi Danh đã chạy trốn một tình yêu, người mình yêu. Ít ra phải cho một cô gái còn trẻ măng kia biết nguyên nhân vì sao mình chuyển trường chứ?

Nên Bùi Danh không chần chừ viết một lá thư bảo đảm để gởi về trạm bưu điện PM.

Có thơ bảo đảm báo, Diễm Thúy xuống tận bưu điện để nhận, vì thư có hồi báo đính kèm. Hôm đó sau khi học về Diễm Thúy ghé nhận. Lá thơ từ miền Pleiku đóng dấu, tên Bùi Danh bên ngoài. Một chút nước hoa thoang thoảng. Diễm Thúy thấy là lạ. Nàng mở bên trong xem liền, thư ghi:

Cũng một gác trọ đìu hiu thầy viết:

Diễm Thúy thương mến!

Chắc hẳn em ngạc nhiên lắm khi nhận lá thư này. Người thầy chính là Bùi Danh lúc đi tập quân sự đầu năm. Thầy có mời em ly nước dừa nơi một xóm nhỏ. Nơi một ngôi nhà thầy xin hái cây thấp nhất, ra mời em uống. Em còn nhớ không? Và cũng yêu em từ đó...

Diễm Thúy yêu dấu!

Thầy mắc nợ với em từ kiếp nào, khó cưỡng chế được

niềm rung động? Từ trái tim chân thành mà thầy ngậm ngùi ra đi. Thầy biển nhớ niềm thương, tiếc nuối khôn nguôi. Thầy mong ngày tháng thầy sẽ tìm cách quên em. Và em biết vì sao thầy chuyển trường không? Nỗi thất vọng thầy không chịu nổi cô đơn, và lạnh lùng. Vì thầy mắc nợ em, thầy biết điều đó, không có nghĩa là muốn em phải trả...

Bùi Danh.

Diễm Thúy đọc thơ nàng giật mình, có một cảm xúc thật kỳ lạ, nàng không thể hình dung một người thầy đã yêu mình, cùng đây là bức họa? Ôi là bức hình giống nàng không thể tưởng. Và đây là "bài thơ tình ướt át" dành cho, với những con chữ kiểu cách nữa.

Đọc hai, ba lần ở một góc sân bưu điện. Diễm Thúy lật đật cuốn lại. Như sợ ai thấy. Nàng chạy xe về phòng trọ.

Tối đó Thúy không sao ngủ được, cũng không sao học được, cứ bồn chồn những chuyện không đâu. Nhưng tại sao Diễm Thúy lại thấy thích, và trằn trọc với bức thư. Nàng ôm lấy bức thư đặt vào ngực ấp yêu mà ngủ.

Mấy hôm sau nàng lại lò mò hồi âm:

Thầy yêu thương!

Em nhận được thơ thầy. Em bàng hoàng xúc động. Không hiểu vì lý do nào, cả mấy đêm nay em không ngủ được. Có lẽ em cũng nợ thầy.

Nếu như tình yêu không tội lỗi. Ta vẫn có thể đến với nhau. Em và thầy đâu có bà con thì sá chi là tuổi tác. Em mong được yêu nhau thầy ạ. Cám ơn thầy tặng cho em bài thơ hay, bức tranh giống em y tạc. Cảm động nơi lòng em...

NTDT

Nhận được thơ thầy Bùi Danh lại hớn hở, bao nhiêu sầu bi cắt bỏ. Nguồn gió mới tình yêu cho phép dâng đầy hơn. Thì ra người con gái mười lăm tuổi kia đã trưởng thành, biết yêu say đắm.

Như thế thì lại càng hay cho việc chuyển trường, thêm tự do hơn. Pleiku và PM đâu có xa xăm gì, nếu yêu nhau cũng có thể tìm đến dễ dàng? Bùi Danh chìm vào bao ước mơ. Anh gởi tiếp thơ. Những bài thơ tình anh làm đầy thơ mộng, lãng mạn hơn!

Đi học về. Nhận được thơ tình của thầy gởi liên tục. Diễm Thúy không sao cưỡng lại nơi ham muốn ý định. Nàng muốn đến thăm thầy Bùi Danh, tâm trạng đã đầy ắp...

Suy nghĩ nhiều đêm. Diễm Thúy viết lá thư hồi âm như trên. Trong khi ở trọ bao chàng trai để ý say đắm, ngó ngàng nàng. Nhưng Diễm Thúy lại chẳng mơ màng ghé mắt!

Có người gọi ngoài cổng nhà. Linh hiểu và bảo:

- Tối nay chị rủ em đi chơi ra phố uống nước đá chanh, hay ăn sinh tố gì đó Diễm Thúy, em đi với chị nhé. Một ít bạn nữa, họ tới rủ đó.

- Không đâu, em học bài, em không muốn đi.

- Thì đi chơi, đi bộ một chút cho thong thả mà. Có sao đâu em.

- Không chị. Em xin cám ơn chị Linh.

Cả đám bốn năm cô nàng, hai ba chàng trai cộng thêm tới cửa rủ mà Diễm Thúy chẳng hề tơ tưởng. Nàng đang trông họ đi, D. Thúy ở nhà viết thơ cho thầy tập trung hơn.

Thế là họ đi xa dời gót. Chỉ còn nàng ở nhà một mình. Diễm Thúy ra lan can ngồi hóng gió, nhìn con trăng phía Đông lơ lửng chiếu thật đẹp. Nàng chạnh lòng nhớ thơ của thầy gởi cho mình, cùng bức họa hình mình. Diễm Thúy cứ như rạo rực bâng khuâng nhiều hơn. Nàng mỗi đêm thấy sức hút của thơ thầy thêm khó tả. Diễm Thúy cũng chưa hiểu hết vì sao nàng có tâm trạng đó. Nhưng nàng thích và phấn chấn vô cùng cả buồn vui lẫn lộn. Chủ nhà nàng, họ có hai cái nhà, nhưng thực chất họ sống ở vùng Mỹ Chánh. Nhà này ở thị trấn phía trước cho thuê sách. Biển hiệu tên cho thuê sách là Khai Trí. Phía sau là cho học sinh trọ học không lấy tiền. Chỉ những thân nhân, quen biết tình bằng hữu, bạn bè nhau, giúp đỡ nhau thôi... Ba của Diễm Thúy bạn lính của chủ nhà trong chiến tranh, nên ông chủ sẵn sàng giúp con bạn bè đến ở trọ đi học. Là Thúy đây. Suy nghĩ vẩn vơ về người thầy lòng cào nhớ nhung. Diễm Thúy vào tranh thủ viết thơ cho thầy vào một dịp nữa:

Thầy yêu dấu !

"Em muốn lên thăm thầy đó, có tiện không? Em cảm thấy như đã yêu thầy. Nếu như được thầy cho em hay. Và thầy đón em tận bến xe nhé. Thơ thầy nên gởi xuống, để em biết nha."

NTDT.

Viết có bấy nhiêu Diễm Thúy nhìn qua nhìn lại hơn mười lần, mà chính thơ mình viết! Xong, nàng quay vào học bài. Học không vô, hồn để đâu đâu. Nàng một mình thẩn thờ trong trăng sau vườn nhà, miên man bao cảm giác trừu tượng, sõng soài nhớ nhung, đan chéo, bất trắc...

Sáng hôm sau đi học, cả trường lại láo nháo về nàng. Diễm Thúy không cần bận tâm. Nhất là năm cô bạn gái Liện, Hoa, Mẫn, Châu, Linh. - Họ bàn tán thiếu điều lăng cây rớt nhánh. Và bọn con trai Tân, Nghiệp, Trình, Thăng đã để ý đến tơ tưởng nàng, có thể vài đứa thầm thương trộm nhớ cũng có, nhưng mà dễ đâu Thúy lưu tâm đến. Còn chuyện bình phẩm mình và tình yêu... Thì những đối tượng nào không biết cũng coi như được yên thôi. Còn lỡ có ai biết mối tình "Thầy trò này" Diễm Thúy cứ coi như pha thôi, cô cho là không sao? Con người ai cũng có một tình cảm riêng biệt, trong ý niệm riêng biệt mình yêu thích! Ai vẫn có cái quyền mà, để chọn lựa cái riêng tư. Không ai cấm cản ai được. Diễm Thúy thơ ngây nhưng bạo dạn nghĩ ra đến thế.

Tiếp theo sau ngày, giờ học ba ngày, nàng bé lại mò ra bưu điện thì nhận được thư thầy Bùi Danh hồi âm đang nằm nơi bưu điện. Nàng hỏi thì người giữ thư, đưa cho nàng nhận lấy. (Vì chưa có giấy họ báo, nàng đã nôn tìm tới...) Diễm Thúy mừng rỡ hân hoan lắm. Nét chữ bình thường ở phong thư. Nhưng Thúy hôn lấy hôn để, rồi lập tức liền tay mở thư xem:

Em yêu dấu.

Thầy chờ và đón em, biết nói sao bao yêu thương cho vừa. Và phải kèm theo bài thơ tình nồng nàn yêu đương cho em. Hôn em. Đừng để thầy (Anh) trông thất vọng, mai em đi liền nhé bé./ Anh, Bùi Danh.

Lại một ngày đi học về, lại một đêm rạo rực nhớ mong, lại ngày tháng xôn xao tư tưởng. Sáng hôm thứ bảy ai cũng về nhà. Học sinh lũ lượt sau tuần ở trọ về quê, thì Diễm Thúy xách gói ra đi. Cô không về nhà mà đến ngôi mộ mẹ, người mẹ ruột đã mất "Thúy xin mẹ tha thứ cho nàng, cơ hội để làm người lớn, để yêu thương. Xin mẹ hãy thương cuộc đời con đây." Ngôi mộ không xa nhà lắm, nhưng Diễm Thúy không về nhà ba nàng, nhà có má hai đang sống. Xong, nàng cỡi xe đạp về thị trấn, Diễm Thúy thu xếp đồ đạc tại nhà trọ, hành trang nhanh. Nàng ra đón xe, đi ngược về hướng Nam Quốc lộ 1. Lộ đường để nhập vào quốc lộ 19 đi về Pleiku!

Ôi xứ sở Pleiku vẫy gọi nàng thật thao thức! Tim Thúy như đánh liên hồi trong ước mong và chờ đợi. Bên cạnh dưới chân nàng cánh đồng lúa xanh mơn mởn đang thời mới lớn, nàng đứng gần đó chờ xe. Lúa này gọi là sắp thời con gái, đẹp như sạ cấy thưa. Diễm trông thấy nó đầy sức sống mượt mà đang lớn, đáng yêu quá... Nàng còn nhìn rõ mòn mọt nước trong leo lẻo những phần đất nổi lên, giữa các khoảng cách của chân lúa, đâu đó một vài con cua nhỏ, bò ngang bò dọc, lém lét tìm mồi hay chạy trốn... Nàng đứng không, Diễm Thúy đưa mắt nhìn thấy nó, nàng cảm giác vui vui hơn. Chẳng mấy chốc thì xe đến thình lình. Diễm Thúy liền vẫy tay, đúng là chuyến xe Pleiku biển hiệu rõ rệt. Dừng lại phụ xe hỏi:

- Đi đâu, đi đâu? Kiểu hỏi của mấy lơ phụ lúc bấy giờ.

- Pleiku, Pleiku nàng trả lời.

- Mời lên, mời lên... Giá phải chăng 50 đồng một người, hành lý xe đạp cộng 10 đồng thêm. Giá rẻ đại hạ giá có bay lên đi không nè?

- Biết mấy anh lơ dẻo mồn Thúy vẫn đáp:

- Được tôi đồng ý....

Thế là hành lý chỉ cây xe đạp được lơ phụ đưa lên mui trần cột nhanh như cắt. Còn một giỏ xách tay, vài ba bộ đồ

Diễm Thúy xách trên tay. Nàng bước lên xe mau gọn. Tuy thế nàng cũng phải thở dốc vì vội.

Vùng này xa làng nàng, Diễm Thúy nghĩ khó ai mà biết. Nàng yên tâm đi thực hiện nửa ý định của mình, nàng đã lên xe rồi. Chỉ không biết sao nàng thở sâu nhiều, chắc Diễm Thúy còn hồi hộp lắm.

Xe chạy bon bon trên các dặm đường, chưa đầy một ngày một, thì tới ngay bến xe. Thầy Bùi Danh ăn mặc có phần chải chuốt, đứng đợi đón nàng từ lâu, ngắm mây trời hút thuốc lá làm cảnh. Thầy không hút thuốc lá theo lệ thường, nhưng những trường hợp này thầy cũng màu mè chút cho vui, cho thú vị. Và chuyến xe trễ hơn bảy phút mới đậu bến. Hai người đi đến gặp nhau... Ôi chao ơi họ như đã có độ rung cảm mạnh từ bao giờ... Khi đó thầy Bùi Danh chỉ nắm tay Diễm Thúy, hôn tay nàng mà ít nói. Còn Diễm Thúy thì mỉm cười sẵn sàng chia sớt tới cùng. Nàng ít nói luôn!

Nhưng rồi thầy Bùi Danh nói vài câu:

- Nàng tiên đến bên thầy. Em đến bên thầy mà cứ ngỡ như mơ.

- Vì nhớ quá em phải đi.

- Cám ơn em đáp trả mối chân tình của thầy. Thầy thiệt là thương quá.

Hai người đi uống nước cam tươi, gần bến xe, thầy Bùi Danh mời, họ lại nhìn nhau xúc động hơn là nói chuyện. Sau thì về nhà tắm rửa nghỉ ngơi. Nơi thầy ở là một căn nhà chia ra có ba người thuê sống. Thầy là giáo viên. Một người nữa là thợ bán sửa đồng hồ. Một người nữa là thợ hàn lặt vặt. Cả ba đều đàn ông độc thân trạc tuổi như nhau. Thỉnh thoảng họ cũng uống coffee chung, hoặc tán dóc về thời cuộc, phái nữ đẹp, đàn ông sống động, âm nhạc hay, kịch phim tuyệt, thể thao điểm mới, đáng ngưỡng mộ v.v... Chủ nhà cho thuê, họ vẫn không có mặt ở ngôi nhà đó. Họ ba người này tha hồ bình luận khi rảnh rỗi hay tụm nhau uống chút coffee hoặc trà nóng mà giao cảm, mà tỏ bày ý thích...

Đêm đó Bùi Danh, Diễm Thúy đi chơi sánh bước bên

nhau. Lần đầu tiên đến với nhau thăm viếng. Thầy Bùi Danh vui lắm bảo:

- Đêm nay trăng còn non, vẫn sáng đẹp, như thắp lời thề dù có mong manh. Thầy muốn nói với em, thầy yêu em không có gì để so sánh nổi. Em có thể ở lại với thầy. Chúng ta yêu nhau như vợ chồng em nghĩ sao?

Diễm Thúy làm thinh không nói.

Thầy Bùi Danh tiếp tục:

- Đây là khu vườn quang cảnh đẹp nhất nơi đây. Tối tối thầy vẫn ra đây một mình để nghĩ về em, nhớ em. Và thầy cứ tưởng tượng em có mặt ở đây, thì ra hôm nay em đã đến.

- Giọng thầy êm quá. Lời thầy nghe như ru. Diễm Thúy ấp yêu trả lời nhỏ nhẹ.

- Vậy thì ở lại đây thầy sẽ ru mỗi đêm, còn ngọt ngào hơn rứa nữa.

- Giọng Huế dễ thương hã thầy. Dù con trai hay con gái, phụ nữ hay đàn ông. Chắc thầy ở gần sông Hương?

- Không, thầy ở quê xa hơn nữa. Miền quê hơn.

- Vậy à, vậy mà em tưởng thầy gần sông Hương.

- Em quan điểm lạ. Em giàu tưởng tượng và lãng mạn quá chứ. Em có yêu thầy chứ?

- Không yêu, em đâu đến đây? Diễm Thúy như hỏi vặn.

- Vậy nhá ở lại thầy lo tất cả. Chúng ta chung sống với nhau tới răng lung tóc bạc nha Thúy.

- Dạ. Thúy nói một tiếng, lòng Thúy thêm xúc động.

Đến với phố núi tay trong tay, vần thơ trong vần thơ, yêu thương trong yêu thương, khiến cho Thúy say đắm khôn cùng. Nàng bằng lòng ở lại với thầy. Nhưng Thúy bảo:

- Ngôi nhà thầy hai người đàn ông kia ở nữa, em ngại.

- Không sao em à. Họ vẫn là những người tốt, lương thiện làm ăn. Và họ cũng không để ý mình lắm đâu.

Thúy chỉ nhìn Bùi Danh mà không nói. Bùi Danh nói tiếp:

- Hay là em không thích. Thầy, anh có thể tìm một chỗ khác thuê ở.

- Em sao cũng được cả. Tùy nơi anh thôi. Thật ra Diễm

Thúy thích kêu "anh" hơn là thầy.

- Ừa để từ từ anh tính. Chàng đáp.

Thầy Bùi Danh chắc không có niềm vui nào lớn hơn khi mà Diễm Thúy tới nơi này và chịu chấp nhận ở lại. Nàng bên thầy bằng xương bằng thịt chứ không phải là những giấc mơ như thầy từng tơ tưởng để làm thơ. Thầy đã nắm chắc ước mơ lên đến điểm 10/10 rồi. Chàng hãnh diện muốn la lên dưới đất trời thầy quá may mắn, quá hạnh phúc, quá tuyệt vời. Nhưng thầy nén lại cảm xúc trào dâng đó. Và thầy vỗ về để thực tế dành bao nụ hôn nồng cháy, sẽ trôi đến, bất chợt đến trên má, trên mắt người mình yêu thương. Ấy vậy thôi tình đang tràn trề, tràn trề! Đó cũng là quá đủ cho thầy khao khát, vương lòng bấy lâu. Như dòng sông khao nước, như lũ nơi đường về, thác ngập yêu đương... Một tình yêu...

**

Cả trường cấp ba nhốn nháo hơn lúc trước nữa:

- Thầy Bùi Danh mới đi, nay thấy bé Thúy biến luôn ta.

Cả mấy đám tụm năm, tụm bảy, họ tám chuyện.

- Trời ơi con bé đó nó bỏ trường theo ông thầy Bùi Danh rồi, chịu gì nổi thầy dụ mà.

- Tại nó cũng thèm yêu ổng, chứ dụ gì năm nay gần lên mười sáu rồi.

- Gần mười sáu thì vẫn còn bị dụ non, thưa mẹ non. Một Tân, học sinh nam phản ứng.

Bằng một câu nữ sinh bọn trẻ tiếp tục:

- Ba má nó xuống kiếm nhà trọ nó ở, khóc dài thấy tội.

- Vậy nó không lời từ giã với gia đình sao? Tân hỏi.

- Nhưng nghe thầy Bùi Danh về với gia đình cùng với nó trong một đêm. Xin cưới nó rồi. Và nghe nói đó không phải là má ruột nó, chỉ ba ruột thôi. Có tin tức nói như vậy.

- Tưởng sao vậy nó đã yên bề gia thất rồi. Cũng Tân nói.

- Má ruột nó đó, họ nói như thế để khỏi xấu hổ thôi. Châu bảo.

- Không, má ruột Diễm Thúy mất từ hồi nó mới lên hai, lên ba tuổi, bà đau hạch chuột chết bỏ nó. Có dặn dò ba nó, cho Diễm Thúy ăn học tới nơi tới chốn. Bữa ba nó xuống đây lăn lộn, khóc kể như một phụ nữ mà. Linh phân minh.

Trường giáo viên họ ngó lơ. Họ cho là không để ý mấy đến chuyện vô ý thức này. Chỉ có học sinh là làm quà "hot" làm đề tài nóng bỏng, nói hai đến ba tuần sau đó mới dập nổi. Thời gian đi qua nhạt hơn, thì chúng mới chịu im lặng, chịu ngưng nói! "Đúng là nhất quỷ nhì ma thứ ba học sinh."

CHƯƠNG 3

Vậy là Diễm Thúy đã không còn học hành, chọn sống với thầy. Bùi Danh nằm mơ vẫn không thể gặp người trong mộng, được như thế. Nên đi dạy về, lúc nào cũng yêu đời có một bài thơ tặng Thúy chưa ráo mực. Và thầy đi tìm thuê một căn hộ khác, cũng gần đó chỉ hai người sống. Họ giờ yêu nhau rất mực say đắm. Phải nói rằng thầy Bùi Danh dời lên căn nhà mới, tới ba lần mới đạt xong ổn... Đầu tiên là chàng và nàng thích mướn dời đến căn hộ mới. Sau đó hai ngày, Thúy đổi ý thích muốn quay về chốn cũ, vì có hai người quen với Bùi Danh thuê kia sẽ vui. Rồi về nơi ấy, nàng lại muốn đi sang chỗ mới cho riêng lẻ hơn. Nàng đổi ý lia lịa, không cầm được, lại cứ muốn đi để hưởng trọn tình nồng của lang quân hơn... Hỡi ơi tuy khổ tý, chuyển đồ đạc qua đến đi về mấy đợt, mấy bận, quay như xoay mòng mòng, nhưng chàng lại thích thú. Bởi Bùi Danh rất mực chiều ý nàng. Cuối cùng họ đã có căn hộ mới như ý, vừa thơ vừa mộng... Tuy thuê giá thì đắc đỏ. Nhưng không sao Bùi Danh tính có thể xoay xở được, và trong tương lai sẽ có thể mua hẳn.

Diễm Thúy thấy lòng rất vui như hoàng hậu, hay cung phi trẻ tuổi được cưng bậc nhất. Khi nàng được cưng và chiều chuộng, Diễm Thúy càng xinh đẹp lơi lả... Nhiệm vụ chính hiện giờ của nàng là biết ủi áo quần cho thầy, chuẩn bị cơm nước, chuẩn bị sách vở cho thầy Bùi Danh tới lớp, kiếm một đôi vớ, hợp với đôi giày để sẵn. Mặc đồ có thể sửa phụ cổ áo, vạt áo, tay áo "cho chàng." Nàng săn sóc cho thầy như một người vợ trẻ hiền hòa. Hôm đó Bùi Danh vừa mang đôi vớ vào nửa chân thì nói:

- Trong trường làm thơ cho em, về nhà vẽ tranh bán kiếm tiền. Anh xin đất rồi. Mình trồng hoa màu ngắn hạn, và trồng cà phê dài hạn em thấy sao?

- Có cơm ăn được ở bên anh, bên thầy là hạnh phúc rồi.

- Em học mấy rồi cũng lấy chồng thôi, mà lấy người mình yêu sớm một chút, lại vui có sao đâu em?

- Mong hạnh phúc vuông tròn không đổ vỡ. Là em mong mỏi, em mừng nhất thôi.

- Làm sao đổ vỡ được ngoài trừ trời sập đó em.

- Hứa nha!

- Em trẻ trung xinh đẹp quá. Anh còn ao ước gì hơn.

Diễm Thúy ngắm "lang quân" Bùi Danh say đắm, cười với hạnh phúc mà lòng rộn ràng, nàng không thèm nói gì cả.

Thầy Bùi Danh hớn hở:

- Ừa em. Hôm qua thầy, anh có vẽ bức tranh sơn thủy bán được mấy ngàn, mua được mấy tạ gạo ăn chết luôn, không sợ đói em?

Mà thực đi dạy về Bùi Danh ngồi vẽ khắc đủ loại tranh, kiếm thu nhập, để quảng bá tranh mình. Bùi Danh thể hiện đủ loại góc độ của tranh. Tranh cọ, tranh sơn dầu, tranh lụa, tranh khắc chữ v.v... Kiểu na ná dòng tranh Đông Hồ cũng có mặt, dù không giống lắm, và không cần dịp tết. Lũ trẻ vẫn thích lắm, thế nên lượng khách thầy cứ tăng dần. Đủ thành phần thưởng thức tranh thầy. Già trẻ, gái trai, trí thức, bình dân, nghèo túng, đủ cỡ...Ai cũng mê thích tranh Bùi Danh...

Tuy nhiên. Một hôm Thúy nhìn yêu thầy, nàng bảo:

- Nhưng em phải học nghề chi chứ anh, chẳng hạn nghề may, nghề thêu thùa để phụ thầy, phụ anh nghen?

- Em có thể học thêm nghề thêu, hay móc, đan áo len cho vui thêm cũng được. Bùi Danh hiệu ứng với nàng.

- Ừa há. Diễm Thúy cười tươi trả lời.

- Mà không cần đâu. Hãy để anh làm ráng tý thôi. Em

lo cơm nước, quần áo giặt giũ cho anh đủ rồi, niềm vui bất tận của anh rồi! Thầy nói và ôm hôn Thúy, để rời tay vợ đi dạy. Trông mối tình so le. Song cũng đầy vẻ ước lệ và hạnh phúc.

Thầy Bùi Danh cứ ngỡ đây là cuộc sống như cõi tiên của anh, của nàng, hai người sống dưới trần gian. Thầy vui mừng không thể nào tả hết!

**

Thời gian thấm thoát mới trên ba năm Bùi Danh cất được nhà mới, có vàng bạc dư. Tranh anh vẽ khách đặt làm không kịp, không xuể. Tay nghề vẽ lên cao, học sinh lại tới học đông. Người quý trọng thầy thêm, lịch làm việc của Bùi Danh khá dày thêm nhiều.

Mỗi thí sinh học họa vẽ, là một cây vàng biếu. Hổng hiểu sao Bùi Danh lại phát tài và tình cả hai. Thường người ta nói đỏ tiền thì bạc đen... Nhưng ở Bùi Danh không phải vậy. Hồng đức đến với thầy cả tình ái và tài lộc, đã làm nên thời vận chàng. Mỗi cái tết là học trò ra nghề, có thưởng lớn cho thầy nữa!

Cuộc sống nào đẹp hơn, hạnh phúc hơn, sáng đi dạy, chiều vẽ tranh, đêm về làm thơ. Các học sinh thương thầy Bùi Danh tặng biếu vàng bạc, hoa quả, áo quần, giày dép, cà vạt, thắt lưng, kính đeo...v.v. Không những tết mà đủ bốn mùa, thầy Bùi Danh như càng được gia tăng tặng phẩm...

Thầy hãnh diện có vợ trẻ đẹp, lại yêu thương mình nhiều nữa. Họ ấm êm, sung túc, Bùi Danh cũng trẻ theo vợ.

Cứ một vài ba tháng Bùi Danh lại đổ được vàng đem khoe với vợ trẻ rồi chôn trong đất trong nhà. Tính cả thảy của dư của để, đã trên 15 cây vàng, tức 15 lượng vàng!

Sự nổi tiếng vẽ của Bùi Danh. Tiếng lành đồn xa, thầy bắt đầu triển lãm tranh với các họa sĩ chuyên nghiệp, cùng nghiệp dư. Tranh thầy cũng thu được bằng vàng. Chỉ có tranh thầy là khách chuộng nhất. Chủ đề Bùi Danh thường vẽ là thiếu nữ, tranh sơn thủy, sông biển, rừng núi, suối đèo, thung lũng, hoa cỏ, thuyền bè v. v... Ở động vật thì: gà, chó, mèo chuột, ngựa, sư tử, cừu, dê, trâu, bò, nai, hươu, chim chóc. Nhưng cái đẹp, nét họa tiết tấu của Bùi Danh tinh tế, có hồn, thánh thoát, siêu thực và sâu sắc.

Thầy thời, sự nghiệp lên như diều gặp gió. Sau đó thành phố tỉnh lại chọn tranh thầy được đi dự tranh triển lãm tại Hà Nội vào một mùa hè. Mừng quá, nhưng Diễm Thúy nói:

- Anh đi thôi. Em ở nhà chăm sóc hoa màu. Em trông coi học sinh lớp học vẽ của anh nha?

- Không cần đâu anh mướn người làm. Anh đóng cửa một tháng hè mà. Em nên theo anh ra cho biết Hà Nội. Có vợ trẻ đẹp không đi là thiếu sót đó. Khi về anh đưa em về Huế thăm chơi luôn!

- Chỉ sợ tốn kém cho anh nhiều.

- Bây giờ ta giàu rồi, em sợ chi tốn kém hay đói khổ nữa em. Năm sau nữa, ta có cu tý vẫn được rồi mà hi hi. Khi em lên mười chín là anh thích em bồng con. Anh nhìn anh ngắm, thích chứ hĩ? Hi hi.

- Thôi em chưa muốn con đâu.

- Nói vậy là mong ước thôi. Đi ra Hà Nội với anh nha cưng yêu!

- Em không biết nữa? Để em tính.

- Sao lại không biết. Tính cái gì nữa em? Cưng của anh ngốc thế. Phải đi với anh chứ.

- Nhưng việc nhà em lo?

- Em đừng nghĩ xa, đâu vào đó. Anh sẽ sắp xếp gọn gàng an toàn hết, em cưng à. Bộ em không thích ra Hà Nội với anh sao?

- Em thích chứ. Nhưng?

- Nhưng sao? Hỡi nàng tiên bé bỏng của anh! Nàng tiên cá riêng của anh đấy! Anh đã yêu lắm đấy mà...

- Nếu anh thích lắm thì em mới đi nghen?

Diễm Thúy nói và nhìn vào kiểu áo "cổ kôn" sơ mi của thầy, thời trang lúc này phải nhọn dài, đứng đẹp, chính tay nàng ủi kỹ lưỡng, và ghé qua vai, lằn tay áo buông nếp nó cũng thẳng băng, sắc sảo luôn. Nàng nhìn vẻ ưng ý lắm ở bàn tay mình săn sóc "giúp chồng." Rồi nàng lắng nghe thầy:

- Ôi sao anh lại là không thích lắm chứ? Em khùng quá! Nói năng lung tung, bậy bạ vậy em.

Hai người đã chuẩn bị một bữa đi chơi bên ngoài của mặt trời khi lặn, lâu lâu anh muốn đưa vợ trẻ hưởng thú vui, nhìn xe cộ đường xá, quán xá ăn uống của phố núi Pleiku về đêm. Hôm ấy Bùi Danh, đưa Diễm Thúy đi ăn kem một quán nghe nhạc của thành phố sương mù, rồi họ đi chơi giữa phố núi phồn hoa, họ ôm nhau chút chút nói chuyện. Thế giới đang hòa mình về đêm, và dòng người có vợ chồng anh. Nhưng sau đó Bùi Danh tách riêng ra, chàng như muốn ích kỷ, như mong đi hưởng thụ cái tình yêu riêng của mình, cái ưu ái mà Diễm Thúy vốn có, chàng thầm nghĩ! Bùi Danh đưa Diễm Thúy về những lối rẽ, những con đường hiu hắt, riêng tư hơn. Hoa cỏ im lặng, đường thanh vắng, tính chất mơ mộng hơn…

Bùi Danh thả tay ôm eo ếch Thúy ra. Anh nhìn nàng và đọc thơ thật sướng miệng:

Đêm nay trăng dội xuống nàng
Anh quá ngỡ ngàng… Em một bài thơ…

Diễm Thúy nghiêng đầu cười:

- Trăng đâu trăng, đường này tối thanh vắng quá anh.

- Chỉ cần chút xíu ánh sáng là anh trừu tượng thêm, thơ thì vừa hiện thực, vừa trừu tượng, có chất lãng mạn mới hay. Nếu không thì tạo ra chứng bệnh vè lắm, khô cứng hoặc phô sáp, thép chữ lắm em à. Sẽ không hay nổi, mình đọc nghe không sướng. Đó không phải thơ hay. Em phải hiểu vậy.

- Em hiểu chứ. Thơ anh thì có hồn rồi. Đọc nghe cũng sướng lắm. Chọc anh thôi.

- Nhưng ta không phí thời gian lắm em. Yêu hôn em lúc này để sướng hơn. Không nói nữa nha em.

- Anh hôn em tính một ngày bao nhiêu cái hã anh?

- Cả trăm đó chứ mà vẫn thèm. Em hôn anh một cái đi anh cần đây, cho anh sướng coi.

- Anh hôn em, cũng như em hôn anh?

- Hừ khác chứ. Sao giống mà ly. Thử đi em nè.

- Thôi không thèm đâu.

- Không thèm thì anh thèm cho sướng.

- Ý dza dza.

Bùi Danh hôn nàng bồng vào một lùm cây xanh gần đó, để thả hết yêu đương, anh thích vậy. Lòng anh đang nồng cháy, đang rạo rực như ngọn lửa thổi bùng. Mà cô không thể nào ngăn cản được, hay chính Diễm Thúy cùng đồng điệu cảm ứng với tình anh rồi…

CHƯƠNG 4

… Thoáng một cái. Những ngày ra Hà Nội đã đến. Diễm Thúy theo chồng ra tận nơi.

Cuộc triển lãm tranh của Bùi Danh cũng đứng đầu bán nhanh nhất, hãnh diện nhất, giá cao nhất tuy là một giáo viên nghiệp dư. Mỗi bức tranh anh đều tặng tập thơ đi kèm, có chữ ký mà anh làm riêng cho vợ trên một trăm hai mươi bài thơ. Thơ anh không kiệt tác. Không hay lắm, về phương diện nghệ thuật, của thi sĩ. Nhưng đọc nó truyền cảm, dễ thương vẻ chân thành. Ngày vui đó đọng lại trên môi Bùi Danh Diễm Thúy tưởng như không bao giờ dứt. Vậy mà Diễm Thúy đi theo, đang toại nguyện, đang vui lại có chuyện buồn. Như vầng trăng chưa đầy lại khuyết bóng, như cỏ chưa xanh, lỡ vận úp bóng dưới chiều tà…

Tại khách sạn Tiên Nga nàng ở. Gần cạnh là cô hoa hậu Thanh Hương có tới trong cuộc xem tranh triển lãm, và cô có mua tranh Bùi Danh. Ai xui chi phòng nghỉ nàng, lại kế gần cận của Bùi Danh. Vô tình anh đi ra hành lang hút thuốc lá lại thấy cô. Cô ta đon đả cất tiếng:

- Chào anh giáo sư kiêm họa sĩ nổi tiếng, kiêm nhà thơ hay. Anh lại ở khách sạn này sao?

- Vâng tôi đó, xin chào cô hân hạnh quá. Cô đến đây từ bao giờ?

- Mới tới thôi. Nghỉ ở phòng kế bên anh đó. Hi hi… Nói chứ cách một căn phòng.

- Vậy sao?

Diễm Thúy nghe nói chuyện và chuỗi cười của cô gái,

thì lắng tai chứ không bước ra.

- Anh đi cùng ai, ở cùng ai? Thanh Hương nhìn quanh rồi hỏi thế.

- À... à tôi đi cùng người thân.

- Còn ở?

- Người thân luôn.

- Ờ thơ anh hay, tranh anh vẫn đẹp quá không chịu nổi. Em đọc nhìn đã lắm, dễ sợ...

Im tý Thanh Hương nhìn Bùi Danh nàng nói thêm.

- À em quên giới thiệu lại. Em là Thanh Hương hoa hậu của đất Hà này đã đoạt giải, kỳ thi tuyển hơn hai năm qua.

Lắng nghe nơi cô gái giới thiệu lung tung. Diễm Thúy tức căng không chịu được. Cô chạy ra chào thô như báo cáo:

- Trời ơi đi với vợ, ở với vợ thì nói là vợ. Còn người thân nào anh?

- Ồ chao ôi, chào chị. Thanh Hương cất lời có vẻ đỏng đảnh hơn là lịch sự.

- Tôi không cần chào tôi. Diễm Thúy nói và quay vào nhập cửa.

- Vợ anh ấy à. Thanh Hương le lưỡi hỏi Bùi Danh.

- Cô em thôi. Bùi Danh trả lời.

- Cô em sao lại ở chung phòng, em có thấy cô ta sánh đôi quanh quẩn luôn bên anh, ngày tranh triển lãm mà? Ôi cũng tuyệt lắm... Và tại sao cô ấy nỡ nói lời như thế. Thanh Hương còn thắc mắc.

- Thì anh em ở cho vui, đi cho vui. Cổ thích nói vậy thôi. Bùi Danh đang cố giấu.

- Anh em không nên ở như vậy. Thật khó tin. Và cô ấy thái độ đó, chỉ vợ anh duy nhất. Ngừng mấy giây Thanh Hương lại nói tiếp như đề nghị:

- Chúng ta có thể đi uống cà phê đi. Tôi mời anh.

- Ừa để coi. Bùi Danh có vẻ lúng túng trả lời. Anh dụi điếu thuốc đang hút dở chừng.

- Coi gì, ta như xã giao thôi có gì mà anh ngại! Cô gái Thanh Hương tỏ ra sành điệu.

- Ừa vâng là tôi hân hạnh ạ. Bùi Danh đứng gãi đầu thêm, chưa nói thêm.

- Trời ơi. Có gì đâu, đi hưởng thụ cà phê tý rồi về. Ai có ham bắt cóc chi anh. Thanh Hương vồn vã hơn.

Bùi Danh không nói với Thanh Hương. Anh vội vô phòng nói với vợ trước.

- Diễm Thúy em ở nhà, anh uống cà phê cô ta mời chút nghen. Em cứ bình tĩnh...

- Đi đâu thì đi đừng nói với em nữa. Anh khốn nạn lắm. Em không chịu đâu. Tôi đã nghe hết rồi.

- Nghe gì em? Ý đừng chửi anh chứ. Anh làm nuôi em mà Thúy! đừng ghen ẩu nha. Không có gì lớn chuyện đâu.

- Vậy mà không lớn chuyện. Anh làm như tôi ngu ngốc.

- Chẳng có gì cả mà em yêu...

Bùi Danh nói, nhưng lấy áo khoác, đeo cà vạt, mang giày vớ đẹp đi với cuộc hẹn. Anh không để ý lời Thúy nhiều.

Nhà họa sĩ ra khỏi phòng. Diễm Thúy đóng cửa chốt lại cái ầm. Chìa khóa giữ nơi tay mình, nàng đi vào với trạng thái tức tối:

- Nhất quyết là không mở. Em sẽ không mở cửa cho anh đâu, đồ khốn quá. Diễm Thúy ấm ức chửi thầm như thế. Nàng đã ghen sảng mất rồi...

Hai người kia dẫn nhau đi uống coffee tại một quán mang tên "Chân Dung" có giá phòng trà ở Hà Nội. Cô gái Thanh Hương nói. Câu mở đầu:

- Được uống coffee với một người nổi tiếng. Em thấy thật vui.

- Tôi cũng hân hạnh như Thanh Hương chứ.

- Cô bé lúc nãy vợ anh hã? Thanh Hương như nheo mắt dò xét lại.

- Vâng. Bùi Danh thành thật.

- Đẹp, nhưng nhà quê quá.

- Thì cô ta ở nhà quê. Nhà nghèo mà.

- Nhưng chắc anh ham trẻ. Vì cô ta quá trẻ. Có thể nói là trẻ con nữa.

- Không hẳn vậy chỉ là duyên nợ. Bùi Danh nói, tự nhiên

mỉm cười sung sướng.

- Anh là giáo viên mà vẽ tranh như một họa sĩ lành nghề. Biết làm thơ như chuyên nghiệp, tuyệt ghê luôn nha.

- Tôi có thể vẽ cho cô, để tặng cô.

- Em hân hạnh.

- Ngày mai có.

- Hứa nha.

- Thích chân dung hay pha cảnh.

- Sao vẫn được tùy cảm hứng anh, bố cục nơi anh toàn quyền.

- Em làm người mẫu, một hoa hậu nữa. Thế chắc em vui hạnh phúc lắm há. Bùi Danh hỏi môi và mỉm cười nhìn nàng như kỹ hơn.

- Cũng hạnh phúc đấy chứ. Mà hạnh phúc, hôm nay gặp anh là hạnh phúc hơn.

- Xin cám ơn. Bùi Danh như bị lôi cuốn bởi lời nói Thanh Hương.

- Cũng muốn đưa anh đi nhiều điểm vui thú. Nhưng kẹt cô bé đó nên ngại.

Bùi Danh suy nghĩ chút rồi lại nói:

- Tôi đùa thôi. Đó là con em đi theo cho vui. Không phải vợ con chi cả.

- Không vợ con ai mà ở chung phòng? Thanh Hương vẻ lả lơi, cau môi hỏi, rồi thâm ý phụng phịu cười, cô như dò xét anh thêm.

Trong quán bar vài người nhìn họ, Thanh Hương vẫn hãnh diện và thản nhiên. Còn Bùi Danh vui vẻ trả lời với cô:

- Chỉ vì tôi tiết kiệm tiền đó mà.

- Tỷ phú sắp đến nơi rồi tiết kiệm chi? Nàng Thanh Hương nói càng muốn lả lơi, lả lướt… vờn chàng hơn nữa.

- Vâng làm người phải biết tiết kiệm chứ. Nếu cô muốn tôi có thể sắp xếp cho cô ấy về. Nếu em không tin. Tự nhiên Bùi Danh đổi xưng hô “từ cô qua em” ngọt hơn cả lúc nãy.

- Được không? Em muốn đi chơi nhiều với anh đấy. Vứt tiếng cô đi, kêu em cho nó mộng!

- Vâng anh thay cách kêu theo ý em rồi Thanh Hương.

- Ít ra phải như vậy chứ. Hoan hô nhà họa sĩ tài danh.

- Anh sẽ làm điều em muốn mà.

- Được không? Em muốn đi chơi nhiều với anh đấy. Xin nhắc lại. Và nàng cố dành bảo thêm:

- Hai chúng ta cùng muốn, sao lại em thôi cơ? Thanh Hương nói và lườm tình Bùi Danh, cái lườm như muốn bay cả mái tóc chàng...

- OK anh hiểu em. Chàng trả lời.

- Vậy anh Danh nhảy với em bản nhạc nhé? Nàng muốn kéo tay chàng ra khỏi bàn.

- Không! Danh không biết nhảy đầm.

- Ra chốn này phải biết. Em dìu anh.

- Thật ra lúc còn trẻ anh có học nhảy. Nhưng bỏ lâu rồi nên chân tay anh không còn nhuyễn.

- Tay họa sĩ lúc nào cũng nhuyễn cả đấy chứ! Ý dza dza...! Vào đi nào anh Danh. Nào phải nóng lên thôi.

Thanh Hương đứng lên kéo Bùi Danh phải đi theo. Nàng quyết lôi Bùi Danh vào. Đúng thế, Bùi Danh vào sàn nhảy với nàng, anh lại như tiếp thu nhanh. Rồi cả hai trong phút chốc, Bùi Danh, Thanh Hương đã quấn trong dòng người nhảy. Nhạc ở câu lạc bộ lại êm đềm, nơi chốn ăn chơi của đất Hà. Những bài hát về Hà Nội, tiếp tục trình bày. Đó là một quán bar lớn trá hình, chuyên hát tình khúc theo đêm cũng như ngày. Hôm nay đề tài cho một Hà Nội và mai lại Sài Gòn, hoặc Huế, Đà Lạt. Tùy, hoặc trộn chung nhau một ít, nhạc tình chung chung xen kẽ... Họ cũng rất là linh động tùy theo khán giả, thị hiếu của khách thích nữa. Nhưng phải nói rằng nhạc cho Hà Nội quán "Chân Dung" này, vẫn nở trên các môi ca sĩ hơi bị nhiều, hơn ở các bản tình ca khác đấy!

**

Thanh Hương sau cuộc đi chơi thưởng ngoạn nhảy đầm, uống rượu sơ giao duyên gặp gỡ với họa sĩ, năm ba câu nói trơn tru nóng bỏng. Nàng đã cố sức lả lơi và quyến rũ. Một sở trường mà Thanh Hương muốn dẫn đầu trong tính cách của cô. Cô thích vậy... Đàn ông hỏi mấy ai không mê hoan lạc? Chắc chắn là Bùi Danh sung sướng, không chối từ vóc dáng, ánh mắt, và nụ cười nàng ban tặng anh. Họ say mê và đi đến ái ân, ướt át, ước mi, phơi tình, đưa tình, gởi tình, làm tình ngắn hạn...

Vui chơi thỏa mãn như một chuyện tình mới nở. Thanh Hương đưa Bùi Danh về. Cô chỉ đưa tới cửa chính khách sạn thôi. Và cô rẽ một lối làm chi đó, đi tìm hướng khác về phòng mình.

Tuy nói thế nhưng Diễm Thúy mở cửa. Nàng thấy hai người dìu nhau nãy giờ. Vì từ lầu Thúy sốt ruột, hay ra vô nhìn xuống các lối đi của khách sạn, Diễm Thúy dò chừng.

Anh về vào tới phòng hơi xỉn. Bùi Danh đi liểng xiểng. Anh quơ tay quay nói với Diễm Thúy liền:

- Ngày mai em về trước nha em Thúy.

- Sao lại như thế, em không về đâu. Có lẽ anh bị người mẫu hoa hậu mua chuộc rồi?

- Không đâu, vì sự làm ăn anh cần cô ta hỗ trợ.

- Hỗ trợ gì? Thôi em không chịu đâu. Em muốn cùng anh vào thăm Huế nữa mà.

- Không được, nghe lời anh.

- Em không đi. Làm gì em?

- Năn nỉ mà. Bùi Danh nói rồi như muốn lẳng lơ hôn Diễm Thúy. Miệng bảo thêm:

- Có chết gì đâu. Có vợ rồi có nữa đâu sao. Có người yêu rồi có nữa vẫn tốt, vẫn xanh, vẫn quý mà. Trai năm thê bảy thiếp, gái chính chuyên mười tám ông chồng... Ha ha! Anh nói thật chứ không xĩn đâu. Ha ha ha...

Nhưng chính hơi men làm Bùi Danh dạn miệng thật. Cô nghe bực dọc giáng một cái "chát" vô mặt anh khi nghe anh cười ha ha chưa hết hơi. Làm Bùi Danh hoa cả mắt.

- Sao hung dữ với anh vậy cưng? Thầy Bùi Danh la lên.

- Tại anh nói bậy quá nhiều. Và em nói: Em không đi về trước đâu. Diễm Thúy nói trong hơi thở gấp.

- Không đi, làm sao anh làm ăn cho ra tiền? Bùi Danh như cố dương mắt nhìn vợ Diễm Thúy và bảo thế.

- Em ở đây anh cũng làm ăn được. Anh nên chân chính. Nàng vẫn còn thở mạnh vì tức Bùi Danh.

- Đã nói khó mà. Bỏ em ở nhà hoài tội nghiệp.

- Thì dẫn em đi theo. Chỉ âm mưu đen tối mới xua đuổi em, mà thôi được em không cần nữa đâu, em đã thấy rõ ràng quá rồi. Tâm hồn anh giờ đục hơn nước cơm.

- Đục hơn nước cơm, câu nói lạ. Ha ha. Vậy em muốn gì cưng?

- Muốn gì là muốn gì? Coi như anh thích thì tôi đành lòng phải chiều. Đưa tiền em đi chơi về Huế một mình. Diễm Thúy nói có vẻ hờn mát chứ chưa phải là quyết định.

- Sẵn sàng thôi! Bùi Danh móc túi tiền bỏ ra bàn. Sau thì anh lấy đút vào xách cô. Nhưng cuối cùng anh chọn, lấy ra để trên bàn như cũ. Anh lại lấy thêm mấy chỉ vàng đeo vô tay Diễm Thúy rồi hạ giọng:

- Đó vàng có, tiền có. Em muốn tiêu xài gì cứ xài. Về trước đi, anh sẽ về nay mai nha em yêu!

- Thử anh, mà anh có vẻ muốn tôi đi quá thôi tôi đi luôn. Không cần anh đâu. Khốn nạn thật.

Thúy cứ để anh đeo vàng vô tay cô. Và cô cầm lấy xấp tiền trên bàn Thúy vung tay thả cho bay hết, rồi nó tự rơi rớt trên nền nhà. Như một trò chơi vui, nhưng chính cô lượm lại từng tờ một. Cô biết mình như bị điên nhưng vẫn quý tiền?

- Anh sẽ về liền mà! Bùi Danh nói nhìn nàng trân trân thêm, với hành động cô vừa xảy ra.

- Không cần. Anh ở lại cả mấy chục năm cũng được thôi. Xin cám ơn. Nàng nói trong nóng bốc nhưng âu sầu.

Bùi Danh ôm muốn hôn Diễm Thúy. Song nàng gạt.

- Đừng đụng tôi nữa. Anh nhơ bẩn mà tôi thiên thần vầy, làm sao hạp nhau nữa?

- Có gì đâu em cho anh nhơ bẩn, còn em là thiên thần ha ha? Anh thích những thiên thần nhục dục chút chút, tý tý cho vui. Ha ha.

- Anh ghê quá hà. Ma quỷ nhập rồi.

- Con người hắn hoi nhập chứ ma quỷ nào nhập. Ha ha.

Bùi Danh vội nói thêm:

- Cho anh hôn em tý cho em đỡ ghiền, anh đỡ ghiền em?

- Thôi đi... đừng gạt tôi, lừa dối tôi. Nên hãy để tôi yên.

- Ha ha. Hãy để tôi yên. Làm lạnh há. Do em muốn thôi nha. Đừng có thèm rồi khóc...

- Đủ rồi tôi đi ngay bây giờ. Cho anh rảnh nợ về tôi. Cho anh tự do với con thiên thần nhục dục đó. Nàng vẫn còn nói trong thở dồn gấp, mất hết bình tĩnh.

- Em đừng nói như vậy, coi chừng em sai.

- Chứ còn gì nữa.

- Anh vẫn còn yêu em mà?

- Tôi không cần anh thương hại tôi đâu.

Diễm Thúy cất tiền bạc vào xách, rồi sắp xếp đồ đạc đùng đùng, cô muốn ra khỏi phòng ngay. Cô vẫn biết cá tính cô kỳ biệt, nhưng làm sao đã là cá tính. Nàng không thay đổi được sự nóng giận nơi nàng lên hừng hực. Mới mười tám tuổi hơn, mà nàng ghen như tổ bà. Nhưng thử hỏi cái ghen của phụ nữ đâu chia ra tuổi tác. Trẻ tuổi càng yêu, thì càng ngầm ghen mạnh.

- Anh đưa em ra bến xe. Bùi Danh nói.

- Không. Tôi có tiền, có vàng rồi, coi như tôi lo được. Anh yên tâm.

Diễm Thúy rời khỏi phòng. Bùi Danh đứng nhìn theo anh vẫy tay chào tạm biệt, mặc cho Diễm Thúy không nhìn lại. Xong anh đã gieo mình trên giường, Bùi Danh để tay lên trán suy nghĩ điều chi? Anh lại mỉm cười với chính mình, anh trong cơn hơi say, hơi tỉnh...

CHƯƠNG 5

Diễm Thúy bực tức và ghen lớn lên vì thái độ của Bùi Danh. Nên cô muốn ra đi liền không cần để lâu. Cô tròng xách trật tréo dây trên đầu mấy bận, rồi cô vẫn sửa chính xác được, cùng một valise gọn gàng của mình để mang đi. Hàng cây ngã nghiêng giữa đất Thành Nội tiễn biệt một cô bé giàu lòng yêu thương, nhưng tánh tình hay tự ái, nóng giận bất thường. Và hình như cô đã lạc bến...

Giữa lúc cô đang tìm ra ga mua vé tàu về Huế. Ngồi trên tàu xe về Huế, như cô thích. Thì Thanh Hương chài được Bùi Danh và hai người như đang dạo ra bản tình ca, ái ân diễm lệ mới nhất này... Sự ra đi của Diễm Thúy cả hai Bùi Danh và Thanh Hương vui vẻ đón mừng, họ như không thấy sự liên can nào đến họ. Diễm Thúy là người tình cảm, ưa duy tư, suy nghĩ mông lung... Mà đúng vậy, cô bỗng không buồn trách ai mà chỉ giận chính mình nỗi đau! Một chút đam mê của tuổi mới lớn thơ ngây, để nàng phải gánh lấy cuộc đời, giờ đây không lường trước được? Cũng vì nhà nghèo, mất mẹ sớm nên Thúy đã chậm nhìn ra sự thật, thiếu đi những hiểu biết khôn ngoan. Sự thể trả về cho cô bài học hơi đắt. Cô nghĩ mà thấm thía nao lòng, không dám lường tính hết cho cuộc đời mình...

Bùi Danh dời phòng về chung phòng, với Thanh Hương tại một khách sạn mới tên Mai Nở khác. Họ đang hưởng thụ. Thanh Hương nói:

- Anh ra đây thường xuyên mới làm ăn với em tốt hơn.

- Anh là giáo viên, sao đi cho được em? Nay anh chỉ là mùa hè thôi. Anh chỉ là họa sĩ nghiệp dư.

- Chuyển trường ra ngoài này luôn. Chính thức và nghiệp dư khoảng cách không xa. Anh cứ chuyển trường đi...

- Em làm như dễ lắm.

- Người ta bảo. Không có việc gì khó. Chỉ sợ lòng không bền. Quan trọng là mình có bền bỉ với ước muốn không thôi anh à?

- Hi hi. Em nói nghe hay nha, nhưng không được đâu.

- Vậy thì em vào thăm nơi anh nha.

- Tốt đó, mà từ từ anh tính.

- Để em coi cho rõ cô bé đó phải là vợ anh không?

- Đã nói là không phải. Nhưng nếu vợ anh thì cũng là vợ ngày, vợ bữa, hay vợ tạm thời. Bây giờ thấy em, em mới là tuyệt phẩm giai nhân anh tìm kiếm. Hỡi một hoa hậu đất Hà Thành dấu yêu!

- Đừng có đầu môi chót lưỡi nha. Người mẫu này cần xác minh đó. Em không có ngốc đâu.

- Làm sao em ngốc được kia chứ!

- Hi hi. Thanh Hương cười khúc khích thêm.

Bùi Danh và Thanh Hương đang vui thì đối nghịch với Diễm Thúy đang buồn. Cô đi Huế một mình, xuống tàu lửa vào một buổi sáng sớm. Cô phải đi tìm vào khách sạn tắm rửa, và tìm kiếm những thú vị khác chứ? Cô tìm ra một khách sạn tên "Như Ý" sau đó mười lăm phút. Cô đưa giấy tờ và xin trú ở theo thủ tục. Diễm Thúy được chấp nhận. Cô lại tiếp tục ngồi suy nghĩ một mình bâng quơ. Xong đoạn rửa mặt, tắm mình, cô thay đồ muốn nằm nghỉ một chút. Nhưng không, cái gì đó mời gọi, hình như vẻ năng động hối thúc cô, Diễm Thúy muốn phải ra đường, cô đi mặc áo dài tím Huế từ trong valise mà Bùi Danh có chuẩn bị cho nàng, hứa với nàng: "Khi xong công việc sẽ đưa em về Huế thăm chơi." Bây giờ một mình nàng vẫn lấy mặc, sửa sang lại mái tóc, ngắm đôi môi một chút. Diễm Thúy thoáng buồn buồn, nàng đành bước ra đường theo ngẫu hứng riêng tư. Dẫu sao nàng vẫn cần hưởng thụ cảnh Huế đẹp chứ? Trông Diễm Thúy vẫn thơ, vẫn mộng, cô có nét yếu ớt và kiều mị không làm cô xấu đi, mà còn làm cô thêm ủy mị đáng yêu, quyến rũ lúc buồn! Nét đẹp buồn Thúy như còn làm cả bao ngọn gió xôn xao...

Như đường tình bỗng nhiên chia hai lối. Một mình cô xa lạ, lạc loài với đất thần kinh. Cô đi bộ một khoảng, và sau đó kêu xích lô đạp chở. Người xích lô vui mừng và đón tiếp cô lên xe ông. Diễm Thúy bảo rằng:

- Ông chở về hướng chùa Thiên Mụ, và ông cứ chờ tôi một góc nào ở đó. Tôi sẽ trả tiền hậu. Và tôi cần đi nhiều nơi khác nữa...

- Vâng tôi hiểu. Tôi sẽ chờ cô.

Đến nơi người xích lô dừng lại một điểm bên ngoài. Diễm Thúy đến chùa Thiên Mụ trước nhất để cầu xin bề trên. Ngàn khách dập dìu, nhưng cô một mình, độc chiêu trong cảm nghĩ, không cần để ý ai. Thúy xăm xăm cầu khẩn, đọc thành lời. Mặc cho dòng lệ sắp muốn tuôn. Thúy nói:

-"Con là đứa con mất mẹ, gia cảnh rất đau khổ, lại gặp một tình yêu không như con tưởng. Thần linh hãy cho con niềm tin sáng suốt."

Cô vái lạy ba lần, đứng lên quỳ xuống, lạy ba lần. Xong, cô đi lần lựa về phía sông Hương. Từ bao lâu cô thèm nghe bản nhạc trữ tình Huế Thương của An Thuyên. Giờ nó như vang dội vào lòng cô một cách êm ả và dịu dàng... Cô lắng hồn, tâm tư đắng cay, thêm ngẩn ngơ nức nở trong lời ca...

Trở lại Huế thương bài thơ khắc trong chiếc nón...
Em cầm trên tay ra đứng bờ sông.
Sông Hương nước chảy thuyền trôi lững lờ,
Em trao nón đợi và em hẹn hò.
Trở lại Huế Thương lần nghe ân tình câu hát.
Tìm người con gái áo tím mộng mơ
Sông Hương tấp nập tìm răng được chừ
Không nguôi kỷ niệm vòng tay học trò...

Bài hát dừng lại loáng thoáng trong lòng nàng, mấy câu sau đó nữa... Song nàng không muốn nghe hết khi lòng mình nặng trĩu u buồn quá. Để cho lòng nhẹ nhàng hơn, Diễm Thúy bảo người lái xích lô chở cô, phải đứng chờ, và nhờ ông chụp cho cô mấy bức hình. Ông đã làm theo ý muốn của nàng...(Diễm Thúy có đem máy chụp hình theo. Bùi Danh mua khi, lúc hai người mới ra hội triển lãm Hà Nội.)

Xong nữa, cô lại muốn về trung tâm nào đó thắng cảnh hơn để thưởng thức vẻ đẹp của Huế cho được nhiều. Nhưng rồi có lẽ Diễm Thúy cảm giác buồn như thúi ruột, lại đổi ý khác... Thúy bảo chủ xe chở về phòng khách sạn mà nghỉ:

- Thôi ông cho tôi về khách sạn đi, tôi hơi mệt nên không cần tham quan nữa, đủ rồi.

- Vâng thưa cô tôi làm theo y lịnh ý cô.

- Tôi xin cám ơn ông, tôi đổi ý có làm phiền ông không?

- Thưa không ạ. Hình như tôi thấy cô có tâm sự lòng nặng trĩu, nhưng tâm hồn lại thánh thoát...

- Ô hay, tại sao ông biết nói chuyện hay quá?

- Vâng làm đi xích lô, phải biết nói vài câu vu vơ cho vui

khách mà!

- Ông nói đúng chứ không phải là vui.

- Hi hi. Cám ơn cô khen.

- Tôi mới là người cám ơn ông. Vì ông biết tấm lòng, tâm hồn tôi.

- Vậy sao?

- Thôi đủ rồi ông vừa đạp xe chở tôi. Nói như thế chắc ông mệt đó.

- Cô nhẹ mà cứ nói đi cho vui.

- Được rồi ông ạ. Diễm Thúy nói năng chừng mực, vì cô sợ người xích lô kia vừa đạp, vừa nói chuyện hẳn là mệt sức lắm chứ.

Đương lúc ấy, cô thấy một em bé trai mà bán hoa, cô nhìn theo mãi dáng em, với chùm hoa trên tay em cách đó không xa chừng ba trăm mét... Em như đi bán và quảng cáo hoa. Em bé trai như biết ý cô, em nói chi với mẹ vài câu rồi chạy chậm chậm tới. Rồi em chạy nhanh tới trước mặt người xích lô em nài nỉ: - Mua hoa chị. Mua hoa chú.

Nhìn em Diễm Thúy gật đầu, và nhìn sang người chạy xích lô đạp như ra hiệu. Cô muốn mua hoa.

Người lái xích lô hiểu ngay, ông ngừng hẳn xe. Diễm Thúy lẹ làng cầm lấy đóa hoa, móc ví trả tiền trao cho em bé.

Cô nói xin cám ơn. Em bé cũng nói lại cám ơn cô như thế. Rồi bé trai đi ngược lại, về chỗ có người mẹ nghèo đang đợi kia. Người xích lô đạp, rồi đã phải gân chân lên đạp cho bánh xe lăn tròn. Cho xe chạy lại như lúc nãy. Đi một đoạn Diễm Thúy ngắm hoa rồi thả những cánh hoa xuống mặt đất nhẹ nhàng. Cô im lặng nhìn. Người xích lô ngạc nhiên lên tiếng:

- Ủa sao vậy? Hoa cô đã mua sao mà vứt nó?

- Tôi buồn chán nên không muốn ngắm nữa.

- Tôi muốn lượm lại đó.

- Vâng ông lượm lại bỏ vỉa hè ai lấy vẫn được. Coi như tôi muốn... Một cách giúp em bé thôi.

Người xích lô khâm phục chiều sâu thâm tình, nơi cô

khách kỳ vĩ quá. Ông lượm bó hoa hồng tươi và để nghiêm chỉnh trên một góc đường.

Ông ta tiếp tục chạy đạp xích lô. Đi đến nơi ông ta bỏ cô trước cửa khách sạn, cô gởi tiền cho ông. Ông cảm ơn Thúy. Cô vẫn chân thành cảm ơn ông. Và sau cùng họ chia tay…

Ông lão đeo thư thả chạy về một hướng khác, về phía nội thành. Diễm Thúy nhìn ông ta cho tới khuất bóng. Rồi cô vào khách sạn, phòng của mình. Cô đang nghĩ: cánh hoa, bó hoa xa xa nơi góc đường đó như đang chờ đợi bàn tay ai nâng niu nó, để nó được diễm phúc dẫu là kiếp hoa. Diễm Thúy có cảm tưởng của tình yêu bao la ấy trong một chút, song cảm tưởng ấy cũng mau mất nhòa trong lòng cô… Diễm Thúy lại nghĩ đến người chạy xích lô, lẽ ra cô kêu bằng anh là đúng chứ. Ông ta tính ra còn khá trẻ, chỉ cô lỡ kêu ông rồi thì cô phải theo trót. Ông ta có một khuôn mặt khắc khổ nhưng thần trí lại thông minh. Một người như thế làm công việc cần lao đáng thương tâm. Nhưng ở đời nghề nghiệp nào vẫn là số mệnh cả. Cô nghĩ mà động lòng. Rồi thương cả chính mình.

Thúy lại liên tưởng, cô không còn tiếc tiền nên mướn một khách sạn khá sang để hưởng thụ, dù cô buồn. Diễm Thúy ngã người xuống nằm đắn đo một việc gì xa xôi, song chẳng mấy chốc đã ngủ vùi, cô bỗng hình thành một giấc mơ. Cô trở mình, trở giấc mấy bận, mà giấc mơ không mất cứ tái hiện, chập chờn… Có lẽ cô đi đường nhiều mệt, hay là bản tính cô dù gì cũng có vẻ ham ngủ quá…

Diễm Thúy mơ thấy đó là người lái xe xích lô lúc nãy đưa cô tới một nơi, thì chính nơi này cô gặp lại được chị Linh, với ba cô gái cô không quen lắm, cùng hai chàng trai cô vẫn nhớ từ trường PM… Mới mà ba năm trôi qua.

- Ý Diễm Thúy em làm gì ở đây thầy Danh đâu rồi em? Trời ơi mặc áo dài tím Huế coi kìa hết sẩy nha! Linh hỏi.

- Còn sẩy được gì nữa chị, sẩy rồi.

- Nói gì kỳ vậy. Bộ sao nhìn em buồn quá vậy. Nghe chị hỏi nè. Thầy đâu rồi Thúy? Cũng chị Linh hỏi.

- Thầy đổi tính rồi. Thầy khác đi rồi chị ơi.

- Nghe nói hạnh phúc lắm mà. Cả bọn nói lao nhao.

- Hết rồi, mới ra Hà Nội đây thôi.

- Lại hai bên ghen tuông? Cả bọn nói.

- Không, ảnh có đối tượng khác quên em rồi.

- Trời ơi ai mà hơn em. Cũng cả bọn tuôn giọng luôn...

- Mấy chị lầm, có nhiều hoa hậu sắp hàng đó chứ.

- Trời ơi là trời. Một chị trong đám nói nữa, và nhìn kỹ vào đôi mắt Thúy.

- Mà thôi em kể làm chi! Diễm Thúy bảo và đưa tay mình cắn ở môi.

- Rồi bây giờ em làm sao ở đây một mình? Linh hỏi thêm.

- Ảnh, thầy hứa với em về Huế nhưng bây giờ không đi, còn đuổi Thúy đi một mình.

- Tội quá không! Vậy thì đi ăn với mấy chị đi? Chuyện gì hãy còn để nguyên mặc xác nó. Linh bảo.

- Không! Chắc em dự định thăm đất kinh thành Huế một tý rồi, nghỉ ngơi em về lại Pleiku – Với mảnh đất mà "May có em đời còn chút dễ thương."

- Văn chương quá. Rồi em tính sao? Một chị khác hỏi.

- Không biết đường nào tính, em rối tung đây.

- Tụi chị đã là sinh viên ở Sài Gòn hết. Hè rủ ra Huế chơi đó thôi, có gì các chị sẽ giúp đỡ em. Dù sao em vẫn còn nhỏ và mồ côi mẹ, chị biết. Linh chia sẻ.

- Vâng vậy. Em muốn mấy chị ghi địa chỉ cho em đi há?

- Có Tân đây, có gì Tân giúp đỡ mà. Tân nói.

- Hy vọng ông trời còn thương em, nếu em hụt hẫng đau đớn. Em sẽ tìm nhờ mấy chị nha. Thúy thổ lộ thêm như thế.

- Sẵn sàng mà! Mấy chị nói, xúm ghi địa chỉ đưa Thúy.

Diễm Thúy cầm lấy mấy địa chỉ coi chữ khó rõ. Nét mấy chị viết tháu, thì hơi nhạt nhòa quá. Nàng lại nghe nói tập thể tiếp:

- Thôi mấy chị đi nha, chia tay em nha.

Linh nói thêm:

- Hẹn nhau nha, gặp nha. Now bye-bye.

Tiếng cười lại róc rách, như nắng vỡ của pha lê.

Linh nhìn thấy Thúy đứng buồn thiu thì an ủi:

- Em thông cảm nha, vì mấy khi mấy dịp, mấy chị mới được cười như thế.

- Em cũng thích được cười như vậy mà.

- Vậy thì cười lên nha. Cười đi he he "Một hai ba, hả răng cười nào."

Cả đám cười to, nổ giòn hơn nắng vỡ pha lê trong chiều mùa hạ nữa. Thúy cũng cười theo... Giật mình, làm cô mở mắt tỉnh giấc... Trở lại thực tại. Thúy bàng hoàng ở cơn mơ vừa xảy ra... Cô nhớ lại những hình ảnh đáng yêu chạy qua. Rồi cô mím chặt đôi môi để suy nghĩ những việc khác. Thúy cắt nhớ một giấc mơ đẹp. Rồi hình bóng Bùi Danh với cô hoa hậu ôm nhau lấn lướt, cứ lởn vởn trước mặt Thúy. Phải chăng Thúy còn yêu, và quá yêu. Thúy tức tối ôm đầu, không khóc, mà nước mắt tự động khơi trào lên, đâu đó mặn mà rưng rưng trên môi cô... Cô lấy tay quẹt nhẹ, và tự động như nhắm mắt một chốc...

CHƯƠNG 6

Sau đó Diễm Thúy về Pleiku. Xong công việc Bùi Danh cũng về Pleiku. Nhưng trong tình yêu họ không còn sâu đậm nữa. Thúy cùng Bùi Danh ăn cơm chung mà ai nấy mang tâm trạng nặng trĩu. Đoạn Bùi Danh nói:

- Em không nên mua đồ ăn nhiều phí nha.

- Như mọi khi có nhiều đâu anh? Mình ăn vẫn không dư. Vì sao bây giờ anh tiết kiệm vậy.

- Tỷ phú cũng còn tiết kiệm mà.

- Em thấy bây giờ mình có tiền, thong thả anh nên...

- Tôi có tiền chứ cô làm gì, nói còn không nghe là hư?

- Sao anh khinh rẻ em? Em biết phụ cho anh nhiều thứ mà, em nuôi thỏ, nuôi gà. Em chưa ăn bám anh nhiều mà!

- Những cái đó không đủ tiền cô uống nước mía.

Diễm Thúy thấy cay đắng nơi lòng mà không nói. Cô im, sau tức lại nói:

- Riêng em nấu cơm cho anh ăn mỗi ngày là công em, chưa kể giặt đồ, xếp đồ, ủi đồ cho. Anh đừng có coi thường tôi, phủi ơn tôi sớm quá.

Bùi Danh đứng dậy đá mạnh mâm cơm văng tứ tung, mấy ngọn rau trong tô, mấy con tôm rớt ra ngoài. Anh la lên:

- Thứ hồ đồ trả treo quá đi.

- Tôi không ngờ anh thay tâm đổi tánh hất hủi tôi nhiều như vậy. Cha mẹ ơi, trời ơi. Diễm Thúy nói và khóc. Cô bực dọc lấy chiếc nhẫn một chỉ ném vô mặt anh như ý nói không cần "Tôi trả anh." Bùi Danh lại giơ tay cao, hứng nắm lấy đút vào túi quần mình gọn hơ.

Vừa lúc đó Thanh Hương lại đến, cô ả đứng chứng kiến. Cô gái không đau lòng cho Diễm Thúy, mà cô ả nở một nụ cười siêu ý, hất hàm:

- Sao vậy anh, em không hẹn đến thăm, anh giận gì đá tung thế? Vợ anh đấy hã? Cô bé quê ơi!

- Im đi đồ gái mất nết. Diễm Thúy phản ứng nhanh với Thanh Hương.

- Hừm cô em đừng hỗn nghen. Tại sao anh để ả mắng Hương vậy. Bộ em tới đây là để nghe một "nàng thơ lỗi nhịp" anh mắng em hã? Thanh Hương muốn nũng nịu với Bùi Danh.

- Nè Thúy... Em không là gì, sao mắng người ta? Bùi Danh trợn mắt hỏi Diễm Thúy.

- Em là vợ của anh. Anh đã về thưa ba mẹ tôi.

- Vẫn chỉ là vợ hờ thôi. Mà em đừng hỗn.

- Vậy sao? Ha ha. Thanh Hương chêm vào câu nói vừa cười vẻ lơ đãng, vừa đầy khích bác.

- Em Thanh Hương đến thăm. Anh thật quý hóa, cho anh xin lỗi em nha.

Diễm Thúy nghe Bùi Danh nói. Cô bực bội quá chừng, cả nóng tánh nữa, cô hờn lẩy bỏ đi. Thanh Hương đưa mắt nhìn theo. Bùi Danh bảo:

- Mình nói chuyện mình. Con nhãi đi đâu, nhìn chi em?

- Một nhà giáo, một nhà thơ, một họa sĩ nổi danh, sao

sống thế này có cô vợ quê hờ này. Anh còn quê mùa lắm.

- Hè hè, cuộc đời anh chưa giàu mà.

- Cuộc đời có bao lâu mà tiết kiệm chứ! Hưởng nhà cao cửa rộng đi anh à. Tận hưởng đi...

- Để từ từ anh tính. Nhưng chính nơi này đẻ ra tài năng anh. Bây giờ nói cái này, có tác phẩm cho em đây, hi.

Bùi Danh đưa ra ba bức hình cô, anh đã vẽ họa để dành, không biết từ lúc nào. Bùi Danh nói tiếp:

- Đây, thơ cho em đây nữa nè em yêu.

Hai người trao cho nhau những mật ngọt ân tình. Sau đó Thanh Hương lẳng lơ:

- Anh cưới em đi, cho cô bé đó về nhà cổ đi, chịu không? Trời ơi em thương nhớ anh quá rồi nè...

- Được từ từ anh tính.

- Của tới nơi còn chê, coi chừng bay mất.

- Hum... hi hi.

- Thôi chúng ta đi tìm khách sạn nghỉ đi anh, ở đây tệ quá. Chung quanh họ thấy em có phiền gì cho anh không?

- Có gì mà phiền! Em là hoa hậu ái mộ anh. Anh sẽ nói con vợ anh ghen quá, anh ở không được. Có vợ mới là em. Thế thôi có chịu chứ?

- Chịu 100% luôn. Vì mê họa sĩ tài ba đẹp trai rồi, là một duyên nợ đó nha. Cả khối trai Hà Thành đeo đuổi, em không màng. Em lại chạy ra ngoài đàng, kéo áo mê anh, theo anh đó chứ.

- Em đọc câu văn suông và đẹp quá nha. Vậy là anh có phúc. Bùi Danh tỏ vẻ như mừng.

- Số một. Thanh Hương đáp.

- Em chờ anh nghe. Ta đi chơi lòng vòng.

Thanh Hương cười như hiểu ý và gật đầu.

Bùi Danh đi thay trang phục khang trang, thịnh soạn như đi ăn cỗ hay ca nhạc thính phòng không bằng. Anh mặc áo sơ mi màu xanh, quần tây trắng, cà vạt đỏ thắt nút. Và họ dìu nhau đi ra khỏi nhà. Thanh Hương thích, cô kéo dây cà vạt anh, cô hôn vào nó, nhìn anh tình tứ:

- Vầy mới xứng với em chứ.

- Nhưng làm sao đẹp lỗng lẫy bằng bộ xiêm y váy kiểu đắt tiền của em kia chứ?

- Xứng lắm rồi đó. Đừng nhiều lời.

- Thật không?

- Anh Danh cứ hỏi đố thế kia, nhưng em thích và yêu lắm anh đó cơ.

- Hi hi.

Họ đi rồi. Diễm Thúy mò về lại nhà. Cô đau đớn. Xong cô suy nghĩ điều chi mà cảm thấy lòng nhẹ bưng, trống rỗng. Rồi cô nghĩ ra một chuyện lạ lùng. Cô hơi táo bạo tự nói:

- Đến lúc này chắc không còn nghĩa tình với mình, mình chả nghĩa tình lại với ai. "*Mình không tốt với người ta, thì đừng trách người ta xấu với mình,*" châm ngôn nha. Tao sẽ lấy số vàng này trốn đi thì đời tao đỡ vất vả. Ha ha. Vì mày phản bội tao, đồ chó chết, tao không cần. Rồi nàng mò rình số vàng mà Bùi Danh đã cho nàng hay, nàng bấm môi nói tiếp: "Tao sẽ nhờ mày vàng ơi, vàng ơi. Mày giúp lại tao nha vàng ơi, vàng ơi, ơi vàng!" Tao sẽ dự tính đây. Tao thơ ngây nhưng phải biết thông minh lên một chút chứ...

Diễm Thúy quay sang van vái má bằng tâm linh:

- Má đừng cho con hư hèn nha má. Con sẽ nhờ số vàng này và bỏ nơi đây, con tự nguyện để làm lại cuộc đời. Và An Dương Vương - Trọng Thủy ơi! Ông cho tôi một điều, một kế hoạch bắt chước bất đắc dĩ nha. "Tôi sẽ bỏ vàng giả vào chum hum! Hừm!" Song quay ra nàng suy nghĩ một đoạn, rồi lại nói tỉnh táo một mình thêm:

- Thôi, hãy còn sớm ta cứ chịu đựng thêm coi.

Sau đó thì nàng hôn và để hũ vàng lại. Diễm Thúy đi ra chỗ mấy con thỏ nàng nuôi trong chuồng vuông, nhà nó được đan ô, bằng thép dây kẽm nhỏ dễ thương đó, để nói chuyện với chúng.

- Thỏ thỏ ơi, ơi thỏ. Ta có thể xa mày nhé. Vì chủ mày không thích tao nữa nên tao đi, nếu mày nghe được lời tao. Ban đêm mày hãy nhìn trăng gởi gió, tao ở nơi nào tao cũng sẽ nghe tiếng nói mày. Thỏ thỏ ơi! Thỏ, thỏ ơi ta có thể xa mày nhé... Vì chủ mày không thích tao nữa nên tao đi. Nếu mày nghe được lời tao, ban đêm mày hãy nhìn trăng gởi gió, tao ở bất cứ nơi nào, tao cũng sẽ nghe tiếng nói mày, tín hiệu mày thỏ, thỏ ơi! Diễm Thúy nói nhiều lần: thỏ ơi, thỏ ơi, và những lời như trên.

Con thỏ vểnh tai nghe, Diễm Thúy cứ buồn xo nói tiếp:

- Nếu mày lên trời gặp Ngọc Hoàng được. Mày nhớ thưa tao hoạn nạn cứu độ tao nghen thỏ. Thỏ, thỏ ơi... Tao thương mày, nhưng tao phải cách xa mày rồi! Thỏ, thỏ ơi...

Hai con thỏ dễ thương càng vảnh vòng tai nghe mà chẳng biết điều chi. Song nhìn gương mặt Diễm Thúy buồn não nề, trông nó cũng cảm động, và đến ngơ ngác lắm!

CHƯƠNG 7

Diễm Thúy đã phải ăn cắp vàng thật. Đi chợ thật xa, cô mua hai chục chiếc nhẫn giả nhiều chỗ, và mua mười mấy thẻ vàng giả cô bó thật chặt rồi đặt vào hũ, cô lấy vàng thiệt ra hết. Nhìn bên ngoài y chang như bên trong vàng thật. Hộp hũ im thin thít, vẻ oai nghiêm. Cô để lại như cũ...

Rồi một ngày Bùi Danh đi dạy, cô cuốn gói ra đi. Cô viết gởi lại bài thơ cô làm. Vì bấy lâu nay thỉnh thoảng cô học làm theo Bùi Danh cho vui. Nhưng lần này cô để lại bài thơ rất đau, rất tha thiết lắm: *Ta trả hết...*

Ta trả hết mắt môi ngày cũ/ Trả lại anh ngày mưa lũ yêu em/ Trả lại anh tấm chiếu với chăn mùng/ Đã bọc em, và nuôi tình em khôn lớn/ Xin trả lại anh, trả lại anh bao nghĩa tình đau đớn/ Từng lời thơ rung động đến diệu kỳ/ Trả lại anh những âu yếm đến mê ly/ Mà hồn anh đi hoang... bây giờ cất cánh/ Trả lại anh, trả lại anh ngàn đời em xa lánh/ Em về xa xôi nơi đó có rừng reo/ Hay em về nơi trên vách đá cheo leo/ Hay em về thị thành, không một chút gió mang theo...!

Về đến nhà Bùi Danh, thấy cô để lại bức thư tình cô làm, tặng lại anh. Tuy thế lòng Bùi Danh xơ cứng, như gỗ đá, chẳng chút động tâm với nàng. Trái tim anh không còn hình bóng Diễm Thúy, và được thay vào đó là Thanh

Hương. Hai người thật thực thụ, hưởng hạnh phúc. Họ nghĩ rằng thế giới này chỉ có hai họ mà thôi!

Diễm Thúy vào S.G cô đi lang thang khắp phố phường Sài Gòn, đến một ngôi chùa tên là Từ Tâm, cô chùng chân đứng lại ngôi chùa cổ có vẻ buồn. Nhưng hạp với cô lúc này, mặc dầu ngoài kia thành phố đang sôi động, náo nhiệt lắm. Diễm Thúy bấm chuông. Bỏ xách xuống từ vai cô van vái:

- Nam Mô A Di Đà Phật, cứu khổ cứu nạn cho con. Nàng nói hai lần thì trụ trì giữ cửa xuất hiện, mở cánh cửa sắt. Trụ trì chùa này một người còn khá trẻ, chỉ độ lớn hơn Diễm Thúy chừng mười đến mười lăm tuổi thôi.

Trụ trì hỏi:

- Cô muốn gì và cần giúp gì?

Diễm Thúy gạt nước mắt lưng tròng thưa:

- Con khổ quá bị chồng hất hủi nên xin lòng từ bi. Cho con ở tạm ít khi.

Người trụ trì nhìn Diễm Thúy đẹp đem lòng hồ nghi, tâm lại thấy thương:

- Có thật không, nếu chồng cô đến thì chùa sẽ khó xử?

- Dạ ảnh không đến đâu. Xin làm ơn giúp con.

- Nhớ đừng vọng ngữ nha.

- Dạ con không dám nói sai đâu.

- Được vào đi sư cô sẽ xét sau.

Diễm Thúy đi theo vào chùa, theo những lối đi thứ tự. Và cô được chỉ chỗ rửa tắm cho mát mẻ an lành trước. Xong cô lại diện kiến với sư cô chính. Sư cô chính ở đây là một người cũng không lớn tuổi, nhưng có lẽ đi tu lâu nên ăn nói, phong cách đi đứng, tâm ý rất là "Bát Nhã Nhà Phật" ung dung, tự tại, và chững chạc. Sư cô chắp tay:

- Nam Mô A Di Đà Phật. Nam Mô Bổn Sư Thích Ca Mâu Ni Phật.

- Nam Mô A Di Đà Phật. Diễm Thúy niệm nói theo.

- Con là người ở đâu, tại sao nông nỗi này?

- Con quê ở Bình Định mẹ mất sớm, con đi lấy chồng nhưng họ thay lòng, đổi dạ nên con phải ra đi.

- Quê hương của Bùi Thị Xuân? Sư cô vẻ ngạc nhiên.

- Dạ nhưng. Nàng lúng túng như muốn nói gì, rồi lại im.

- Ồ không còn cách nào sao? Gia đình vẫn là một tổ ấm...

- Con biết! Song con không thể chọn khi họ đã có người thứ hai ngôi vị.

- Con còn trẻ mà?

- Con xin vào đây tá túc, để đi làm và đi học lại.

- Vậy sao? Phật Tử tới đây cũng nhiều. Nam Mô A Di Đà Phật.

- Nam Mô A Di Đà Phật.

- Tôi sẽ giúp cô đi làm, nếu cô muốn, cô cứ tiếp tục học. Chùa Từ Tâm mở rộng lòng, đón những số phận không may.

- Dạ con quyết chí làm lại từ đầu. Ước vọng chùa cưu mang cho con trong cơn hoạn nạn, ban đầu tìm kiếm lối đi. Con có mang theo số vốn để khởi sự, con xin thưa.

- Mọi việc làm con thành thật và chí tình nha. Nam Mô A Di Đà Phật. Nam Mô Bổn Sư Thích Ca Mâu Ni Phật.

Diễm Thúy đọc lại câu với lòng thành kính theo sư:

- Nam Mô A Di Đà Phật. Nam Mô Bổn Sư Thích Ca Mâu Ni Phật. Nam Mô Quan Thế Âm Bồ Tát Phật.

Và ngay lúc đó, sư cô cho dọn một bữa cơm chay. Sư cô lịnh cho Diễm Thúy được ngồi vào bàn thưởng hương vị chay. Nàng ngồi ăn. Sư cô nhìn sơ qua, nhưng sư có thể đoán biết tính cách Diễm Thúy là người có tâm hồn trong sạch, ý trí thông minh, nhưng chỉ vì nghiệp duyên sao đây...

Như thế là Diễm Thúy được ở với chùa này, và đi học. Cô bán số vàng để nộp lệ phí. Cô được đi học tại một trường tư thục dân lập. Diễm Thúy tìm kiếm báo chí đọc, Diễm Thúy đến xin thưa, mong ước đi học lại. Đơn điền được chấp nhận ngay. Rồi cô vào lớp học giống như các học sinh khác. Cô vẫn cứ ở chùa và đi học... Cám ơn chùa đã cho cô tá túc...

Ngày đi học tối thì đi làm nhà hàng. Cô phụ bếp cô

cũng kiếm job từ các tờ báo quảng cáo. Thúy làm việc vất vả, mà cô lại siêng năng, tận tụy, cô giúp đỡ người khác khi rảnh, nên ai vẫn thương. Đi học thì bạn bè thích làm bạn. Vì Thúy làm bài luôn điểm cao, trình bày thông minh, ứng phó câu hỏi chính xác. Các thầy cô giáo luôn biểu dương Diễm Thúy.

Cứ như thế Diễm Thúy bước đi cô chẳng còn thương nhớ gì Bùi Danh cả. Thỉnh thoảng nàng nhớ mẹ khi từng nghe ba kể lại. Đó là một giấc mơ cứ làm sống động trong lòng nàng. Mẹ nàng nói với ba:

- Khi tôi mất, anh còn trẻ có vợ, chắc anh phải có. Nhưng nhớ ráng cho Diễm Thúy ăn học, tội nghiệp cho con nó lắm. Tôi không còn ở lâu hơn với anh, với con nữa.

- Tôi sẽ làm theo ý em ngoại trừ...

Lúc đó Diễm Thúy mới hơn ba tuổi. Ông nắm tay bé khi vào viện Đôn Hoài và mẹ Diễm Thúy trút hơi thở cuối cùng.

Đang ngủ nơi chùa nàng mơ màng nhớ lại, có lẽ vì làm mệt nên các tế bào bị ức chế. Nàng mơ màng của giấc mê. Khi lớn lên thì ba nàng thường kể, nên cô luôn nhớ về ký ức đó nhiều. Cô học bay, Diễm Thúy học nhanh, có tài nhớ kỹ, và hết sức lanh lợi, nên chỉ hai năm cô tốt nghiệp. Đến khi ra trường tốt nghiệp người chủ nhà hàng có dự lễ đội mũ cho cô. Diễm Thúy trong niềm kiêu hãnh mới. Chuyện xưa cô loại bỏ. Diễm Thúy lại phụ với cô chủ mở nhiều nhà hàng liên kết, mọc lên. Từ quản lý cô đã chuyển sang có một vài nhà hàng riêng của mình, đứng trong tổ hợp đại gia đình của tập đoàn nhà hàng "Quyền Năng."

CHƯƠNG 8

Thời gian thật thấm thoát trôi qua. Nói về Bùi Danh đã sống chung với Thanh Hương từ lâu. Bùi Danh vẫn vẽ tranh, dạy học. Lớp học vẽ tự nhiên đã thưa dần. Tiền dạy chỉ còn đủ đi chợ. Sau đó thì như mất hút, còn lai rai, dăm ba đứa. Một hôm Thanh Hương nói:

- Hình như em sắp có con? Em đã như có bầu anh ơi.

- Thì sao đâu em. Chúng mình nên có con với nhau, để gắn bó cũng hơn mấy năm rồi còn gì em?

- Em muốn anh chuyển ra Bắc để cùng em làm ăn, mà anh không chịu đã chôn chân em ở đây. Vì em quá yêu anh, anh biết không?

- Anh biết, em hy sinh vì tình yêu anh. Anh thêm quý. Và ở nơi nào ta có nhau cùng sống được, là tốt mà em.

Im một tý chàng nói thêm:

- À em kỳ này người ta mời anh vào miền Nam sông nước để triển lãm tranh, em nghĩ sao?

- Em sao cấm anh được? Nhưng cuộc sống mình quá đủ, tạm rồi anh. Em không muốn anh đi xa...

- Nghệ thuật là cần chia sẻ, anh muốn vào trong Nam để phối cảnh làm vài bộ nhiếp ảnh mới nhất, hay đó em. Từ lâu anh cũng thèm vào Nam, sông nước đó tạo nên một tay nghề mới, thích ứng gần với hội họa là nhiếp ảnh. Nhiều người sùng bái và chọn cách chơi siêu tập. Bộ nhiếp ảnh được công nhận thì mình có tiền thêm. Mà danh anh càng có, thêm nâng lên... Chắc em vui thích chứ?

- Nhưng em không muốn cho anh đi nữa.

- Lại ghen nữa, mỗi người một số phận mà em. Có chi ghen em? Diễm Thúy xa anh, nghe nói bây giờ cô ta lấy chồng giàu lắm ở đất Sài Gòn, hay Nha Trang gì đó. Thời gian đã thấm thoát trên ba năm, cô ta bỏ đi nhanh thật...

- Anh lại nhắc đến cô ấy?

- Không, anh có nhắc chi mô. Anh chỉ nói về tất cả là số phận em. Mình yêu nhau đều là do số phận mà ra.

- Hôm nay anh nói triết lý nhiều quá em không thích.

- Hi hi, thì anh biết cưng của anh không thích triết lý từ lâu. Chỉ muốn yêu, hưởng thụ thôi phải không?

- Đúng rồi. Triết lý nhức óc lắm.

- Song nói hay, nghe đâu nhức óc em?

- Vâng em hiểu. À anh ơi.

- Chuyện gì em?

- Em ở với anh học trò vẽ không còn đông nữa. Cứ thưa dần, như muốn mất hút gần đây. Anh có buồn em không?

- Hơi đâu buồn em. Cái gì, nghề gì vẫn hên xui thôi. Hay còn gọi là do thời có, và không có. Hoặc thời không đến không còn, đành chịu thôi em.

- Nghĩa là?

- Anh thương yêu em ta tìm cách khác sống. Vậy thì...

- Sao anh?

- Vậy thì ngoan lên nhé má cu Tý. Để anh vào Nam nha. Đừng suy nghĩ gì nhiều khác hơn. Như anh đã nói...

- Nhớ đừng quên em. Thanh Hương phụng phịu như hờn dỗi.

Bùi Danh hỉ hả:

- Sẽ đền cho ngày về hơn. Làm sao anh quên em chứ?

- Em có bầu rồi còn gì. Thanh Hương lắc đầu.

Chàng lại lẳng lơ:

- "Có bầu thì có bầu chứ, còn duyên còn dáng anh cầu để thương!" Đúng không? Hai vợ chồng cười khúc khích, trông lãng mạn và hạnh phúc. Rồi họ quật nhau lên giường như mọi khi, họ hun hít cho thỏa mãn cơn ghiền...

CHƯƠNG 9

Lần đó Thanh Hương có bầu bốn tháng. Bùi Danh đi vào sông nước miền Nam. "Ăn cắp quen tay ngủ ngày quen mắt." Bùi Danh lại đi phải lòng cô bé, đem lòng yêu mến cô bé ca sĩ miệt vườn nhưng hát hay, đang rất nổi tiếng nhảy đẹp. Bùi Danh yêu điên cuồng cô gái này với các pha:"Từ lời ca và nhảy mốt, có một không hai của cô." Cô tên nghệ danh là Lệ Trang Đài. Thế anh mới biết trái tim anh kỳ lạ, trái tim anh thêm xao xuyến rủng rẻng, đã không thể dừng lại.

Nhân một dịp đợi cô ta hát xong Bùi Danh tỏ tình:

- Xin quý tặng cô những bức tranh tôi vẽ cho cô. Số tiền này tôi kiếm được ở live show triển lãm tranh của tôi.

- Ồ thì ra ông là họa sĩ. Tên nghệ danh Bùi Danh có những bức tranh về biển và sông nước vừa qua?

- Vâng tôi đấy.

- Hân hạnh quá, quả thực... Rất hân hạnh được ông chú

ý. Tên tôi là Lệ Trang Đài ca sĩ danh.

- Vâng tôi đã biết tên cô. Và hình như tôi đã yêu cô.

- Dạ, không không! Làm như sóc chạy vậy. Lệ Trang Đài không dám đâu. Đâu yêu thực mà mau vậy? Nàng ngỡ ngàng khi nghe. Nên nàng thốt lên có vẻ ấp úng, những từ nàng nói cũng lạ tai.

Bùi Danh không để ý câu nói nàng lắm. Cứ như đi đường mình và hỏi tiếp:

- Xin lỗi Lệ Trang Đài, cô có người yêu chưa? Bùi Danh lại say mê tấn công. Anh hỏi bằng những câu vội vã.

- Dạ chưa. Nàng trả lời bình thản.

- Tôi muốn yêu và cưới cô, cô đồng ý không?

- Họa sĩ chưa vợ sao? Lệ Trang Đài nhìn anh dò xét.

- Có mà lại không, chỉ là sống chung. Nhưng tôi thật sự chưa yêu ai, như yêu cô.

- Hum.

- Tôi độc thân tôi có quyền.

- Cám ơn ông! Nhưng hãy để tôi còn suy nghĩ lại, sẽ nghe con tim chính thức lên tiếng chứ?

- Thời kỳ công nghệ nên tôi nhập đề quá nhanh. Xin cô hiểu cho thời gian là quý báu, nhất là tôi sợ cơ hội qua đi...

- Lỡ làng cũng là một điều tốt, thưa nhà họa sĩ?

- Tôi lại không muốn thế.

- Tôi đùa với ông thôi.

- Vâng cám ơn cô.

Hai người ở một hộp đêm khá sang, đèn màu tím đậm Bùi Danh tỏ tình, tỏ yêu gay gắt như thế. Lệ Trang Đài hất mái tóc kiểu cách của mình, theo kiểu tóc ca sĩ Mỹ Thạnh gần đây, khi nghe tên giới thiệu. Cô vào sân khấu phòng trà hát tiếp:

Qua bài "Hỡi người tình" Bùi Danh nghe với tất cả lòng say mê, ngưỡng mộ. Thật ra Lệ Trang Đài chỉ nhảy đẹp thôi, tiếng ca thì chỉ là loại thường. Level ca hát của cô là như thế. Đó là bản nhạc cuối cùng đêm nay cô diễn. Và sau đó hai người đã rời phòng trà "Quán khuya."Trước bao cặp mắt nhìn ngó. Họ đi để hưởng thú cái vui bên nhau, bên ngoài, sông nước sẽ đưa họ nhìn ngắm cho lãng mạn chút…

Lệ Trang Đài có vẻ còn e ấp. Nhưng Bùi Danh mạnh bạo với cách nói chuyện duyên dáng trực khởi nơi anh. Anh làm cô cuốn hút mau, trong môi mềm, nhưng lửa cháy của anh. Duyên nợ như đặt để, không mơ mà có. Lệ Trang Đài cũng hết sức bất ngờ khi nhận tình yêu với người họa sĩ này. Cô lại nhanh nhẩu lọt vào vùng tình ái của chàng trao. Một vòng lưới tình như hút mạnh, nàng khó buông… Nàng cảm sâu, yêu hơn là nói năng ở bất cứ ngôn từ nào, về con người này! Như thế trái tim cô đã rung động lắm rồi…

Mấy hôm sau chàng cùng được Lệ Trang Đài dẫn về thăm bà nội. Cô cũng mồ côi cha. Mẹ cô lấy chồng. Lệ Trang Đài ở với nội, có cô ruột và người dượng. Người cô tên là Ngọc. Người dượng tên Tường. Họ vợ chồng với nhau nên thông thường người ta kêu chung Ngọc Tường

Lệ Trang Đài giới thiệu khi đưa Bùi Danh về như chàng ước muốn. Nàng thưa:

- Xin hân hạnh giới thiệu bà nội và cô dượng Ngọc Tường, một đạo diễn phim từ Sài Gòn xuống chơi. Anh ta cần tìm hiểu sông nước quê ta lấy làm tư liệu.

Bà nội vui tiếp đón, cùng cô dượng sống chung ngôi nhà vui tiếp đón. Chứ ai đâu biết là Lệ Trang Đài đã từng yêu người đàn ông họa sĩ này.

- Hân hạnh quá đạo diễn xuống thăm quê. Bà nội ngồi chỉa trầu nhìn, chỉ cô dượng Ngọc Tường lên tiếng chào. Rồi họ bắt tay nhau nói như thế.

- Dạ. Nghề mình cũng cần tiếp xúc với nông dân. Rất cần sự hổ trợ quần chúng để làm phim đó. Nghệ thuật nào không thể thoát ly cuộc sống! Thoát ly với cuộc sống là nghệ thuật giả hiệu, nghệ thuật chết… Bùi Danh trả lời.

- Quan tâm đến đời sống nhân dân. Đi sâu và tường tận họ những ưa khuyết… Tìm hiểu họ là điều tốt mà thưa ngài đạo diễn. Ông Ngọc Tường bảo vậy.

- Thôi bỏ chữ "ngài" nghe nó có vẻ xa lạ thiếu thân thiết, tôi đề nghị. Bùi Danh bảo họ.

- Đùa thôi mà. Ngọc Tường đáp.

Ông Ngọc Tường nói và cười to hơn. Bà Ngọc Tường chỉ ngồi im nghe.

Bùi Danh như tiếp tục khoe:

- Vâng đúng vậy. Mình được chụp các kiểu hình xin biếu để coi. Mình làm đạo diễn phim cho thời sự, nên chụp các ảnh này nhiều. Bùi Danh nói năng như một, một đạo diễn chuyên đi tìm tư liệu thật.

- Ôi đẹp quá, đẹp quá luôn! Cô dượng Ngọc Tường của Lệ Trang Đài coi xong, trầm trồ khen kẻ trước người sau.

(Thật sự những bức tranh đó không có gì khó. Với họa sĩ Bùi Danh, nó quá gần trong tầm tay anh để nắm bắt, để chụp!)

Trang Đài xin phép đưa Bùi Danh đi chơi riêng. Được bà nội và cô dượng Ngọc Tường cho phép. Ai nỡ nào không cho phép cuộc đi chơi tham quan của nhà đạo diễn? Dù họ cho rằng nó cũng chỉ là kế sách thủ tục, hoặc xưng danh thôi.

Bùi Danh thích thú đi chơi với Lệ Trang Đài, bơi xuồng qua các nẻo thật tình tứ, ngoạn mục. Rồi những cảm giác yêu đương nóng bỏng kéo tới. Môi hôn môi, hai người quấn nhau trong lửa tình mới bén. Mà họ cảm giác như từng yêu nhau mấy kiếp. Giờ họ gặp lại nhau mê đắm ham thích, vội vàng...

- Anh như có bùa mê vậy, em không thể tưởng?

- Thật không? Anh có gì sành điệu.

- Còn hỏi chi nữa? Lệ Trang Đài cười tình tứ.

Hai con tim thật rộn ràng trước phong cảnh nước non hữu tình. Lệ Trang Đài hát như nhạc trong phim cho anh nghe ngay, bài ca của Phạm Minh Tuấn *"Có một bài ca không bao giờ quên, là lời đất nước tôi chẳng phút bình yên. Có một bài ca không bao giờ quên là lời mẹ ru con đêm đêm. Bài ca tôi không thể nào quên. Bài ca đã hát tôi đã hát... Bài ca tôi đã hát chống xuồng vượt qua pháo nổ..."*

Thật ra Lệ Trang Đài ít mấy khi hát loại nhạc yêu quê hương và chống giặc Tây này. Nó thuộc vào hạng nhạc hơi quá khứ, nhưng hôm nay đi chơi trước sông nước, cô tự nhiên "ghiền" hát những bài xa xưa trong đất trời một chút, cho phóng khoáng, cho khai mở, cho hữu tình lên một tý... Bài ca giống như đem lại một lời thơ cuồng nhiệt, đang làm cho Bùi Danh cảm hứng thưởng thức. Anh không thể nào tả hết nỗi lòng anh ở lúc này. Độ truyền cảm của nhạc quê hương trữ tình này thì Lệ Trang Đài hát khá, tuy nhiên với nhạc pop, nhạc bebop, nhạc trẻ thịnh hành thì cô chỉ là một người mẫu siêu nhảy "dancing" vượt đẹp xa hơn là tiếng ca cô!

CHƯƠNG 10

Anh chia tay Lệ Trang Đài lòng đầy lưu luyến để về với mái ấm của mình ở Pleiku, về với phố núi"MMCEĐCDT"... Về với Thanh Hương, Bùi Danh thay đổi thái độ, 180° hẳn. Hôm nay hai người nói chuyện. Bùi Danh lên tiếng:

- Thôi sinh đẻ làm gì em. Anh không muốn có con.

- Lạ thế anh từng nói với em kia? Muốn có con kia mà!

- Lúc đó khác bây giờ, thật sự anh chưa muốn có con. Sao mình lại sống nhốt mình, một cảm nghĩ hoài em?

- Con lớn rồi em mang trên sáu tháng rồi nha. Hay là anh đã có bóng hồng nào?

- Bóng hồng nào? Vào Nam anh thấy cuộc sống họ sung túc ghê. Anh muốn xin vào Nam dạy học còn ngon cơm hơn. Nơi đó lại gần Sài Gòn. Văn học, văn nghệ SG là chiếc nôi từ xưa đến giờ. Họa sĩ dễ học hỏi nhiều thứ, em có thấy bộ nhiếp ảnh anh chứ? Ở đó dễ tạo ra cảm hứng, dễ có công trình độc đáo?

- Ở đâu lại làm không được anh? Khi mình có tâm có nghiệp, phải có thời nữa.

- Em hôm nay nói hay như triết đó. Mà đôi khi vẫn sai số cô nương ơi.

Bùi Danh nói và đưa bộ nhiếp ảnh, anh mới làm cho Thanh Hương coi. Thanh Hương xem xong thở dài:

- Đẹp, đẹp lắm. Song em sắp có con rồi làm sao đi?

Im lặng một chút nàng tỏ bày thêm:

- Em vẫn nghe câu ca *"Có chồng phải lụy theo chồng. Đắng cay phải chịu, mặn nồng phải theo."* Như em từng bảo chúng ta về Bắc, anh bảo ở đây, em nghe anh. Thiệt tình anh lấn em quá. Rồi bây giờ anh lại bảo vô Nam xa hơn. Em biết tính sao đây? Hãy để sau này tính. Vì em...?

- Con đường cuối cùng anh tìm là vô Nam, Kiên Giang Rạch Giá đó. Hay là em ở lại anh vào trước. Hay em về Hà Nội tạm, anh vào trước.

- Trời ơi anh không nghĩ cho em sinh nở hả?

- Phá đi em.

- Trời ơi trời! Sao anh nói vậy? Anh sao vậy anh Danh? Nàng như xanh máu mặt khi nghe Bùi Danh kiến nghị.

- Nói vậy chứ em cứ sinh. Anh vào trong đó sinh hoạt trước, dần hồi dẫn em vào sau. Bây giờ công việc làm ăn vợ chồng xa như thế là thường mà. Chàng đổi chiêu cách hơn.

- Ừa em nghe thế còn được. Em còn thở được. Nhưng chỉ là giải pháp dành cho cuối cùng. Mà anh hông xạo em?

Bùi Danh làm thinh không nói gì. Sau lại bảo:

- Năm ngày nữa anh trở lại đó. Anh hoạch định một tương lai.

- Có gì anh lật đật khẩn trương thế anh?

- Vì anh có hẹn với các nhà làm phim tư liệu. Mấy ông đó có đất, anh muốn xin họ một lô nên phải vào liền. Không thì chờ lâu sợ họ đổi ý. Nói chung anh đi có việc cần lắm, em thông cảm. Hơn nữa mấy tháng hè anh đi tranh thủ. Không thì ham danh vọng, chưa chi nếu mất chân dạy học ở đây thì cũng khổ lắm em à?

Nàng lẳng lặng nghe và đang xếp lại những bộ quần áo nàng giặt phơi đã khô rồi. Thanh Hương đặt để chúng gọn gàng vào tủ.

Bùi Danh thì ngồi nơi bàn loay hoay cho một tranh vẽ nào đó của anh. Bầu bì lớn nên hơi mệt, Thanh Hương ít còn quan tâm đến đôi tay nghệ nhân của chàng, chồng nàng nữa. Lúc xưa nàng thường ngồi quan tâm, chăm chú đến công trình anh. Bây giờ thì mọi chuyện khác hơn, nàng nghĩ...

**

Rồi một hôm khác Bùi Danh nằm bên vợ có bầu ngủ. Anh nghiêng người một bên đầu óc nặng trĩu trong giấc mơ. Anh thấy Lệ Trang Đài đến nhà anh. Ôm anh nói:

- Anh ơi em nhớ anh quá không sao chịu nổi. Em ra thăm anh đây. Ngày xưa không có anh thì đi hát, đi múa, đi nhảy. Bây giờ có anh, em không thiết tưởng gì nữa đâu. Bây giờ em hiểu ái tình rất thú vị... Em về ở với anh ăn hột muối cắn đôi, miễn anh yêu em mãnh liệt là đủ rồi.

- Hìm. Ăn muối thì không yêu mãnh liệt nổi đâu.

- Anh thiệt tình đồ quỷ hà. Ngày xưa người ta ăn muối cũng yêu nhau vậy.

- Đó chỉ là cổ tích thôi.

- Đời thường vẫn có đó chứ, ý em muốn nói đồng cam chịu khổ dù nghèo vẫn yêu í mà.

- Anh hiểu ý em, chọc em thôi.

- Đền này, đền này nha nha. Lệ Trang Đài hôn anh.

Và nàng hôn lấy hôn để anh, vừa lẩm bẩm. Anh ôm nàng hôn lại thật sung sướng. Giấc mơ thấy nàng nói đến đó. Anh giật mình, thì đang nằm bên Thanh Hương. Anh mệt lả người vì sợ hãi như giấc mơ. Nếu Lệ Trang Đài đến thăm anh, thì anh chắc kẹt lắm... Nhưng không hiểu sao bây giờ đầu óc và trái tim anh lại hướng đến cô ca sĩ miệt vườn đó nhiều nhỉ?

Bùi Danh đứng dậy đi hút thuốc lá để suy nghĩ cân nhắc hơn, phải chu đáo hơn, để tìm những giải pháp mới cho mình hay hơn, đúng hơn. Còn Thanh Hương tỉnh giấc mơ màng, không thấy chàng. Song cô bì bầu đã lớn mệt mỏi. Nàng không tìm Bùi Danh, cô ôm ghì gối ngủ tiếp.

CHƯƠNG 11

Mấy hôm sau Thanh Hương đi khám thai. Thì đúng là Lệ Trang Đài đã đến thật chứ không còn như mơ.

Bùi Danh vô cùng ngạc nhiên:

- Em đến anh ngỡ như mơ không bằng.

- Ô người yêu em. Nhưng trông anh có vẻ không mừng,

mà tỏ sợ điều chi?

- Ừ.... ờ anh mừng chứ, chỉ hơi ngạc nhiên thôi. Bùi Danh ấp úng, rồi nói thêm:

- Làm sao em tìm được nhà anh hay thế hĩ? Nhà ở đây không có bản số, địa chỉ chưa rõ ràng?

- Đường đi lỗ miệng mà. Em hỏi thăm. Có khó gì đâu.

Bùi Danh vẫn có vẻ lúng túng. Trước cảnh tình này chàng không biết làm sao? Nếu vợ Thanh Hương về kịp lúc thì chắc hỏng ráo. Và làm sao xoay xở để tống Lệ Trang Đài đi... Vừa lúc đó vợ anh khám thai xong lại về. Cô bước vào nhà thì thấy Lệ Trang Đài một cô gái rất lạ, ăn diện vẻ kiêu kỳ, bốc lửa bốc khói thứ thiệt. Nhìn Lệ Trang Đài, Thanh Hương hỏi:

- Ủa chào cô. Ai đây anh Bùi Danh?

- Cô bạn gái anh mới quen.

- Anh có thể nói với tôi cô bạn gái anh mới quen?

- Thì có gì đâu, quen cô ta muốn thăm nhà cũng giống như fans hâm mộ.

- Hóa ra anh đã đảo lộn thực tế, anh đi quen với cô này? Anh... anh thật là ghê gớm.

- Vâng anh quen, yêu cô ta bình thường thôi. Có gì đâu?

- Thôi thôi, tôi cũng không chịu nổi anh đâu. Được rồi anh đã có sự thay đổi, và lựa chọn. Anh lừa dối tôi.

Thanh Hương bấn loạn, cô quay sang với Lệ Trang Đài:

- Cô có biết là tôi có bầu với ảnh đứa con sắp sinh. Tôi là vợ của ảnh không?

- Dạ tôi chẳng hề được biết. Mà tôi không cần biết. Tôi yêu ảnh, điều chị nói không ảnh hưởng tới tôi. Ảnh và chị có thể giải quyết điều này.

- Thật là sóng gió, cô còn trẻ, cô có thể yêu một người khác. Sao lại đi yêu một người lớn tuổi hơn mình như gấp đôi, gấp ba, có vợ, có con sắp ra đời.

- Em đừng thắc mắc, xúc phạm đến tình yêu người khác. Bùi Danh phân trần.

Lệ Trang Đài bồi thêm câu nói:

- Tình yêu luôn khó nói khi con tim rung động...

- Ma yêu, quỷ yêu chứ người gì yêu như thế. Tôi không hiểu nổi nơi anh thật sự đó anh Bùi Danh?

- Em đừng hỗn, tình nào vẫn là tình yêu hết. Em đừng xúc phạm người ta. Tôi đang yêu cô đó thì em tính sao?

- Anh quá lắm, và điên loạn, thật sự điên loạn. Thanh Hương nói bấy nhiêu tắt hơi không còn đủ sức để nói, lưỡi cô như cứng lại.

Thanh Hương thấy trời đất như ngã nghiêng, thế giới như sụp đổ. Cô như không còn gì để nói với họ, để tin vào ai. Sự tráo trở của tình yêu, của Bùi Danh làm cho cô quá đau đớn và căng thẳng. Như thở không ra hơi, song cô đành thốt:

- Thôi được tôi thua hai người. Hai người cứ hạnh phúc, cứ đi trên thảm đỏ, đường tình ái đi. Thanh Hương nói, và chạy lối ra ngã Biển Hồ, cô lặng người chết trong một thực tế não nề, trong đôi vòng tay cô từng kỷ niệm...

Cũng như ngày đó cô đến cướp giật tình yêu của Diễm Thúy đã cách đây mấy năm. Thanh Hương có biết đâu rằng, giờ này hai người Bùi Danh và Lệ Trang Đài họ đang cần thời gian cho nhau chẳng ai vướng bận đến cô. Và họ miệt mài ân ái, miệt mài tình tự, vì tình yêu là con ma quyến rũ, không ai cưỡng được. Trừ phi, đối với họ của những ngày xa cách... Âu đó cũng là nghiệp duyên...

Sau vài tuần thì mặc kệ Thanh Hương, Bùi Danh cứ theo Lệ Trang Đài vào Nam. Anh bỏ hết sự nghiệp nơi này. Anh đi theo tiếng gọi ân tình mới nhất của Lệ Trang Đài. Hai người đã ra mắt kết hôn đơn giản một hình thức, cùng bà nội và cô dượng Ngọc Tường chứng nhận, anh xin đơn về dạy ở đây. Nhưng thời gian tạm nghỉ dạy, chờ quyết định mới!

Bao ngày đợi trông vời vợi. Thanh Hương cũng không hiểu sao mà chồng nàng đi lâu về. Nàng buồn cứ lo nghĩ đủ điều trong đời sống nàng. Rồi đến ngày tháng Thanh Hương phải vào bịnh viện một mình để khai sinh em bé đã đủ tháng ngày. Thế là sau đó cô phải hẩm hiu vào phòng sanh, để sinh em bé một mình chỉ có các y - bác sĩ trợ giúp tình thương lúc sinh nở. Em bé đã ở trong một trường hợp quá bi đát. Bé không thể sống vì quá thiếu sức, đã tử sau khi sanh. Thanh Hương mất bé và hình như mất tất cả. Thanh Hương buồn chán bỗng biến thành con người hoàn toàn khác, điên dại hoảng hốt với đau khổ. Thế nên gọi là bịnh "sảng hậu của phụ nữ" đã xảy ra. Miệng cô đổi hình thức méo chếch về một bên, giọng nói thì giật giật, cà lăm, hơi nói thì đứt quãng, hụt sứt từng đoạn, đôi khi ú ớ, kéo theo tướng chân cô đi cà thọt, cao thấp. Ôi một hình bóng của Thanh Hương ngày xưa, hoa hậu ở đất Hà Thành đã tan biến vào sương khói...

CHƯƠNG 12

Khoảng thời gian không bao lâu, thì Thanh Hương quá sức chán đời, nên cô thất vọng đi vào chùa qui y. Quả là trái đất quá tròn, và chuyện đời trời đất thường dong ruổi...

Rồi một ngày Diễm Thúy đi làm từ thiện. Nàng nhớ ơn chùa Từ Tâm cho nàng cuộc sống hôm nay. Nàng như cây xanh trở lại, quên hết buồn phiền năm xưa. Nên những chùa thuộc chi nhánh "Từ Tâm" nàng đều đóng góp. Diễm Thúy chia sẻ đem lại cơm áo cho những ai nghèo khổ, hoạn nạn, bất trắc. Và không ngờ ngày đó nàng đến chùa: Trúc Lâm Từ Tâm # 3, thấy một người tuy mất đi sắc nét nhưng nàng còn nhận ra, đó là Thanh Hương. Diễm Thúy nghi ngờ hồi lâu. Nên lẩm bẩm:

- Thanh Hương đó sao? Tại sao nàng lại ra nông nỗi. Nàng dị tướng như thế này ư. Miệng mồm nàng xếch méo như thế kia ư. Một nhan sắc, một người mẫu thuở nào đã dành giải, và cũng dành tình yêu nơi nàng.

Diễm Thúy không oán hận, mà cảm thấy xót xa, nếu như đó là Thanh Hương thật. Suy nghĩ thoáng, Diễm Thúy mạn phép cả tin. Cô đến hỏi:

- Xin lỗi có phải này là Thanh Hương là người mẫu là hoa hậu năm 19.9...

- Vâng chính tôi. Em là Diễm Thúy ngày xưa?

- Thưa vâng chị ạ. Sao cuộc đời chị trong thảm thương

ngoại hình đến vậy? Lý do nào chị lại vào am, vào chùa?

- Rất cám ơn em nhớ tới chị và hỏi chị.

Im lặng một phút Thanh Hương nói:

- Chuyện dài lắm như phim nhiều tập. Bùi Danh chứng nào tật nấy hất hủi chị. Anh say đắm song lại đểu bên trong.

- Vậy nữa sao?

- Có một người khác anh ta đeo đuổi và họ yêu nhau. Bùi Danh vào Nam lập nghiệp, bỏ chị một mình thui thủi, đương lúc chị có bầu sanh con không trọn vẹn. Đứa bé đã mất vì chị đuối, không đủ sức để sanh. Bác sĩ không cứu sống được em bé. Chỉ cứu sống Thanh Hương thôi. Sau Thanh Hương buồn quá chuyển sang bệnh tật như thế này. Chị không còn liên hệ gia đình bạn hữu người thân lâu rồi.

Diễm Thúy lắng nghe. Ngưng một lúc Hương kể tiếp:

- Bùi Danh lại dã man với chị. Anh ta sống cùng ca sĩ tên Lệ Trang Đài.

- Tên Lệ Trang Đài? Sao Diễm Thúy nghe quen quen.

- Vậy sao?

- Ồ, em chỉ nghe tên danh ca sĩ thôi. Em không có quen.

- Vậy à?

- Vâng.

Thúy nói thế, nhưng nàng nhớ lại khi gần đây nàng về thăm quê ba ruột, dì Hượt và em trai cùng cha khác mẹ với nàng, Hân có kể "Hân quen, và mê cô ca sĩ tên Lệ Trang Đài." Thanh Hương nói Thúy giật mình nhớ lại. Cô hơi điếng hồn bởi con tạo lá lay. Em trai cùng cha khác mẹ với Thúy đã yêu cô ca sĩ này, nhân một chuyến đi vào Sài Gòn và mê cô ả. Tuy cô chỉ hát xuất hiện ở những phòng trà nhỏ lên thành phố SG.

Thúy lẳng lặng suy nghĩ thì Thanh Hương chợt hỏi:

- Em suy nghĩ gì thế?

- Không có gì chị ạ.

Diễm Thúy quay lại nhìn Thanh Hương gầy đi nhiều và nàng muốn nói thêm. Nàng mở lời:

- Mọi việc đều là nghiệp duyên đến và đi. Về và tới,

thành và hư, mất và còn, bại và thắng, chiến và vong... Chỉ tiếc rằng Bùi Danh có tài mà không trọng đức. Chị Thanh Hương hãy buông bỏ tất cả để sống bình yên phần còn lại. Nghiệp Bùi Danh tạo có ngày ảnh sẽ nhận. Thanh Hương coi như hết duyên hết nợ với anh ta. Cũng như tôi... Mong chị để lòng thanh thản. Lấy hai tiếng từ bi nhà Phật mà sống!

- Sao mà nói như đã học pháp thiền của Phật vậy?

- Em đọc sách thôi. Và ngày xưa em có một thời gian ở chùa. Diễm Thúy nở nụ cười độ lượng.

Diễm Thúy nhìn chung quanh rồi bảo thêm:

- Sẽ có duyên gặp chị sau. Giữ thân chí mạnh mẽ chị nhé. Em phải đi vì nhiều công sự khác.

Thúy bước đi, Thanh Hương nhìn nàng, biết Diễm Thúy trưởng thành trong cách nhìn nhận hơn mình! Phong cách con người đó hẳn là cô ta có sự nghiệp trong tay. Tuy chưa kịp hỏi, không dám hỏi. Song ánh mắt Diễm Thúy, Thanh Hương có thể thấy được kiến thức, tư cách cô ta có hiện giờ.

Diễm Thúy vờ đi. Và đúng, cô cũng còn làm nhiều việc nơi chùa, với nhóm lãnh sự Phật Giáo ở đây nữa. Bàn qua mùa Vu Lan sắp tới, cách tổ chức và hành đạo. Cùng với quỹ từ thiện mà cô cần kiểm tra chính xác. Cô làm việc với các Sư, Ni và bổn đạo, để cô tiên liệu sắp xếp, định hình cho các hoạt động nơi Trúc Lâm Từ Tâm chùa... Thanh Hương vẫn đứng đó tiếp tục quét chùa làm công quả. Lá vàng vẫn cứ rơi rơi, nàng cố gắng nhập định cho lòng thanh thản nhẹ vơi...

CHƯƠNG 13

Đang lúc bề thế của Lệ Trang Đài đi lên thì Bùi Danh lại ghen kinh khủng. Rồi chuyện xô xát xảy ra. Khi Bùi Danh nhớ lại đêm diễn vừa rồi của nàng. Với tiếng hát "Hỡi Người Tình" nhạc ngoại Cuba. Và sự biểu diễn đặc sắc của nàng giới hâm mộ nghiêng mình thán phục. Có người hâm mộ đã tặng hoa cho nàng và ôm hôn Lệ Trang Đài trên sân khấu, bồng cô lên cao, khiến Lệ Trang Đài cảm kích quá hôn lại nhiều cái thật nồng nhiệt. Điều đó làm cho Bùi Danh tức giận. Về nhà chàng mắng:

- Đâu có cần phải làm như thế em. Em thể hiện như rứa là vô duyên lắm. Đáng chê thật.

- Nghề của em mà, khán giả ái mộ là em phấn khích.

- Người yêu mới làm thế thôi. Em ngốc quá.

- Thì anh đó thích, em làm sao cấm được? Yêu một chút trên sân khấu có gì mà chết. Có gì mà anh đáng nói chứ.

- Anh không chịu được.

- Không chịu được thì im đi, im... im...im ngay! Làm một vỏ ốc đi nào. Lệ Trang Đài nói và dùng tay như ra lịnh.

- Em đã trở nên mất dạy, đồ đĩ. Bùi Danh phản ứng.

- Why? Tại sao nói em mất dạy, đồ đĩ hã? Em không chịu từ đó, anh dành xài cho em phiền đấy, phạt em nặng thế! Don't nha! Please!

Lệ Trang Đài vừa nói Việt vừa học cái mốt cài Anh Ngữ vào cho lạ. Bùi Danh không ngăn được cơn ghen giận. Nên anh nói tiếp:

- Em đã trở nên mất dạy, đồ đĩ. Đúng không?

- Im đi anh không thể hỗn láo với tôi. Và nàng đánh cái "bốp" nảy lửa vô mặt Bùi Danh. Bùi Danh cố nhiên đánh lại Lệ Trang Đài cho đỡ tức. Nhưng chàng phải thua. Chàng chỉ là cừu non đụng sư tử. Bùi Danh là cừu non, Lệ Trang Đài mạnh mẽ mới như sư tử, bởi nàng quá rành sỏi trong môn võ thuật này. Cô từng có học hát, học nhảy và học võ thuật mà. Và sau cùng cô dùng dây cứng cột lại Bùi Danh như hình phạt bỏ để đó. Cô lái xe mô tô đi...

Lệ Trang Đài là cô gái có nhiều võ thuật độc đáo, nhiều công lực, dù là một vũ đạo rất mềm mỏng bề ngoài, coi ra cô như rất thường mềm mỏng yếu đuối... Nhưng ai ngờ ngón nghề cô cao, hi hữu bên trong võ thuật. Bùi Danh chống trả nàng không lại. Một cuộc chơi hết sức ngoạn mục, của cô ca sĩ đang lên này với người yêu...

Nàng đã bỏ đi ca tỉnh bơ, giận mà không giận của cô. Cô làm cho bỏ ghét, bỏ tức đối với Bùi Danh. Coi như niềm vui của kẻ chiến thắng, quyền lực một chút đó thôi!

Đi diễn show, uống coffee xong. Trang Đài lật đật quay về để mở trói cho Bùi Danh vì tội ăn nói xúc xiểm nàng! Vậy mà khi về thì chuyện lại khác hơn rồi. Bùi Danh đã bức phá được dây. Anh tìm công an báo về hành động phi nhân bản của Trang Đài.

Cô về tới nhà, thoạt đầu tiên nhìn thấy dây bị bức, tuy nhiên cô cũng hả giận rồi. Cô nở nụ cười chưa xong. Bùi Danh lại vừa ló đầu vào. Anh đi thưa công an về:

- Tôi báo cáo cô vào tù mà ngồi. Cô vi phạm nhân phẩm. Cho cô biết nha! Ở đó mà coi cô còn hớn hở...

- Em tức anh, làm cho bỏ ghét mấy phút. Có gì báo cáo. Anh vô duyên vậy?

- Làm, báo xong rồi. Họ không tha cho cô đâu.

- Anh đi quá xa, anh mắng tôi. Tôi có quyền phản kháng tý thôi. Có gì mà lớn chuyện?

- Cô bồ bịch lăng nhăng. Tôi nói có gì xúc xiểm chứ?

- Em là một ca sĩ không phải là một nông dân ở ruộng. Anh nên biết điều đó, sự thành tâm của giới hâm mộ, là thiện chí, là niềm vui cho tôi. Anh nên phải biết một chút chứ. Tôi rất chân thành mong anh. Please! Please!

- Tôi không thể...

Hai người cãi vả lý luận thì công an đến. Họ hỏi cung:

- "Bảo vệ quyền lợi nhân phẩm." Cô xúc phạm người yêu, bạo hành là xúc phạm nơi luật pháp. Cô có phải là Lệ Trang Đài không?

- Vâng tôi là Lệ Trang Đài, nhưng?

- Không nhưng gì cả. Người quan hệ với cô báo cáo. Cô đi theo chúng tôi về khám sẽ điều tra thêm.

- Tôi là một ca sĩ.

- Chúng tôi là công an, không cần biết cô là một ca sĩ Lệ Trang Đài hay ai khác hơn. Đang nổi tiếng, hay đang bị sóng chìm xuống cấp, hay là được nhiều fans ngưỡng mộ v.v... Chúng tôi thi hành vì luật pháp là luật pháp. Mọi chuyện tính sau. Im một chút. Tên công an trẻ tuổi nhất nói:

- Đây không phải là một trường hợp áp đảo, mà đã có luật nghiêm chỉnh bình đẳng thực thi, để ngăn chận bạo hành phái yếu tấn công phái mạnh.

- Trời ơi, chết tôi không? Không phải vậy mà.

- Nếu cô bị oan hay không thì sẽ được xác nhận sau. Giờ chúng tôi thừa lịnh luật pháp mời cô.

- Cô đã cột trói tôi mà còn chạy tội sao? Bùi Danh đưa hai tay cao đánh chéo như cố chứng minh sự thật.

Lệ Trang Đài chỉ lắc đầu, và không thể nói gì nổi nữa. Coi như lúc đó Lệ Trang Đài bị dẫn đi, cô không thể tự do bình thân ở nhà được.

Báo chí lại đăng lên ì sèo về "Một chuyện ghen tuông bên lề của LTĐ" Lệ Trang Đài bức bách người tình" "Lệ Trang Đài nóng tánh" "Lệ Trang Đài, giá phải trả." "Lệ Trang Đài cuồng nộ" v.v... Các báo thi nhau "hát"cho tin hot, giật gân hơn nữa.

Hân đã đọc báo giật mình. Hân là em cùng cha khác mẹ với Diễm Thúy, và là người đang yêu Lệ Trang Đài mãnh liệt nhất. Nụ hôn anh được Bùi Danh bắt ghen, đi đến khổ sở cho nàng là thế sao? Anh là tác giả của nụ hôn đó với nàng mà! Từ hồi chị Diễm Thúy làm ăn khá giả, anh vào đi học Sài Gòn, phụ cho chị một ít công việc theo ý chị Thúy nhờ. Có chị bao kê nuôi nấng lại ham vui chơi, anh đi tới các phòng trà rồi mê Lệ Trang Đài từ đó.

Không chịu nổi cảnh người yêu đang ngồi trong trại cải tạo "Phục hồi nhân phẩm" Chàng Hân nghĩ và đành lòng đến với chị Diễm Thúy:

- Chị Thúy ơi em cần tiền mong chị help giúp em chút.

- Cho chuyện gì em Hân?

- Chị ơi em muốn cứu người yêu em. Lệ Trang Đài.

- What happening?

- Để nộp đóng tiền phạt ngu. Cô ta bực mình điều chi, đánh và trói buộc dây người tình cũ.

Diễm Thúy đang ngồi đọc quyển sách "Quẳng Gánh Lo Xa" Nguyễn Hiến Lê dịch từ tủ sách văn học làm người, nơi bản gốc Mỹ. Im một phút nàng nói:

- Em làm gì cho lẽ phải thì làm. Nhưng chị thấy cô này hình như là vợ của nhà họa sĩ Bùi Danh đó em.

- Sao chị biết ông ta là thế?

- Báo đăng ỳ sèo. Chuyện dài lắm, em cứ mở tủ lấy tiền đi lo cho cô ta đi. Chị có sẵn tiền trong tủ. Không cần chị ký check đâu. Lần khác chị nói chuyện với em đầy đủ hơn.

- Không, em muốn nghe ngay bây giờ. Không thì em không chịu đâu?

Im lặng thêm một phút nữa, nhìn trần nhà xong. Diễm Thúy nói:

- Anh ta chính là thầy là người chị... Người mà chị Diễm Thúy từng bỏ nhà đi theo, và từng là chồng của chị. Xin lỗi em, chị không muốn nói sự thật, mà không còn chọn cách nào để tốt hơn...

- Trời ơi, oan trái ghê gớm. Thế sao chị?

- Không có gì oan trái, Hân có quyền yêu cô ta và bảo vệ hạnh phúc của em. Nếu Hân thấy cô đó yêu em thật. Ông ấy không phải là người tốt. Có tài nhưng thiếu đức hạnh. Mê đàn bà, hay con gái đẹp chỉ để giỡn chơi một thời gian thôi. Và phụ nữ với ông không thể ăn ở dài lâu...

- Vậy sao chị? Lệ Trang Đài của em kể, rất khổ vì ông ấy.

- Cô ấy cũng chỉ là nạn nhân của Bùi Danh. Song một điều chị muốn xác thực, cô ta có yêu em thực không Hân?

- Em chưa biết, chỉ thấy cô ta tội nên em muốn giúp.

- Ừa chị Thúy hỏi thế thôi. Không cần yêu mới giúp. Mình cứ làm đi điều tốt thì em nên chọn.

- OK chị cho biết. Em nghe theo chị bảo.

Và Hân đã mở tủ lấy tiền. Với Diễm Thúy giờ không cần kiểm tiền với em trai. Nhưng cô nghĩ rằng em trai cô không làm việc phi lý, thế là lòng cô luôn nhẹ nhàng thôi! Trời đã làm khổ cô nhiều thứ, rồi cho lại cô nhiều tài lộc. Cô lẽ nào hẹp dạ, hẹp lòng với em trai chứ. Tuy nó chỉ là em cùng cha khác mẹ kia? Cái ngày khổ đau nhất của cô là bị Bùi Danh mắng chửi và nàng phải ra đi dầm sương dãi gió, không nơi nương tựa, nàng phải đến với chùa... Nhưng bây giờ mọi chuyện đã đổi khác. Nàng trở nên thành công có thừa... "Qua cơn bỉ cực, có ngày thái lai." Không có gì đau khổ nữa... Nàng cứ ung dung ngồi xem truyện hoặc đọc sách hay. Nàng điều hành từ xa các nơi nhà hàng, máy móc computer báo cáo với những lịch trình và kết quả...

Đôi khi Diễm Thúy cũng đến thăm viếng một hai lần trong độ vài tháng. Sự có mặt của nàng, là niềm hãnh diện cho công ty nhà hàng "Quyền Năng." Chỉ thế thôi với nàng, và các cơ sở!

Lấy tiền xong Hân nói:

- Cám ơn chị, em đi lo. Chuyện gì to tát sẽ nói sau hơn.

- Ừa đi đi. Lo cho soft dẻo, kẻo muộn...

- Dạ. Hân trả lời một tiếng rồi biến lên chiếc xe đời mới Diễm Thúy mới tặng cho Hân cách ba tháng nay, khi sinh nhật anh vừa rồi. Coi như lời chia tay với bà chị tốt bụng. Anh nhanh nhẩu để lo cho việc bảo lãnh Lệ Trang Đài rời khỏi chốn lao tù "Ngục ngu" bị phạt.

Lệ Trang Đài được Hân đóng tiền ngu và thoát khỏi phòng giam "Phục hồi nhân phẩm." Nàng theo Hân làm thủ tục đi về. Trang Đài vẫn cảm thấy thương những người như cô còn ở lại. Dù họ có tội hay không có tội trong phòng giam "Phục hồi nhân phẩm" bị ngu này. Đó là một điều không ai muốn xảy ra. Song xã hội thực tế lại khác đi, đã mang đẩy họ vào đây đôi lúc nghịch lý đến phũ phàng!

Chẳng mấy chốc Lệ Trang Đài phải làm đơn nói rõ sự thật, thì Bùi Danh thay cô vào ngồi tù "Phục hồi nhân phẩm." Với cái ngu mà mình gây ra cho nhiều người. Anh ít nhất đã gây cho ba phụ nữ.

**

Thời gian phải đi cải tạo, để phục hồn nhân phẩm rồi về. Bùi Danh sực nhớ, anh ra tay tìm kiếm đào bới căn nhà xưa thì anh ta mới hay số vàng bị mất hết, chỉ thấy toàn vàng giả đổi tráo vàng thiệt, được để vào chum hũ như thường. Bùi Danh moi tìm thấy thật cay đắng. Ông bỗng nhiên hóa điên loạn. Vợ mất, tiền mất, vàng mất, công danh sự nghiệp mất, tiêu tán đường, ông không còn chi cả. Bùi Danh hì hục mắng chửi hai con vợ sau lấy của ông. Nhất là

Thanh Hương. Ông quẫn trí lúc lẩm nhẩm, lúc thì la lớn:

- Hai con vợ sau là hai con vợ khốn nạn, làm hại đời tao. Nhất là con Thanh Hương gian manh. Và con Lệ Trang Đài độc ác tày trời. Ông chửi tối ngày trong rong chơi thơ thẩn.

Ông cứ lẩm bẩm nói như thế. Bùi Danh thất vọng và buồn bã trở thành điên lớn, không kiềm chế được, ngày đêm lang thang, càng lên cao độ...

Khi nào tỉnh một nửa, ông bỗng giật mình nhớ lại quãng đời trôi qua, ông cảm thấy sợ hãi. Hình ảnh nào còn, hình ảnh nào mất. Bùi Danh chỉ đậu đọng lại là một Diễm Thúy. Một nữ sinh trẻ cực kỳ xinh đẹp, mà ông đem lòng say đắm, để rồi ông gù cua được chung sống, cô làm vợ ông... Và ông đã đuổi cô ta đi. Rồi ông cứ xót thương đọc tên nàng...

Bùi Danh bước đi lang thang hoài, mang theo cây đàn guitar treo trong cổ, có một hình bóng Diễm Thúy ông họa này xưa. Đêm ngày Bùi Danh như loạn trí hơn, ông hát và khóc hu hu. Ông đi khắp nơi, Bùi Danh thường hát nhất là bài "Phố Đêm" của Tâm Anh và "Xin Gọi Nhau Là Cố Nhân." của Song Ngọc. Như một kẻ dại khờ mất trí nhất trên trần đời, loạn lạc này... Nhưng tiếng hát Bùi Danh lại bất tử, tuyệt vời coi như đỉnh đến đỉnh... Một giọng ca nức nở, ấm áp, oán hờn, lại thâm thúy mênh mông. Điều này cũng lạ với ông...

Rồi một ngày Bùi Danh vào đúng nhà hàng Quyền Năng của cô, gần làng chài trên bãi biển Nha Trang đứng hát khan, và khóc kêu tên nàng. Thường thường Bùi Danh bấn loạn, người ta cho tiền, sau khi ông dạo hát. Bởi ông hát rất hay, rất gợi cảm trong lòng người nghe, khó có một giọng ca nào sánh bằng dù chuyên nghiệp, hay không chuyên từng đã ăn khách. Nhưng hôm nay lại lạ kỳ ở đây, Bùi Danh hát xong, ông lại xông vô tuôn hết đồ ăn, thức uống của thiên hạ đổ úp ào ào xuống sàn nhà. Bùi Danh đứng nhìn cười khanh khách, vô tư. Thái độ bất ngờ lưu manh của Bùi Danh ai nấy lo sợ, mất hồn, tán hoảng...

Và một đoạn ông vẫn cứ gào tên:

- "Diễm Thúy, Diễm Thúy, em là nữ sinh đáng yêu nhất!

Em đâu rồi, em đâu rồi "Có chăng bất tử một bóng hình?" "Có chăng bất tử...." "EM ƠI EM ĐÂU RỒI?" Ông cứ gọi thế nhiều lần. Và đọc suốt, lúc lớn, lúc nhỏ, lúc lẩm nhẩm, lúc thì thầm...

Bùi Danh kêu không ngớt nghỉ. Nghe tiếng kêu tên mình Diễm Thúy hốt hoảng thất thanh, nàng chạy từ lầu xuống. Hôm nay nàng có mặt ở đó, tại một công ty chi nhánh nhà hàng "Quyền Năng" thì thấy đúng là Bùi Danh. Nàng bàng hoàng lệ nuốt không đi. Diễm Thúy ôm đầu trở về phòng mình như một cơn mộng. Nàng không dám gặp mặt ai, không dám nói một điều chi...

Phần ông lại đứng im lặng và xin lỗi, rồi tiếp theo hát như người nửa say nửa tỉnh. Chỉ mười phút thôi, Bùi Danh lại chửi đời, chửi mình, chửi Thanh Hương chửi Lệ Trang Đài nữa. Ông chửi còn hơn Chí Phèo chửi Bá Kiến ngày đó của Nam Cao! Bùi Danh chỉ chừa Diễm Thúy thôi. Tình thế hỗn loạn và quá mức. Bảo vệ thấy vậy bấm số, gọi cho công an kiểm tra trật tự khu vực, tới giải quyết. Họ đến lập biên bản nhanh, và còng tay dẫn ông đi...

Diễm Thúy bước xuống nhìn lại người yêu năm nào, cô bỗng thấy thương tâm, nhưng biết làm sao hơn! Kỷ niệm đã xa mờ... Với lại nghĩ đến Thanh Hương và đứa con của Thanh Hương mất trong tình trạng bi đát, đáng thương. Diễm Thúy khó mà tha thứ cho ông. Âu đây cũng là nghiệp số của ông. Cô vẫn nghe lạnh lùng nơi bờ vai, rồi lại nghe lòng mình nhói lên... Có một chút gì nức nở nghèn nghẹn trong trái tim cô. Xoay xoay một nỗi đau tình người...

HDT. Viết 2014 *

Nhân Ảnh
2025

Liên lạc tác giả
tranhieuthaovi@gmail.com
(678) 462-4754

Liên lạc Nhà xuất bản
han.le3359@gmail.com
(408) 722-5626

www.ingramcontent.com/pod-product-compliance
Lightning Source LLC
La Vergne TN
LVHW090218051026
849517LV00001B/117
* 9 7 9 8 3 4 8 5 8 6 3 4 8 *